आपल्या स्नेहीजनांना पुस्तके भेट द्या

श्रीमंत लोकांचे पाच नियम

लेखक

डॉ. सुधीर दीक्षित

अनुवाद

प्रशांत तळणीकर

मेहता पब्लिशिंग हाऊस

Please contact us at **Mehta Publishing House Pvt. Ltd.,** Pune 411030.
✆ +91 020-24476924 / 24460313 / Mob. No. 9545000513
Email : production@mehtapublishinghouse.com
Website : www.mehtapublishinghouse.com
◆ *या पुस्तकातील लेखकाची मते, घटना, वर्णने ही त्या लेखकाची असून त्याच्याशी प्रकाशक सहमत असतीलच असे नाही.*

AMIRONKE PAANCH NIYAM by DR. SUDHIR DIXIT
Originally Published in Hindi
First Published in India by Manjul Publishing House Pvt.Ltd. Bhopal

Translated into Marathi Language by Prashant Talnikar

श्रीमंत लोकांचे पाच नियम / मार्गदर्शनपर

अनुवाद : प्रशांत तळणीकर

Email : author@mehtapublishinghouse.com

मराठी अनुवादाचे व प्रकाशनाचे हक्क : मेहता पब्लिशिंग हाऊस प्रा.लि., पुणे ३०.

संस्थापक : सुनील अनिल मेहता

प्रकाशक : मेहता पब्लिशिंग हाऊस प्रा. लि.,
१९४१, सदाशिव पेठ, माडीवाले कॉलनी, पुणे ४११०३०.

मुद्रक : ट्रिनिटी ॲकॅडमी फॉर कॉर्पोरेट ट्रेनिंग लिमिटेड

मुखपृष्ठ : चंद्रमोहन कुलकर्णी

प्रकाशनकाल : नोव्हेंबर, २०११ / जानेवारी, २०१३ / पुनर्मुद्रण : मार्च, २०२४

किंमत : ₹ ४००

P Book ISBN 9788184983135

प्रस्तावना

गणित या विषयांत पारंगत व्हायचं असेल, तज्ज्ञ बनायचं असेल, तर आपल्याला त्या विषयाचे सगळे नियम, कायदेकानू, माहिती असायला हवेत. तद्वतच, आपल्याला श्रीमंत होण्याची इच्छा असेल तर श्रीमंत बनण्याचे नियमही ठाऊक असायला हवेत. श्रीमंत होणं सर्वसाधारणपणे समजलं जातं तितकं काही कठीण नाही. वॉल्ट डिस्नेंपेक्षा तर आपली परिस्थिती निश्चितच वाईट नसेल; ते इतके गरीब होते की ते फाटकेच बूट घालायचे, कारण ते शिवायलादेखील त्याच्याजवळ पैसे नव्हते. धीरुभाई अंबांनींपेक्षा आपली परिस्थिती नक्कीच चांगली असेल; ते एकेकाळी पेट्रोलपंपावर पेट्रोल भरणाऱ्या पोऱ्याचं काम करत असत. आपली परिस्थिती अँड्र्यु कार्नेजीइतकी वाईट नाही; ते कधीकाळी हमाली करायचे. आणि हर्लेन सँडर्सपेक्षा तर आपली परिस्थिती वाईट असणारच नाही; ते वयाच्या साठाव्या वर्षापर्यंत दरिद्रीच होते. हे सगळे आणि यांच्याचसारखे इतर अनेक लोक विलक्षण अडचणी आणि संकटांचा सामना करूनच श्रीमंतीच्या शिखरावर पोहोचले होते. कारण कळत-नकळत, त्यांनी श्रीमंत होण्याच्या नियमांचं पालन केलं होतं.

श्रीमंत लोकांनी कोणकोणते नियम पाळून यश मिळवलं, समोर आलेल्या अडचणींचा सामना त्यांनी कशा पद्धतीनं केला आणि त्यांच्या कोणकोणत्या सवयी त्यांना यशाकडे, श्रीमंत होण्याकडे जाण्यांत साह्यभूत ठरल्या, हे सगळं तुम्हांला श्रीमंत लोकांचे पाच नियम, हे पुस्तक वाचून लक्षात येईल. हे पुस्तक वाचून

तुमच्या ज्ञानात भर पडेलच, पण तुम्हांला त्यातून प्रेरणाही मिळेल. या धनाढ्य लोकांच्या जीवनापासून प्रेरणा घेऊन तुम्ही या पुस्तकांतल्या नियमांचं आपल्या आयुष्यात थोडंफार जरी पालन केलं, तरी तुमच्या आर्थिक परिस्थितीमध्ये समाधानकारक सुधारणा झाल्याचं तुम्हांला आढळेल.

पुस्तक वाचायला सुरुवात करण्यापूर्वी त्याची रूपरेषा समजावून घेणं उपयुक्त ठरेल. जगभरातल्या अक्षरश: हजारो श्रीमंत लोकांच्या जीवनाचा अभ्यास करून त्यांपैकी ११२ जणांच्या कथा या पुस्तकात समाविष्ट केलेल्या आहेत. आणखी एक गोष्ट म्हणजे, ज्या लोकांना त्यांचं ऐश्वर्य वारसाहक्कानं किंवा निव्वळ नशिबानं मिळालेलं नाही, तर त्यांनी आपली बुद्धी आणि कठोर परिश्रम, यांच्या बळावर ते मिळवलं आहे, अशाच लोकांच्या कथा इथे निवडलेल्या आहेत. म्हणूनच मुकेश वा अनिल अंबानी आज जगातल्या सर्वांत श्रीमंत लोकांच्या यादीत असले, तरी या पुस्तकात त्यांच्याऐवजी त्यांचे वडील धीरूभाई अंबानी, ज्यांनी रिलायन्स नावाचं प्रचंड साम्राज्य उभं केलं, ते तुम्हांला दिसतील. या पुस्तकासाठी निवड करताना आणखी एका गोष्टीकडे लक्ष दिलं गेलं आहे, आणि ते म्हणजे ज्या श्रीमंत लोकांनी त्यांची संपत्ती शंकास्पद मार्गानं मिळवली आहे, वा ज्यांची प्रतिमा विवादास्पद आहे, अशा लोकांना इथे स्थान दिलं गेलेलं नाही. तसंच, पुस्तकामध्ये उल्लेख केली गेलेली आर्थिक आकडेवारी फोर्ब्स मासिकाच्या वर्ष २००७च्या यादीतून घेतलेली आहे.

या पुस्तकामध्ये अफाट श्रीमंत असलेल्या लोकांची चरित्रं काही नियमांभोवती गुंफलेली आहेत. परिणामत: एका व्यक्तीचा उल्लेख विविध प्रकरणांमध्ये होत असलेला तुम्हांला आढळेल, कारण त्या व्यक्तीनं श्रीमंत होण्याच्या एकापेक्षा

अधिक नियमांचं पालन केलेलं आहे. काही लोक मात्र केवळ एकच नियम पाळून श्रीमंत झालेले आहेत, हेही लक्षात घेण्याजोगं आहे. उदाहरणार्थ रूबिक, ज्यांनी रूबिक क्यूब तयार करण्याचं नावीन्यपूर्ण काम केलं. याउलट हेन्री फोर्ड किंवा बिल गेट्स यांनी एकापेक्षा अधिक नियमांचं पालन केलेलं आहे.

या पुस्तकासंबंधी आणखी एक गोष्ट म्हणजे, यात निर्जीव आकड्यांऐवजी जिवंत प्रेरणांवर जास्त भर दिला गेला आहे. याचं कारण म्हणजे, कंपन्यांची आर्थिक आकडेवारी दर तीन महिन्यांनी आणि दरवर्षी बदलत असते, पण त्यामागच्या मानवी संघर्षाची कहाणी मात्र कालाबाधित असते. हे पुस्तक म्हणजे कंपन्यांच्या कारभाराचा अभ्यास नसून श्रीमंतीच्या नियमांचा अभ्यास आहे, हे लक्षात ठेवा. श्रीमंत लोकांनी श्रीमंत होण्यासाठी कोणकोणत्या नियमांचं पालन केलं आहे, हे जाणून घेण्याचा प्रयत्न इथे केलेला आहे.

तेव्हा, या श्रीमंत लोकांनी सामान्य परिस्थितीमध्ये जन्म घेऊनही यशाचं शिखर कसं गाठलं? या लोकांनी आपली गरिबी, शिक्षणाचा अभाव आणि अपयश, यांच्याशी कशाप्रकारे मुकाबला केला आणि या शाश्वत नियमांचं पालन करून शेवटी श्रीमंतीचं ध्येय कसं गाठलं? हे तुम्हांला या पुस्तकातून कळेल. श्रीमंत होण्याची क्षमता प्रत्येक माणसात असतेच; या पुस्तकाचं उद्दिष्ट आहे, ते तुम्हांला त्यासाठी लागणारी प्रेरणा देण्याचं. कॅल्व्हिन कूलिज यांनी म्हटल्याप्रमाणे, बहुतेक लोक अपयशी ठरतात, ते त्यांच्यात क्षमता नसते म्हणून नव्हे, तर असलेल्या क्षमतांचा उपयोग ते करून घेत नसतात म्हणून. मग आता उशीर कशाचा? प्रेरणा घ्या, आपल्यातल्या क्षमतांचा उपयोग करून घ्या आणि श्रीमंतीच्या शिखराच्या पायऱ्या चढण्यासाठी सज्ज व्हा.

अनुक्रमणिका

श्रीमंत लोकांचा पहिला नियम

नावीन्यपूर्ण काम करणे

नावीन्यपूर्ण काम करण्याची सवय माणसाला पशूंपेक्षा वेगळं ठरवते. पशू नावीन्यपूर्ण कामं करत नाहीत. उदाहरणार्थ, पोपट समोरच्यानं उच्चारलेले काही शब्दच पुन्हा बोलू शकतो. कुत्रा आजपर्यंत झाडावर चढायला शिकू शकलेला नाही आणि गाय-बैल पाळीव प्राणी झाल्यानंतरही दोन पायांवर उभे राहून चालायला शिकलेले नाहीत; तात्पर्य हे की माणसानं शिकवल्याशिवाय कुठलंही नवीन काम करण्याची वा शिकण्याची इच्छा पशूंमध्ये जागृत होत नाही. आपण सर्कशीत पाहतो- वाघ जळत्या रिंगमधून बरोबर उडी मारतो, अस्वलं दोन पायांवर उभी राहून नाचतात- त्यामुळे नव्या गोष्टी शिकण्याची क्षमता प्राण्यांमध्ये असते हे नक्की; पण आपण नवं काहीतरी करावं किंवा प्रगती करावी, असा विचार त्यांच्या मनात स्वत: होऊन निर्माण होत नाही. याचं कारण म्हणजे परमेश्वरानं प्राण्यांना बुद्धीची देणगी दिलेली नाही. बुद्धी हे माणसाला परमेश्वराकडून मिळालेलं असं एक वरदान आहे, ज्याच्यामुळे तो नवनव्या गोष्टी करू शकतो आणि प्रगतीच्या मार्गावर चालू शकतो.

मानवाची आजवरची प्रगती त्याच्या नवं काहीतरी करून पाहण्याच्या सवयीचीच द्योतक आहे. आपलं काम हलकं करण्यासाठी त्यानं प्राण्यांना पाळायला सुरुवात केली. अन्नासाठी निव्वळ निसर्गावर अवलंबून राहण्याऐवजी तो शेती करायला शिकला. विविध ऋतूंमधल्या हवामानापासून बचाव करण्यासाठी त्यानं कपडे तयार केले आणि ते घालायला शिकला. त्यानं गुहेमध्ये राहणं सोडून घरबांधणी शिकून घेतली. विचारांचं आदान-प्रदान करण्यासाठी त्यानं भाषेचा शोध लावला. निसर्गातल्या रहस्यांचं आकलन करून घेऊन अनेक वैज्ञानिक शोध लावले. तो अग्नी पेटवायला शिकला, हत्यारं बनवायला शिकला; त्यानं चाकाचा शोध लावला. नवीन गोष्टी

करण्याच्या सवयीमुळेच मानवानं औद्योगिक क्रांती, दूरसंचार क्रांती केली आहे आणि समस्त मानवजातीला सुख आणि समृद्धीच्या अभूतपूर्व शिखरावर पोहोचवलं आहे. त्याच्या एकंदरच प्रगतीचा पाया म्हणजे नव्या गोष्टी करणं, हा आहे. ही सवय मानवाला नसती, तर आपण आजही गुहेतच राहात असतो, घरा-घरांतले पुरुष शिकारीसाठी बाहेर पडत राहिले असते आणि स्त्रिया गुहेमध्ये बसून पेटवलेल्या आगीचं रक्षण करत बसल्या असत्या.

आपल्या गरजेच्या अनेक वस्तू- मग ती साधी सेफ्टी पिन असो, की टेलिफोन- कुणीतरी त्या बनवण्याचा विचार केलेला आहे आणि नंतर तो विचार मूर्त स्वरूपात आणण्यासाठी कष्ट केलेले आहेत, म्हणूनच त्या अस्तित्वात आल्या आहेत. नवीन कार्य करण्याची सवय, प्रगतिशील समाजाच्या केंद्रस्थानी असलेली, एक मूलभूत सवय आहे; याच सवयीमुळे मळलेल्या पारंपरिक वाटांनी चालण्याऐवजी मनुष्य स्वत:चा वेगळा मार्ग तयार करत असतो. याच सवयीमुळे तो आपल्या अस्तित्वाचा अर्थ शोधतो आणि नावलौकिक मिळवतो आणि याच सवयीमुळे तो समाजाला सुखी करतो आणि स्वत:साठी ऐश्वर्य आणि संपत्ती कमवतो.

श्रीमंत होण्याचा जर कुठला जवळचा मार्ग असेल, तर तो म्हणजे नवं कार्य करणं. समाजाची एखादी गरज ओळखून जो मनुष्य ती गरज पूर्ण करण्याचा एक नवीन मार्ग शोधून काढतो, तो श्रीमंत होणार हे निश्चितच असतं. समाजाची गरज पूर्ण करणाऱ्या व्यक्तीला पुरस्कार, बक्षीस देऊन समाज आपला आनंद व्यक्त करतो आणि त्यामुळे ते कार्य करणारी व्यक्ती श्रीमंत बनते. इथे एक गोष्ट आवर्जून लक्षात घेण्यासारखी आहे आणि ती म्हणजे श्रीमंतीचा मापदंड सतत बदलत असतो. प्राचीन काळी पदरचं पशुधन, हे व्यक्तीच्या श्रीमंतीचं प्रतीक होतं, नंतर मालकीची जमीन, नंतर सोनं वा जड-जवाहीर असे नवे मापदंड बनत गेले. औद्योगिक क्रांतीनंतर हे पारंपरिक मापदंड मागे पडले आहेत. दूरसंचार क्षेत्रातील क्रांतीनंतर तर श्रीमंती निव्वळ नव्या विचारापुरती मर्यादित राहिली आहे. फक्त एक नवा विचार करण्यानं श्रीमंत होणं कठीण आहे, असं तुम्हाला वाटत असेल, तर खालील उदाहरणांकडे पाहा :

◆ सप्टेंबर, १९९२मध्ये प्रसिद्ध अमेरिकन गुंतवणूकदार जॉर्ज सोरोस यांच्या मनात असा विचार आला, की ब्रिटिश पौंडाचा बाजारभाव आता कोसळणार आहे. या विचारासरशी त्यांनी नाणेबाजारात गुंतवणूक केली. आपल्या विचाराच्या सत्यतेबद्दल त्यांना इतकी खात्री होती, की त्यांनी दहा बिलियन (अब्ज) डॉलर्स (म्हणजेच, सोयीसाठी एक डॉलरची भारतीय चलनातली किंमत ४५ रू. धरली, तर ४५,००० कोटी रुपये) पणाला लावले. त्यांचा तो विचार, तो अंदाज तंतोतंत खरा ठरला

आणि एका रात्रीत सोरोसना एक बिलियन डॉलर्सचा (आपल्या गृहीतकाप्रमाणे भारतीय चलनामध्ये ४,५०० कोटी रुपये) फायदा झाला. काही काळातच हा फायदा एक बिलियन डॉलर्सवरून दोन बिलियन डॉलर्सवर जाऊन पोहोचला.

◆ सगळं जग कॉम्प्युटरच्या यांत्रिक भागांच्या मागे (हार्डवेअर) पळत असतानाच्या काळात बिल गेट्स या माणसाच्या डोक्यात चांगलं, आकर्षक आणि वापरायला सोपं असलेलं सॉफ्टवेअर तयार करून विकण्याचा नवा विचार आला. हा नवा विचार त्यांना जगातला सर्वांत श्रीमंत माणूस बनवणारा ठरला.

◆ जेफ बेजोस नावाच्या व्यक्तीच्या मनात इंटरनेटवरून पुस्तकं विकण्याचा नवा विचार आला आणि थोड्याच काळात, त्यांचं नाव अब्जाधीशांच्या यादीमध्ये झळकलं.

◆ मायकल डेलच्या मनामध्ये कुठल्याही मध्यस्थ संस्था वा व्यक्तीच्या मदतीशिवाय थेट ग्राहकालाच कॉम्प्युटर विकण्याची कल्पना आली.

◆ डॉमिनोज पिझ्झाचे संस्थापक टॉम मोनाहन यांना पिझ्झा घरपोच देण्याची कल्पना स्फुरली आणि ते प्रसिद्धी आणि संपत्तीच्या शिखरावर जाऊन पोहोचले.

◆ फेडरल एक्सप्रेसचे जनक फ्रेड स्मिथ, यांना रातोरात पत्रं वा पार्सलं दुसऱ्या ठिकाणी पोहोचवण्याचा विचार सुचला आणि त्यांनी इतिहास घडवला.

◆ जिलेट नावाच्या व्यक्तीला दाढी करताना जखम न करणारा वस्तरा, सेफ्टी रेझर, बनवण्याची कल्पना सुचली आणि त्यामुळे जगभरातल्या पुरुषांच्या चेहऱ्यांचं रूपच पालटलं. स्वतः जिलेटही या प्रक्रियेत धनाढ्य झाले, हे सांगणे नलगे.

◆ कार ही चैनीची गोष्ट असल्याचं ठरवून सगळे मोटार-उत्पादक अधिकाधिक महागड्या आणि आलिशान मोटारी बनवून झटपट श्रीमंत होण्याचा प्रयत्न करत असताना, हेन्री फोर्ड यांनी सामान्य जनतेकरता स्वस्तातस्वस्त मोटारी बनवण्याचा विचार केला. हा विचार प्रत्यक्षात आणण्यासाठी त्यांनी स्वत:चं आयुष्य पणाला लावलं आणि त्याबदल्यात त्यांना अभूतपूर्व पैसा आणि नाव मिळालं.

ही सगळी फक्त काही उदाहरणं आहेत. नवं काम करणं हे श्रीमंत बनण्याच्या दिशेनं टाकायचं पहिलं आणि निर्णायक पाऊल आहे, ही गोष्ट सिद्ध करणारी अशी हजारो उदाहरणं जगात आहेत. आता प्रश्न असा उरतो, की ही सवय आपण शिकू शकतो का, की काही थोड्याच लोकांना मिळणारी ती एक देणगी आहे? सुदैवानं बुद्धीचं वरदान आपल्या सगळ्यांनाच मिळालेलं आहे. आपण तिचा उपयोग वेगवेगळ्या प्रकारे आणि वेगवेगळ्या मात्रेत करत असतो, ही गोष्ट अलाहिदा.

मग नवा विचार कसा सुचतो? हा लाखमोलाचा प्रश्न आहे. शेवटी नवं

काहीतरी करण्यासाठी तुमच्याजवळ नवा विचार हवा असतो, इतरांपेक्षा वेगळ्या पद्धतीनं, वेगळं, आजपर्यंत होत आलेलं आहे त्यापेक्षा भिन्न, असं सुचायला हवं असतं. नवा विचार आपल्या मनात कधीही आणि कुठेही येऊ शकतो. नॉर्मन बुशनेलनं म्हटल्याप्रमाणे, 'जो मनुष्य स्नान करतो, त्याच्या मनात काही ना काही विचार नक्की येतो, पण स्नान करून बाहेर पडल्यावर आणि अंग कोरडं करून झाल्यावर जो त्या विचाराबद्दल काहीतरी कृती करतो, तोच मोठा होतो.' आपल्या सगळ्यांच्याच मनात विचार येत असतात, पण ते आपल्या मनात टिकून राहात नाहीत, कारण आपण त्यांना तशी संधीच देत नसतो. एखाद्या नव्या कार्याच्या विचाराला आपली मुळं पसरवण्याची संधी आणि वेळ आपण देत नाही - असं का घडतं? याची पाच मुख्य कारणं असतात -

१. विचार करायला वेळ नसणं

कल्पना कितीही चांगली असली, तरी तिच्यावर गांभीर्यानं विचार करणं आवश्यक असतं. त्या कल्पनेवर मनन करणं, तिच्या चांगल्या-वाईट बाजूंची तुलना करणं, त्या कल्पनेत असलेल्या संभाव्यता आणि आपल्या क्षमतांचा विचार करणं अनिवार्य असतं. दुर्दैवानं आज आपलं आयुष्य इतकं वेगवान झालेलं आहे, की विचार करण्याची सवडच आपल्यापाशी नसते. कदाचित म्हणूनच, बहुतेक लोकांना नव्या कल्पना टॉयलेटमध्ये सुचतात, कारण त्याच एका जागी ते काही काळ शांतपणे बसलेले असतात. तुमच्या मनात नवे विचार यावेत असं तुम्हाला वाटत असेल, तर तुम्हाला थोडा वेळ शांतपणे कुठेतरी बसण्याची सवय लावून घ्यायला हवी. विचारांना वाव दिला तरच ते येतील.

२. धोका पत्करण्याची भीती वाटणं

मनुष्य सहसा ओळखीच्या, सवयीच्या रस्त्यानं वाटचाल करू पाहात असतो. अनोळखी रस्त्याची त्याला भीती वाटते. महान नाटककार शेक्सपिअरनं त्याच्या 'हॅम्लेट'मध्ये म्हटलं आहे, 'मनुष्य या जगातल्या परिचित संकटांना निव्वळ यासाठी स्वीकारतो कारण त्याला भविष्याबद्दल काहीही माहीत नसतं.' आपण सगळेच अंधाराला घाबरतो, कारण अंधारात आपल्याला असुरक्षित वाटतं. तिथे धोका असतो. खरी गोष्ट तर अशी आहे, की तुम्हाला जर एखादी नवी गोष्ट करायची असेल, श्रीमंत व्हायचं असेल, तर धोका पत्करल्यावाचून गत्यंतर नसतं. जगातले बहुतेक श्रीमंत लोक, धोके पत्करण्यातूनच श्रीमंत बनलेले आहेत, हे लक्षात ठेवायला हवं.

३. भविष्यातील शक्यता न जाणणं

अनेकदा आपल्या मनात एक खूप चांगला विचार येतो, पण मग आपल्यालाच तो विचार तितका चांगला वाटेनासा होतो, त्यात आपल्याला यश मिळेल, याची खात्री वाटेनाशी होते. पण काही काळानंतर आपल्याला कळतं, की कुणा दुसऱ्या व्यक्तीनं त्याच कल्पनेवर काम करून पैसा आणि प्रसिद्धी मिळवली आहे. याचा अर्थ आपण भविष्यातील शक्यता जाणून घेण्यात कमी पडतो. ही गोष्ट सामान्य माणूसच नव्हे, तर मोठमोठ्या कंपन्यांनाही लागू पडते. स्टीव्ह वोस्नियॅक आणि स्टीव्ह जॉब्ज यांनी आपला पहिला 'ॲपल पर्सनल कॉम्प्युटर' तयार केला, तेव्हा त्यांनी त्याचे हक्क खरेदी करण्याचा प्रस्ताव ह्युलेट पॅकार्ड या जगद्विख्यात कंपनीसमोर ठेवला होता. पण दूरदृष्टीच्या अभावामुळे कंपनीनं ही सुवर्णसंधी अव्हेरली.

४. आत्मविश्वासाचा अभाव

विचार करा, तुम्हाला एखादी नवी कल्पना सुचली आहे आणि तिच्यात दडलेल्या शक्यताही तुम्हाला जाणवल्या आहेत. तुम्ही धोका पत्करण्यासही तयार आहात आणि उत्साहानं तुम्ही त्या कल्पनेवर काम करण्यासाठी कंबर कसता, पण तेवढ्यात असं काहीतरी घडतं, की तुम्ही आपला पाय मागे घेता. ही गोष्ट म्हणजे आत्मविश्वासाचा अभाव, स्वत:च्या क्षमतांवर भरवसा नसणं. सगळं काही झाल्यानंतर अचानक तुमच्या मनात येतं, की कदाचित तुम्ही चूक करता आहात. ही कल्पना जर खरोखर एवढी चांगली असती, तर ती कुणालातरी सुचली असती आणि त्यानं ती सत्यात उतरवून दाखवली असती. आपल्या डोक्यात एखादा उत्तम विचार येऊ शकतो याबद्दल, स्वत:च्या बुद्धीबद्दलच तुम्हाला शंका निर्माण होते. हा विचार, ही कल्पना आपण साकारू शकतो किंवा एखादं काम आपण यशस्वीरीत्या पूर्ण करू शकतो, या आपल्या क्षमतेबद्दल तुम्हालाच भरवसा वाटेनासा होतो.

५. टीकेला घाबरणं

लोकांची साथ असेल, तर नवी कल्पना साकार करणं सोपं जातं, पण गमतीची गोष्ट म्हणजे आपल्या आसपासचे बहुतेक लोक पावलोपावली नव्या विचारांना विरोधच करत असतात. प्रत्येक प्रगतिशील मनुष्याने ही गोष्ट लक्षात ठेवायला हवी, की सर्वसाधारण लोक परंपरा आणि स्थितिप्रिय असतात. त्यांना कुठल्याही बाबतीत कुठलाही बदल व्हायला नको असतो. पण प्रगतीसाठी परिवर्तन आवश्यक असतं. याच कारणामुळे प्रत्येक प्रगतिशील, सुधारणावादी व्यक्तीला समाजाच्या टीकेला आणि निंदेला तोंड द्यावं लागतं. सुकरातपासून ते बिल

गेट्सपर्यंत हेच घडत आलेलं आहे. सगळ्या प्रकारच्या विरोधाला तोंड देऊन नवी कल्पना अमलात आणण्यानंच यश मिळतं, याचा विसर पडता कामा नये. डार्विन आणि गॅलिलिओ यांना परंपरावादी समाजाच्या टीका आणि निंदेला तोंड द्यावं लागलं होतं. राईट बंधू विमान बनवण्याचा प्रयत्न करत असताना त्यांना खूप विरोध झाला होता आणि त्यांची टिंगल केली गेली होती. डिस्नेलँडच्या निर्मितीच्या वेळी वॉल्ट डिस्ने यांच्यावर प्रचंड टीका झाली होती. ही उदाहरणं आपल्याला हेच सिद्ध करून दाखवतात, की आपण जर नवं काहीतरी करू इच्छित असू, तर आपण टीकेला घाबरता कामा नये. प्रगतीच्या मार्गावर तुम्हाला बहुसंख्य लोकांच्या टीकेला तोंड देण्याची तयारी ठेवायला हवी, कारण बहुसंख्य लोक स्थितिप्रिय असतात.

◆

नवं काहीतरी करणं सोपं नसतं. ते जर सोपं असतं, तर जगातल्या प्रत्येकच मनुष्यानं नव्या गोष्टी केल्या असत्या आणि प्रत्येकचजण श्रीमंत झाला असता. नवं काहीतरी करण्यासाठी प्रचंड इच्छाशक्ती आणि मनोबल आवश्यक असतं. टीकेचे वार सहन करत दीर्घ काळ कष्ट करत राहण्याची आवश्यकता असते. यात धोका पत्करण्याची आवश्यकता असते आणि अडचणींमुळे न डगमगण्याचं धैर्यही आवश्यक असतं.

एखादी नवी गोष्ट करण्यामध्ये फक्त बाजारपेठेचं सर्वेक्षण आणि अभ्यासच उपयोगी पडत नाहीत हे तर उघड आहे. पीटर ड्रकर यांनी म्हटलं आहे, 'जी गोष्ट अस्तित्वातच नाही, तिच्याबाबतीत कुणी बाजारपेठेचा अभ्यास करूच शकत नाही.' याच कारणामुळे नातेवाईक, मित्र वा परिचित लोक नव्या गोष्टी करण्याच्या बाबतीत प्रोत्साहन देत नाहीत वा धीर देत नाहीत. ते लोक फक्त जे दिसतं, त्यावरच विश्वास ठेवत असतात, भविष्यातील शक्यता त्यांना दिसत नाहीत. पण नवी गोष्ट करणारी व्यक्ती प्रत्यक्ष परिस्थिती नव्हे, तर भविष्यातील शक्यताच पाहात असते आणि त्यामुळेच तिला लोकांच्या प्रखर विरोधाला सामोरं जावं लागतं.

अनेक नव्या गोष्टी वर्तमानातली एखादी समस्या सोडवण्याकरता होत असतात. एखादा कल्पक मनुष्य एखादी वर्तमान गरज ओळखून काहीतरी नवीन करतो. चेस्टर कार्लसननं फोटोकॉपिंग मशीनचा शोध अशाच प्रकारे लावला. जॉर्ज ईस्टमननं कोडॅक कॅमेऱ्याचा शोध असाच लावला. एड्विन लँडनं पोलॅरॉईड कॅमेऱ्याचा शोध; तर हॉवर्ड हेडनं धातूच्या 'स्की'चा शोधही असाच लावला.

नवी कामं करण्याच्या बाबतीत, त्याचा फायदा कंपन्यांपेक्षा स्वतंत्र व्यक्ती वा

उद्योजकांना जास्त होतो; याचं कारण म्हणजे मोठ्या कंपन्यांमध्ये नवं काहीतरी करण्याची प्रवृत्ती नसते. बहुतेक कंपन्यांमध्ये खरं म्हणजे संशोधनासाठी प्रयोगशाळा असतात किंवा खास संशोधन विभाग असतात, पण या कंपन्या परंपरावादी असतात आणि धोके पत्करण्याची त्यांची तयारी कमी असते. नवं उत्पादन बाजारात आणण्याचं काम खर्चीक आणि जोखमीचं असतं, त्यामुळेच यशस्वी कंपन्या आपल्या यशस्वी ठरलेल्या मार्गानंच जात राहण्यामध्ये समाधान मानत असतात. कोडॅक कंपनीची कॅमेरा बनवण्यामध्ये एकाधिकारशाही होती, पण इन्स्टंट किंवा ताबडतोब फोटो मिळण्याच्या सोयीची लोकांची मागणी तिच्या लक्षात आली नाही आणि एडविन लँडनं पोलॅरॉईड कॅमेऱ्याचा शोध लावून नाव आणि पैसा कमावला, त्याचं कारण हेच. याच कारणामुळे मेनफ्रेम किंवा मोठ्या संगणकांमध्ये एकाधिकारशाही असणाऱ्या आयबीएम कंपनीला पर्सनल कॉम्प्युटरची गरज समजली नाही आणि ॲपल कॉम्प्युटरनं त्या क्षेत्रामध्ये उडी घेऊन धमाल उडवली. आणि याच कारणामुळे, डेटाबेस प्रणालीच्या क्षेत्रामध्ये पुन्हा एकदा आयबीएमच्या दूरदृष्टीमुळे ओरॅकल कंपनीनं खूप मोठी बाजारपेठ काबीज केली. पिझ्झा हटला पिझ्झा घरपोच देण्याची लोकांची गरज ओळखता आली नाही, आणि टॉम मोनाहननं ती संधी साधली, तसंच रातोरात पत्रं वा पार्सल इच्छित ठिकाणी पोहोचवण्याची सेवा देणं अमेरिकेच्या टपाल खात्याला सुचलं नाही आणि फ्रेड स्मिथनं या सुवर्णसंधीचा पुरेपूर लाभ उठवला, त्याच्यामागेही हेच कारण होतं.

इथे मुद्दा हा आहे, की मोठ्या कंपन्या किंवा मोठे उद्योगसमूह सहसा नव्या गोष्टी करत नाहीत. बंडखोर आणि नावीन्यप्रिय व्यक्तीच नवं काहीतरी करू शकतात. परंपरागत मार्गांना छेद देऊ शकणं, हीच महान लोकांची ओळख असते. अशा लोकांना विरोध आणि टीकेला तोंड द्यावं लागतं, ही गोष्ट सत्य आहे. प्रोफेसर जॉन हेन्री पॉपर यांनी एडिसन लावत असलेल्या विजेच्या बल्बला काहीही भवितव्य नसल्याचं जाहीर केलं होतं, पण एडिसननं आपलं कार्य पूर्णत्वाला नेलंच. 'अमेरिकन सायंटिफिक जर्नल', या प्रतिष्ठित मासिकानं राईट बंधूंच्या हवेत उडू शकण्याच्या दाव्यावर विश्वास ठेवायला नकार दिला होता, पण त्यामुळे त्या बंधूंच्या प्रयोगांमध्ये खंड पडला नाही आणि एक दिवस त्यांनी मानवाचं हवेत उडण्याचं स्वप्न साकार केलंच. अलेक्झांडर ग्रॅहॅम बेलनं टेलिफोनचा शोध लावला तेव्हा जे. पी. मॉर्गन या धनाढ्य उद्योगपतीनं 'या यंत्राला व्यावसायिक यश मिळण्याची कुठलीही शक्यता दिसत नाही,' असं स्पष्टपणे सांगून टाकलं होतं. **टीकाकार नेहमी वर्तमानाकडे पाहात असतात, तर नवं कार्य करणारे लोक भविष्यात डोकावत असतात. त्यामुळेच टीका त्यांना विचलित करत नाही आणि आव्हानं त्यांना त्यांच्या स्वप्नांपासून दूर नेऊ शकत नाहीत.**

नवी कार्यं करणाऱ्या लोकांनी जगाचं चित्रच बदलून टाकलं आहे. आपली जिज्ञासा आणि प्रयोगशीलता यांच्याद्वारे त्यांनी अनेक उपयुक्त शोध लावले. ज्या गोष्टी पूर्वी कधी अस्तित्वात नव्हत्या, त्या त्यांनी नावीन्याच्या वाटांवरून चालून निर्माण केल्या. आपल्याला सुचलेल्या कल्पना वेडगळ नव्हे, तर सशक्त होत्या, हे त्यांनी धोका पत्करून सिद्ध करून दाखवलं. नवं कार्य करण्याच्या नियमानुसार वागून ज्या काही लोकांनी अफाट वैभव प्राप्त केलं आहे, अशा लोकांबद्दल अधिक काहीतरी जाणून घेऊया.

जेफ बेजोस (१९६४ -)

ॲमेझॉन डॉट कॉम, या वेबसाइटचे जनक जेफ बेजोस, यांचं नाव नवं काहीतरी करणाऱ्या लोकांच्या यादीत खूप वर आहे. तुम्हाला भलेही जेफ बेजोस हे नाव माहीत नसेल, पण तुम्ही इंटरनेटवर सर्फिंग करत असाल आणि तुम्हाला पुस्तकांमध्ये रस असेल, तर तुम्ही ॲमेझॉन डॉट कॉम, या वेबसाइटबद्दल ऐकलं नाही असं होणंच शक्य नाही. दर वर्षी या वेबसाइटवरून क्रेडिट कार्डद्वारे लाखो पुस्तकं खरेदी केली जातात. इंग्रजी भाषेत छापलेलं कुठलंही पुस्तक तुम्हाला हवं असेल वा त्याबद्दल माहिती हवी असेल, तर फक्त या संकेतस्थळावर जा, तुम्हाला हवं ते तिथे तुम्हाला नक्की मिळेल.

जगभरच्या अब्जाधीशांच्या यादीमध्ये बेजोसचं नाव १८८व्या स्थानावर आहे आणि आज, वयाच्या ४३व्या वर्षी त्यांची संपत्ती ४.४ अब्ज डॉलर्स इतकी आहे. याचं कारण म्हणजे इंटरनेटचं माध्यम वापरून पुस्तकं विकण्याची नवी कल्पना त्यांना सुचली आणि त्या कल्पनेवर काम करण्याचं धाडस त्यांच्या अंगी होतं. परंपरागत पुस्तकाचं दुकान टाकायचं, तर त्यासाठी खूप पैसा, जागा, फर्निचर इत्यादींची गरज असते, पण ऑनलाइन दुकान उघडणं त्यापेक्षा कितीतरी कमी खर्चीक आणि जास्त सुलभ असतं, हे बेजोसना माहीत होतं.

इंटरनेटवरून पुस्तकं विकण्यासाठी त्यांना फक्त तीन गोष्टींची गरज होती, पुस्तकं तात्काळ उपलब्ध असणं, वेबसाइटवर वस्तू विकण्यासाठीची प्रणाली (सॉफ्टवेअर) आणि एक वित्तपुरवठादार. आपलं ऑफिस थाटण्याकरता त्यांनी सिएटल शहराची निवड केली, कारण इनग्राम बुक डिस्ट्रिब्युटर हे एक मोठं पुस्तकांचं दुकान तिथे होतं आणि कुठलंही पुस्तक तिथे तात्काळ मिळू शकत होतं. कामकाजाला सुरुवात झाली तेव्हा बेजोस यांच्याकडे फक्त तीन कर्मचारी होते. वेबसाइटवरून खास पुस्तकं विकण्यासाठीचं कुठलंही सॉफ्टवेअर बाजारामध्ये उपलब्ध नव्हतं. बेजोस स्वत: प्रोग्रॅमिंग करू शकत असत, त्यामुळे मग त्यांनी

काही संगणक आपल्या गॅरेजमध्ये बसवून घेतले आणि आवश्यक ते सॉफ्टवेअर, तसंच माहिती साठवण्यासाठी लागणारा डेटाबेस तयार करायला त्यांनी स्वत:च सुरुवात केली. नोव्हेंबर, १९९४ ते फेब्रुवारी, १९९५ या चार महिन्यांत त्यांनी दिवस-रात्र एक करून पुस्तकं ईमेलद्वारे किंवा वेबसाइटवरून ऑनलाइन विकण्यासाठी लागणारं सॉफ्टवेअर विकसित केलं. वित्तपुरवठ्याच्या बाबतीत सांगायचं, तर त्यांनी संभाव्य वित्तपुरवठादारांना पहिलेछूट स्पष्टपणे सांगून टाकलं की, **मला पुस्तक विकण्याच्या उद्योगाबद्दल काहीही माहिती नाही. मी फक्त एवढंच जाणतो, की इंटरनेटद्वारे पुस्तकं विकून मी या उद्योगामध्ये क्रांती घडवून आणणार आहे.**

ॲमेझॉन डॉट कॉम वेबसाइट जून, १९९५मध्ये कार्यान्वित झाली आणि खरोखरच तिनं सगळ्या जगात खळबळ माजवली. बेजोसनं ॲमेझॉन या जगातल्या सगळ्यात मोठ्या नदीचं नाव कंपनीला दिलं, कारण त्यांना जगातला सर्वांत मोठा पुस्तक विक्रेता बनायचं होतं. त्यांचं हे स्वप्न लवकरच प्रत्यक्षात उतरलं. सुरू झाल्यापासून फक्त चारच वर्षांमध्ये, म्हणजे १९९९साली ॲमेझॉन डॉट कॉमचं बाजारमूल्य ६ अब्ज डॉलर्स ठरवलं गेलं. आज या वेबसाइटवर पुस्तकांबरोबरच ४० अन्य उत्पादनंही खरेदी करता येऊ शकतात, ज्यात इलेक्ट्रॉनिकच्या वस्तू, दागिने, पादत्राणं, मोबाईल फोन, खेळणी, व्हिडिओ आणि ऑडिओ सीडीज इत्यादी गोष्टींचा समावेश होतो. फक्त तीन कर्मचारी घेऊन सुरुवात झालेल्या ॲमेझॉन डॉट कॉममध्ये आज हजारो लोक काम करतात. २००६साली ॲमेझॉनची एकूण विक्री १०.७१ अब्ज डॉलर्स, इतकी होती आणि त्यातून कंपनीला १९ कोटी डॉलर्स एवढा निव्वळ नफा (सर्व खर्च आणि कर वजा केल्यानंतर) झाला. जगभरातल्या सर्वांत श्रीमंत लोकांच्या यादीमध्ये जेफ बेजोसचं नाव आज १८८व्या स्थानावर आहे, आणि त्याचं कारण म्हणजे त्यांनी काहीतरी नवं केलं.

स्टीव्ह जॉब्ज (१९५५ -) आणि स्टीफन वोस्नियॅक (१९५० -)

१९४३ साली आयबीएम या कंपनीचे अध्यक्ष थॉमस वॉटसन यांनी असं म्हटलं होतं, की 'जगभरात जास्तीतजास्त पाच पर्सनल कॉम्प्युटर्स विकले जाऊ शकतील.' कॉम्प्युटर ही सामान्य माणसाच्या कामाची गोष्ट नव्हे, असं त्यांना त्यातून सुचवायचं होतं. त्यामुळे, आयबीएमनं पर्सनल कॉम्प्युटर या कल्पनेकडे दुर्लक्षच केलं- ॲपलनं तो लोकप्रिय करेपर्यंत. डिजिटल इक्विपमेंट कॉर्पोरेशन (डीईसी)चे संस्थापक केन ओल्सन यांचंही म्हणणं होतं, की 'कुणाही मनुष्याला

स्वत:च्या घरामध्ये कॉम्प्युटर ठेवण्याची इच्छा होईल, याचं कुठलंही कारण मला दिसत नाही.' पण स्टीव्ह जॉब्ज आणि स्टीफन वोस्नियॅक यांच्या मनामध्ये पर्सनल कॉम्प्युटर तयार करण्याची कल्पना आली, त्यावेळी कुणाही तज्ज्ञांच्या नकारात्मक, निराशादायक वक्तव्यांकडे त्यांनी लक्ष दिलं नाही. पर्सनल कॉम्प्युटर सामान्य माणसाच्याही उपयोगात येऊ शकतो आणि तो लोकप्रियही ठरू शकतो, याबद्दल त्यांच्या मनामध्ये विश्वास होता. याच विश्वासाच्या आधारावर त्यांनी पहिला ॲपल पर्सनल कॉम्प्युटर तयार केला आणि जगामध्ये कॉम्प्युटर युगाची सुरुवातच जणू केली.

शून्यापासून सुरुवात करून उत्तुंग शिखरावर पोहोचण्याची ॲपल कॉम्प्युटर्ससारखी मनोरंजक कहाणी विरळाच. १ एप्रिल, १९७६ या दिवशी २६ वर्षांचे स्टीफन वोस्नियॅक आणि २१ वर्षांचे स्टीव्ह जॉब्ज, यांनी कॅलिफोर्नियामध्ये क्युपर्टिनो इथे ॲपल कॉम्प्युटर्सची स्थापना केली. डिसेंबर, १९८०मध्ये या कंपनीची प्राथमिक समभाग विक्री (आय.पी.ओ.) करण्यात आली. २२ डॉलर्स एवढं मूल्य ठरवून जारी करण्यात आलेल्या समभागांचा भाव पहिल्याच दिवशी प्रत्येकी २९ डॉलर्सवर गेला आणि कंपनीचं बाजारमूल्य १.२ अब्ज डॉलर्स ठरलं. १९७८ ते १९८३ या कालावधीत कुणीही बलवान प्रतिस्पर्धी बाजारात नसल्यामुळे, कंपनी तुफान वेगानं वाढत गेली. प्रत्येक वर्षी कंपनी मागील वर्षाच्या तुलनेत दीड पटीनं, म्हणजे १५० टक्क्यांनी वाढत होती. ॲपल कॉम्प्युटर्सचं यश किती मोठं होतं, याचा अंदाज या गोष्टीवरून लागू शकतो, की स्थापनेनंतर फक्त आठ वर्षांमध्येच कंपनी फॉर्च्यून मासिकाच्या, सर्वश्रेष्ठ अमेरिकन कंपन्यांच्या यादीत २३४व्या क्रमांकावर जाऊन पोहोचली होती.

ॲपल कॉम्प्युटर्सनं जगाचा चेहरा-मोहराच बदलून टाकला, असं म्हटल्यास ते वावगं ठरणार नाही. पर्सनल कॉम्प्युटर्स येण्यापूर्वी फक्त मेनफ्रेम, हे अति मोठे संगणकच बनवले जायचे आणि त्यांच्या आकार, किंमत आणि क्षमतेनुसार, त्यांचा उपयोग फक्त विद्यापीठं आणि मोठ्या संस्था वा कंपन्यांनाच होत असे. पण ॲपल कॉम्प्युटर्सनं त्याऐवजी पसर्नल कॉम्प्युटर्सच्या युगाची नांदी केली. हे कॉम्प्युटर्स इतके लहान होते, की लोक ऑफिसांत वा घरी ते सहज ठेवू शकत असत.

हे काम सोपं नक्कीच नव्हतं. वोस्नियॅक आणि जॉब्ज यांच्याकडे फक्त एक कल्पना होती, पैसा नव्हता. आणि एखादी कंपनी सुरू करायची तर त्यासाठी खूप भांडवल आवश्यक असतं. हे भांडवल जमवण्याकरता स्टीव्ह जॉब्जनं आपली व्होक्सवॅगन मिनिबस आणि वोस्नियॅकनं आपला एच.पी.चा कॅलक्युलेटर विकून टाकले. त्यातून त्यांना १३०० डॉलर्स मिळाले. भाड्यानं एखादं ऑफिस घेण्यात पैसे घालवणं शक्य नसल्यामुळे त्यांनी स्टीव्हच्या घराच्या गॅरेजमध्येच आपलं ऑफिस थाटलं.

अखेर जेव्हा पहिला कॉम्प्युटर तयार झाला, तेव्हा त्यांच्यासमोर प्रश्न असा उभा राहिला की तो विकणार कोण? मोठ्या विक्री कंपन्यांपैकी कुणी त्यात हात घालायला तयार होणं मुश्कील होतं, मग आपल्या कॉम्प्युटरची प्रतिकृती बरोबर घेऊन ती दोघं, तशी तयारी असणाऱ्या दुकानाच्या शोधार्थ हिंडायला लागली. अनेक दुकानांमध्ये विचारून झाल्यानंतर माऊंटन व्ह्यू इथल्या एका छोट्याशा दुकानाच्या मालकानं त्यांना महिनाभरात ५० कॉम्प्युटर्स पुरवायची मागणी केली. ही ॲपल कॉम्प्युटर्सची आणि जगामध्ये पर्सनल कॉम्प्युटर्सच्या युगाची नांदी ठरली. त्या दुकानदाराची ऑर्डर हातात घेऊन स्टीव्ह आणि स्टीफन इलेक्ट्रॉनिक्सचे सुटे भाग विकणाऱ्या एका दुकानात गेले आणि २५,००० डॉलर्स किमतीचे सुटे भाग उधारीवर घेऊन आले. त्यानंतर रात्रंदिवस ती दोघं जुळणीच्या कामात गढून गेली आणि दिलेल्या तारखेपर्यंत त्यांनी मागणी पूर्ण करून दिली.

हे पहिले ५० कॉम्प्युटर्स, ॲपल-१, या नावानं विकले गेले. पहिल्या वर्षी व्यवसाय खूप काही चांगला नव्हता. त्या वर्षभरामध्ये त्यांनी फक्त १७५ कॉम्प्युटर्सची विक्री केली. पण त्यांचं ध्येय खूप मोठं होतं, त्यांचं स्वप्न मोठं होतं. प्रत्येक घरामध्ये एक ॲपल कॉम्प्युटर असावा, अशी त्यांची महत्त्वाकांक्षा होती. आपलं हे ध्येय साध्य करण्याकरता त्यांना अधिक चांगल्या डिझाईनची गरज भासली म्हणून मग ती दोघं ॲपल-२च्या निर्मितीच्या कामाला लागली. ॲपल-२ जेव्हा तयार झाला, तेव्हा त्यानं जगभर एकच धमाल उडवून दिली. रंगीत चित्रं आणि अक्षरं (ग्राफिक्स) दाखवणारा जगातला पहिला कॉम्प्युटर म्हणजे ॲपल-२. **ॲपल-२ ही कॉम्प्युटर उद्योगाची एक महान सिद्धी होती आणि औद्योगिक क्रांतीनंतरचा हा जगातला सर्वांत महत्त्वपूर्ण शोध होता, असं आज बहुतेक तज्ज्ञांचं मत आहे.**

ॲपल-२ नंतरही नवनवीन शोधांची मालिका सुरूच राहिली आणि ॲपलनं मॅकिण्टॉश हा नवा कॉम्प्युटर बाजारात आणला. मॅक या लघुनामानं प्रसिद्ध झालेला हा संगणक इतका लोकप्रिय झाला, की फक्त १०० दिवसांमध्ये ७२,००० मॅक विकले गेले आणि कंपनीनं वार्षिक विक्रीच्या बाबतीत २ अब्ज डॉलर्स, इतकी मोठी झेप घेतली. ग्राफिक्स आणि माऊस या दोन गोष्टी ॲपल कंपनीनंच पहिल्यांदा बाजारात आणल्या आणि त्यांच्यामुळे कॉम्प्युटर वापरणं अगदी सहजसाध्य होऊन गेलं, त्यासाठी आता तज्ज्ञ असणं आवश्यक उरलं नाही. प्रयोगशीलतेच्या बाबतीत ॲपलचा हात दुसरी कुठलीही कंपनी धरू शकत नाही. कंपनीनं जेव्हा अधिक सुधारित आय-मॅक बाजारामध्ये आणला, तेव्हा सहा आठवड्यांच्या आतच २,७८,००० आय-मॅक विकले गेले. २००१ साली ॲपलनं आय-फोटो हा डिजिटल कॅमेरा आणला, तर २००३ साली आय-मॅकचा अधिक क्षमतेचा अवतार आणून पोर्टेबल

कॉम्प्युटर-पॉवरबुकमध्ये पहिल्यांदाच १७ इंची स्क्रीन आणला. त्यानंतर ॲपलनं आयपॉडचा शोध लावून संगीतविश्वामध्ये खळबळ माजवली.

आज, ५.७ अब्ज डॉलर्स इतक्या संपत्तीचे मालक असलेले स्टीव्ह जॉब्ज जगातल्या सर्वांत श्रीमंतांच्या यादीमध्ये १३२व्या स्थानावर विराजमान आहेत. नवं काहीतरी करून नाव कमावणं आणि श्रीमंत बनण्याचं यापेक्षा चांगलं उदाहरण दुसरं कोणतं असू शकेल?

मायकल डेल (१९६५ -)

एखाद्या उत्पादनासाठी ग्राहक मोजत असलेली किंमत आणि त्या उत्पादनाच्या निर्मात्याला प्रत्यक्ष मिळणारे पैसे या दोन्हींमध्ये केवढी मोठी तफावत असते, हे सामान्य बुद्धीच्या व्यावसायिकालाही माहीत असतं. उत्पादन त्याच्या निर्मात्याकडून ग्राहकापर्यंत पोहोचेपर्यंत अनेक मध्यस्थांची दलाली आणि नफा त्याच्या किमतीमध्ये सामील होत जातात. उदाहरणार्थ, ठोक व्यापारी, किरकोळ विक्री करणाऱ्या दुकानदाराचा नफा, त्याचा दुकान आणि विक्रेत्यांवर होणारा खर्च इत्यादी. थेट विक्री व्यवस्थेत उत्पादक त्याची उत्पादनं या सगळ्या मध्यस्थांच्या मदतीशिवायच थेट ग्राहकांपर्यंत पोहोचवतो आणि त्यामुळे ग्राहकाला ते उत्पादन स्वस्त किमतीमध्ये मिळतं. विसाव्या शतकामध्ये थेट विक्री व्यवसाय लोकप्रिय होण्याचं हेच कारण आहे.

२३ फेब्रुवारी, १९६५ रोजी ह्यूस्टन, टेक्सास इथे जन्मलेल्या मायकल डेल यांनी १९८४मध्ये, म्हणजेच वयाच्या अवघ्या १९व्या वर्षी, डेल कॉम्प्युटर कॉर्पोरेशनची स्थापना केली. त्यांनी आपल्या कंपनीमार्फत ग्राहकांना थेट कॉम्प्युटर्स विकायला सुरुवात केली. दुकानदारांना कमिशन देत बसण्याऐवजी जाहिरातींवर पैसे खर्च करून मेल ऑर्डर (पत्रद्वारा) आणि नंतर इंटरनेटच्या माध्यमातून त्यांनी आपले कॉम्प्युटर्स विकायला सुरुवात केली. व्यवसाय करण्याची त्यांची ही कल्पना यशस्वी ठरली आणि इतकी यशस्वी ठरली, की आज जगातल्या सर्वांत श्रीमंत लोकांच्या यादीमध्ये मायकलचं स्थान तिसावं आहे आणि त्यांची संपत्ती १५.८ अब्ज डॉलर्स इतकी आहे.

मायकल डेलना लहानपणापासूनच पुस्तकांऐवजी कॉम्प्युटर्समध्ये जास्त रस होता. आपल्या आई-वडिलांकडे खूप हट्ट केल्यामुळे त्यांनी त्यांच्या पंधराव्या वाढदिवसानिमित्त त्यांना ॲपल-२ हा संगणक घेऊन दिला. कॉम्प्युटर चालतो कसा, हे पाहण्यासाठी मायकलनी ताबडतोब तो संगणक उघडून त्याचे सगळे सुटे भाग वेगळे केले. नव्या कॉम्प्युटरची अशी दुर्दशा पाहून त्यांचे आई-वडील खूप

संतापले, पण मायकलनी त्यांना तो परत पूर्ववत जोडून दाखवला. आतली सर्किट्स पाहण्यासाठीच त्यांनी तो उघडला होता.

१९८३ साली मायकल डेल टेक्सास विद्यापीठात शिकत होते, पण त्यांचं डोकं अभ्यासापेक्षा पैसे कमवण्याच्या योजना तयार करण्यामध्ये जास्त गुंतलेलं होतं. त्यांच्या मनात विचार आला की, आयबीएम कॉम्प्युटरसाठी लागणाऱ्या मेमरी चिप्स (रॅम) आणि डिस्क ड्राईव्ह्ज स्थानिक दुकानदारांकडून ठोक भावात घेऊन ग्राहकांना स्वस्तात विकल्यास आपल्याला बऱ्यापैकी कमाई होऊ शकते. असा विचार मनात आल्यानंतर त्यांनी जाऊन भरपूर माल खरेदी केला आणि वर्तमानपत्रांमध्ये जाहिराती देऊन बाजारभावापेक्षा बऱ्यापैकी स्वस्त दरानं तो विकूनही टाकला, मग हीच गोष्ट वारंवार ते करत राहिले आणि त्यात त्यांना इतकं यश मिळालं, की १९८४ साल उजाडेपर्यंत त्यांची दरमहा विक्री ८०,००० डॉलर्सवर जाऊन पोहोचली. आता व्यवसायामध्ये यशाची चव एकदा चाखल्यानंतर त्यांनी शिक्षण सोडून दिलं यात काय नवल? एप्रिल, १९८४मध्ये त्यांनी शिक्षणाला रामराम ठोकला आणि आपली स्वत:ची कंपनी स्थापन केली.

डेल यांनी कॉम्प्युटर असेंब्ली (जुळणी) करण्याचा उद्योग सुरू केला. बाजारातून सुटे भाग विकत आणून त्यांनी ७०० डॉलर्समध्ये एक कॉम्प्युटर तयार केला. तेव्हा बाजारामध्ये आयबीएमचा कॉम्प्युटर ३,००० डॉलर्सना मिळत असे. लोकांना जास्त मेमरी आणि जास्त प्रोसेसिंग पॉवर असलेले कॉम्प्युटर्स हवे असतात, हे मायकल डेल जाणून असल्यामुळे त्यांनी ग्राहकांना हवे तसे कॉम्प्युटर्स बनवून विकायला सुरुवात केली. आयबीएमसारख्या कंपन्यांचे पर्सनल कॉम्प्युटर ज्या दुकानांमधून विकले जात, त्या दुकानदारांना त्यासंबंधी अजिबात ज्ञान नव्हतं आणि कॉम्प्युटर्स बिघडल्यास त्याची दुरुस्ती व देखभाल सेवाही ते करू शकत नसत. या गोष्टीचा पुरेपूर फायदा मायकल डेल यांनी उचलला.

त्यांच्या कंपनीमध्ये कॉम्प्युटर बनवण्याची जबाबदारी तीन लोकांकडे होती. त्यांच्या साहाय्यानं मायकल आयबीएमपेक्षा जास्त शक्तिशाली कॉम्प्युटर्स तयार करू लागले आणि आयबीएमपेक्षा अर्ध्या किमतीत ते विकू लागले; या नीतीमुळे त्यांचे कॉम्प्युटर्स खूप खपायला लागले. मायकल डेल यांचं ब्रीदवाक्य होतं, **गोष्टी आहेत तशा चालू ठेवण्यामध्ये काही धोका नसतो- पण त्यामध्ये नफाही नसतो.** मायकल डेलकडे ना औपचारिक शिक्षण होतं, ना कॉम्प्युटर बनवण्याचं खास प्रशिक्षण. त्यांच्याकडे ना खूप भांडवल होतं आणि कुणी भांडवलदारही त्यांच्यामागे उभा नव्हता. पण असं असूनही, थेट विक्रीची नीती वापरून त्यांनी ॲपल, कॉम्पॅक आणि आयबीएमसारख्या मातब्बर कंपन्यांनाही मागे टाकलं.

आपले कॉम्प्युटर ते थेट अंतिम ग्राहकालाच विकत असल्यामुळे आणि माहितीपत्रकं (कॅटलॉग) तसंच वृत्तपत्रं-मासिकांतून जाहिराती देऊन ग्राहक मिळवत असल्यामुळे डेलचे कॉम्प्युटर दुकानांपेक्षा खूपच स्वस्तात मिळत होते. कमी किंमत आणि उच्च दर्जाचे त्यांचे कॉम्प्युटर्स बाजारामध्ये धूम माजवू लागले. पहिल्या वर्षीच कंपनीनं ६० लाख डॉलर्सची विक्री केली. पुढच्या वर्षी ती तीन कोटी चाळीस लाख डॉलर्सवर जाऊन पोहोचली. १९८७ साल उजाडेतो डेल ही मेल-ऑर्डर किंवा टपाली-मागणीद्वारे व्यवसाय करणारी अमेरिकेतली सर्वांत मोठी कंपनी बनली. याच वर्षी कंपनीनं आंतरराष्ट्रीय बाजारपेठेतही पदार्पण केलं.

इथे एक उल्लेखनीय गोष्ट अशी, की डेल कॉम्प्युटर कॉर्पोरेशनची स्थापना करताना मायकल डेल यांच्याकडे भांडवल होतं, ते फक्त एक हजार डॉलर्स. या भांडवलाच्या जोरावर कॉम्प्युटर्सचा व्यवसाय सुरू करणं म्हणजे साधं-सुधं काम नव्हे. पण मागणीप्रमाणे आणि मागणी आल्यावरच कॉम्प्युटर्स तयार करण्यामुळे आपल्याकडे कच्च्या मालाचा (सुटे भाग) खूप मोठा साठा असणार नाही आणि त्यामुळे त्यासंबंधी समस्यांना आपल्याला तोंड द्यावं लागणार नाही, असा विचार मायकल यांनी केला होता. मागणीप्रमाणेच कॉम्प्युटर्स तयार करण्याच्या रणनीतीचा आणखी एक फायदा असा झाला, की त्यामुळे विक्रीमध्ये मध्यस्थांची गरजच उरली नाही. त्यामुळे ग्राहकांना कॉम्प्युटर्स स्वस्त तर मिळायलाच लागले, पण डेल यांचा निर्मितीखर्चही कमी झाला आणि परिणामी त्यांचा नफा वाढतच गेला.

खर्च कमी आणि नफा जास्त, हा एका यशस्वी व्यवसायाचा पायाच होय. पहिल्या आठ वर्षांमध्ये डेल कॉम्प्युटर्सनं दरवर्षी ८० टक्के अशा आश्चर्यकारक दरानं प्रगती केली. इ.स. २०००पर्यंत कंपनीचं वार्षिक उत्पन्न २७ अब्ज डॉलर्सवर जाऊन पोहोचलं. त्यानंतर जेव्हा इंटरनेटचा उदय आणि वेगानं प्रसार झाला, तेव्हा डेलनं त्याचा फायदा घेऊन ऑनलाईन कॉम्प्युटर विक्रीला सुरुवात केली. 'आमच्याकरता इंटरनेट म्हणजे एखाद्या सुखद स्वप्नासारखं आहे. यात विक्रीखर्च जवळजवळ शून्य होतो.' असं मायकल डेल यांनी म्हटलं आहे. १९९६ साली डेलनं ऑनलाईन विक्री, म्हणजे ई-कॉमर्स सुरू केलं आणि २००० साल उजाडेपर्यंत त्या माध्यमातून कंपनी रोज पाच अब्ज डॉलर्सची विक्री करायला लागली. आज कंपनीची अर्धी विक्री इंटरनेटद्वारे होते.

फॉर्च्युन ५०० गटांतली एखादी कंपनी चालवणारे, मायकल डेल हे सर्वांत तरुण सीईओ आहेत. तज्ज्ञांच्या मते डेलचं हे यश कुठल्याही खास उत्पादनामुळे नसून वेगळ्या विक्रीपद्धतीमुळे त्यांना मिळालं आहे. थेट विक्री पद्धत वापरून त्यांनी आपल्या कंपनीला जगातल्या सर्वांत मोठ्या कंपन्यांपैकी एक बनवलं आहे.

किंग कँप जिलेट (१८५५ - १९३२)

नवीन काहीतरी करणं याचा अर्थ कॉम्प्युटरशी संबंधितच काहीतरी करणं, असा नाही. दाढी करण्याचा वस्तरा (रेझर) आणि ब्लेड तयार करण्यासारखी किरकोळ गरज पूर्ण करण्यामध्येही काहीतरी नवं करणं शक्य असतं. किंग सी. जिलेट यांनी सेफ्टी रेझर ब्लेडचा शोध लावून नेमकं हेच केलं आणि आज त्यांची जिलेट कंपनी जगभरात मिळून अब्जावधी डॉलर्सचा व्यवसाय करते आहे.

२ जानेवारी, १८५५ रोजी जन्मलेले किंग कँप जिलेट वयाच्या २१व्या वर्षीच एक फिरते विक्रेते बनले. त्यानंतर तब्बल २८ वर्षं ते घरोघर फिरून विविध वस्तू विकत राहिले, पण त्यांच्या मनामध्ये सतत काहीतरी नवं करण्याचा विचार घोळत असे. आपलं नाव जगभर होईल आणि आपण खूप श्रीमंत होऊ, अशा प्रकारचा एखादा शोध लावण्याची त्यांची मनीषा होती. त्यामुळे दिवसभराच्या सेल्समन म्हणून केलेल्या पायपिटीनंतर उरलेल्या वेळामध्ये ते काहीतरी संशोधन करत असायचे. नळाला लागणारे व्हॉल्व्ह, विजेच्या तारांचं आवरण, असे अनेक शोध त्यांनी लावले, पण त्यातून त्यांना म्हणावा तसा आर्थिक लाभ काही झाला नाही. संशोधनाबाबतचं त्यांचं वेड पाहून त्यांच्या कंपनीचे चेअरमन विल्यम पेंटर यांनी त्यांना सल्ला दिला की असं काहीतरी तयार करण्याबद्दल विचार कर, जे लोक एकदाच वापरून फेकून देऊ शकतील, म्हणजे मग ती गोष्ट वारंवार आणि जास्त संख्येनं विकता येईल.

विल्यम पेंटरची ही सूचना जिलेटच्या मनामध्ये घर करून राहिली. काय करायचं, याची प्रेरणा मिळण्यासाठी एखादा शब्द उपयोगी पडेल, यासाठी ते शब्दकोश चाळायला लागले. लोक जी वारंवार खरेदी करतील, अशी एखादी वस्तू त्यांना तयार करायची होती. १८९५मध्ये एके दिवशी आपल्या बोथट झालेल्या वस्तऱ्यानं दाढी करत असता अचानक त्यांना एक कल्पना सुचली. आपल्या हातातल्या वस्तऱ्याकडे पाहात ते विचार करायला लागले, की वस्तऱ्याला घासून सारखी-सारखी धार करत बसण्यापेक्षा, आठवडाभर वापरून टाकून देण्यासारखे सुरक्षित ब्लेड तयार करता येईल का? विचार करता-करता त्यांच्या डोळ्यांपुढे दोन्ही बाजूंनी धार असलेल्या पातळ ब्लेडचं चित्र आलं. मग असे ब्लेड ज्यामध्ये लावता येईल अशा रेझरबद्दल त्यांनी विचार करायला सुरुवात केली. मग ते असा रेझर आणि असे ब्लेड तयार करण्याच्या कामाला लागले.

नुसती कल्पना डोक्यात येणं पुरेसं नव्हतं. मार्ग सापडला तरी त्यामध्ये खूप अडथळे होते. जिलेट यांनी मग मॅसेच्युसेट्स इन्स्टिट्यूट ऑफ टेक्नॉलॉजी (एमआयटी) या नावाजलेल्या संस्थेतल्या तज्ज्ञांशी चर्चा केली. त्यांनी जिलेटना स्पष्ट शब्दांमध्ये

सांगून टाकलं की अशा प्रकारचे ब्लेड तयार करणं शक्य नाही. पण जिलेट हार मानणाऱ्यांपैकी नव्हते. आपल्या कल्पनेला मूर्त स्वरूप देण्याचा त्यांचा निर्धार इतका पक्का होता, की या बाबतीत मदत करण्यासाठी त्यांनी अनेक तज्ज्ञांची मनधरणी करण्याचा सपाटा लावला; अखेर विल्यम एमरी निकर्सन त्यांना तसे ब्लेड बनवण्यात मदत करायला राजी झाले. १९०१ साली जिलेट यांच्या चिकाटीला फळ आलं आणि पहिले रेझर ब्लेड तयार झाले. १९०३ साली त्यांनी प्रत्यक्ष उत्पादन करायला सुरुवात केली आणि १९०४ साली त्याचं पेटंटही मिळवलं. मग त्यांनी अमेरिका आणि युरोपातल्या वर्तमानपत्रं आणि नियतकालिकांमध्ये या ब्लेडच्या जाहिराती दिल्या. १९०६ साल उजाडेपर्यंत १.२ कोटी ब्लेड्स विकले गेले आणि त्यातून जिलेट यांना ९०,००० डॉलर्स मिळाले. जिलेट रेझरनं किंग जिलेट यांना करोडपती बनवलं. जगभरात दररोज वापरली जाणारी वस्तू बनवण्याबद्दल त्यांचं नाव नेहमीच घेतलं जाईल. जिलेट कंपनी सतत नवीन काहीतरी करण्याकरता ओळखली जाते आणि साध्या रेझरपासून सुरुवात करून कंपनीनं नंतर ट्विन ब्लेड आणि त्याहीनंतर ट्रिपल ब्लेडचाही शोध लावला.

१९०१मध्ये जिलेट यांनी लंडनमध्ये आपलं ऑफिस थाटलं, तेव्हा कदाचित आपला उद्योग जगातल्या २००पेक्षा जास्त देशांमध्ये फैलावेल, असं त्यांना स्वप्नातही वाटलं नसेल. पण मुख्य गोष्ट म्हणजे आपलं नाव जगभर होईल आणि आपण खूप श्रीमंत होऊ, अशा प्रकारचा एखादा शोध लावण्याची त्यांची मनःकामना पूर्ण झाली.

टॉम मोनाहन (१९३७ -)

घरपोच पिझ्झा पोहोचवण्याची पद्धत सुरू करणाऱ्या टॉम मोनाहन यांना त्यामुळे कल्पनातीत यश मिळालं. १९८०च्या दशकात, 'पिझ्झा हट' या नामांकित कंपनीच्या असं लक्षात आलं, की टॉम मोनाहन नावाच्या एका अशिक्षित आणि पदरी फारसं भांडवल नसणाऱ्या व्यावसायिकामुळे त्यांचा व्यवसाय कमी होऊ लागला आहे. टॉमचं हे होम डिलिव्हरीचं नाटक फार काळ चालणार नाही, असं पिझ्झा हटच्या सुटा-बुटातल्या अधिकाऱ्यांना वाटत होतं, त्यामुळे त्यांनी अशी मागणी करणाऱ्या ग्राहकांकडे दुर्लक्षच केलं. पिझ्झा घरपोच देण्यामध्ये तशा थोड्या अडचणीही होत्याच. खरं म्हणजे तब्बल ३००० रेस्तराँची मालकी असणारी पिझ्झा हट बाजारांतल्या कुठल्याही प्रतिस्पर्ध्याला सहज लोळवू शकली असती, पण त्यांच्याकडे नव्हती ती दूरदृष्टी. टॉम मोनाहन ज्या दिशेनं चालले आहेत, त्या दिशेनं जाऊन पुढे चालून ते त्यांच्यासाठी धोकादायक ठरू शकतील, हे त्यांच्या

लक्षातच आलं नाही. त्यामुळे अजाणता त्यांनी टॉम मोनाहन यांना बाजारपेठेमध्ये आपले पाय पक्के रोवण्याची संधीच दिली.

अमेरिकन लोकांच्या बदलत्या जीवनशैलीची नस टॉम मोनाहन यांनी अचूक पकडली होती. पिझ्झा आवडणाऱ्या ग्राहकांच्या तो खरेदी करण्याच्या आणि खाण्याच्या सवयींमध्ये होत असलेला बदल त्यांनी चाणाक्षपणे टिपला होता. जिथे पती-पत्नी दोघंही नोकरीसाठी घराबाहेर पडतात, अशा कुटुंबांना टॉम मोनाहन यांची ही सेवा खूप आवडली. लवकरच, टॉम मोनाहन यांची तल्लख बुद्धी आणि त्यांचे कठोर परिश्रम यांच्या बळावर त्यांची 'डॉमिनोज पिझ्झा' ही कंपनी अमेरिकेतली सर्वांत मोठी पिझ्झा उत्पादक कंपनी बनली. ग्राहकांच्या मानसिकतेतला हा बदल, टॉम मोनाहन यांच्या घरपोच सेवा पद्धतीमुळे खूप मागे पडेपर्यंत पिझ्झा हटवाल्यांच्या लक्षातच आला नाही. आपला व्यवसाय सुरू केल्यापासून १३ वर्षांनी टॉम मोनाहन यांच्याकडे ७५ दुकानं होती, तर पिझ्झा हटकडे ३०००पेक्षा जास्त दुकानं होती. या आकडेवारीकडे पाहता पिझ्झा हट घरपोच सेवेची लोकप्रियता अधिक लवकर आणि चांगल्या प्रकारे समजून घेऊ शकली असती. १९७०च्या दशकामध्ये, लोकांचा इन्स्टंट गोष्टींकडे कल वाढत चालला आहे, त्यामुळे पिझ्झासारखं फास्ट फूड घरपोच देण्याची सेवा नक्की यशस्वी होणार, हे खरं तर पिझ्झा हटसारख्या मोठ्या कंपनीला चांगलं ठाऊक असायला हवं होतं. पण देशपातळीवर ही सेवा राबवण्यामध्ये गाड्या, ड्रायव्हर्स, वेळेची मर्यादा पाळणं आणि खर्च हे सगळंच मोठं जिकिरीचं असल्यामुळे मोठ्या कंपन्यांनी ती जोखीम पत्करण्याचा विचारच केला नाही. त्यांनी 'जैसे थे' स्थितीतच समाधान मानलं. टॉम मोनाहननं नवा मार्ग चोखाळला तेव्हा त्यांच्याकडे गमावण्यासारखं काही नव्हतं, पण या मोठ्या कंपन्यांच्या दृष्टीनं हे एक मोठं पाऊल ठरलं असतं आणि अपयशाची किंमतही त्यामुळे मोठी ठरली असती. अशा प्रकारे टॉम मोनाहन यांनी नवं काहीतरी केलं आणि एक इतिहास घडवला.

३० मिनिटांमध्ये डिलिव्हरी, अशी हमीच डॉमिनोज पिझ्झाने ग्राहकांना दिली आणि अन्यथा किमतीमध्ये सूटही देऊ केली. या हमीमुळे त्यांची विक्री अफाट होऊ लागली. मात्र ३० मिनिटांमध्ये विवक्षित ठिकाणी पोहोचण्याच्या घाईत त्यांच्या डिलिव्हरी व्हॅन्सचे चालक वारंवार अपघातात सापडायला लागल्यामुळे ही हमी त्यांनी मागे घेतली. पण तोवर डॉमिनोजची घरपोच सेवा खात्रीशीर आणि उत्तम असल्याबद्दल लोकांना संशय उरला नव्हता.

टॉम मोनाहन यांनी डॉमिनोजमध्ये पिझ्झाव्यतिरिक्त इतर काहीही, म्हणजेच सँडविच किंवा तत्सम खाण्या-पिण्याचे इतर कुठलेही प्रकार ठेवले नाहीत. आपल्या दुकानांच्या व्यवस्थापकांचं लक्ष यामुळे विभागलं जाईल आणि इतर

कंपन्यांपेक्षा कमी वेळात आणि जास्त चांगला पिझ्झा बनवून पोहोचवण्यात ते कमी पडतील अशी भीती त्यांना वाटत होती. घरपोच पिझ्झा, हे त्यांचं एकमेव ध्येय होतं आणि या निष्ठेमुळेच त्यांना इतकं यश मिळू शकलं.

टेड टर्नर (१९३८ -)

दोन अब्ज डॉलर्स, एवढ्या संपत्तीचे मालक असलेले आणि अब्जाधीशांच्या यादीत ४८८व्या स्थानावर असलेले टेड टर्नर, यांनी आपलं नाव इतिहासामध्ये कोरून ठेवलेलं आहे. त्यांच्या या श्रीमंतीमागे- इतर कुणालाही ज्यात यशाची शक्यता दिसली नाही असं एक नावीन्यपूर्ण काम त्यांनी करून दाखवलं, हे कारण आहे. काही वर्षांपूर्वी २४ तास चालणारी आंतरराष्ट्रीय बातम्यांना वाहिलेली एक टीव्ही वाहिनी त्यांनी सुरू केली. तिचं नाव सीएनएन. आज हे नाव सगळ्या जगामध्ये प्रसिद्ध आहे. केबल टीव्हीचे प्रणेते टेड टर्नर यांनी जेव्हा ही वाहिनी सुरू केली, तेव्हा ते एक दु:साहसच होतं, कारण एक तर त्यापूर्वी असं काही कुणी केलेलं नव्हतं आणि दुसरं म्हणजे टेडना टीव्ही न्यूज या विषयाचा गंधही नव्हता. एबीसी, सीबीएस आणि एनबीसी, यांसारख्या दिग्गज टीव्ही नेटवर्क्सना केबल न्यूज चॅनलला काही भवितव्य असेल असं वाटलं नव्हतं. मनात आलं असतं, तर या कंपन्या सीएनएन सारखी एखादी वाहिनी सहज सुरू करू शकल्या असत्या, कारण त्यांना टीव्हीवरच्या बातम्या देण्याचा खूप अनुभव होता. पण त्यांनी या शक्यतेकडे दुर्लक्ष केलं आणि बिलबोर्ड सेल्समन किंवा जाहिरातीची होर्डिंग्ज विकणारा एक विक्रेता असलेल्या टेड टर्नर यांना काहीतरी नवं करून पाहण्याची संधी मिळाली.

१९ नोव्हेंबर, १९३८ रोजी सिनसिनाटी, ओहायोमध्ये रॉबर्ट एडवर्ड टर्नर तिसरे, यांचा जन्म झाला आणि वयाच्या अवघ्या २४व्या वर्षी, आपल्या वडिलांच्या मृत्यूनंतर त्यांनी टर्नर ॲडव्हर्टायझिंग कंपनीचे अध्यक्ष आणि मुख्य कार्यकारी अधिकारी (सीईओ) म्हणून सूत्रे हातात घेतली. आपल्या कारकिर्दीत सुरुवातीला त्यांनी अनेक टीव्ही केंद्रं विकत घेतली, पण चोवीस तास फक्त बातम्याच प्रसारित करणारी जागतिक वाहिनी सुरू करण्याचं त्यांचं स्वप्न होतं. असं चॅनल अजिबात चालणार नाही, असं टीकाकार म्हणत असत, पण त्यांच्याकडे लक्ष न देता टेड यांनी १९८० साली सीएनएनची मुहूर्तमेढ रोवली. टेड टर्नर म्हणतात, **'कधीही आणि काहीच करू नका, हा सल्ला सगळ्यात चांगला असतो, कारण तुम्ही जर काहीच केलं नाहीत, तर तुम्हाला कुठल्याही समस्यांना तोंडच द्यावं लागणार नाही. पण मग तुम्ही कधीही आणि कुठेही पोहोचू शकणार**

नाही, हेही तितकंच खरं.'

१ जून, १९८० या दिवशी सीएनएनवरून पहिल्यांदा बातम्या प्रसारित करण्यात आल्या. त्यावेळी टेड टर्नर यांना सगळ्यांनीच मूर्खांत काढलं होतं आणि त्यांच्या दिवाळखोरीचं भाकीतही वर्तवून टाकलं होतं. विशेष उल्लेखनीय बाब म्हणजे टर्नर यांनी हे पाऊल उचलताना कुठलीही योजना वा बाजारपेठेचं व्यापक सर्वेक्षण वगैरे केले नव्हते. याबद्दल बोलताना नंतर ते म्हणाले होते, 'तुमच्या कल्पनेमध्ये दम असेल, तर असल्या गोष्टींची गरज नसते. तुम्हाला फक्त तुमच्या कल्पनेवर पक्का विश्वास असायला हवा. मी केबल न्यूज नेटवर्क सुरू केलं, तेव्हा त्यामध्ये माझं सर्वस्व पणाला लागलेलं असतानाही मी बाजारपेठेचा अभ्यास वगैरे काहीही केलं नाही... मी स्वत:च बाजारपेठेचं विश्लेषण करतो.'

सीएनएन काही काळातच प्रचंड लोकप्रिय झालं. बातम्यांचं प्रसारण करण्याच्या क्षेत्रामध्ये या वाहिनीनं एक क्रांतीच घडवून आणली. त्यानंतर अमेरिकेच्या आखाती युद्धाचं थेट प्रक्षेपण करून त्यांनी जगभरच्या लोकांना पहिल्यांदाच घरी आरामखुर्चीत बसून खरोखरचं युद्ध पाहण्याचा अनुभव मिळवून दिला. या युद्धकाळातल्या प्रक्षेपणामुळे सीएनएनला सर्वांत विश्वसनीय आंतरराष्ट्रीय न्यूज चॅनल म्हणून जगभर मान्यता मिळाली आणि ही वाहिनी जगभर पाहिली जाऊ लागली. इराकचे सर्वेसर्वा सद्दाम हुसेन यांनीदेखील पाश्चात्त्य देशांशी बोलण्याकरता फक्त सीएनएनचीच निवड केली होती.

१९९६मध्ये टेड टर्नर यांनी आपली टीबीएस ही कंपनी टाइम वॉर्नर कंपनीमध्ये विलीन करून टाकली आणि इंटरनेट माध्यमाचा उपयोग कसा करायचा, याबाबत ते विचार करायला लागले. सन २००१मध्ये त्यांनी अमेरिका ऑनलाइन (एओएल) आणि टाइम वॉर्नर, या महाकाय कंपन्यांना एकत्र करून मनोरंजन क्षेत्रातलं जगातलं सर्वांत मोठं साम्राज्य उभं केलं. टेड टर्नर यांनी अनेक लक्षणीय गोष्टी केल्या, पण त्यांचं नाव सर्वांत जास्त घेतलं जाईल ते सीएनएन या वाहिनीची निर्मिती करून जगाला अधिक जवळ आणण्यासाठी.

सॅम वॉल्टन (१९१८ - १९९२)

१९८५मध्ये फोर्ब्स मासिकानं सॅम वॉल्टन यांचं नाव अमेरिकेतील सर्वांत श्रीमंत व्यक्ती म्हणून घोषित केलं. वॉल्टन यांच्या वॉल-मार्ट या जगप्रसिद्ध सुपरस्टोअर्स साखळीची २० टक्के मालकी तेव्हा त्यांच्याकडे होती आणि त्यांच्याजवळच्या समभागांचं बाजारमूल्य तेव्हा २.८ अब्ज डॉलर्स होतं.

अमेरिकेत सर्वत्र वॉल-मार्टची दुकानं लोकप्रिय आहेत. आज संपूर्ण अमेरिकेत

१,८२१ वॉल-मार्ट दुकानं, ६८० सुपरस्टोअर्स आणि ४५३ सॅम्स क्लब्स आहेत. वॉल-मार्टचं भांडवल आज ५० अब्ज डॉलर्स आहे आणि फक्त अमेरिकेपुरती मर्यादित न राहता इंग्लंड, अर्जेंटिना, ब्राझील, मेक्सिको, चीन, जपान, जर्मनी, कोरिया, प्युअर्टो रिको आणि कॅनडा इत्यादी देशांमध्येही वॉल-मार्ट या नावाची जादू पसरलेली आहे. अमेरिकेव्यतिरिक्त उपरोल्लिखित देशांच्या वॉल-मार्टमध्ये सुमारे तीन लाखांपेक्षा जास्त कर्मचारी काम करत आहेत, यावरून या सर्व देशांमध्ये ही साखळी किती लोकप्रिय आहे, याचा अंदाज येईल. सॅम वॉल्टन यांचा मृत्यू झाला, तेव्हा कंपनीची १९६० दुकानं उघडली होती आणि त्यांची स्वत:ची संपत्ती २८ अब्ज डॉलर्स होती. सॅम आज हयात नाहीत, पण त्यांची वॉल-मार्ट कंपनी आज जगातली सर्वांत मोठी किरकोळ विक्री कंपनी झाली आहे. कंपनीची जगभरातली ५,१०० दुकानं, प्रत्येक आठवड्याला १४ कोटी ग्राहकांना आपला माल विकत असतात आणि तिचं वार्षिक उत्पन्न २८५ अब्ज डॉलर्स इतकं आहे.

सॅम वॉल्टन यांच्या वारसांची नावं दरवर्षीच्या जगभरातील श्रीमंत लोकांच्या यादीमध्ये झळकत असतात. सॅम यांची सून क्रिस्ती- त्यांचा दिवंगत मुलगा जॉन वॉल्टन यांची विधवा पत्नी, ही धनाढ्यांच्या यादीमध्ये २४व्या स्थानावर असून तिची मालमत्ता १६.७ अब्ज डॉलर्स आहे. सॅम यांचा दुसरा मुलगा जिम, याची मालमत्ता १६.६ अब्ज, तिसरा मुलगा रॉबसन याची १६.७ अब्ज, मुलगी एलिस हिची १६.६ अब्ज आणि पत्नी हेलन वॉल्टन हिची संपत्ती १६.४ अब्ज डॉलर्स, इतकी आहे. याचा अर्थ फोर्ब्स मासिकाच्या २००७ सालच्या यादीतील सॅम वॉल्टन यांच्या सगळ्या वारसांकडे मिळून ८३.२ अब्ज डॉलर्सची मालमत्ता आहे आणि सगळा वॉल्टन परिवार एकत्र असता, तर त्यांची एकत्रित संपत्ती जगातले सर्वांत श्रीमंत व्यक्ती असलेल्या बिल गेट्स यांच्यापेक्षा दीड पटीनं जास्त ठरली असती. गेट्स यांची संपत्ती ५६ अब्ज डॉलर्स एवढी आहे. सॅम वॉल्टन यांच्या यशाची कल्पना त्यांचे सगळे वारस आज जगातील सर्वांत श्रीमंत व्यक्तींच्या यादीत मोडतात, यावरून येते.

सॅम वॉल्टन यांना एवढं अफाट यश मिळण्याचं एकच कारण होतं- त्यांना लोकांना सर्वांत कमी भावानं उत्तम माल विकायचा होता. ते घाऊक दरानं सामान खरेदी करायचे, पण आपला नफा कमी ठेवायचे. विक्री जसजशी वाढेल, तसतसा त्यांचा नफा वाढतच जाईल, हे त्यांना ठाऊक होतं. खरं तर त्यांच्या काळातही डिस्काऊंट स्टोअर्स होते, किरकोळ विक्री दुकानांच्या इतर साखळ्याही होत्याच पण सॅम वॉल्टनच्या यशाचं गमक त्यांनी मोठी शहरं सोडून लहान-सहान गावांमध्ये आपली दुकानं उघडण्यावर जो भर दिला, त्यामध्ये आहे.

बाकीच्या कंपन्या मोठ्या शहरांमध्ये जास्तीतजास्त दुकानं उघडण्यामध्ये व्यस्त

होते, तेव्हा सॅम वॉल्टन यांनी त्यांच्यापेक्षा वेगळं असं काम केलं आणि छोट्या शहरांमध्ये छोटी दुकानं उघडली. आलिशान, भव्य आणि महागडी दुकानं उघडण्याचा त्यांनी विचारच केला नाही, उलट पैसे वाचवण्यावर भर असल्यामुळे अनेकदा त्यांची दुकानं अत्यंत अनाकर्षक असायची, पण सॅमना त्याचं वाईट वाटत नसे. ते म्हणायचे, **'लोकांना भंगारवाल्यासारख्या दिसणाऱ्या दुकानात जर स्वस्त माल मिळायला लागला, तर तिथेही ते आनंदानं येतील.'** पंचक्रोशीतील इतर लहान खेड्या-पाड्यांतील लोकही तिथे येऊन खरेदी करू लागण्याइतका माल स्वस्त मिळत असेल, तर जेमतेम ५,००० लोकसंख्या असलेल्या गावांमध्येही मोठी दुकानं यशस्वी होऊ शकतात, हा धडा ते शिकले. दंतकथेतील डेव्हिड आणि गोलियाथ यांच्यातल्या सामन्याप्रमाणेच सॅम वॉल्टन यांनी त्यांच्या काळातील मार्ट, टार्गेट आणि सिअर्ससारख्या किरकोळ विक्री क्षेत्रातील दिग्गजांचा मुकाबला केला आणि अखेर त्या सगळ्यांना मागे टाकून वॉल-मार्टला फक्त अमेरिकेतली सर्वांत मोठी दुकान-साखळीच नव्हे, तर सर्वांत मोठी कंपनीही बनवली.

किरकोळ विक्री क्षेत्रात डिस्काऊंटमध्ये विक्री केली तरच उज्ज्वल भविष्य आहे, हे सॅम वॉल्टन यांना समजलं होतं. त्या काळी मार्ट ही साखळी ५०,०००पेक्षा कमी लोकवस्तीच्या गावांमध्ये, तर गिब्सन स्टोअर्स साखळी १२,०००पेक्षा कमी लोकवस्तीच्या गावांमध्ये आपली दुकानं उघडत नसत. त्यामुळे कित्येक वर्षं कमी लोकसंख्या असलेल्या गावांमध्ये सॅम वॉल्टन यांची वॉल-मार्ट दुकानंच होती आणि त्या भागांमध्ये डिस्काऊंट स्टोअर्स चालवण्याच्या युक्त्या-प्रयुक्त्या शिकण्यासाठी त्यांना खूप वेळ मिळाला. सॅम वॉल्टन ५,००० लोकवस्तीच्या गावांमधले किरकोळ विक्रीचे बादशहा बनले.

यश बहुतेक वेळा परंपरेच्या प्रवाहाविरुद्ध पोहण्यामुळे मिळतं. सॅम वॉल्टन यांनी नेमकं हेच केलं. त्यावेळी वूलवर्थ, मार्ट आणि सिअर्ससारख्या मोठ्या किरकोळ विक्री कंपन्या 'डिपार्टमेंटल स्टोअर्स फक्त जास्त लोकसंख्या असणाऱ्या गावांमध्येच यशस्वी ठरू शकतात,' या मताच्या होत्या. पण वस्तूंच्या किमतींमध्ये मोठा फरक असेल, तर मोठी दुकानं लहान गावांमध्येही यशस्वी होऊ शकतात, हे सॅम वॉल्टन यांनी ताडलं. मोठी दुकानं उभी करण्यामध्ये आणि चालवण्यामध्ये खूप पैसा लागतो आणि अंतिमत: त्याचा भुरदंड ग्राहकांनाच सोसावा लागतो, हे त्यांना माहीत होतं आणि त्यांना या चक्रामध्ये अडकण्याची इच्छा नव्हती, कारण मग आपल्या ग्राहकांना सगळ्यात स्वस्त माल देण्याचा त्यांचा दावा फोल ठरला असता.

आपल्या यशाचं गुपित उघड करताना सॅम वॉल्टन म्हणतात, **'नियम मोडा. प्रवाहाविरुद्ध पोहण्यास शिका. वेगळी वाट चोखाळा. परंपरागत शहाणपणाकडे**

दुर्लक्ष करा. सगळे लोक जर एका विशिष्ट दिशेनं जात असतील, तर त्यांच्यापेक्षा सर्वस्वी वेगळ्या मार्गानं जाण्यामुळे तुम्हाला यश मिळण्याची शक्यता खूपच जास्त असते.'

डे विट वॅलेस (१८८९ - १९८१)

१२ नोव्हेंबर, १८८९ या दिवशी सेंट पॉल, मिनेसोटा इथे जन्मलेल्या डे विट वॅलेस यांच्या डोक्यात अशी एक कल्पना आली, की नियतकालिकांमध्ये जे मोठे-मोठे लेख छापले जातात, ते संक्षिप्त रूपात छापून त्यांचं एक वेगळं नियतकालिक छापावं. आपल्या या नव्या विचाराच्या अंमलबजावणीसाठी त्यांनी मग रीडर्स डायजेस्ट नावाचं मासिक सुरू केलं आणि त्यातून अमाप संपत्ती आणि नाव मिळवले. आज रीडर्स डायजेस्ट तेरापेक्षा जास्त भाषांमध्ये प्रसिद्ध केलं जातं आणि १७० देशांमध्ये त्याच्या ३ कोटी प्रती विकल्या जातात. फक्त १,३०० डॉलर्सच्या भांडवलावर सुरू झालेली ही कंपनी, तिचं आजचं एकूण उत्पन्न वर्षाला ५० कोटी डॉलर्सपेक्षाही जास्त आहे.

डे विट वॅलेस १९१८ साली एका लष्करी इस्पितळामध्ये भरती झाले होते. पहिल्या महायुद्धामध्ये जखमी झाल्यामुळे त्यांना चार महिने इस्पितळामध्ये पडून राहावं लागलं होतं. दिवसभर नुसतं पडून राहून त्यांना कंटाळा यायचा, म्हणून मग ते वेगवेगळी मासिकं वाचायचे. त्या मासिकांमधले लेख वाचल्यानंतर त्यांच्या असं लक्षात आलं की त्यातले अनेक लेख हे जरुरीपेक्षा जास्त लांबलचक असतात. मग हे लेख संपादित करून लहान का करू नयेत, असं त्यांच्या मनात आलं. फालतू फापटपसारा त्यातून काढून टाकला, तर हे लेख जास्त वाचनीय होतील असं त्यांना वाटलं. जेव्हा त्यांना इस्पितळामधून घरी सोडण्यात आलं, तेव्हा त्यांनी आपल्या या कल्पनेवर अंमलबजावणी करायला सुरुवात केली आणि अनेक लेख संपादित करून एकत्र केले. त्यानंतर त्यांनी त्या संग्रहाला रीडर्स डायजेस्ट असं नाव देऊन देशभराच्या प्रकाशकांना त्याचा नमुना पाठवून दिला.

अशा प्रकारच्या प्रस्तावाला कुणी नकार दिला नसेल- असं आज आपल्याला वाटत असेल, पण त्यावेळेला मात्र एकाही प्रकाशकाला या कल्पनेमध्ये दम वाटला नाही आणि असं मासिक यशस्वी ठरेल असं त्यांना कुणालाही वाटलं नाही. त्यांनी वॅलेस यांचा प्रस्ताव नाकारला. खुद्द वॅलेस यांचा मात्र आपल्या कल्पनेवर विश्वास होता. प्रकाशकांच्या नकारामुळे ते निराश तर झाले, पण त्यांनी धीर सोडला नाही. त्यांनी स्वतःच रीडर्स डायजेस्ट छापून प्रसिद्ध करायचं ठरवलं. झालं ते एका अर्थी बरंच झालं, कारण डे विट वॅलेस यांचा प्रस्ताव स्वीकारून एखाद्या प्रकाशकानं

रीडर्स डायजेस्ट प्रकाशित करायचं ठरवलं असतं, तर वॅलेस यांना एवढं नाव आणि पैसा कधीही मिळाला नसता.

त्याच दरम्यान लीला नावाच्या युवतीशी त्यांचा विवाह झाला, पण त्यामुळे त्यांना रीडर्स डायजेस्टचा विसर पडला नाही. मधुचंद्रासाठी जाण्यापूर्वी त्यांनी संभाव्य वाचकांना वर्गणी पाठवण्याची विनंती करणारी पत्रं पाठवून दिली. ते नवपरिणित जोडपं मधुचंद्रावरून परतलं, तेव्हा ५,००० डॉलर्सचे चेक्स वर्गणीदारांकडून येऊन पडले होते. पहिल्या ५,००० प्रती छापण्याकरता वॅलेस यांना ६,३०० डॉलर्सची गरज होती. मग त्यांनी १,३०० डॉलर्स उधार घेतले आणि अशाप्रकारे फेब्रुवारी, १९२२मध्ये रीडर्स डायजेस्टचा पहिला अंक प्रकाशित झाला.

पण याचा अर्थ त्यांना पुढे सहजासहजी यश मिळालं असा मात्र नाही. पावला-पावलावर आणि दीर्घ काळापर्यंत वॅलेसना संघर्ष करावा लागला. आपलं मासिक चालावं म्हणून ते रात्रंदिवस कष्ट उपसत राहिले. या कामामध्ये त्यांच्या बरोबरीनं त्यांची पत्नी लीलाही जुंपली होती. सुरुवातीला त्यांची आर्थिक परिस्थिती इतकी हलाखीची होती, की नवी मासिकं घेणंदेखील त्यांना परवडेनासं झालं होतं. मग वॅलेस सकाळी उठून सार्वजनिक वाचनालयात जाऊन बसायचे आणि तिथे बसून विविध मासिकं वाचायचे. लेख वाचून झाल्यानंतर त्यातले कुठले लेख रीडर्स डायजेस्टसाठी घ्यायचे, याचा निर्णय ते तिथेच बसून घ्यायला लागले. एखादा लेख आवडल्यानंतर ते तो हातानं आपल्या वहीमध्ये उतरवून घ्यायचे. अक्षरश; डोळे आणि हात दुखेपर्यंत त्यांचं हे काम चालायचं.

या धडपडीमध्ये इतर काहीही काम करण्यासाठी त्यांच्याकडे वेळच उरत नसल्यामुळे घरखर्च चालवण्याची जबाबदारी लीला वॅलेस यांच्यावर येऊन पडली आणि त्या नोकरी करू लागल्या. आठ तास ऑफिसमध्ये काम करून, थकून-भागून घरी आल्यानंतर घरचं सगळं काम त्या आटपायच्या आणि रात्री रीडर्स डायजेस्टच्या संपादनाच्या कामाला लागायच्या. त्या पती-पत्नीच्या या अपार कष्टांना अखेर यश यायला लागलं आणि लवकरच त्यांच्या मासिकाच्या वर्गणीदार सभासदांची संख्या वाढायला लागली. रीडर्स डायजेस्टचा पहिला अंक प्रकाशित झाल्यानंतर चार वर्षांनी त्याच्या वाचकांची संख्या ५०,००० होती, तर सात वर्षांनी हीच संख्या तब्बल २,२८,००० वर जाऊन पोहोचली.

डे विट वॅलेस यांनी एक नवं कार्य केलं आणि यशाचा झेंडा फडकवला.

अनिता रॉडिक (१९४२ - २००६)

१९७६ साली अनिता रॉडिक यांनी इंग्लंडच्या ब्रायटन या गावामध्ये जेव्हा द

बॉडी शॉप या आपल्या दुकानांच्या साखळीतलं पहिलं दुकान सुरू केलं, तेव्हा सौंदर्यप्रसाधनांच्या बाबतीत लोकांना येणाऱ्या अडचणी दूर करणे, हा त्यांचा एकमेव उद्देश होता.

रॉडिकना सौंदर्यप्रसाधनांच्या बाबतीत ग्राहकांच्या दृष्टीनं ज्या तीन प्रमुख अडचणी दिसत होत्या, त्या म्हणजे -

१. सौंदर्यप्रसाधन क्षेत्रातील उद्योग अगणित जाहिराती आणि विक्रीच्या नवनव्या क्लृप्त्या वापरून ग्राहकांना आकर्षून घेण्याचा प्रयत्न करत असतात, पण त्यामुळे होतं काय, की हा सगळा अतिरिक्त खर्च अखेर ग्राहकांच्याच माथी मारला जातो. जाहिराती आणि आकर्षक वेष्टनं असा दुहेरी भार ग्राहकांना झेलावा लागतो.

२. सौंदर्यप्रसाधनं बहुतकरून मोठ्या आकारांच्या डबे वा बाटल्यांमध्येच मिळतात, त्यामुळे ज्या ग्राहकांना कमी प्रमाणात ती हवी असतील, त्यांना ती एक तर मिळतच नाहीत, किंवा मग त्यासाठी त्यांना जास्त पैसे मोजावे लागतात.

३. अधिकांश सौंदर्यप्रसाधनांमध्ये विविध घातक रसायनांचा उपयोग केला जातो, त्यामुळे कालांतरानं त्वचेवर त्याचा वाईट परिणाम दिसून यायला लागतो.

अनिता रॉडिक यांनी या उद्योगातील या तीन प्रमुख आणि मूलभूत समस्या सोडवण्याचं नवं कार्य केलं. पहिल्याप्रथम त्यांनी आपली सगळी सौंदर्यप्रसाधनं फक्त नैसर्गिक द्रव्यांपासूनच तयार करण्याचा आणि त्यात कुठल्याही रसायनांचा वापर न करण्याचा निर्णय घेतला. त्यानंतर त्यांनी ग्राहकांच्या सोयीनुसार पाच वेगवेगळ्या आकाराच्या प्लॅस्टिकच्या, स्वस्तातल्या डब्यांमध्येच आपली सौंदर्यप्रसाधनं विकण्याचं ठरवलं. आणि त्यांनी घेतलेला तिसरा आणि सगळ्यात मोठा निर्णय म्हणजे आपल्या सौंदर्यप्रसाधनांची कुठलीही जाहिरात न करणं, जेणे करून ग्राहकांना ती स्वस्तात मिळतील.

लोकांना काय हवं आहे हे शोधून काढणं, हे व्यावसायिक यशाचं एक मोठं गमक आहे. अनिता रॉडिक यांनी योग्य वेळी योग्य मार्ग निवडला. त्यावेळी लोकांना नैसर्गिक सौंदर्यप्रसाधनांची गरज होती आणि अशी चांगली सौंदर्यप्रसाधनं जर स्वस्तही मिळत असतील, तर आणखी काय हवं? द बॉडी शॉप एवढं यशस्वी ठरलं, की अनिता रॉडिकना लवकरच अनेक दुकानं उघडावी लागली. १९८८मध्ये या साखळीनं अमेरिकेत पाऊल ठेवलं आणि आज जगभरातल्या ४७ देशांमध्ये त्यांची १५०० किरकोळ विक्री दुकानं आणि एकंदर ९ कोटी ग्राहक आहेत.

अनिता रॉडिक यांचा जन्म २३ ऑक्टोबर, १९४२मध्ये ससेक्स, इंग्लंड इथे झाला. महाविद्यालयीन शिक्षण पूर्ण झाल्यानंतर त्यांनी अनेक प्रकारची कामं केली: पॅरिसमध्ये इंटरनॅशनल हेराल्ड ट्रिब्यूनमध्ये पत्रकारिता, इंग्लंडमध्ये शिक्षिकेची नोकरी, जिनिव्हामध्ये संयुक्त राष्ट्रसंघामध्ये नोकरी असं काही काळ केल्यानंतर

त्यांनी जगाच्या सफरीवर जायचं ठरवलं - त्यानुसार आफ्रिका आणि अतिपूर्वेकडील देश फिरून त्या ऑस्ट्रेलियाला पोहोचल्या आणि तिथे त्यांना नैसर्गिक सौंदर्यप्रसाधनांच्या बाबतीत माहिती मिळाली.

जग पाहून परतल्यानंतर त्या विवाहबद्ध झाल्या. लग्नानंतर काही काळानं त्यांचे पती गॉर्डन यांनी घोड्यावरून दक्षिण अमेरिका ते न्यूयॉर्क अशी साहससफर करण्याचा आपला मनोदय त्यांना सांगितला, तेव्हा त्यांच्या अनुपस्थितीत घर चालवण्याच्या दृष्टीनं काय करावं याचा विचार त्यांना पडला. बऱ्याच विचारांती त्यांना फक्त नैसर्गिक द्रव्यांचा उपयोग करून सौंदर्यप्रसाधनं तयार करण्याच्या नावीन्यपूर्ण व्यवसायाची कल्पना सुचली.

२७ मार्च, १९७६ रोजी त्यांनी ब्रायटन इथे आपलं पहिलं दुकान सुरू केलं. गंमत म्हणजे त्यांचं हे दुकान अंत्यविधीचं सामान मिळण्याच्या दुकानाशेजारी होतं. आता अशा ठिकाणी नवा व्यवसाय करायला कुणीही महत्त्वाकांक्षी व्यक्ती तयार झाली नसती, पण अनिता रॉडिक यांचं हे दुकान हाच एक नवा प्रयोग असल्यामुळे त्यांना त्यात काही वावगं वाटलं नाही. कमी किमतींमुळे ग्राहक एकदा आपली प्रसाधनं वापरून पाहण्यास उद्युक्त होतील, या दृष्टीनं त्यांनी सुरुवातीला छोट्या-छोट्या बाटल्यांमध्येच आपली उत्पादनं विकली. त्यात पॅकिंगला काहीच खर्च येत नव्हता कारण आदल्या दिवशी रात्री प्रसाधनं तयार केल्यानंतर अनिता स्वतःच त्यांना लेबल्स चिकटवत असत. वेळेच्या कमतरतेमुळे सौंदर्यप्रसाधनं तयार करतानाच त्यात सुगंधी द्रव्यं मिसळणं शक्य होत नसे, त्यामुळे त्यांनी अनेक प्रकारच्या सेंटच्या बाटल्या आपल्या दुकानामध्ये ठेवायला सुरुवात केली आणि ग्राहक मग त्यांच्या आवडीनुसार हवा तो सुवास सौंदर्यप्रसाधनांमध्ये ओतून घेऊ लागले. असले प्रयोग करूनही जेव्हा दुकान चांगलं चालायला लागलं, तेव्हा मग अनिता रॉडिक यांनी जवळच्या एका गावामध्ये आणखी एक दुकान टाकलं. १९७७ साली त्यांचे पती जेव्हा आपल्या सफरीवरून परतले, तोपर्यंत द बॉडी शॉप चांगलंच लोकप्रिय झालं होतं. मागणी वाढायला लागली, तशी रॉडिक यांनी स्वतः आणि त्यांच्या मित्रपरिवारानंच काही दुकानं आणखी थाटली, पण त्यांच्या उत्पादनांची मागणी एवढी वाढायला लागली, की त्यांना आपली शाखा काढण्यासाठी देशभरातून विनंत्या केल्या जायला लागल्या. मग मात्र रॉडिक यांनी फ्रँचायझी पद्धतीनं काम करण्याचा निर्णय घेतला. या प्रकारे व्यवसाय करण्याचं गणित अगदी सोपं होतं - द बॉडी शॉपचं फ्रँचाईज दुकान चालवू इच्छिणाऱ्या महिला व्यवसायाकरता आपला स्वतःचा पैसा लावायच्या आणि रॉडिक यांच्याकडून माल विकत घ्यायच्या. त्या बदल्यात रॉडिक त्यांना आपला द बॉडी शॉप हे नाव वापरण्याची परवानगी द्यायच्या.

एप्रिल, १९८४मध्ये अनिता रॉडिक यांची कंपनी लंडनच्या शेअरबाजारामध्ये नोंदणीकृत झाली. नोंदणीच्या पहिल्याच दिवशी द बॉडी शॉपच्या समभागांची किंमत जोरदार झाली आणि रातोरात अनिता रॉडिक आणि त्यांचे पती लखपती झाले. आज द बॉडी शॉप ही साखळी जगभर पसरली आहे १८००पेक्षा अधिक रिटेल आऊटलेट्स आणि सुमारे ४०० उत्पादनांची निर्मिती आणि विक्री तिच्यामार्फत केली जाते. आपल्या या प्रवासामध्ये अनिता रॉडिक यांनी अनेक नामांकित सौंदर्यप्रसाधन कंपन्यांशी मुकाबला केला आणि नैसर्गिक द्रव्यांच्या वापराच्या बळावर त्यांच्यावर मातही केली. **एका स्त्रीनं सुरू केलेला एक कुटिरोद्योग- अशा पद्धतीनं सुरुवात करून अनिता रॉडिक यांनी त्या उद्योगाचं एका विश्वव्यापी कंपनीमध्ये रूपांतर केलं आणि त्यांना हे शक्य झालं याचं कारण त्यांनी एक वेगळी दिशा निवडली.**

हेन्री फोर्ड (१८६३ - १९४७)

विसाव्या शतकाच्या सुरुवातीला चार चाकी गाडी म्हणजे एक चैनीची वस्तू होती. त्या काळात तंत्रज्ञ हातांनी एक-एक कार तयार करत असत आणि त्यामुळे कारच्या किमती प्रचंड होत्या. मग अशी महागडी वस्तू खरेदी करणं म्हणजे एक प्रतिष्ठेची बाब होती. हेन्री फोर्ड यांनी अशा काळात, सामान्य लोकांसाठी स्वस्तातील मोटार बनवायचं ठरवलं. हा विचार क्रांतिकारकच म्हणायला हवा. हेन्री फोर्ड यांनी जगातली पहिली कार बनवली नाही, ते त्यांचं नवं काम नव्हतं. जगातली पहिली स्वस्त कार बनवण्याचं त्यांचं स्वप्न, हे त्यांचं नवं काम होतं आणि हे स्वप्न त्यांनी प्रत्यक्षात उतरवूनही दाखवलं. मॉडेल टी, या नावाच्या त्यांच्या या गाडीनं जगामध्ये एकच धूम माजवली.

३० जुलै, १८६३ रोजी जन्मलेल्या हेन्री फोर्ड यांनी १९०१मध्ये काही लोकांच्या साथीनं आपली हेन्री फोर्ड मोटर कंपनी स्थापन केली. त्यावेळी त्यांच्या स्वत:कडे या कंपनीची फक्त १६ टक्केच भागीदारी होती. त्यांचे इतर साथीदार महाग गाड्या बनवण्यास उत्सुक होते, तर हेन्री फोर्डना मात्र स्वस्तातल्या गाड्या बनवायच्या होत्या. परिणामी त्यांच्यामध्ये आपसात वाद होऊ लागले. इतर भागीदार मोटारीला श्रीमंत लोकांची चैनीची वस्तू मानून चालू पाहत होते, तर फोर्ड यांना मात्र ती सामान्य लोकांच्या आवाक्यातली गोष्ट बनवायची होती. अखेर १९०२ साली हेन्री फोर्ड यांनी ती कंपनी सोडून स्वत:ची वेगळी कंपनी सुरू केली. १९०४ साल उजाडेतो त्यांनी १,७४५ मोटारी बनवून विकल्या. मग त्यांनी मॉडेल-एन या नावानं एक गाडी बनवली, जी बाजारात यशस्वी ठरली. पण हेन्री फोर्ड एवढ्यावरही

समाधानी नव्हते, त्यांना यापेक्षाही अधिक टिकाऊ आणि स्वस्त मॉडेल तयार करायचं होतं. १९०७ साली त्यांनी मॉडेल-एनमध्ये सुधारणा करणं आवश्यक असल्याचा निर्णय घेतला आणि अशा प्रकारे १९०८मध्ये मॉडेल-टी बाजारात अवतरलं. हे मॉडेल तुफान यशस्वी ठरलं. ही गाडी किमतीच्या दृष्टीनं खऱ्या अर्थानं सामान्य माणसाच्या आवाक्यातली होती. मॉडेल-टीमुळे अचानक मोटारी या वाहतुकीचं प्रमुख साधन बनल्या. मध्यमवर्गाला स्वस्त मोटारी देऊन हेन्री फोर्ड यांनी त्यांचं जीवन सुखावह केलं. **हेन्री फोर्ड यांनी मोटारगाडीला श्रीमंत लोकांच्या चैनीच्या वस्तूऐवजी सामान्य लोकांचं वाहन बनवलं, यासाठी त्यांचं नाव इतिहासामध्ये अजरामर झालं.**

विसावं शतक सुरू झालं, तेव्हा अमेरिकेमध्ये श्रीमंत आणि गरीब, असे दोनच वर्ग होते. मोटारींचं लोकशाहीकरण करून हेन्री फोर्ड यांनी या दोन वर्गांच्यामध्ये एक मध्यमवर्ग अस्तित्वात आणला. मॉडेल-टी ही जनतेची मोटार बनली आणि आधुनिक जगातल्या, मोठ्या प्रमाणात उत्पादन करण्याच्या युगाचे ते पितामह ठरले. आपलं स्वप्न साकार करण्यामध्ये हेन्री फोर्ड यांनी स्वत:ला इतकं झोकून दिलं होतं, की मॉडेल-टी जसजशी जास्त-जास्त विकली जाऊ लागली, तसतशी त्यांनी त्या मोटारीची किंमत आणखी खाली-खाली नेली. १९०८ साली ८५० डॉलर्सना मिळणारी ही गाडी १९२७ सालापर्यंत २६३ डॉलर्सपर्यंत मिळायला लागली. हेन्री फोर्ड यांनी किंमत कमी करताना नफ्याची टक्केवारी कमी करत नेली, पण विक्री वाढत गेल्यामुळे त्यांना मिळणारा एकूण नफा वाढतच गेला.

मोटार अधिकाधिक स्वस्तात बनवायची असल्यामुळे तिचं उत्पादन अधिकाधिक जास्त प्रमाणामध्ये होणं आवश्यक होतं, त्यामुळे मग हेन्री फोर्ड यांनी मोटारी बनवण्याच्या कामामध्ये असेंब्ली-लाइन, हा नवा प्रयोग केला. यापूर्वी मोटार एका जागेवर असायची आणि तंत्रज्ञ लोक तिथे येऊन तिला वेगवेगळे भाग बसवत असत. त्यामुळे एका वेळी फक्त एकच मोटार बनत असे. पण असेंब्ली-लाइनमध्ये मात्र वेगवेगळे सुटे भाग वेगवेगळ्या ठिकाणी ढिगानं ठेवले जायला लागले आणि वेगवेगळे तंत्रज्ञ तिथे हजर राहायला लागले. एका फिरत्या पट्ट्यावर गाडीचा सांगाडा प्रत्येक विभागामध्ये जायला लागला आणि मग त्या-त्या विभागातले तंत्रज्ञ एक-एक विवक्षित भाग त्याला जोडायला लागले. अशा प्रकारे एकाच वेळी अनेक मोटारींवर काम करता येऊ लागलं. या प्रकारामुळे काम स्वत: कामगारांच्या जागेवर जायला लागलं आणि पट्टा कमरेच्या उंचीवर असण्यामुळे कामगाराला फारसे कष्ट न करता काम करता यायला लागलं. त्यामुळे त्यांच्या हातातनं चुका होण्याची शक्यताही कमी झाली. या सगळ्याचा एकत्रित परिणाम म्हणजे मोटारी वेगानं तयार होऊ लागल्या आणि कंपनीचं एकूण उत्पादन वर्षाला दुप्पट, म्हणजेच एक

लाख मोटारींवरून दोन लाख मोटारी एवढं झालं.

असेंब्ली-लाइनच्या प्रयोगामुळे मोटारींचं उत्पादन तर खूप वाढलं, पण कामगारांचं काम मात्र नीरस, एकसुरी झालं. यामुळे १९१४मध्ये कामगार जेव्हा कंपनी सोडून जायला लागले, तेव्हा हेन्री फोर्ड यांनी त्यांना किमान ५ डॉलर्स वेतनाचं प्रलोभन दाखवलं. त्यावेळी अधिकांश कंपन्या अडीच डॉलर्स पगार देत असत. मग हजारो कामगार हेन्री फोर्ड यांच्या कंपनीमध्ये काम करण्यासाठी दूर-दूरच्या ठिकाणांवरून यायला लागले. एक दिवस तर कारखान्याच्या प्रवेशद्वारावर इच्छुक उमेदवारांची एवढी गर्दी जमा झाली, की त्यांना पांगवण्याकरता अग्निशमन दलाला पाण्याचा मारा करावा लागला. असेंब्ली-लाइनमुळे मोटारींचं उत्पादन एवढं वाढलं, की १९१४ ते १९१६ या कालावधीत फोर्ड मोटार कंपनीचा नफा ३ कोटी डॉलर्सवरून ६ कोटी डॉलर्सवर जाऊन पोहोचला. आठ तासांच्या कामाचा मोबदला म्हणून कामगारांना पाच डॉलर्स देण्याचा हेन्री फोर्ड यांचा निर्णय भलताच फायदेशीर ठरला.

हेन्री फोर्ड विसाव्या शतकातील सर्वांत महान आणि महत्त्वाच्या उद्योगपतींपैकी एक आहेत. मास-प्रॉडक्शनकरता असेंब्ली-लाइनची पद्धत विकसित करून त्यांनी उत्पादन प्रक्रियेचा चेहरा-मोहराच पार बदलून टाकला. त्यांनी मोटारीचा शोध लावला नाही, पण तिला सामान्य जनतेचं वाहन बनवण्याचं अभूतपूर्व काम केलं. त्यांच्या उदयापूर्वी मोटारी श्रीमंत लोकांचं वाहन होत्या, महागड्या होत्या आणि दैनंदिन व्यवहारामध्ये त्यांना फारसं महत्त्वही नव्हतं. पण हेन्री फोर्ड यांनी हे सगळं चित्र पालटवून टाकलं. आपल्या मॉडेल-टीद्वारे त्यांनी औद्योगिक क्रांतीला सुरुवात केली आणि त्यातून ते स्वत: श्रीमंत आणि प्रसिद्ध व्यक्ती बनले.

फ्रेड स्मिथ (१९४४ -)

ओव्हरनाईट पॅकेज डिलिव्हरीचे जनक फ्रेड स्मिथ यांचा जन्म ११ ऑगस्ट, १९४४ रोजी झाला. येल विद्यापीठात, अर्थशास्त्राच्या पेपरमध्ये त्यांनी एकदा ओव्हरनाईट पॅकेज डिलिव्हरीच्या व्यवसायामध्ये यश मिळण्याची खूप संधी कशी आहे आणि हा व्यवसाय कसा चालवता येऊ शकेल, याविषयी विस्तारपूर्वक लिहिलं होतं. त्यात त्यांनी एक नवीनच संकल्पना मांडली आणि हब अँड स्पोक्स किंवा चाकाच्या रचनातत्त्वाच्या आधारे पॅकेज डिलिव्हरी व्यवस्था बनवण्याचा विचार मांडला. प्रवासीमार्गानं पत्रं पोहोचवण्याची पद्धत टपालाकरता उपयोगाची नाही आणि हवाई मार्गानं पत्रं पोहोचवण्याच्या व्यवस्थेत प्रवाशांपेक्षा पार्सलांवर लक्ष केंद्रित केल्यास ती सेवा फायदेशीर ठरू शकेल, असं प्रतिपादन केलं. त्या

पेपरमध्ये त्यांना सी ग्रेड मिळाली. तुमची कल्पना व्यवहार्य नाही, कारण यात खूप खर्च होईल तसंच मोठ्या-मोठ्या विमान कंपन्यांशी स्पर्धा करावी लागेल, असं त्यांना त्यांच्या प्राध्यापकांनी सांगितलं. या मोठ्या विमान कंपन्या तेव्हा पत्रं आणि पार्सलं पोहोचवण्याचं काम (पॅकेज डिलिव्हरी) करत असत. पण फ्रेड स्मिथ मात्र त्यांच्या प्राध्यापकांशी सहमत नव्हते.

टपालासाठी खास विमानसेवा रात्रीच्या वेळी चालवावी, कारण रात्री प्रवासी फारसे नसतात. या विमानांमध्ये छोटी आणि तातडीची पार्सलं ठेवली जावीत, ज्यांच्याबाबतीत पैशांपेक्षा वेळेत पोहोचणं महत्त्वाचं असतं. अशी सगळी पत्रं आणि पार्सलं विविध ठिकाणांहून विमानानं एका मध्यवर्ती ठिकाणी जमा केली जावीत, जिथे कॉम्प्युटर प्रणालीच्या मदतीनं ती वेगळी-वेगळी केली जावीत आणि मग पुन्हा विमानानं त्यांच्या अपेक्षित ठिकाणांवर पोहोचवली जावीत. असा सगळा विचार फ्रेड स्मिथ यांनी केला होता.

मग याच विचारानुसार त्यांनी फेडरल एक्सप्रेसची (फेडेक्स) स्थापना केली. आज फेडेक्स जगभर पसरलेली आहे. ही कल्पना प्रत्यक्षात आणणं त्यांना खूप कठीण गेलं असणार, हे तर उघडच आहे. देशाच्या काना-कोपऱ्यांतून पत्रं आणि पार्सलं एका ठिकाणी आणायची आणि मग रातोरात ती पुन्हा इच्छित स्थळी पोहोचवायची, हे काम खूपच अवघड आणि खर्चीक होतं. पण फ्रेड स्मिथ यांनी हे आव्हान स्वीकारलं आणि एक अत्यंत गुंतागुंतीची नेटवर्किंग प्रणाली विकसित केली, ज्यामध्ये विमानांद्वारे पॅकेज डिलिव्हरी करण्याचा समावेश होता. फेडरल एक्सप्रेसनं उद्योगजगतात जणू क्रांतीच घडवून आणली, कारण आता महत्त्वाची कागदपत्रे रातोरात इच्छित स्थळी पोहोचवली जायला लागली होती. फ्रेड स्मिथला सुरुवातीला खूप संघर्ष करावा लागला असला, तरी नंतर त्यांना त्यात इतकं यश मिळालं, की त्याची त्यांनी स्वप्नातही कल्पना केली नव्हती.

फ्रेड स्मिथ आज जगातल्या सर्वांत श्रीमंत व्यक्तींच्या यादीमध्ये ३९०व्या स्थानावर आहेत आणि त्यांच्याजवळ २.४ अब्ज डॉलर्स एवढी संपत्ती आहे. **त्यांना एवढं मोठं यश मिळण्याचं कारण म्हणजे, इतर कुणालाही न दिसलेली संधी त्यांना दिसली होती.** २००६ साली फेडरल एक्सप्रेस २१.४ अब्ज डॉलर्सची महाकाय कंपनी बनली आणि दररोज ३३ लाख टपालवस्तू विविध ठिकाणांवर पोहोचवायला लागली. कंपनीचा कारभार आज २२० देशांमध्ये पसरला आहे आणि तिची एकूण कर्मचारी संख्या १,४०,००० आहे. कंपनीकडे आज ६७२ विमानं आणि ४४,००० मालवाहतूक मोटारींचा ताफा आहे. फेडरल एक्सप्रेस आज एक वटवृक्षच बनली आहे.

थॉमस बरेल (१९३९ -)

१९७०च्या दशकामध्ये अमेरिकेत जाहिरात संस्था प्रचंड संख्येनं होत्या, पण वर्णभेदामुळे त्यांपैकी एकही संस्था कृष्णवर्णीयांची नव्हती. १९३९मध्ये शिकागोच्या दरिद्री वस्तीमध्ये जन्मलेल्या थॉमस बरेल यांनी १९७१मध्ये अमेरिकेतली पहिली कृष्णवर्णीय मालकीची जाहिरात संस्था स्थापन केली आणि पुढे जाऊन जाहिरात विश्वामध्ये करोडो डॉलर्सचा व्यवसाय उभा केला.

आपण जाहिरातींच्या दुनियेत जायचं हे थॉमस बरेल यांनी किशोरावस्थेतच पक्कं ठरवून टाकलं होतं, त्यामुळे त्यांनी एका जाहिरात संस्थेमध्ये काम करायला सुरुवात केली. १९६८ पर्यंत त्यांनी कॉपीरायटिंगमध्ये खूप प्रावीण्य मिळवलं आणि ते रेडिओ तसंच टीव्हीसाठी जाहिरातींची निर्मिती करायला लागले होते. त्यांनी तयार केलेल्या जाहिराती लोकांच्या पसंतीला उतरायला लागल्यानंतर आपण पहिली कृष्णवर्णीय जाहिरातसंस्था काढायचा विचार थॉमस बरेल यांच्या मनात घोळायला लागला. त्या वेळेपर्यंत अमेरिकेमध्ये वर्णभेद मोठ्या प्रमाणावर असल्यामुळे यात जोखीम तर होतीच, पण त्याचमुळे त्यात खूप मोठी संधीही होती.

अखेर हिंमत करून त्यांनी १९७१मध्ये नोकरीचा राजीनामा दिला आणि स्वत:ची जाहिरातसंस्था स्थापन केली. वर्णभेदामुळे सुरुवातीला त्यांना खूपच संघर्ष करावा लागला आणि सहा महिन्यांतच ते दिवाळखोरीच्या उंबरठ्यावर येऊन पोहोचले, पण त्यांनी माघार घ्यायचं नाकारलं. १९७२मध्ये त्यांनी मॅक्डोनल्ड्स कंपनीच्या व्यवस्थापक मंडळाला जाऊन सांगितलं, की अमेरिकेत आफ्रिकन-अमेरिकन, म्हणजेच कृष्णवर्णीय लोकांची संख्या खूप मोठी आहे आणि त्यांच्यासाठी खास जाहिराती दिल्यास कंपनीचा व्यवसाय खूप वाढू शकेल. आपल्या फायद्याची गोष्ट ऐकून मंडळानं त्यांचा प्रस्ताव स्वीकारला आणि थॉमस बरेल यांना तशी जाहिरात तयार करण्यास सांगितलं. त्यांनी जी जाहिरात तयार केली, ती खूप यशस्वी ठरली आणि त्यानंतर अशा जाहिरातींची श्रृंखलाच सुरू झाली. मॅक्डोनल्ड्ससाठी शेकडो जाहिराती केल्यानंतर थॉमस बरेल यांनी कोकाकोला, फोर्ड मोटर, जॉन्सन अँड जॉन्सन, प्रॉक्टर अँड गॅम्बल अशा मातब्बर कंपन्यांसाठीही काम केलं.

थॉमस बरेल यांना जाहिरातक्षेत्रातील कल्पकतेसाठी 'क्लिओ' हा जाहिरातीच्या क्षेत्रांतला सर्वोच्च मानाचा पुरस्कारही मिळाला आहे. थॉमस बरेल यांचं असं म्हणणं आहे की वर्णभेदामुळे त्यांना स्वतंत्र व्यवसाय सुरू करण्याची प्रेरणा मिळाली. ते म्हणतात, '१९६०च्या दशकामध्ये मला असं जाणवलं, की मी कितीही यश मिळवलं, तरी कुणा दुसऱ्याच्या कंपनीचा प्रमुख बनण्याच्या दृष्टीनं माझ्यावर एका हद्दीनंतर बंधनं येणारच आहेत आणि समजा मी तिथे सर्वोच्च स्थानावर पोहोचलोच,

तरीही ती कंपनी माझी असणार नाहीच.'

जॉन एच. जॉन्सन (१९१८ - २००५)

प्रतिभा, आत्मविश्वास आणि चिकाटी, या तीन गुणांच्या बळावर जॉन एच. जॉन्सन दरिद्री जीवनामधून बाहेर येऊन श्रीमंतांच्या यादीत जाऊन बसले. १९ जून, १९१८ रोजी जन्मलेले जॉन्सन सहाच वर्षांचे असताना त्यांच्या वडिलांचा मृत्यू झाला. त्यानंतर त्यांचं पालनपोषण त्यांची आई आणि सावत्र पित्यानं केलं. घरची गरिबी असली, तरी आपण स्वतःच्या हिमतीवर काहीतरी करून जगात नाव मिळवायचं आणि दारिद्र्यात खितपत न पडता श्रीमंत व्हायचं, असं त्यांचं स्वप्न होतं आणि त्यांनी एक नवं काम करण्याचा जो विचार केला, त्यामुळेच हे शक्यही झालं.

जॉन एच. जॉन्सन यांना नवा विचार करण्याकरता खूप दूर जावं नाही लागलं. त्यांच्या परिस्थितीनंच त्यांना तो दिला. त्या काळामध्ये खास कृष्णवर्णीय लोकांकरता असं कुठलंही राष्ट्रीय पातळीवरचं नियतकालिक नव्हतं, तेव्हा आपण ते सुरू करायचं, असा विचार त्यांनी केला. ते स्वतः कृष्णवर्णीय असल्यामुळे असं नियतकालिक सुरू केल्यास ते यशस्वी ठरण्याची शक्यता त्यांच्या ध्यानात आली होती. तोपर्यंत हा समाज नेहमी उपेक्षितच राहिला होता आणि त्याला त्याची एक विशिष्ट ओळख मिळवून देण्याचा संकल्प त्यांनी केला. असं नियतकालिक आपल्या समाजाच्या अस्मितेचं प्रतीक मानून समाजाचे लोक ते आवर्जून विकत घेतील, हे जॉन एच. जॉन्सन जाणून होते.

त्यांच्या विचारामध्ये दम तर होता, पण त्यासाठी लागणारा पैसा ही एक मुख्य अडचण होती. मग त्यांनी शिकागोमधले आपले काही मित्र आणि काही व्यावसायिकांना आर्थिक मदत वा कर्जाऊ पैसे देण्याची गळ घातली. पण या कामामध्ये त्या सगळ्या लोकांना पैसे बुडण्याचा मोठा धोका वाटल्यामुळे त्यांनी जॉन एच. जॉन्सन यांना नकार दिला. जेव्हा कुठूनच पैशांची सोय होत नसल्याचं दिसलं, तेव्हा त्यांच्या आईनंच शेवटी आपल्या मुलाला मदत करायचं ठरवलं. ती स्वतः लोकांचे कपडे शिवून देण्याचं काम करत असल्यामुळे फारसे पैसे वाचवणं वा साठवणं तिला शक्य नव्हतं, म्हणून मग तिनं घरांतलं सगळं फर्निचर गहाण ठेवलं आणि त्या बदल्यात मिळालेले ५०० डॉलर्स घेऊन १९४२ साली जॉन्सन आणि त्यांची आई प्रकाशन व्यवसायामध्ये उतरले.

१९४२ साली वयाच्या २४व्या वर्षी जॉन्सन यांनी निग्रो डायजेस्ट, हे खास आफ्रिकन-अमेरिकन लोकांसाठीचं, पहिलं अमेरिकन मासिक सुरू केलं. त्यात

त्यांनी कृष्णवर्णीय लोकांना जिव्हाळ्याचे वाटतील असे लेख आणि बातम्या छापल्या. त्यांचा पहिला अंक तर अगदी हातोहात खपला. पण तेवढ्यानं समाधानी न होता त्यांनी आपला खप वाढवण्यावर लक्ष केंद्रित केलं. मासिक सुरू होऊन एक वर्ष होईतो त्याचा खप महिन्याला ५०,००० पर्यंत जाऊन पोहोचला. जॉन्सन आपल्या कामामध्ये यशस्वी ठरले होते; नंतर मग त्यांनी एबोनी, जेट, एबोनी मॅन, एबोनी साऊथ आफ्रिका अशी अनेक नियतकालिकं प्रकाशित करायला सुरुवात केली. पुढे त्यांनी पुस्तक प्रकाशनाच्या व्यवसायामध्ये उडी घेतली आणि त्यातही ते यशाच्या शिखरावर जाऊन पोहोचले. एक दिवस त्यांची जॉन्सन पब्लिशिंग कंपनी- कृष्णवर्णीय मालकीची सर्वांत मोठी प्रकाशन संस्था बनली.

जॉन एच. जॉन्सन यांनी पूर्वी कुणीही न केलेलं कार्य केल्यामुळेच त्यांना इतकं मोठं यश आणि नाव मिळू शकलं. ते म्हणतात, 'मी तरुणांना नेहमी लहान-सहान गोष्टींची स्वप्नं पाहण्याचा सल्ला देत असतो, कारण अशा छोट्या गोष्टी साध्य करता येण्याजोग्या असतात. तुम्ही जेव्हा एखादं छोटं स्वप्न पूर्ण करता वा छोटं यश प्राप्त करता, तेव्हा तुम्हाला पुढचं पाऊल उचलण्याचा आत्मविश्वास मिळत असतो.' नवं काम करण्यामुळेच जॉन एच. जॉन्सन १९८२मध्ये फोर्ब्स मासिकाच्या अमेरिकेतील सर्वांत श्रीमंत लोकांच्या यादीमध्ये ४००वं स्थान मिळवू शकले आणि या यादीमध्ये येणारी पहिली कृष्णवर्णीय व्यक्ती ठरू शकले.

अलेक्झांडर ग्रॅहॅम बेल (१८४७ - १८८२)

नवीन काहीतरी करून श्रीमंत होण्याच्या उदाहरणांमध्ये टेलिफोनच्या शोधाचाही समावेश होतो. विजेच्या बल्बप्रमाणेच या शोधानंही जग पार बदलून टाकलं. अलेक्झांडर ग्रॅहॅम बेल यांनी फक्त टेलिफोनचा शोधच लावला नाही, तर त्यानंतर त्याच्या निर्मितीसाठी स्वतःची एक कंपनीही स्थापन केली. ती कंपनी एटी अँड टी या नावानं आजही कार्यरत आणि जगप्रसिद्ध आहे. २००७ सालच्या फॉर्च्यून मासिकाच्या यादीनुसार ही कंपनी जगातली २७ क्रमांकाची मोठी कंपनी आहे आणि तिचं वार्षिक उत्पन्न ६३,०५५ दशलक्ष डॉलर्स आहे. टेलिफोनचा शोध लागल्यानंतर १२७ वर्षांनीदेखील ही कंपनी उत्तरोत्तर प्रगती करतेच आहे आणि याचं सगळं श्रेय बेल यांचा नवा विचार आणि दूरदर्शीपणा याला आहे.

अलेक्झांडर ग्रॅहॅम बेल तरुण होते, तेव्हा आपण असा काही शोध लावू असं त्यांना स्वप्नातही कधी वाटलं नसेल. बोस्टन विद्यापीठात मूक-बधिर मुलांना भाषा शिकवण्याचं काम करणाऱ्या बेल यांचं मॅगल हबार्ड या मूक-बधिर युवतीवर प्रेम जडलं. त्यानंतर आपली प्रेयसी आपला आवाज ऐकू शकण्याच्या दृष्टीनं उपयुक्त

ठरेल असं एखादं यंत्र बनवण्याच्या मागे ते लागले. हे काम करता-करता अचानक त्यांना टेलिफोनची कल्पना सुचली.

असा विचार मनात येताच अलेक्झांडर ग्रॅहॅम बेल त्यासंबंधी प्रयोग करायला लागले. आपल्या प्रयोगादरम्यान एकदा त्यांनी एका प्रेताचा कान कापून हवेच्या कंपनामुळे कानात ध्वनी कसा निर्माण होतो, ते पाहिलं. कानातल्या पडद्याची पातळ चकती कानाच्या हाडांमध्ये कंपन निर्माण करून त्यांना हलवते, त्याचप्रमाणे जर लोखंडाची चकती एखाद्या लोखंडी संरचनेला हलवू शकली, तर त्या यंत्रामधून शब्दांचं आदान-प्रदान होऊ शकतं, असं त्यांच्या लक्षात आलं. १५ फेब्रुवारी, १८७६ रोजी अलेक्झांडर ग्रॅहॅम बेल यांनी टेलिफोनच्या पेटंटसाठी अर्ज केला. त्यानंतर वॉटसन या आपल्या सहकाऱ्यासह बोस्टनमधल्या एका बोर्डिंग हाऊसमधल्या दोन खोल्यांमध्ये त्यांनी स्वत:ला कोंडून घेतलं आणि तिथे ते रात्रंदिवस प्रयोग करायला लागले.

अखेर १० मार्च, १८७६ रोजी- म्हणजेच साधारणपणे महिनाभराच्या अथक परिश्रमाअंती त्यांनी बनवलेल्या टेलिफोनमधून शब्दांची देवाण-घेवाण होणं शक्य झालं. पण इतक्यात सगळं संपलं नव्हतं. लोक त्यांच्या या शोधाचं कौतुक करायचे, पण त्यात व्यावसायिक यश मात्र कुणालाही दिसत नव्हतं. एका प्रदर्शनात जेव्हा बेल यांनी आपलं हे यंत्र ठेवलं, तेव्हाही कौतुक करण्यापलीकडे कुणीही त्यात रस दाखवला नाही. प्रख्यात बँकर जे. पी. मॉर्गन यांनी तर, 'तुमच्या या शोधाला व्यवहारात काहीही किंमत नाही,' असं त्यांना स्पष्टच सुनावलं. मात्र स्वत: बेल यांना या यंत्रामध्ये यशस्वितेची खूप शक्यता दिसत होती. सुरुवातीला टेलिफोनचा व्यावसायिक विकास खूप हळूहळू झाला, पण त्यात आणखी काही सुधारणा झाल्यानंतर मात्र लोकांना त्याचं महत्त्व पटायला लागलं. अलेक्झांडर ग्रॅहॅम बेल प्रसिद्ध आणि श्रीमंत व्यक्ती बनले.

मॅडम सी. जे. वॉकर (१८६७ - १९१९)

मॅडम सी. जे. वॉकर या पहिल्या आफ्रिकन-अमेरिकन लक्षाधीश स्त्री होत्या. कृष्णवर्णीय महिलांच्या केस आणि सौंदर्यप्रसाधनांच्या बाबतीत नवा विचार करून त्यांनी अभूतपूर्व यश मिळवलं. त्यांचं यश यासाठीदेखील महत्त्वाचं आहे, की त्यांच्या आधी कुठल्याही कृष्णवर्णीय महिलेनं उद्योग करण्याचं धाडस केलं नव्हतं.

मॅडम सी. जे. वॉकर यांचा जन्म २३ डिसेंबर, १८६७ या दिवशी एका गरीब शेतकरी कुटुंबामध्ये झाला. त्यांचे आई-वडील पूर्वी गुलाम होते आणि रोजंदारी करून आपलं पोट भरत होते. मॅडम सी. जे. वॉकर लहानपणीच अनाथ झाल्या

होत्या आणि त्यानंतर त्यांच्या एका विवाहित बहिणीनं त्यांना सांभाळलं होतं. त्या चौदा वर्षांच्या झाल्या, तेव्हा मुख्यत: राहण्याची सोय व्हावी म्हणून मॅक्‌विल्यम्स नावाच्या तरुणाबरोबर त्यांचं लग्न लावून देण्यात आलं.

लहानपणी हलाखीच्या आणि कठीण परिस्थितीला तोंड द्यावं लागूनही त्या नंतर लक्षाधीश झाल्या. त्यांनी कृष्णवर्णीय महिलांसाठी केस आणि त्वचेच्या सौंदर्यप्रसाधनांची निर्मिती करून अफाट यश मिळवलं. त्यांच्याबद्दल एका मासिकानं लिहिलं होतं, की त्यांनी कोट्यवधी लोकांच्या व्यक्तिगत सवयी आणि चेहरा-मोहरा बदलून टाकला.

वयाच्या १४व्या वर्षी लग्न झाल्यानंतर २०व्या वर्षीच त्या विधवाही झाल्या. त्यानंतर त्या सेंट लुईस इथे राहायला लागल्या. आपल्या मुलीसह त्या तिथेच पुढची अठरा वर्षं राहिल्या. सुरुवातीला त्या लोकांचे कपडे धुण्याचं काम करायच्या, पण त्यांना खूप मोठं व्हायचं होतं, काहीतरी करून दाखवायचं होतं आणि शिक्षणाशिवाय यश मिळवणं शक्य नाही, हे त्यांनी जाणलं. त्यांनी मग रात्रशाळेत जायला सुरुवात केली.

वयाच्या ३८व्या वर्षी त्यांच्या जीवनामध्ये एक नाट्यमय घटना घडली. कृष्णवर्णी महिलांचे केस लांब, चमकदार आणि सुंदर बनवण्याचा एक फॉर्म्युला त्यांना गवसला. साबण आणि एक ऑईंटमेंट यांचं एक अनोखं मिश्रण त्यांनी तयार केलं. त्याशिवाय रूक्ष केस काढून टाकण्याचं एक चांगलं तंत्रदेखील त्यांनी शोधून काढलं. स्वत:वर आणि आपल्या कुटुंबीयांवर अनेक प्रयोग करून त्यांनी केसांच्या सौंदर्यासाठी विशिष्ट असं एक 'वॉकर तंत्र' तयार केलं. यात एक शॅंपू, केसवृद्धी तेल, केस वेगानं विंचरण्याची पद्धत आणि गरम लोखंडाच्या विविध फण्या, या सगळ्यांचा वापर केला जात असे. हे तंत्र वापरल्यानंतर केस चमकदार आणि मऊशार होत असत. त्याशिवाय त्यांनी कृष्णवर्णीय महिलांसाठी चेहऱ्याच्या सौंदर्यवर्धनाचाही असाच एक फॉर्म्युला तयार केला. आपल्या या शोधांमध्ये व्यावसायिक यशाची शक्यता आहे, याची त्यांना खात्री होती. सुमारे वर्षभर अनेक प्रयोग केल्यानंतर त्यांचे यशस्वी परिणाम दिसून आले आणि मग त्या आपल्या प्रसाधनांच्या प्रचाराला लागल्या.

सुरुवातीच्या काळात त्या डेनवर भागामध्ये घरोघरी हिंडून आपली उत्पादनं विकायच्या, पण नंतर त्यांनी इच्छुक लोकांचा एक गट स्थापन केला. या लोकांना त्या आपली उत्पादनं तयार करायला आणि त्या विकायला शिकवत असत. अमेरिकेच्या दक्षिण आणि पूर्व भागांमध्ये त्यांनी आपल्या या विविध उत्पादनांची प्रात्यक्षिकं दाखवली आणि उत्पादनांचा प्रचार करणारी भाषणंही दिली. त्याचबरोबर त्यांनी टपालाद्वारे आपली प्रसाधनं विकण्याचा यशस्वी उद्योगही सुरू केला.

त्यांची ही मोहीम इतकी यशस्वी ठरली, की १९०८ साली त्यांना पिट्सबर्ग या भागात आपलं दुसरं कार्यालय थाटावं लागलं. हे कार्यालय त्यांची मुलगी सांभाळू लागली.

१९१०मध्ये मायलेकींनी आपली दोन्ही कार्यालयं इंडियानापोलिसमध्ये हलवली. तिथे त्यांनी मॅडम सी. जे. वॉकर लॅबोरेटरीजची स्थापना केली. या ठिकाणी त्यांची सौंदर्यप्रसाधनंही बनवली जायची आणि विक्रीप्रतिनिधींना तसंच सौंदर्यप्रसाधन तज्ज्ञांना त्यासंबंधी प्रशिक्षणही दिलं जायचं. एक वेळ अशी आली, की त्यांच्याकडे २००० विक्रीप्रतिनिधींचा ताफा होता आणि मॅडम सी. जे. वॉकर यांनी बनवलेली सोळा सौंदर्यप्रसाधनं ते विकत असत. मॅडम सी. जे. वॉकर कृष्णवर्णीय असूनही त्यांनी नवं काम केलं आणि दारिद्र्याच्या चिखलातून बाहेर येऊन त्या श्रीमंतीच्या शिखरावर चढल्या, हेच त्यांचं मोठं यश होतं.

फ्रँक वूलवर्थ (१८५२ - १९१९)

न्यूयॉर्क राज्यामधल्या रॉडमॅनमध्ये जन्मलेले फ्रँक वूलवर्थ, हे चेन स्टोअर्स (दुकानांची साखळी) या संकल्पनेचे जनक आहेत. एका गरीब कुटुंबामध्ये जन्मलेल्या फ्रँक वूलवर्थ यांना आपल्या कारकिर्दीच्या सुरुवातीच्या काळात खूप हालअपेष्टा सोसाव्या लागल्या, पण तरीही ते त्यांच्या काळातले अमेरिकेतील सगळ्यात श्रीमंत व्यक्ती बनले. 'हर माल दस रूपिया' कल्पनेसारखी पाच आणि दहा सेंट्समध्ये वस्तू विकण्याची कल्पना संपूर्ण अमेरिकेत लोकप्रिय करण्याचं श्रेयही फ्रँक वूलवर्थ यांनाच जातं. १८७९ साली एका छोट्याशा दुकानापासून सुरुवात करून, पुढच्या चाळीस वर्षांमध्ये त्यांनी तब्बल १००० दुकानं उघडली. स्वस्त दरातल्या वस्तू विकण्याची पहिली किरकोळ विक्री दुकानांची साखळी वूलवर्थ यांचीच.

फ्रँक वूलवर्थ यांच्या यशाचं रहस्य काय आहे? तर त्यांच्याकडे फक्त एक कल्पना होती... एक नवा विचार होता. त्यांना जेव्हा ही कल्पना सुचली, तेव्हा आठवड्याला दहा डॉलर्स पगारावर ते मिडवेस्टच्या दुकानामध्ये काम करत होते. त्याच वेळी मिडवेस्टच्या दुकानांमध्ये पाच सेंट्सच्या वस्तूंचं एक टेबल ठेवण्याची प्रथा सुरू झाली. या टेबलावर, दुकानामध्ये अनेक दिवस पडून राहिलेला, न खपलेला माल ठेवला जायचा. स्वस्तातल्या या वस्तूंच्या प्रलोभनानं दुकानात आलेलं गिऱ्हाईक दुकानातून इतरही काहीतरी खरेदी करून जायचं. वूलवर्थ काम करत असलेल्या दुकानाचा मालक मूर, हा एकदा न्यूयॉर्कहून पाच सेंट्स किमतीच्या वस्तूंचा शंभर डॉलर्सचा माल घेऊन आला. वूलवर्थ यांनीच तो माल टेबलावर

मांडला आणि एकाच दिवसात तो सगळा माल संपल्याचं पाहून त्यांना खूप आश्चर्य वाटलं.

मग त्यांना असं वाटलं, की प्रत्येक वस्तू जिथे पाच सेंट्सनाच मिळेल, असं खास दुकानच का काढू नये? एका टेबलावर मांडलेला माल जर एका दिवसात खपू शकतो, तर त्या दुकानामधला मालही असाच भराभर संपेल आणि भरपूर नफा मिळेल. असा विचार मनात येताच फ्रँक वूलवर्थ यांनी तीनशे डॉलर्स उसने घेऊन १८७९ साली न्यूयॉर्क राज्यामध्ये आपलं द ग्रेट फाईव्ह सेंट्स स्टोअर उघडलं. या दुकानामध्ये ३२१ डॉलर्स किमतीचं सामान त्यांनी ठेवलं आणि त्यातली प्रत्येक वस्तू फक्त पाच सेंट्स किमतीची होती. पण हे दुकान काही फार चाललं नाही. मात्र फ्रँक वूलवर्थ यांनी हिंमत सोडली नाही. त्याच वर्षी त्यांनी लँकेस्टर, पेन्सिल्व्हेनिया इथे पुन्हा तसंच एक दुकान उघडलं आणि तिथे पाच आणि दहा सेंट्स किमतीच्या वस्तू ठेवल्या. हे दुकान मात्र चालायला लागलं. नोव्हेंबर १८८०मध्ये पेन्सिल्व्हेनियाच्या स्क्रॅण्टन भागात त्यांनी आणखी एक दुकान उघडलं. हेही दुकान यशस्वी ठरलं आणि त्यानंतर मात्र फ्रँक वूलवर्थ यांनी मागे वळून पाहिलंच नाही.

१८९५ सालापर्यंत वूलवर्थकडे २८ दुकानं झाली होती आणि त्यातलं एक दुकान त्याचा पूर्वीचा मालक मूर, याचं होतं. या वेळेपावेतो फ्रँक वूलवर्थ याचं उत्पन्न दहा लाख डॉलर्सपेक्षाही जास्त होतं. ते खूप वेगानं प्रगती करत राहिले आणि जानेवारी १९१८मध्ये त्यांनी त्यांच्या १०००व्या दुकानाचं शानदार उद्घाटन केलं. फक्त एक कल्पना म्हणून सुरुवात झालेला फ्रँक वूलवर्थ यांचा किरकोळ विक्री व्यवसाय आता विश्वव्यापी झाला होता. एप्रिल १९१३मध्ये जेव्हा वूलवर्थ इमारत तयार झाली, तेव्हा ती जगातली सगळ्यात उंच इमारत होती. १९१६मध्ये वूलवर्थ यांचं उत्पन्न ८.७ कोटी डॉलर्स एवढं झालं होतं. आठ हजारपेक्षा जास्त लोकवस्तीच्या, अमेरिकेतील प्रत्येक गावामध्ये वूलवर्थ दुकान उघडलं होतं.

स्वस्त वस्तू विक्रीचे जनक फ्रँक वूलवर्थ होते. त्यांच्यानंतर वॉल-मार्टसारख्या अनेक कंपन्यांनी त्यांचं अनुकरण केलं. दुकानांची साखळी आणि प्रचंड मोठ्या प्रमाणांवर किरकोळ विक्री करणारे ते पहिले व्यावसायिक होते, तसंच दुकानांच्या साखळीचेही ते जनक होते. १९१६मध्ये एफ्. डब्ल्यू. वूलवर्थची दुकानं जगभरातल्या ७० कोटी लोकांना सामान विकत होती आणि स्वत: फ्रँक वूलवर्थ करोडपती झाले होते.

गॉर्डन मूर (१९२९ -) आणि
रॉबर्ट नॉईस (१९२७ - १९९०)

'इंटेल इन्साईड' ही जाहिरात आज जगभर प्रसिद्ध आहे. कॉम्प्युटरच्या विश्वसनीयतेचं इंटेल हे एक प्रतीक आहे. इंटेल इन्साईड असं लिहिलेलं स्टिकर नसेल, तर तो कॉम्प्युटर विश्वसनीय आहे की नाही, अशी शंका घेतली जाते. कॉम्प्युटर बनवणारी कंपनी कोणतीही असो, त्यातला मायक्रोप्रोसेसर मात्र इंटेलच हवा, असा ग्राहकाचा आग्रह असतो, आणि का नसावा? मायक्रोप्रोसेसरचा शोध इंटेलनंच तर लावला आहे आणि त्यामुळे अमाप नाव आणि पैसा कमावला आहे.

इंटेलचे सहसंस्थापक गॉर्डन मूर आज जगातल्या सर्वांत श्रीमंत लोकांच्या यादीमध्ये २४३व्या स्थानावर आहेत आणि त्यांची संपत्ती ३.६ अब्ज डॉलर्स आहे. इंटेल ही कंपनी सुरू होण्यामागची कहाणी मोठी मनोरंजक आहे. गॉर्डन मूर आणि रॉबर्ट नॉईस हे दोघे फेअरचाईल्ड नावाच्या एका मोठ्या कंपनीमध्ये काम करत होते. छोट्या-छोट्या चिपांमध्ये मेमरीचा साठा तयार करणं शक्य आहे, याबद्दल दोघांनाही खात्री होती, पण त्यांच्या या सूचनेत कंपनीमध्ये कुणीही रस दाखवत नव्हतं. अखेर १९६८मध्ये गॉर्डन मूर आणि रॉबर्ट नॉईस यांनी फेअरचाईल्डमधली नोकरी सोडून दिली आणि १८ जुलै, १९६८ या दिवशी एन. एम. इलेक्ट्रॉनिक्स या नावानं आपली स्वत:ची कंपनी सुरू केली. कालांतरानं त्यांनी कंपनीचं इंटेल असं नामकरण केलं. कॉम्प्युटरची मेमरी साठवण्याकरता छोट्या सेमिकंडक्टर चिपचा शोध लावण्याच्या दृष्टीनं त्यांचे प्रयत्न चालू होते. यापूर्वी अशी चिप कुणी बनवलेली नसली, तरी त्यांचा दोघांचा आपल्या कौशल्यावर भरवसा होता आणि एका सोनेरी भविष्याचं स्वप्न त्यांच्या डोळ्यात होतं.

२००५ साली इंटेलची कर्मचारी संख्या होती ७८,००० आणि जगभरातील त्यांच्या कार्यालयांची संख्या ४५ होती. २००७मध्ये फॉर्च्यून-५०० मासिकाच्या यादीत इंटेलचं स्थान ६२ क्रमांकाचं होतं, तर तिचं उत्पन्न ३५,३८२ दशलक्ष डॉलर्स इतकं होतं. आज जरी इंटेल इतकी लोकप्रिय आणि प्रसिद्ध असली, तरी सुरुवातीच्या काळामध्ये तिची परिस्थिती मोठी गमतीशीर होती. कंपनीच्या सुरुवातीला तीत १२ कर्मचारी होते आणि पहिल्या वर्षी तिचं उत्पन्न होतं ३,००० डॉलर्स. हे ३,००० डॉलर्सचं उत्पन्नसुद्धा त्यावेळी बँकेमध्ये असलेल्या ठेवीवर मिळालेलं व्याज, म्हणून मिळालं होतं. पहिल्या वर्षी कंपनीकडे विकायला स्वत:चं काही उत्पादनच नव्हतं; ते दुसऱ्या वर्षी बाहेर आलं. हे उत्पादन बाहेर आलं पण बाजारामध्ये फारसं चाललं नाही; अर्थात तेही एका अर्थी बरंच झालं, कारण ते

उत्पादन यशस्वी ठरलं असतं, तरी कंपनी ते मोठ्या प्रमाणावर तयार करू शकलीच नसती.

सेमिकंडक्टर चिपचा उपयोग मेमरीचा साठा करण्यासाठी करता येईल, ही गोष्ट बऱ्याच कंपन्यांना माहिती असली तरी ती चिप बनवण्याकरता दसपट जास्त खर्च येईल, असा त्यांचा अंदाज होता. पर्यायानं, या प्रकारात फारसा नफा दिसत नसल्यामुळे कुणीही अशी चिप विकसित करण्याकडे लक्ष दिलं नाही. मात्र मोठ्या प्रमाणावर जर उत्पादन केलं, तर उत्पादनखर्च कमी होऊ शकतो असा इंटेलला विश्वास होता आणि चिपमध्ये जास्त संख्येनं ट्रान्झिस्टर्स बसवता आले, तर नफाही चांगला होऊ शकतो असं त्यांना वाटत होतं. मग त्यांनी अशी चिप बनवण्यावर भर दिला, ज्यामध्ये ट्रान्झिस्टर्सची संख्या वाढवत नेता येऊ शकेल.

इंटेलच्या मायक्रोप्रोसेसरचा शोध मात्र योगायोगानंच लागला. १९६९मध्ये जपानी कंपनी- निप्पॉन कॅल्क्युलेटिंग मशीन कॉर्पोरेशननं इंटेलला लॉजिक चिप तयार करायला सांगितली, जेणेकरून गुंतागुंतीची गणितं करणाऱ्या कॅल्क्युलेटर्समध्ये तिचा वापर करता येईल. त्यावेळी इंटेल एक छोटी चिप विकसित करत होती, म्हणून मग त्यांनी तीच चिप विकसित केली. अनेक चिप्सचा वापर करण्याऐवजी इंटेलचे एक अभियंता टेड हॉफ यांनी चार चिप्स एकमेकींना जोडल्या आणि त्यांच्यामध्ये आणखी एक चिप लावली. अशा प्रकारे एका चिपमध्ये बसणारा पहिला सीपीयू तयार झाला. निप्पॉन या एका ग्राहकाच्या मागणीनुसार तयार झालेली हीच चिप पुढे इंटेल ४००४ मायक्रोप्रोसेसर म्हणून नावारूपाला आली.

इंटेल ४००४ नंतर १९७२मध्ये इंटेलनं त्याच्या दुप्पट क्षमतेचा इंटेल ८००८ हा मायक्रोप्रोसेसर बाजारात आणला. याच मायक्रोप्रोसेसरमुळे १९७०च्या दशकामध्ये अमेरिकेत पर्सनल कॉम्प्युटरचं युग सुरू झालं. आयबीएम कंपनीनं आपल्या पर्सनल कॉम्प्युटरमध्ये इंटेलचा मायक्रोप्रोसेसर लावला आणि त्यानंतर इंटेलची घोडदौड सुरू झाली. पण यश मिळालं म्हणून इंटेलनं नवं काहीतरी करणं सोडलं नाही. आजही ते नित्य नवे मायक्रोप्रोसेसर निर्माण करतच आहेत आणि प्रत्येक नवा मायक्रोप्रोसेसर आधीच्या मायक्रोप्रोसेसरपेक्षा जास्त क्षमतेचा असतो. पेंटियम मायक्रोप्रोसेसरनंतर त्यांनी आता ड्युअल कोअर श्रृंखला सुरू केली आहे, ज्यात एका कॉम्प्युटरमध्ये दोन मायक्रोप्रोसेसर्स लावले जातात. नवं काम करण्यामुळे इंटेल आज मायक्रोप्रोसेसर उद्योगाच्या शिखरस्थानी आहे.

पियरे ओमिदयार (१९६७ -)

पियरे ओमिदयार यांनी ई-बे या आपल्या कंपनीद्वारे इंटरनेटवर लिलाव

करण्यास सुरुवात केली. १९९५ साली ई-बे हा ऑनलाईन बाजार सुरू करून त्यांनी इंटरनेटवरच्या व्यापाराचा (ई-कॉमर्स) चेहराच बदलून टाकला. खाजगी वस्तूंच्या लिलावासाठी ई-बे ही एक उत्तम जागा आहे, जिथे विकणारा आणि घेणारा, अशा दोन्ही व्यक्ती वस्तूची किंमत आपसात ठरवून व्यवहार करू शकतात.

मजेची गोष्ट म्हणजे पियरे ओमिदयार यांनी जेव्हा ई-बेची स्थापना केली, तेव्हा या व्यवसायामध्ये आपण यशस्वी होऊ असा काहीही विचार त्यांच्या मनात नव्हता. एक शौक म्हणूनच त्यांनी हा उपद्व्याप केला होता आणि त्याचं रूपांतर एका प्रचंड मोठ्या उद्योगामध्ये झालं. त्यांच्या यशाचा अंदाज यावरून येईल, की आज ई-बे जगातला सर्वांत मोठा इंटरनेट व्यवसाय आहे. या वेबसाइटवर १ डॉलर किमतीच्या बेसबॉल कार्डापासून ते ४.९ दशलक्ष डॉलर्स किमतीच्या गल्फस्ट्रीम जेट (वेगवान बोट) पर्यंत सगळं काही विकलं जातं. ई-बेमुळे आज पियरे ओमिदयार जगातील श्रीमंतांच्या यादीमध्ये ७६व्या स्थानावर आहेत आणि ८.८ अब्ज डॉलर्सच्या संपत्तीचे ते मालक आहेत.

१९६७मध्ये जन्मलेल्या पियरे ओमिदयार यांनी मॅसेच्युसेट्स इथल्या टफ्ट्स विद्यापीठामध्ये कॉम्प्युटर सायन्सची पदवी घेतली आणि नंतर ते संगणक व्यवसायामध्ये शिरले. सुरुवातीला क्लॅरिस कंपनीत आणि नंतर जनरल मॅजिक इंक, या कंपनीमध्ये त्यांनी सॉफ्टवेअर डेव्हलपर म्हणून काम केलं. त्यानंतर आपल्या तीन मित्रांसोबत त्यांनी इंक डेव्हलपमेंट कॉर्पोरेशनची स्थापना केली. ही कंपनी कीबोर्डऐवजी एका विशिष्ट पेननं लिहिलेल्या आज्ञा कॉम्प्युटरला समजतील अशा पद्धतीचं सॉफ्टवेअर तयार करत होती. या कंपनीचं नंतर ई-शॉप असं नामकरण झालं आणि ती कंपनी मग मायक्रोसॉफ्टनं विकत घेऊन टाकली. कंपनी विकून पियरे ओमिदयार लक्षाधीश झाले.

इथेच ई-बेची मुहूर्तमेढ रोवली गेली. पियरे ओमिदयार यांची प्रेयसी (जी आता त्यांची पत्नी आहे) पामेला, हिनं एकदा त्यांना सांगितलं की तिला पेज डिस्पेन्सर जमवण्याचा छंद आहे. असाच छंद असलेल्या इतर शौकिनांशी संपर्क साधून ती त्यांच्याबरोबर पेज डिस्पेन्सर्सची देवाण-घेवाण करू इच्छित होती. तिचं बोलणं ऐकून पियरे ओमिदयार यांच्या मनात आलं, की जिथे लोक थेट एकमेकांना वस्तू विकू शकतील आणि त्यांच्यामध्ये विचारांची देवाण-घेवाणही होऊ शकेल, अशी एखादी वेबसाइट का बनवू नये? 'ज्यामध्ये सगळ्या लोकांकडे सारखीच माहिती असेल, असा एक बाजार निर्माण करण्याची माझी इच्छा होती,' असं पियरे ओमिदयार यांनी नंतर एकदा बोलताना सांगितलं.

१९९५मध्ये पियरे ओमिदयार यांनी ई-बे अगदी हलक्या-फुलक्या स्वरूपात

सुरू केलं होतं. ही वेबसाइट फक्त एका होमपेजच्या (माहिती देणारं इंटरनेटचं पान) रूपात होती. निव्वळ एक छंद वा गंमत म्हणून सुरू केलेली ही वेबसाइट इतकी लवकर आणि इतक्या मोठ्या प्रमाणात यशस्वी ठरेल, असं पियरे ओमिदयार यांना स्वप्नातही वाटलं नव्हतं. नंतर एकदा न्यूयॉर्क टाइम्सला दिलेल्या मुलाखतीत ते म्हणाले, 'मी खरं तर खूप मोठा व्यवसाय करण्याच्या दृष्टीनं ई-बे सुरू केली नव्हती, पण तसं झाल्यावर मात्र मी त्या संधीचा फायदा घेतला.' १९९६मध्ये त्यांनी आपली इतर सगळी कामं थांबवून पूर्ण वेळ ई-बेवरच लक्ष केंद्रित केलं. लिलावासाठी ई-बेच्या आधीही काही वेबसाइटस् होत्या, पण त्यावरून त्या साइटचे मालक ज्या वस्तू विकू इच्छितात, त्यांचाच व्यापार होत असे. ई-बेचं वेगळेपण यात होतं, की तिथे काय विकायचं, याचा निर्णय कंपनी घेत नव्हती. तो निर्णय सर्वस्वी आपल्याजवळच्या वस्तू विकणारे लोक घेऊ शकत होते.

मे १९९८ पर्यंत ई-बेवर एक कोटी लिलाव झाले होते आणि ऑगस्ट १९९८मध्ये या वेबसाइटवर नोंदणीकृत झालेल्या सदस्यांची संख्या दहा लाख होती. सप्टेंबर १९९८मध्ये कंपनीनं आपले समभाग पहिल्यांदा विकायला काढले (आयपीओ), तेव्हा १८ डॉलर्स बाजारभावाच्या समभागांचं मूल्य बाजारामध्ये ५३.५० डॉलर्स एवढं झालं आणि ई-बेच्या कर्मचाऱ्यांनी नाच करून आपला आनंद व्यक्त केला होता. पियरे ओमिदयार यांची संपत्ती एव्हाना २७.४१ कोटी डॉलर्स, एवढी झाली होती.

योगायोग म्हणा वा निर्णयक्षमता, पण पियरे ओमिदयार यांनी इंटरनेटवर एक अत्यंत चांगला प्रयोग केला. ई-बेवर आपल्या वस्तू विकणारे लोक ई-बेला कमिशन देतात आणि हे कमिशन किमतीनुसार काही डॉलर्सचंच असलं, तरी दिवसभरामध्ये पाच लाख वस्तू विकल्या जात असताना, मिळणारा पैसा आणि नफा खूपच मोठा असतो. आज पियरे ओमिदयार यांची ही कंपनी अब्जावधी डॉलर्सची कंपनी झाली आहे.

२००६ सालच्या अखेरीपर्यंत या कंपनीचे नोंदणीकृत सदस्य २२.२ कोटींपेक्षाही जास्त होते. दररोज ई-बे ४,५०० प्रकारच्या लाखो वस्तू विकते. या वेबसाइटवर दर पाच मिनिटांना हिऱ्याचा एक दागिना, दर ३१ मिनिटांना एक डिजिटल कॅमेरा, दर एक्कावन्न मिनिटांना एक व्हीसीडी आणि दर अडीच तासांना एक लॅपटॉप विकला जातो. महागड्या वस्तूंमध्ये, दररोज १८ कार्स आणि ६५ दुचाकी वाहनं इथे विकली जातात. २००६-२००७मध्ये ई-बेचं उत्पन्न ७.२ अब्ज डॉलर्स झालं. पियरे ओमिदयार यांनी एक नवं काम करून एका बेडरूममध्ये सुरू केलेली कंपनी आज एक महाकाय आंतरराष्ट्रीय कंपनी झाली आहे.

सुभाष चंद्रा (१९५० -)

सुभाष चंद्रा हे नवं काम करणाऱ्या काही मोजक्या भारतीय लोकांपैकी एक आहेत. झी टीव्ही, एस्सेल पॅकेजिंग, सुपर लॉट्टो, एस्सेल वर्ल्ड... अशा अनेक नव्या गोष्टी त्यांनी केल्या आहेत. हे सगळेच उद्योग भारतामध्ये पहिल्यांदाच सुरू झालेले आहेत. सुभाष चंद्रा म्हणतात, **'नव्या वाटा या चालून तयार होतात आणि मळलेल्या वाटा या चाकोरीबद्ध लोकांसाठी असतात.'** याच विश्वासानं वाटचाल करत त्यांनी उद्योगक्षेत्रामध्ये अनेक अस्पर्श उद्योगांमध्ये प्रवेश केला आणि त्यात यश मिळवलं. जगातल्या श्रीमंत लोकांच्या यादीमध्ये सुभाष चंद्रा यांचं नाव ४०७व्या स्थानावर आहे आणि त्यांच्याकडे २.३ अब्ज डॉलर्स एवढी संपत्ती आहे, यावरून त्यांच्या यशस्वितेची कल्पना येऊ शकेल.

सुभाष चंद्रा यांचा जन्म ३० नोव्हेंबर, १९५० या दिवशी हिस्सार, हरयाणा इथल्या आदमपूर मंडी या गावात झाला. मोठेपणी त्यांना इंजिनिअर व्हायचं होतं, पण नियतीला हे मंजूर नसावं, कारण काही कारणानं त्यांना इंटरनंतर शिक्षण सोडावं लागलं.

त्यांची व्यवसायदृष्टी इतकी काही तीक्ष्ण आहे, की एका नजरेतच त्यांना कुठल्याही व्यवसायामध्ये नव्या कल्पना सुचतात. १९८१मध्ये ते एका पॅकेजिंगच्या औद्योगिक प्रदर्शनाला गेले, तेव्हा त्यांच्या मनामध्ये पॅकेजिंगची कंपनी सुरू करण्याचा विचार आला. १९८२मध्ये त्यांनी एस्सेल पॅकेजिंग लिमिटेड (आत्ताचं नाव एस्सेल प्रोपॅक लिमिटेड) ही कंपनी सुरू केली. भारतामध्ये त्यावेळी ॲल्युमिनियमच्या ट्यूब्जची चलती होती. पण भविष्यकाळ ॲल्युमिनियम नव्हे, तर लॅमिनेटेड प्लॅस्टिक ट्यूब्जचा आहे, हे त्यांच्या दूरदृष्टीनं हेरलं. त्यांनी लॅमिनेटेड ट्यूब्ज बनवायला सुरुवात केली. या ट्यूब्ज टूथपेस्ट, औषधं, सौंदर्यप्रसाधनं, अन्नपदार्थ आणि एफ.एम.सी.जी. (दैनंदिन वापराच्या वस्तू बनवण्याचा उद्योग) इत्यादी उद्योगांमध्ये पॅकेजिंगसाठी वापरल्या जायला लागल्या. आज एस्सेल प्रोपॅक ही कंपनी लॅमिनेटेड ट्यूब्ज बनवणारी आशिया खंडातली सर्वांत मोठी, तर जगातली क्रमांक दोनची कंपनी बनली आहे.

परदेशामध्ये ॲम्युझमेंट पार्क्समध्ये फिरताना सुभाष चंद्रा यांना भारतात, आशिया खंडातली सर्वांत मोठी मनोरंजन नगरी उभारण्याची कल्पना सुचली. मग त्यांनी मुंबईच्या वायव्य भागात ६४ एकर जागा घेतली आणि तिथे, १९८८ साली एस्सेल वर्ल्ड उभारलं. १९९८मध्ये त्याला लागून वॉटर किंग्डमही उभं केलं.

सुभाष चंद्रा एकदा आपल्या एका मित्राला भेटायला मुंबईच्या दूरदर्शन केंद्रावर गेले असता, आपण देशातली पहिली खाजगी दूरचित्रवाणी वाहिनी उभारावी, असं

त्यांच्या मनात आलं. त्यावेळी भारतात फक्त दूरदर्शन ही राष्ट्रीय वाहिनी उपलब्ध होती आणि तिच्यावर रटाळ, नीरस कार्यक्रम दाखवले जातात, हे त्यांना माहीत होतं. तेव्हा दुसरा पर्यायच नसल्यामुळे लाखो-करोडो प्रेक्षकांना दूरदर्शन पाहण्याशिवाय गत्यंतर नव्हतं. भारतातल्या मनोरंजन क्षेत्राशी निगडित भल्या-भल्या लोकांनाही तेव्हा २४ तास चालणारी हिंदी भाषिक वाहिनी यशस्वी होईल अशी कल्पनाच नव्हती. जाहिरात आणि विक्री क्षेत्रामधल्या अनेक नामवंत तज्ज्ञांशी सुभाष चंद्रा यांनी याविषयी चर्चा केली, तेव्हा त्यांनी सर्वांनी यामध्ये खूप मोठी जोखीम असल्याचा आणि यशाची खूप कमी शक्यता असल्याचा सल्ला त्यांना दिला. पण सुभाष चंद्रा धोका पत्करण्यास सदैव तयार असतात. टीव्ही वाहिनीच्या प्रसारणासंबंधी कुठलंही तांत्रिक ज्ञान वा अनुभव चंद्रा यांच्याकडे नव्हते, पण त्यांनी २ ऑक्टोबर, १९९२ रोजी झी टीव्ही ही पहिली खाजगी वाहिनी सुरू केली.

झी टीव्ही चॅनल यशस्वी झाल्यानंतर सुभाष चंद्रा यांनी झी न्यूज, ही फक्त बातम्यांना वाहिलेली वाहिनी सुरू केली. त्यानंतर भारतातली पहिली चित्रपट वाहिनी झी सिनेमा, संगीताला वाहिलेली वाहिनी म्युझिक एशिया (आता झी म्युझिक) अशा आणखी वाहिन्या त्यांनी सुरू केल्या. आज कोट्यवधी घरांमध्ये झी नेटवर्कचे कार्यक्रम बघितले जातात. भारतच नव्हे, तर संपूर्ण दक्षिण आशिया, अमेरिका, कॅरिबियन बेटं, युरोप, आफ्रिका, ऑस्ट्रेलिया, आखाती देश आणि न्यूझीलंड, अशा अनेक देशांमध्ये आता झी चे कार्यक्रम पोहोचतात आणि पाहिले जातात. त्याशिवाय, सिटी केबलच्या माध्यमातून चंद्रा यांनी केबल नेटवर्कच्या क्षेत्रातही पाऊल ठेवलं आणि देशभरामध्ये साठ लाख घरांमध्ये आपलं कनेक्शन पोहोचवलं.

प्लेविन इन्फ्रावेस्ट प्रा. लि. या आपल्या कंपनीच्या माध्यमातून सुपरलॉट्टो ऑनलाईन लॉटरीची कल्पनादेखील त्यांनी लोकप्रिय केली.

भारतीय प्रसारमाध्यमांच्या इतिहासात सुभाष चंद्रा यांचं नाव सुवर्णाक्षरांनी लिहिलं जाईल, कारण सॅटेलाईट टेलिव्हिजन चॅनलमध्ये लपलेली अफाट व्यावसायिक क्षमता जोखण्यासाठी त्यांनी मोठीच जोखीम उचलली आणि त्यात ते यशस्वीही ठरले. असं करणारे ते पहिले भारतीय आहेत.

सिल्व्हियो बर्लुस्कोनी (१९३६ -)

सिल्व्हियो बर्लुस्कोनी यांनी इटलीतलं पहिलं खाजगी टीव्ही नेटवर्क, चॅनल-५ सुरू केलं. जगातील सर्वांत श्रीमंत व्यक्तींच्या यादीमध्ये सिल्व्हियो बर्लुस्कोनी ५१व्या स्थानावर आहेत आणि त्यांच्याकडे ११.८ अब्ज डॉलर्स एवढी संपत्ती आहे.

२९ सप्टेंबर, १९३६ रोजी इटलीच्या मिलान या शहरात जन्मलेल्या सिल्व्हियो बर्लुस्कोनी यांचे वडील एका बँकेत कारकून होते. अशा सामान्य कुटुंबातले सिल्व्हियो बर्लुस्कोनी आज जगातल्या सर्वांत श्रीमंत लोकांच्या यादीमध्ये आहेत, ते आपली बुद्धी आणि आपले परिश्रम, यांच्या बळावरच.

बर्लुस्कोनी शाळेत असल्यापासूनच उद्योगासंबंधी विचार करत असायचे. शाळेत ते कठपुतळ्यांचे कार्यक्रम करायचे आणि आपल्या विद्यार्थी-मित्रांकडून प्रवेश-शुल्काचे पैसे घ्यायचे. पैसे घेऊन ते इतर विद्यार्थ्यांचा गृहपाठही करून देत असत. मिलान विद्यापीठात वकिलीचा अभ्यास करताना आपल्या फीचे पैसे मिळवण्याकरता त्यांनी व्हॅक्युम क्लीनर्स विकण्याचं काम केलं आणि फोटोग्राफी करूनही पैसे मिळवले. शिक्षण पूर्ण झाल्यानंतर वडिलांनी त्यांना त्यांच्याच बँकेत नोकरी करण्यास सुचवलं, पण सिल्व्हियो बर्लुस्कोनी यांना नोकरीच्या बंधनात अडकायचं नव्हतं. त्यांना स्वतःचा व्यवसाय सुरू करायचा होता, आपल्या महत्त्वाकांक्षा पुऱ्या करायच्या होत्या आणि आपली स्वप्नं साकारायची होती.

सिल्व्हियो बर्लुस्कोनी यांना जमीन खरेदी-विक्री क्षेत्रामध्ये सोनेरी संधी दिसली आणि आपलं नशीब अजमावण्यासाठी त्यांनी हेच क्षेत्र निवडायचं ठरवलं. १९६२मध्ये त्यांनी आपल्या वडिलांच्या बँकेतून कर्ज घेऊन एडिलनॉर्ड नावाची जमीन खरेदी-विक्री आणि विकसन संस्था स्थापन केली. या कंपनीनं मिलानच्या उत्तर भागात मिलानो-२ या उपनगरामध्ये ४,००० सदनिका बांधल्या. जमिनींच्या व्यवहारांमध्ये भरपूर नफा मिळवल्यानंतर त्यांनी माध्यम-क्षेत्रामध्ये पाऊल टाकलं. १९७५मध्ये त्यांनी फिनइन्व्हेस्ट ही कंपनी स्थापन केली, जी आज इटलीच्या सुमारे निम्म्या चित्रपट उद्योगाला वित्तपुरवठा करते.

१९८०मध्ये सिल्व्हियो बर्लुस्कोनी यांनी चॅनल-५ सुरू केलं. हे इटलीचं पहिलं राष्ट्रीय पातळीवरचं खाजगी टीव्ही नेटवर्क होतं. त्यानंतर १९८२मध्ये इटली-१ आणि १९८४मध्ये नेट-४ अशा दोन वाहिन्याही त्यांनी सुरू केल्या. याच दरम्यान मोंडाडरी- ही ३० नियतकालिकांचं प्रकाशन करणारी आणि इटलीतील सर्वांत मोठी प्रकाशन संस्था त्यांनी विकत घेतली. स्ट्रँडा- ही डिपार्टमेंटल स्टोअर्सची साखळीही त्यांनी सुरू केली. ही साखळी लवकरच इटलीतली सर्वांत मोठी दुकानांची साखळी बनली. मेडियोलेनम या बँकिंग आणि विमा उद्योगसमूहाचे ते मालक आहेत. एवढंच नाही, तर १९९३मध्ये त्यांनी फोर्जा इटॅलिया, हा स्वतंत्र राजकीय पक्षही स्थापन केला आणि दोन वेळा ते इटलीचे पंतप्रधानही झाले. आपली व्यापारविषयक समज आणि नवं काम करण्याचं कौशल्य, यांच्या बळावर सिल्व्हियो बर्लुस्कोनी आज इटलीतील सर्वांत श्रीमंत व्यक्ती बनले आहेत.

जिम क्लार्क (१९४४ -)

जेम्स एच. क्लार्क १९७८ पर्यंत स्टॅनफोर्ड विद्यापीठात प्राध्यापक होते. तिथे नोकरी करत असताना त्यांनी अमेरिकन संरक्षण संशोधन संस्थेकडून अनुदान घेऊन आपल्या विद्यार्थ्यांबरोबर कॉम्प्युटर ग्राफिक्स तंत्रज्ञानामध्ये संशोधन केलं. तीन वर्षांच्या परिश्रमांनंतर त्यांनी एक भूमितीय (जॉमेट्रिक इंजिन) सॉफ्टवेअर तयार केलं, जे त्रिमितीय ग्राफिक्सवर सॉफ्टवेअरद्वारे प्रक्रिया करून ती माहिती कॉम्प्युटरच्या हार्डवेअरपर्यंत पोहोचवत असे. क्लार्क या प्रकारच्या तंत्रज्ञानामुळे भारावलेले होते. आपलं हे सॉफ्टवेअर त्यांनी अनेक मोठ-मोठ्या कंपन्यांना विकण्याचा प्रयत्न केला, पण कुणीही त्यामध्ये रस दाखवला नाही. पण क्लार्क यांना या सॉफ्टवेअरचं भवितव्य इतकं उज्ज्वल दिसत होतं, की त्यांनी त्यासाठी स्वत:च मैदानात उतरण्याचा निर्णय घेतला. आपल्या संशोधन सहकाऱ्यांबरोबर त्यांनी १९८२ साली स्टॅनफोर्ड विद्यापीठातली नोकरी सोडून दिली आणि सिलिकॉन ग्राफिक्स (नंतरची एस.जी.आय.) ही कंपनी स्थापन केली. इथेच त्यांनी आपलं थ्री-डी इंजिन तयार केलं.

एस.जी.आय.च्या संगणकांवर वस्तूंची त्रिमितीय प्रतिमा तयार करून ती सर्व बाजूंनी फिरवून बघता येत असे आणि प्रत्यक्ष त्या वस्तू जसं काम करतील, याचाही आभास निर्माण करता येणं शक्य होतं. एस.जी.आय.च्या ग्राहकांमध्ये नासा, ब्रिटिश एरोस्पेस आणि अमेरिकन सैन्यदल यांचा समावेश आहे. हॉलिवूडच्या चित्रपट उद्योगानं जेव्हा एस.जी.आय.च्या सॉफ्टवेअरमधल्या शक्यता पाहिल्या, तेव्हा ज्युरासिक पार्क, टर्मिनेटर-२ सारख्या चित्रपटांमध्ये स्पेशल इफेक्ट्सकरता त्याचा प्रयोग करण्यात आला. परिणामत: कंपनीनं या दिशेनं झपाट्यानं प्रगती केली आणि १९९४ सालापर्यंत तिचं उत्पन्न २ अब्ज डॉलर्स, एवढं झालं. क्लार्क अफाट श्रीमंत झाले, पण फेब्रुवारी, १९९४मध्ये त्यांनी एस.जी.आय. कंपनी सोडून दिली. त्यांना हे तंत्रज्ञान स्वस्त करून सामान्य ग्राहकांपर्यंत पोहोचवण्याची इच्छा होती, पण त्यांचे इतर भागीदार या गोष्टीला राजी नव्हते.

क्लार्क स्वस्थ बसणाऱ्यांपैकी नसल्यामुळे त्यांनी एक दिवस कंपनीचा राजीनामा दिला आणि त्याच दिवशी एका अत्यंत हुशार प्रोग्रामरला, मार्क अँड्रीसन याला एक ई-मेल पाठवली. अँड्रीसननं त्यावेळी नुकताच एनसीएसए मोझॅक हा ब्राऊझर (इंटरनेटवरची संकेतस्थळं पाहण्यासाठी लागणारं सॉफ्टवेअर) तयार केला होता आणि क्लार्क यांना त्यामध्ये रस होता. हा ब्राऊझर इंटरअॅक्टीव्ह टेलिव्हिजनसाठी उपयुक्त ठरेल, असं अँड्रीसन याला वाटत होतं. ते इंटरनेटचे सुरुवातीचे दिवस होते, पण क्लार्क यांच्या दूरदर्शी नजरेनं ब्राऊझरला इंटरनेटइतकी चांगली बाजारपेठ

दुसरी कोणतीही नसल्याचं बरोबर हेरलं होतं. १९९४मध्ये या दोघांनी मिळून मोझॅक कम्युनिकेशन्स कॉर्पोरेशन ही कंपनी स्थापन केली. जेम्स क्लार्क यांनी त्यात आपले स्वत:चे ६० लाख डॉलर्स गुंतवले होते. नंतर नेटस्केप या नावानं प्रसिद्ध झालेली कंपनी ती हीच.

क्लार्क छोट्या ग्राहकांना आपला नेटस्केप ब्राऊझर फुकट देत होते, पण कंपन्यांकडून मात्र त्यासाठी ते घसघशीत किंमत घेत होते. या चतुर नीतीमुळे १९९६ साल उजाडेतो कंपनीनं ८० टक्के बाजारपेठ काबीज केली होती. ऑगस्ट १९९५मध्ये कंपनीनं आयपीओ बाजारात आणला, तेव्हा कंपनीचं मूल्य जवळजवळ २ अब्ज डॉलर्स एवढं मानलं गेलं. क्लार्क इंटरनेटचे पहिले लक्षाधीश ठरले. मायक्रोसॉफ्ट नसती, तर नेटस्केप आजही इंटरनेटचा सर्वांत लोकप्रिय ब्राऊझर असला असता. इंटरनेटचं भवितव्य ओळखण्यामध्ये मायक्रोसॉफ्टला उशीर झाला खरा, पण एकदा ते लक्षात आल्यावर मात्र त्यांनी आपला इंटरनेट एक्प्लोरर हा ब्राऊझरद्वारे या क्षेत्रामध्ये जोरदार मुसंडी मारली. नेटस्केप मायक्रोसॉफ्टच्या प्रचंड ताकदीशी मुकाबला करू शकले नाही आणि अंतिमत: अमेरिका ऑनलाईननं (एओएल) ही कंपनी विकत घेऊन टाकली. या सौद्यानं क्लार्क आणखीच श्रीमंत बनले.

मात्र, त्यांची उद्योजकता अजूनही संपलेली नव्हती. त्यांनी आरोग्यसेवेशी संबंधित हेल्दियन ही कंपनी सुरू केली. त्यांचा हा तिसरा उद्योगही कोट्यवधींची उलाढाल करणारा ठरला. अशा प्रकारे दोन दशकांच्या कालावधीमध्ये जेम्स ऊर्फ जिम क्लार्क यांनी तीन आत्यंतिक यशस्वी कंपन्या निर्माण करून हेच सिद्ध केलं, की श्रीमंत बनण्याच्या दिशेनं टाकलेलं पहिलं आणि योग्य पाऊल म्हणजे नवं काहीतरी करणं.

जॉर्ज ईस्टमन (१८५४ - १९३२)

जॉर्ज ईस्टमन यांनी छायाचित्रण (फोटोग्राफी) सर्वसामान्य जनतेपर्यंत पोहोचवलं. त्यांनी लावलेल्या शोधापूर्वी ही कला तज्ज्ञ लोकांपुरतीच सीमित होती. फोटो काढण्याकरता तेव्हा एक भलामोठा कॅमेरा आणि काचेच्या अवजड प्लेट्स बरोबर घेऊन फिरावं लागत असे. या काचेच्या प्लेट्सवर प्रतिमा घेतल्यानंतर रसायनांच्या साहाय्यानं ताबडतोब ती कागदावर उतरवावी लागत असे आणि ही सगळी प्रक्रिया अंधारात करावी लागत असे.

फोटोग्राफीमध्ये ईस्टमन यांना रस कसा निर्माण झाला, याचीही एक मजेदार गोष्ट आहे. ईस्टमन २४ वर्षांचे असताना ते एकदा सुट्टीत फिरायला म्हणून सँतो डॉमिंगो इथे चालले होते आणि त्यावेळी त्यांनी हौसेनं फोटोग्राफीचं सगळं सामान

विकत घेतलं. आजकाल २१ इंची कॉम्प्युटर स्क्रीन मिळतो, त्या आकाराचा तो कॅमेरा होता आणि मग त्याला ठेवायला एक स्टँड, काचेच्या प्लेट्स, रसायनं, काचेच्या बाटल्या, काचेच्या प्लेट्सचे होल्डर आणि ज्यामध्ये बसून फोटो डेव्हलप करायचे, तो एक घडीचा तंबू- असा सगळा जामा-निमा होता. एवढा सगळा तो पसारा पाहून ईस्टमन यांनी ते सगळं बरोबर न्यायचा विचार तर सोडून दिलाच, पण आपला प्रवासाचा बेतच रद्द केला. त्याऐवजी त्यांनी फोटोग्राफी सुटसुटीत कशी होईल, या दृष्टीनं प्रयोग करायला सुरुवात केली. लवकरच त्यांनी ओल्या प्लेट्सऐवजी कोरड्या प्लेट्स वापरण्याचा मार्ग शोधून काढला. त्यांचा हा शोध क्रांतिकारी असाच होता, कारण कोरड्या प्लेट्स वापरणं शक्य झाल्यामुळे आता फोटो काढल्यानंतर ते ताबडतोब डेव्हलप करण्याची गरज उरली नव्हती.

या शोधामुळे फोटोग्राफर लोकांचं जीवन जरा सुसह्य झालं, तरी ईस्टमन यांचं स्वप्न अजूनही पूर्ण झालेलं नव्हतं. पेन्सिल ज्या सहजतेनं आपण वापरतो, तितकी त्यांना फोटोग्राफी सहजसाध्य करायची होती, त्यामुळे त्यांनी आपले प्रयोग पुन्हा सुरू केले. त्यांनी काचेच्या प्लेट्सऐवजी एखादी वजनानं हलकी वस्तू वापरता येईल का, याचा शोध सुरू केला. त्यासाठी त्यांनी कागदावर इमल्शनचा थर देऊन तो कागद एका रिळासारखा गुंडाळून कॅमेऱ्यात ठेवला. अशा प्रकारच्या फोटोग्राफिक फिल्मच्या शोधाच्या यशाबाबत त्यांना एवढी खात्री होती, की १८८४मध्ये त्यांनी ईस्टमन ड्राय प्लेट्स अँड फिल्म कंपनी अशी एक कंपनीच काढली.

पारदर्शक फिल्मचा रोल आणि तो ठेवायला कॅमेऱ्यामध्ये सोय, या दोन गोष्टींचा शोध त्यांनी लावला आणि फोटोग्राफी सामान्य माणसाच्या आवाक्यात आली. १८८८मध्ये ईस्टमन यांचा आधुनिक कोडॅक कॅमेरा बाजारात आला आणि तो अल्पावधीत लोकप्रियही झाला. या कॅमेऱ्याच्या जाहिरातीमध्ये ईस्टमन यांनी असा दावा केला होता, की तुम्ही फक्त कॅमेऱ्याची कळ (बटन) दाबा, पुढचं सगळं आम्ही पाहतो. १८९६मध्ये एक लाखावा कोडॅक कॅमेरा तयार झाला. त्या काळी हा कॅमेरा पाच डॉलर्सना मिळत असे, पण ईस्टमन यांना तो आणखी स्वस्त करायचा होता, जेणेकरून लोक सहजपणे कॅमेरा खरेदी करू शकतील. स्वस्त कॅमेऱ्याच्या कल्पनेनं झपाटलेल्या ईस्टमन यांनी १९०० साली ब्राऊनी हा कॅमेरा बाजारात आणला. त्याची किंमत होती एक डॉलर. आता फोटोग्राफी जणू लहान मुलांचा खेळच होऊन गेली होती. कॅमेरा योग्य दिशेनं साधा आणि कळ दाबा, इतकं ते सोपं झालं.

ईस्टमन यांच्या कारकिर्दीमध्ये कोडॅक कंपनी एका कर्मचाऱ्यापासून सुरू होऊन १३,००० कर्मचाऱ्यांपर्यंत मोठी झाली आणि एका छोट्या खोलीपासून सुरू झालेला तिचा प्रवास ९५ इमारतींच्या कोडॅक पार्क वर्क्सपर्यंत येऊन ठेपला.

ईस्टमन लखपती (डॉलर्स) झाले आणि आपल्या मृत्युसमयापर्यंत त्यांनी लाखो डॉलर्स समाजकार्यासाठी खर्च केले. एका जटिल वैज्ञानिक प्रक्रियेला त्यांनी सामान्य माणसासाठीचं एक उपयुक्त उत्पादन बनवून टाकलं, हेच जॉर्ज ईस्टमन यांच्या श्रीमंती आणि लोकप्रियतेचं गमक होतं.

एड्विन हर्बर्ट लँड (१९०९ - १९९१)

एड्विन हर्बर्ट लँड यांनी पोलॅरॉईड कॅमेऱ्याचा शोध लावून तात्काळ (इन्स्टंट) फोटोग्राफीचं दालन लोकांपुढे उघडलं. त्याशिवाय त्यांनी पोलॅरॉईड काळ्या चष्म्यांचा (सनग्लासेस) शोधही लावला. एड्विन लँड यांच्या नावावर तब्बल ५३३ पेटंट्स आहेत आणि शोध लावण्याच्या बाबतीत ते एडिसन यांच्यासारखेच बहुप्रसव होते.

दुसऱ्या महायुद्धाच्या काळात एक दिवस ते आपल्या तीन वर्षांच्या मुलीचे फोटो काढत होते आणि तेव्हा त्यांच्या मुलीनं त्यांना विचारलं की हे फोटो लगेच का दिसत नाहीत? आता, हा प्रश्न बालिशच होता; पण एड्विन मात्र त्यावर गंभीरपणे विचार करायला लागले. एखादा बाप मुलीला थातुर-मातुर उत्तर देऊन मोकळा झाला असता, पण एड्विन लँड भौतिकशास्त्रामध्ये प्रयोग करत असत आणि १९३७ साली त्यांनी आपली पोलॅरॉईड कॉर्पोरेशन ही कंपनीही स्थापन केलेली होती. आपल्या मुलीचा निरागस प्रश्न ऐकून एड्विन प्रयोगाला लागले. आपण शर्ट किंवा कारसारख्या अनेक वस्तू विकत घेतल्यावर ताबडतोब वापरायला सुरुवात करू शकतो, मग फोटोग्राफीच्या बाबतीतच ते का शक्य होत नाही? काढलेले फोटो कसे आले आहेत, हे पाहायला काही आठवडे, महिने का वाट पाहायला लागावी? फोटो धुणे, डेव्हलप करणे यांमध्ये तासन्तास का घालवावे लागतात?

अशा प्रकारे पोलॅरॉईड कॅमेरा बनवण्यासंबंधी प्रयोग करताना लँड यांच्यापुढे मुख्य प्रश्न होता तो एवढ्याशा कॅमेऱ्यामध्ये फोटो धुणं, वाळवणं, डेव्हलप करणं, त्याची पॉझिटिव्ह तयार करणं, मग ती पुन्हा वाळवणं आणि साठ सेकंदांच्या आत त्याची कागदावर प्रिंटही काढणं, एवढं सगळं कसं शक्य होईल, हा. त्यांच्या शास्त्रज्ञ मित्रांनी त्यांना सांगितलं की हे काम अशक्य आहे, त्यामुळे हे तात्काळ फोटोचं वेडगळ स्वप्न त्यांनी विसरून जावं हे उत्तम. पण लँड यांच्या प्रयोगशीलतेनं हे अशक्य कामही शक्य करून दाखवलं.

आपल्या तीन वर्षांच्या लहान मुलीनं जो प्रश्न विचारला, त्याचं उत्तर त्यांनी सहा महिन्यांच्या आतच शोधून काढलं आणि २६ नोव्हेंबर, १९४८ या दिवशी, एका मिनिटात फोटो देणारा पोलॅरॉईड कॅमेरा बोस्टन इथे ९५ डॉलर्स किमतीला

विक्रीसाठी तयार झाला. त्या दिवशी दुकान उघडलं तेव्हापासूनच लोकांनी तो घेण्यासाठी एकच गर्दी केली. तोपर्यंत लँड यांनी फक्त ५६ कॅमेरे तयार करून विक्रीसाठी ठेवले होते, पण ते सगळे काही तासांमध्येच संपले. लँड यांनी त्या कॅमेऱ्यामध्ये अधिकाधिक सुधारणा करत नेल्या. आधी फक्त तपकिरी रंगामध्येच छबी दाखवणारे त्यांचे कॅमेरे, १९५०मध्ये कृष्ण-धवल झाले. नंतर १९६३मध्ये त्यांनी पोलाकलर फिल्म बनवली, ज्या फिल्मवर इन्स्टंट रंगीत फोटो काढता येऊ लागले. १९५६ सालापर्यंत दहा लाख पोलॅरॉईड कॅमेरे विकले गेले होते आणि १९६२ पर्यंत ही संख्या झाली होती चाळीस लाख. १९७२मध्ये लँड यांनी उजेडामध्येही डेव्हलप करता येईल, अशी ड्राय फिल्म तयार केली. १९७७मध्ये पॉलिव्हिजन इन्स्टंट कॅमेरा बाजारात आणला. त्याच वेळी बीटामॅक्स आणि व्ही.एच.एस. व्हिडिओ टेप बाजारामध्ये आले नसते, तर लँड यांचा पॉलिव्हिजन कॅमेराही खूप लोकप्रिय झाला असता. एड्विन हर्बर्ट लँड यांनी व्यवसायामधून निवृत्ती घेतली, तेव्हा आपल्या ५३३ पेटंट्सच्या बळावर ते अब्जाधीश झाले होते.

एन्रो रूबिक (१९४४ -)

हंगेरीची राजधानी बुडापेस्ट इथे जन्मलेल्या एन्रो रूबिक यांच्या डोक्यामध्ये एक दिवस अचानक अशीच एक कल्पना आली आणि त्यांनी एक खेळणं तयार केलं. हे खेळणं म्हणजे ५४ विविधरंगी क्यूब्ज एकत्र जोडून केलेलं एक मोठं क्यूब होतं. या क्यूबचं वैशिष्ट्य म्हणजे त्यातले सगळे छोटे क्यूब्ज फिरवता येत असत आणि त्यामुळे प्रत्येक बाजूच्या रंगाचं संयोजन बदलत असे. यातली कसोटी म्हणजे सगळे क्यूब्ज फिरवून मोठ्या क्यूबच्या प्रत्येक बाजूला एकच रंग दिसेल अशी स्थिती आणणं. हे क्यूब मॅजिक क्यूब किंवा रूबिक्स क्यूब म्हणून प्रसिद्ध झालं.

खुद्द रूबिक यांनी जेव्हा हे क्यूब बनवलं आणि ते फिरवून विविधरंगी छोटे क्यूब्ज एकत्र आणले, तेव्हा पुन्हा त्यांच्यामध्ये संगती आणणं त्यांना जमलंच नाही. 'एका बाजूला एक रंग अशी स्थिती आणण्याचा प्रयत्न मी केला, तेव्हा मला अचानक त्यातलं आव्हान दिसलं. हे काम सोपं नाही, हे माझ्या लगेच लक्षात आलं,' ते नंतर एकदा म्हणाले होते. अखेर एक महिनाभर प्रयत्न केल्यानंतर त्यांनी त्यातली क्लृप्ती शोधली आणि तडक पेटंट ऑफिस गाठलं. १९७७मध्ये त्यांना त्याचं पेटंट मिळालं आणि मग असे क्यूब्ज तयार व्हायला लागले. सुरुवातीला व्यवसाय मंद गतीनंच चालला होता, पण हंगेरीमधले एक व्यावसायिक टिबर लेक्झी, यांच्या नजरेला ते पडलं. एका कॉफी शॉपमधल्या वेटरला त्याच्याशी

खेळताना पाहून टिबर खूप प्रभावित झाले आणि दुसऱ्याच दिवशी त्यांनी रूबिकना गाठलं. रूबिक यांच्याकडून त्यांनी पाश्चिमात्त्य देशांमध्ये हे क्यूब्ज विकण्याचे हक्क मिळवले.

लेव्झी यांनी १९७९मध्ये रूबिक्स क्यूब न्युरेम्बर्गच्या खेळण्यांच्या प्रदर्शनामध्ये ठेवलं. तिथे ब्रिटिश खेळणीतज्ज्ञ टॉम क्रेमर यांना हे खेळणं खूप आवडलं. त्यांनी आयडियल टॉय कॉर्पोरेशनसमोर हे क्यूब्ज विकत घेण्याचा प्रस्ताव ठेवला आणि दहा लाख क्यूब्जची मागणीही नोंदवून टाकली. त्यानंतर १९८०मध्ये हे क्यूब्ज लंडन, पॅरिस, न्युरेम्बर्ग आणि न्यूयॉर्क इथल्या प्रदर्शनांमध्ये ठेवण्यात आले. रूबिक क्यूब्ज तात्काळ लोकप्रिय झाले आणि धडाधड त्याच्या मागण्या येऊ लागल्या. पण एवढ्या प्रचंड संख्येनं ते क्यूब्ज ताबडतोब बनवणं अशक्यच होतं. या सगळ्या मागण्या पूर्ण करण्यासाठी लगोलग कारखानेच सुरू करावे लागले. रूबिक्स क्यूब इतकं लोकप्रिय झालं, की १९८२मध्ये ऑक्सफर्ड इंग्लिश डिक्शनरीमध्ये त्याचा समावेश करण्यात आला. या अफाट मागणीमुळे नकली क्युब्जही बाजारामध्ये मिळायला लागले, ज्यामुळे मूळ रूबिक्स क्यूबचं उत्पादन खूप कमी झालं, पण तोवर रूबिक लक्षाधीश झालेले होते.

एक डिझाईन शिकवणारा प्राध्यापक म्हणून महिना १५० डॉलर्सवर काम करणाऱ्या रूबिक यांनी ५० कोटी लोकांचं डोकं फिरवून अफाट संपत्ती मिळवली. इतर खेळण्यासारखं हे खेळणं ना बोलत होतं, ना शिट्टी वाजवत होतं, ना गोळ्या झाडत होतं. त्याला बॅटरीचीदेखील गरज नव्हती. पण तरीही जगांतलं सगळ्यात वेगानं विकलं जाणारं हे खेळणं बहुधा जगाच्या इतिहासातलं सर्वांत लोकप्रिय, बुद्धीला चालना देणारं खेळणं असावं. पाच वर्षांचं लहान मूल ते गणिताचे विद्वान प्राध्यापक, असे सगळेच या खेळण्यामध्ये गुंग होऊन जात असत. या खेळण्यावर पुस्तकंही लिहिली जायला लागली. आजवर बारा भाषांमध्ये शंभराहून अधिक पुस्तकं रूबिक्स क्यूबवर लिहिली गेली आहेत. आजही अनेक वेबसाइट्सवर या खेळण्याचं कोडं सोडवण्याची कृती उपलब्ध आहे. या एकाच शोधामुळे रूबिक हंगेरीत खूप प्रसिद्ध झाले आणि त्या देशातले सर्वांत श्रीमंत व्यक्ती बनले.

ह्यू हेफनर (१९२६ -)

ह्यू हेफनर यांचा जन्म ९ एप्रिल, १९२६ रोजी झाला. मोठेपणी एस्क्वायर या मासिकासाठी कॉपीरायटिंगचं काम करत असताना एक दिवस, ज्यामध्ये नग्न छायाचित्रं असतील आणि चमचमीत बातम्या असतील, असं एक सेक्सविषयक मासिक काढावं अशी कल्पना त्यांच्या डोक्यात आली.

१९५३ साली मग त्यांनी एका बँकेकडून ६०० डॉलर्सचं कर्ज घेतलं, आपले कुटुंबीय आणि मित्रांकडून आणखी ८,००० डॉलर्स उधार घेतले आणि प्लेबॉय मासिकाचा पहिला अंक प्रकाशित केला. आत्ताच्या या अतिप्रसिद्ध मासिकाचा पहिला अंक हेफनर यांनी आपल्या स्वयंपाकघरातल्या टेबलापाशी बसून तयार केला होता. या अंकामध्ये मर्लिन मन्रोचा एक सुंदर कॅलेंडर फोटो होता. हा पहिला अंक बाजारामध्ये आणताना आपलं हे क्रांतिकारी मासिक किती लोकप्रिय होईल, याचा हेफनर यांना मुळीसुद्धा अंदाज नव्हता. एवढंच नव्हे, तर दुसरा अंक आपण काढू शकू की नाही, आणि काढला तर केव्हा काढू हेही त्यांना माहीत नव्हतं, त्यामुळे त्यांनी पहिल्या अंकावर तारीखच छापली नाही. त्यामुळे पहिल्या अंकाच्या सगळ्या ५०,००० प्रती खपल्या तेव्हा त्यांना आश्चर्याचा एक सुखद धक्काच बसला होता. त्या दशकामध्ये, म्हणजेच १९६० सालापर्यंत त्यांचं हे मासिक अफाट लोकप्रिय झालं. याचं मुख्य कारण म्हणजे नग्नावस्थेतल्या स्त्रियांच्या प्रतिमा या मासिकानं बेडरूमबाहेर आणून थेट कॉफी-टेबलावर प्रस्थापित केल्या आणि सामाजिक जीवनामध्ये एक क्रांतीच घडवून आणली. आपल्या यशाबद्दल स्वत: हेफनर म्हणतात, 'मला खरं तर क्रांती वगैरे करायची नव्हती. मला फक्त पुरुषांसाठीचं एक मासिक काढायचं होतं, ज्यात सेक्सचाही अंतर्भाव असेल.' मात्र हा विचार चांगलाच क्रांतिकारी ठरला आणि त्याचं कारण म्हणजे आपला समाज तेव्हा खूपच दडपलेला असा होता.

स्त्रियांची अर्धनग्न आणि संपूर्ण नग्न छायाचित्रं, तसंच सनसनाटी माजवणारे लेख, यांच्या बळावर ह्यू हेफनर यांनी वाचकांचं मन जिंकून घेतलं. १९७०च्या दशकामध्ये मासिकाचं उत्पन्न ६० लाख डॉलर्स झालं. काही काळातच हेफनर यांनी एक खाजगी जेट विमान आणि शिकागोच्या गोल्ड कोस्ट किनाऱ्यावर थोड्या-थोडक्या नव्हे, तर सत्तर खोल्यांचा प्लेबॉय महाल खरेदी करण्याइतपत संपत्ती कमावली.

एक संधी दिसताच हेफनर यांनी तिचा पुरेपूर उपयोग केला आणि त्या कल्पनेचं एका कोट्यवधी डॉलर्सच्या व्यवसायामध्ये रूपांतर केलं. १९५३ साली सुरू झालेल्या प्लेबॉय मासिकाचा खप जानेवारी १९५६पर्यंत पाच लाख आणि १९५९पर्यंत तब्बल दहा लाख प्रतींपर्यंत जाऊन पोहोचला. २००२ साली प्लेबॉयचा खप ३१ लाख झाला. खपामधल्या या विक्रमी वाढीमुळे हेफनर यांची खाजगी मालमत्ता २० कोटी डॉलर्स झाली. आपल्या उधळ्या स्वभावाला त्यांनी थोडा आवर घातला असता, तर ते यापेक्षाही जास्त श्रीमंत असले असते. १९८२मध्ये आपली मुलगी बेट्टी क्रिस्ती हिच्या हाती जेव्हा त्यांनी आपला व्यवसाय सोपवला, तेव्हा प्लेबॉय फक्त एक मासिक न राहता, तो एक प्रचंड

मोठा उद्योग होऊन बसला होता. त्यामध्ये अनेक मासिकं, केबल टीव्ही, व्हिडिओ आणि तयार कपड्यांचा व्यवसाय अशा अनेक गोष्टींचा समावेश झाला होता.

बाजारपेठेची गरज हेफनर यांनी ओळखली आणि विरोधाची, टीकेची पर्वा न करता ती गरज पूर्ण केली. त्यामुळेच ते श्रीमंतही झाले आणि प्रसिद्धही. हेफनर यांचं हे बंड चागलंच यशस्वी ठरलं, कारण त्या काळात लोकांना सेक्ससह सगळ्याच क्षेत्रांमध्ये स्वातंत्र्य हवं होतं. आपल्या मासिकांमध्ये नग्न स्त्रियांची छायाचित्रं आणि लैंगिक संबंधावरचे लेख छापून हेफनर यांनी पुरुषांच्या स्वप्नांची पूर्तता केली. उत्तम प्रतीचा गुळगुळीत कागद आणि रंगीत छायाचित्रांमुळे प्लेबॉय ताबडतोब आणि अफाट लोकप्रिय झालं आणि हेफनर पैशांच्या राशीमध्ये लोळायला लागले.

सायरस मॅक्कॉर्मिक (१८०९ - १८८४)

साधे-सुधे शोध लावून श्रीमंत होता येत नाही, असं जर कुणाला वाटत असेल, तर त्यानं सायरस मॅक्कॉर्मिक यांच्याबद्दल ऐकलेलं नसावं. सायरस मॅक्कॉर्मिक पिकांची कापणी करण्याच्या यंत्रासारखा (रीपर) एक साधाच शोध लावून श्रीमंत बनले. एकोणिसाव्या शतकात त्यांच्या कापणीयंत्रानं कृषिक्षेत्रामध्ये एक क्रांतीच घडवून आणली. सायरस मॅक्कॉर्मिक यांच्या आधीदेखील अनेकांनी या प्रकारचं यंत्र तयार करण्याचे प्रयत्न केले होते, पण सायरस मॅक्कॉर्मिक यांनी हे यंत्र आंतरराष्ट्रीय बाजारपेठेमध्ये विकण्याची आणि ते लोकप्रिय करण्याची एक यशस्वी प्रणाली तयार केली.

१८४०च्या दशकामध्ये सायरस आपलं यंत्र घेऊन संपूर्ण अमेरिकेत फिरले. या यंत्रानं पिकांची कापणी स्वत:च्या डोळ्यांनी पाहिल्यानंतरच शेतकऱ्यांना त्याच्या उपयुक्ततेबद्दल खात्री पटेल, हा त्यांचा यामागे उद्देश होता. नंतर अनेक कंपन्यांनी ज्यांची नक्कल केली, अशी अनेक विक्री तंत्रं सायरस मॅक्कॉर्मिक यांनी पहिल्यांदा वापरली. **मोफत चाचणी, वस्तू पसंत न पडल्यास पैसे परत करण्याची हमी, यंत्र हप्त्यांवर विकत देणं आणि आपल्या यंत्राची किंमत कमी-जास्त न करणं अशा अनेक गोष्टी त्यांनी केल्या.**

फ्रँचायझी किंवा विशेषाधिकार देण्याची लायसेंन्सिंग पद्धतही त्यांनी सुरू केली. त्या काळी यंत्राची डागडुजी आणि त्यासाठी येणारा खर्च, यांचा विचार करून सायरस मॅक्कॉर्मिक यांनी देशभरातल्या अनेक कारखानदारांना आपलं यंत्र बनवण्याचे परवाने देऊन टाकले. विकल्या जाणाऱ्या प्रत्येक यंत्रामागे हे कारखानदार सायरस मॅक्कॉर्मिक यांना २० डॉलर्स देत असत. त्यांचं कापणीयंत्र इतकं

लोकप्रिय झालं, की १८६०मध्ये अमेरिकेत गव्हाच्या एकूण उत्पादनापैकी सत्तर टक्क्यांहूनही जास्त गहू सायरस मॅक्कॉर्मिक यांच्या यंत्राच्या साहाय्यानं कापणी केलेला होता. इथे उल्लेखनीय बाब म्हणजे, १८५०च्या दशकात अमेरिकेतलं गव्हाचं उत्पादन सत्तर टक्क्यांनी वाढलं होतं. या कृषी-क्रांतीनं सायरस मॅक्कॉर्मिक यांना लक्षाधीश आणि प्रसिद्ध करून टाकलं.

१८६१मध्ये सुरू झालेल्या यादवी युद्धाच्या काळात अमेरिकेमध्ये यंत्रांची विक्री कमी झाली, तेव्हा सायरस मॅक्कॉर्मिक यांनी युरोपात त्यांचा प्रचार आणि प्रसार सुरू केला होता. १८७० साल उजाडेपर्यंत यंत्रांचा खप १०,००० वर जाऊन पोहोचला होता. १८३१मध्ये सायरस मॅक्कॉर्मिक यांनी जेव्हा या यंत्राचा शोध लावला होता, तेव्हा अमेरिकेत ऐंशी टक्के मजूर शेतमजुरी करत असत. त्यानंतर बरोबर शंभर वर्षांनी, म्हणजे १९३० साली, शेतमजुरीकरता फक्त दोन टक्के मजुरांची गरज उरली. या सगळ्या यांत्रिकीकरणाचं खूप मोठं श्रेय सायरस मॅक्कॉर्मिक आणि त्यांचं कापणीयंत्र यांना जातं. सायरस मॅक्कॉर्मिक यांच्या शोधाचा, शेतीकामाकरता लागणाऱ्या लोकांची संख्या कमी होणं आणि पर्यायानं औद्यगिक क्रांती अधिक वेगानं होत जाणं, हा एक अप्रत्यक्ष परिणाम म्हणावा लागेल.

चार्ल्स मेरिल (१८८५ - १९५६)

चार्ल्स मेरिल यांनी गुंतवणुकीच्या क्षेत्रामध्ये आमूलाग्र बदल घडवून आणला. त्यांनी मध्यमवर्गाला शेअरबाजाराकडे आकर्षित केलं, ज्यामुळे म्युच्युअल फंड योजना यशस्वी आणि लोकप्रिय झाल्या. आज म्युच्युअल फंडाशिवाय शेअरबाजाराची आपण कल्पनादेखील करू शकत नाही, पण एक काळ असा होता की सामान्य मनुष्य जाऊन शेअर खरेदी करू शकत नव्हता आणि त्यात त्याला मदत करणारे म्युच्युअल फंडदेखील नव्हते.

विसाव्या शतकाच्या सुरुवातीला काही मूठभर लोकच औद्योगिक क्रांतीच्या लाटेमध्ये गुंतवणूक-संधींचा लाभ उठवू शकत होते. सामान्य जनतेला या गोष्टीचं ज्ञानही नव्हतं आणि संधीही. या जनतेलाही शेअरबाजारातल्या सुवर्णसंधींचा लाभ घेता यावा, असा विचार चार्ल्स मेरिल यांनी केला. मग त्यांनी जानेवारी १९१४मध्ये आपली स्वत:ची कंपनी स्थापन केली आणि त्याच वर्षी जुलै महिन्यात त्यांचे मित्र एडमंड लिंच त्यांना येऊन मिळाले. आता कंपनी मेरिल, लिंच अँड कंपनी बनली. मेरिल लिंच यांची दुकानांच्या साखळीच्या संकल्पनेवर श्रद्धा होती आणि अमेरिकन जनतेच्या खरेदी-व्यवहारांचं भविष्य यामध्येच आहे, असा त्यांचा विश्वास होता. मग

त्यांनी अशा साखळ्यांचे समभाग सामान्य जनतेपर्यंत पोहोचवण्याचा विडा उचलला.

१९२९मध्ये जागतिक मंदी आली आणि अमेरिकेतला शेअरबाजार कोसळला. मात्र मेरिल लिंच कंपनीला याची काहीही झळ पोहोचली नाही, कारण त्यांनी वर्षभर अगोदरच आपल्या ग्राहकांना या संभाव्य धोक्याची माहिती देऊन शेअरबाजारातून बाहेर पडण्याचा सल्ला दिला होता. ही मंदी दीर्घ काळपर्यंत चालेल असा मेरिल यांचा अभ्यासपूर्ण निष्कर्ष होता, त्यामुळे त्यांनी आपल्या सगळ्या ग्राहकांची खाती दुसऱ्या दलालाच्या हवाली केली आणि ते पूर्ण वेळ आपल्या किरकोळ विक्री दुकानांच्या साखळीला देऊ लागले.

मंदी ओसरल्यानंतर मेरिल पुन्हा एकदा शेअरबाजाराकडे वळले आणि यावेळेला आणखी एक नवी कंपनी स्थापून शेअर्स सामान्य लोकांपर्यंत पोहोचवण्याचं काम करू लागले. त्या काळातल्या मोठ्या दलाली कंपन्या छोट्या गुंतवणुकदारांमध्ये फारसा रस दाखवत नसत, कारण त्यामुळे त्यांना शेअर खरेदी-विक्रीचं काम आणि खर्च जास्त करावा लागत असे. पण कमी गुंतवणूक-क्षमता असलेल्या लोकांचे व्यवहार सांभाळून नफा मिळवता येतो, याबद्दल मेरिलना खात्री होती. जास्त सामान कमी नफ्यावर विकलं तरी भरपूर नफा मिळतो, हे तत्त्व त्यांना त्यांच्या किरकोळ विक्री धंद्यामुळे अनुभवाला आलं होतं. तेच तत्त्व त्यांनी शेअरबाजारातही अमलात आणलं आणि आपला भागीदार लिंच याच्या मृत्यूनंतर अनेक लहान शहरांमध्ये आपली ऑफिसं उघडली. लोक बिस्किटं वा वेफर्सइतक्याच सहजतेनं शेअर्सही खरेदी करू शकतील, इतके ते लोकप्रिय व्हावेत, असा मेरिल यांचा प्रयत्न होता. आज त्यांचं हे स्वप्न प्रत्यक्षात उतरलं आहे.

ही एका आर्थिक क्रांतीची जणू सुरुवातच होती. मेरिल यांनी आपला खर्च कमी करण्यावर भर दिला. त्यांचा व्यवसाय जास्त करून टेलिफोनवरून होत असे, त्यामुळे भव्य आणि महागड्या जागेऐवजी त्यांनी आपलं ऑफिस एका लहान आणि स्वस्त जागेत थाटलं आणि देशभर आपल्या शाखा उघडल्या. आपल्या एजंट्सना ते कमिशनऐवजी पगार देत असत, जेणेकरून हे लोक फक्त आपल्या कमिशनच्या आशेनं वाटेल ते शेअर्स आपल्या गळ्यात मारत नाहीत असा विश्वास लोकांना वाटावा. आपल्या कंपनीची त्यांनी जाहिरातही खूप केली आणि लोकांना शेअरबाजाराकडे खेचण्याकरता प्रचार मोहिमाही चालवल्या.

१९४७ साल उजाडेतो मेरिल लिंच कंपनी अमेरिकेतली सर्वांत मोठी किरकोळ शेअर विक्री कंपनी बनली आणि ६२ लाख डॉलर्सच्या विक्रीसह सगळ्यात अग्रेसर राहिली. १९५४मध्ये त्यांनी मासिक गुंतवणूक योजना सुरू केली, जिच्यात कमी उत्पन्न असणारे लोक हप्त्यांवर गुंतवणूक करू शकत. तत्पूर्वी १९४४मध्ये हृदयविकाराचा झटका आल्यामुळे मेरिल यांना कंपनीच्या कामकाजातल्या सक्रिय

सहभागापासून दूर होणं भाग पडलं होतं. पण ते फोनवरून आपल्या लोकांना मार्गदर्शन करत असत. १९५६ साली मेरिल यांचं निधन झालं, तोवर त्यांनी तब्बल वीस लाख अमेरिकनांना समभागधारक बनवलं होतं.

शेअरबाजारातील व्यवहारांना चार्ल्स मेरिल यांनी वॉल स्ट्रीटच्या बंद दरवाजांमागून काढून रस्त्यावर आणलं. शेअर्स सहज उपलब्ध व्हायला लागले, तर सामान्य जनताही ते नक्कीच खरेदी करायला लागेल, असा त्यांना ठाम विश्वास होता. अशा प्रकारे शेअर खरेदी-विक्री सामान्य जनतेपर्यंत पोहोचवून ते अमेरिकेतील सगळ्यात मोठे शेअरब्रोकर बनले. कंपन्यांच्या समभागांची मालकी आणि भांडवलवादाचे फायदे सामान्य लोकांपर्यंत पोहोचवणारी शेअर-दलालीची पहिली साखळी म्हणजे मेरिल लिंच.

लेवाय स्ट्रॉस (१८२९ - १९०२)

आज जीन्सची (पँटची) खूप फॅशन आहे, पण त्या लोकप्रिय करण्याचं श्रेय लेवाय स्ट्रॉस यांना जातं, हे फार कमी जणांना माहीत आहे. जीन्सचे जनक लेवाय स्ट्रॉस सॅन फ्रान्सिस्कोमध्ये अनेकविध वस्तूंचं दुकान चालवत असत. त्यांच्या दुकानाच्या जवळच काही चांदीच्या खाणी होत्या. त्या खाणींमध्ये काम करणारे खाणकामगार त्यांच्या पँटचे खिसे वारंवार फाटत असल्यामुळे वैतागले होते. हे कामगार चांदीचे तुकडे शोधून खिशात भरत असत आणि मग ते नेऊन एका ठिकाणी जमा करत असत. या सततच्या वापरामुळे आणि चांदीच्या तुकड्यांच्या अणकुचीदार टोकांमुळे त्यांच्या खिशांना लवकरच भोकं पडत असत आणि खिसे फाटत असत. ही एक नेहमीचीच समस्या होती. एकदा एक खाणकामगार-अल्कली आईक यानं आपली ही समस्या जेकब डेव्हिस या शिंप्याला सांगितली आणि यासंदर्भामध्ये काही मदत करता येईल का असं विचारलं. जेकबच्या डोक्यात अचानक एक कल्पना आली आणि त्यानं तांब्याच्या खिळ्यांच्या साहाय्यानं (रिव्हेट्स) अल्कलीच्या पँटचा खिसा चारी बाजूंनी पक्का करून टाकला. काही दिवसांनी आपली समस्या सुटली म्हणून अल्कली जेकबला धन्यवाद देण्यासाठी आला.

तेव्हा जेकबच्या मनात आलं, की याचा अर्थ याच प्रकारे सगळ्याच खाणकामगारांची समस्या दूर होऊ शकते. आपला हा शोध खूप महत्त्वाचा ठरू शकतो, याचं पेटंट नोंदवलं पाहिजे हे जेकबच्या लक्षात आलं. पण पेटंटची फी तेव्हा होती ६८ डॉलर्स आणि जेकबकडे एवढे पैसे नव्हते. त्याची बायको त्याच्या नाना उद्योगांमुळे आधीच जेरीला आली होती त्यामुळे तिनं त्याला साफ बजावलं की असल्या फालतू गोष्टीचं

पेटंट घेण्यामध्ये ती त्याला जवळचे पैसे उडवू देणार नाही. पण आपल्या या कल्पनेमध्ये काय ताकद आहे, हे जेकबनं ओळखलं होतं म्हणून मग तो लेवाय स्ट्रॉस यांच्याकडे गेला. त्यांच्याकडून तो नेहमी आपल्या शिवणकामाला लागणारं सामान उधारीवर नेत असे. आपलं हे नवं डिझाईन लोकप्रिय ठरू शकतं आणि याचं पेटंट घेतलं, तर आपल्याला यात खूप फायदा होईल, असं जेकबनं लेवाय स्ट्रॉसना समजावून सांगितलं. लेवाय स्ट्रॉस जर पेटंटची फी भरायला तयार असतील, तर त्या पेटंटची अर्धी मालकी त्यांना देण्याचा प्रस्ताव जेकबनं त्यांच्यासमोर ठेवला. लेवाय स्ट्रॉस यांनी क्षणार्धात या शोधाचं महत्त्व ताडलं आणि जेकबचा प्रस्ताव आनंदानं स्वीकारला.

मग लेवाय स्ट्रॉस आणि जेकब डेव्हिस या दोघांनी पेटंट अर्ज देऊन टाकला. मात्र पेटंट मिळायला जसजसा उशीर होत गेला, तसतसा जेकब बेचैन होत गेला आणि त्यानं आपली अर्धी मालकीदेखील लेवाय स्ट्रॉस यांना विकून टाकली. लेवाय स्ट्रॉस यांच्यासाठी हे म्हणजे सोन्याहून पिवळं, असं झालं. आता ते या नव्या शोधाचे संपूर्ण मालक झाले होते, जो त्यांनी नाही तर जेकब डेव्हिसनं लावलेला होता. अर्ज दाखल केल्यानंतर साधारण दहा महिन्यांनी, म्हणजेच २० मे, १८७३ या दिवशी अखेर स्ट्रॉस यांच्या हातात ते पेटंट पडलं. पेटंट मिळताच त्यांनी मोठ्या प्रमाणावर जीन्सचं उत्पादन सुरू केलं. या पँट्सची त्यांनी भरपूर जाहिरातही केली आणि २२ सेंट्समध्ये त्या विकू लागले. आपल्या जाहिरातींमध्ये, जीन्स खास करून शेतकरी, मेकॅनिक, खाणकामगार आणि इतर कामगारांसाठीच बनवल्या असल्याचं ते सांगत. पँटच्या मजबूतपणाबद्दल हमी देताना त्यांनी पँट फाटल्यास नवी जीन्स मोफत देऊ केली. जीन्स ओढणारे दोन तगडे घोडे, हा लेवाय स्ट्रॉस जीन्सचा ट्रेड मार्क बनला.

लेवाय स्ट्रॉस जीन्स तात्काळ लोकप्रिय झाल्या. पेटंट नावावर असल्यामुळे पुढची वीस वर्षं रिव्हेट लावलेले खिसे ठेवण्याच्या पद्धतीवर लेवाय स्ट्रॉस यांचा एकाधिकार असणार होता. या पँट्सची मागणी एवढी वाढली, की लेवाय स्ट्रॉस यांना त्या बनवण्याकरता नवे कारखाने उभे करावे लागले. १८९० साली त्यांनी लेवाय स्ट्रॉस अँड कंपनीची स्थापना केली. जीन्समुळे लेवाय स्ट्रॉस एवढे श्रीमंत झाले, की आपल्या मृत्युसमयी त्यांनी साठ लाख डॉलर्सची संपत्ती मागे ठेवली होती.

जेकब डेव्हिसनं पँटचे खिसे पक्के करण्याचं तंत्र लेवाय स्ट्रॉस यांना घरबसल्या सांगितल्यामुळे ते नशीबवान होते हे खरं, पण त्यात दडलेली संधी लगेच ओळखण्याइतकी बुद्धी त्यांच्याकडे होती आणि त्यांनी जीन्स बनवण्याचं काम मोठ्या प्रमाणावर केलं, याचं श्रेय त्यांना द्यायला हवं. या नव्या तंत्राचा उपयोग

लेवाय स्ट्रॉस यांनी इतका सूज्ञपणे केला, की आज सबंध जगामध्ये जीन्स हा आवडीचा पोषाख बनला आहे.

रूथ हँड्लर (१९१६ - २००२)

रूथ हँड्लर यांना प्रचंड पैसा आणि प्रसिद्धी मिळवून दिली ती त्यांच्या बार्बी डॉलनं. सन २०००पर्यंत एक अब्ज बार्बी बाहुल्या विकल्या गेल्या होत्या आणि या उद्योगाचं वार्षिक उत्पन्न २ अब्ज डॉलर्स एवढं झालं होतं.

अशी ही बार्बी डॉल अचानक उत्पन्न झाली नव्हती. ती बनवण्याकरता आणि विकण्याकरता रूथ हँड्लर यांना खूपच कष्ट करावे लागले होते. रूथ हँड्लर यांचे पती इलियट यांनी आपल्या हेरॉल्ड मॅट्सन नावाच्या मित्राबरोबर मिळून मॅटेल नावाची खेळण्यांची कंपनी काढली होती आणि बंदुका इत्यादी खेळणी बनवून ते विकत होते. एक दिवस रूथ यांनी आपली मुलगी बार्बरा हिला एका कागदी बाहुलीशी खेळताना पाहिलं आणि त्यांच्या डोक्यात आलं की उभार छातीच्या आणि आकर्षक बांध्याच्या तरुण युवतीच्या आकाराच्या बाहुल्या का बनवू नयेत? आपण मोठ्या झाल्यावर कसं दिसायला हवं, यासंबंधी कल्पना करणं हा मुलींचा एक आवडीचा छंद असतो, हे रूथ यांना स्वानुभवावरून माहीत होतं. त्यांनी ताबडतोब अशी एक बाहुली तयार करायचं ठरवलं. ही बाहुली लहान मुलगी नव्हे तर एका तरुण युवतीसारखी दिसेल, असं त्यांनी ठरवलं. तयार केलेली एक बाहुली घेऊन रूथ जेव्हा मॅटेल कॉर्पोरेशन, म्हणजे त्यांच्या पतीच्याच कंपनीमध्ये गेल्या, तेव्हा संचालक मंडळानं त्यांचा प्रस्ताव नामंजूर केला. मंडळाच्या दृष्टीनं या कल्पनेमध्ये दोन मुख्य दोष होते. एक तर हा प्रयोग खूप खर्चीक असेल आणि दुसरं म्हणजे अशा वयानं मोठ्या बाहुल्या फारशा लोकप्रिय होणार नाहीत.

पण कंपनीच्या संचालक मंडळाच्या नकारानं रूथ हँड्लर यांनी हार मानली नाही. त्यांना आपल्या या कल्पनेच्या यशस्वितेबद्दल खात्री होती. त्यानंतर काही काळानं रूथ जेव्हा युरोप सफरीवर गेल्या होत्या, तेव्हा त्यांनी तिथून लिली नावाची एक बाहुली आणली. जर्मनीमधील एका व्यंगचित्रमालिकेतील (कार्टून स्ट्रिप) खलनायिकेच्या वर्णनानुरूप ही बाहुली बनवलेली होती. आल्यानंतर रूथ हँड्लर यांनी लिलीसारखीच दिसणारी बाहुली बनवली आणि एका डिझायनरकडून तिच्यासाठी खास कपडेदेखील शिवून घेतले. अशा प्रकारे बार्बी डॉल तयार झाली. रूथ यांची मुलगी बार्बरा हिचं घरातलं नाव बार्बी होतं, तेच नाव त्यांनी आपल्या बाहुलीला देऊन टाकलं. त्यानंतर पुन्हा एकदा त्या मॅटेल कॉर्पोरेशनकडे गेल्या आणि यावेळी मात्र त्यांच्या आग्रहापुढे संचालक मंडळ झुकलं आणि त्यांनी या प्रकारच्या

बाहुल्यांच्या निर्मितीला होकार दिला.

१९५९ साली न्यूयॉर्कच्या खेळणी प्रदर्शनात बार्बी डॉल पहिल्यांदा जगासमोर आली. मुली बार्बीला पाहून इतक्या वेड्या झाल्या, की त्यानंतर जगभर एक मोठाच हंगामा झाला. ३,५१,०००वी बार्बी ज्या दिवशी विकली गेली, तेव्हा तीन डॉलर्स किमतीच्या या बाहुलीनं विक्रीचा एक नवाच उच्चांक कायम केला. त्यानंतर आजतागायत या बाहुलीची लोकप्रियता ओसरलेली नाही. एक अब्जाहून जास्त संख्येनं बार्बी विकल्या गेल्या आहेत आणि खेळण्यांच्या इतिहासात बार्बी सर्वांत जास्त यशस्वी ठरली आहे. खुद्द अमेरिकेत तर बार्बी एवढी यशस्वी ठरली, की १९७६मध्ये जेव्हा अमेरिकेचं टाइम कॅपसूल तयार झालं (एका विशिष्ट कालखंडातील प्रगतीची नोंद), तेव्हा त्यामध्ये बार्बी अलगद जाऊन बसली. रूथ हँड्लर यांनी मुलींचं स्वप्नच जणू साकार केलं होतं. त्यांनी बार्बीला अमेरिकन नवयौवनांचं प्रतीक बनवून टाकलं. लहान मुलींना भविष्याची स्वप्नं दाखवणारी बार्बी आत्तापर्यंत डॉक्टर, अंतराळवीर, व्यावसायिक स्त्री (बिझनेस वूमन), पोलीस ऑफिसर, युनिसेफची कार्यकर्ती आणि खेळाडूच्या स्वरूपात उपलब्ध करून देण्यात आलेली आहे.

किशोरावस्थेतील अमेरिकन नवयुवतींच्या फॅशनची मॉडेल म्हणून बार्बीनं धूम माजवली. २००३ साली बार्बीचं एकूण बाजारमूल्य १.८७ अब्ज डॉलर्स, एवढं ठरवण्यात आलं होतं. या बार्बीच्या बळावरच मॅटेल कॉर्पोरेशन ही फॉर्च्यून-५०० कंपनी बनली. **मुलींच्या खेळण्यातल्या बाहुलीचं रूप पालटणं, हे रूथ हँड्लर यांचं एक नवं कामच होतं.** लहान मुली खरं तर त्यांच्याच वयाच्या दिसणाऱ्या बाहुल्यांशी खेळत नाहीत. त्यांना आपल्या प्रेम, प्रणयभावनांचं प्रतीक तयार करण्यासाठी मोठ्याच बाहुल्यांशी खेळण्याची इच्छा असते, याकडे रूथ हँड्लर यांनी लक्ष दिलं. अशाप्रकारे वयानं मोठी असणारी बाहुली बनवून रूथ हँड्लर यांनी खेळण्यांच्या उद्योगामध्ये एक क्रांतीच घडवून आणली. रूथ हँड्लर २००२ साली मरण पावल्या, पण बार्बी मात्र आजही जिवंत आहे आणि अजूनही तरुणच आहे.

सर्जी ब्रिन (१९७३ -) आणि लॅरी पेज (१९७२ -)

आज इंटरनेटवर जगात जेवढा काही माहितीचा शोध घेतला जातो (वेब सर्च), त्यातला ४३ टक्के शोध गुगल या सर्च इंजिनचा वापर करून घेतला जातो. या कामासाठी गुगलचे १०,००० कॉम्प्युटर्स जगातल्या १०० भाषांमध्ये शोध घेत असतात. सर्जी ब्रिन आणि लॅरी पेज यांनी जेव्हा गुगल हे सर्च इंजिन तयार केलं, तेव्हा ई-बेच्या पियरे ओमिदयारप्रमाणेच, त्यांचा उद्देश एखादा व्यवसाय सुरू

करावा असा नव्हता, तर गंमत म्हणून काहीतरी करण्याचाच होता.

इंटरनेटवर माहिती शोधण्याच्या बाबतीतली सगळ्यात मोठी समस्या म्हणजे कुठलाही शब्द सर्चकरता दिल्यावर नावात तो शब्द असलेल्या हजारो-लाखो वेबसाइट्सची यादी समोर येते आणि लोक सहसा पहिल्यांदा दिसणाऱ्या दहा साइट्समध्येच शोध घेतात. याचं कारण म्हणजे यादीतली प्रत्येक वेबसाइट उघडून बघायची, तर हे काम कित्येक दिवस चालू शकेल आणि एवढा वेळ अर्थातच कुणीही घालवू शकत वा इच्छित नाही. इंटरनेटचा पसारा जसजसा वाढत चालला आहे, तसतशी ही संख्या आणि ही समस्या, वाढतच चालली आहे. सर्जी ब्रिन आणि लॅरी पेज यांच्या मनामध्ये नेमकी हीच समस्या सोडवण्याचा विचार आला होता. त्या दृष्टीनं त्यांनी एक आदर्श सर्च इंजिन तयार करायचं ठरवलं आणि माहिती शोधणाऱ्या व्यक्तीला हवी ती माहिती पहिल्या दहा वेबसाइट्समध्येच कशी मिळेल, यावर आपलं लक्ष केंद्रित केलं. जेव्हा असं एक सर्च इंजिन तयार झालं, तेव्हा ते विकण्याकरता सर्जी ब्रिन आणि लॅरी पेज अनेक मोठमोठ्या कंपन्यांकडे गेले, पण कुणीही त्यामध्ये रस दाखवला नाही. अखेर ७ सप्टेंबर, १९९८ रोजी त्यांनी स्वत:चीच एक कंपनी उघडली.

आपल्या वेबसाइटवर सर्जी ब्रिन आणि लॅरी पेज यांनी कमीतकमी चित्रं (ग्राफिक्स) ठेवली, ज्यामुळे ही वेबसाइट इतर सर्च इंजिन्सच्या तुलनेनं खूप लवकर सुरू होत असे, त्यासाठी लोकांना वाट पाहावी लागत नसे. याच कारणामुळे आपल्या साइटवरच्या जाहिरातींच्या बाबतीतही त्यांनी चित्रांपेक्षा शब्दांना प्राधान्य दिलं. आपल्या ग्राहकांचा एवढा विचार करण्यामुळे गुगल दीड-दोन वर्षांतच, म्हणजे २००० सालापर्यंत सर्वांत लोकप्रिय सर्च इंजिन बनलं. एव्हाना त्यांच्याकडे एक अब्ज वेब पेजेसची नोंदणी झाली होती. गुगलची स्थापना करून या दोन मित्रांनी इंटरनेटच्या क्षेत्रामध्ये जणू एक नवीन क्रांती घडवली आणि सप्टेंबर, २००४मध्ये जेव्हा कंपनी शेअरबाजारामध्ये नोंदणीकृत झाली, तेव्हा सर्जी ब्रिन आणि लॅरी पेज रातोरात अब्जाधीश झाले. आज या दोघांकडे प्रत्येकी १६.६ अब्ज डॉलर्स, एवढी संपत्ती आहे आणि फोर्ब्स मासिकाच्या श्रीमंतांच्या यादीमध्ये दोघंही संयुक्तरीत्या २६व्या स्थानावर आहेत.

एडी डॅसलर (१९०० - १९७८)

विसाव्या शतकाच्या दुसऱ्या दशकात एडी डॅसलर यांनी स्पोर्ट्स शूज किंवा खेळासाठी लागणारे खास बूट तयार करणाऱ्या आदिदास कंपनीची स्थापना केली आणि एक नवा उद्योग जन्माला घातला. सुरुवातीला आदिसास एक छोटी कंपनी

होती. भाऊ रूडॉल्फ डॅसलर याच्याबरोबर बसून एडी डॅसलर जर्मनीमध्ये आपल्या घराच्या २० वर्ग मीटर आकाराच्या बाथरूममध्ये बूट तयार करत असत. ते साल होतं १९२०. खेळाडूंच्या उपयोगाचे हे खास बूट दोघे भाऊ हातांनी तयार करत असत आणि तेव्हा या दोघांच्या या कंपनीचं नाव होतं डॅसलर ओएचजी. १९२७मध्ये त्यांनी आपल्या बुटांचा पहिला कारखाना सुरू केला. त्यात २७ कर्मचारी दिवसाला १०० बुटांचे जोड तयार करत असत. १९३१ साली कंपनीनं टेनिसचे खास बूट बाजारात आणले. पण डॅसलर बंधूंच्या बुटांना खरी प्रसिद्धी मिळाली, ती बर्लिन ऑलिंपिकमध्ये महान ॲथलीट जेस्सी ओवेन्सनं त्यांच्या कंपनीचे बूट घालूनच तब्बल चार सुवर्णपदकं मिळवली तेव्हा.

१९४८मध्ये दोघा भावांमध्ये वितुष्ट आलं आणि मग रूडॉल्फ डॅसलर यानं आपली स्वत:ची प्युमा नावाची वेगळी कंपनी सुरू केली, तर एडी डॅसलर यांनी आदिदास (एडीडॅस). आदिदास हा ब्रँड खेळाडूंबरोबरच सामान्य जनतेमध्येही खूपच लोकप्रिय झाला. १९६४ सालच्या टोकियो ऑलिंपिकमध्ये जवळजवळ ऐंशी टक्के ॲथलीट्सच्या पायांमध्ये आदिदासचे बूट होते. १९७८ साली जेव्हा एडी डॅसलर मृत्यू पावले, तेव्हा आदिदास कंपनी दरवर्षी ४.५ कोटी बूट बनवत असे. आपल्या बुटांच्या रूपानं खेळाच्या क्षेत्राला त्यांनी दिलेल्या या मोठ्या योगदानामुळे अमेरिकन खेळ-साहित्य उद्योगानं त्यांचं नाव आपल्या हॉल ऑफ फेममध्ये सामील केलं. हा बहुमान पहिल्यांदाच एका बिगर-अमेरिकन व्यक्तीला मिळाला असल्यामुळे ही तेव्हा एक खूप मोठी गोष्ट होती.

एस. डॅनियल अब्राहम

एस. डॅनियल अब्राहम यांनी १९७०च्या दशकाच्या अखेरीस, 'झटपट वजन घटवा' (स्लिम-फास्ट ड्रिंक्स) या नावाची पेयं अमेरिकन बाजारपेठेमध्ये आणली. वजन कमी करण्याची तीव्र इच्छा असलेल्या लोकांनी या पेयांवर अक्षरश: धाड घातली आणि ही पेयं खूप लोकप्रिय झाली. २००० साली जेव्हा युनिलिव्हर कंपनीनं अब्राहम यांची कंपनी २.३ अब्ज डॉलर्सना खरेदी केली, तेव्हा अब्राहम अफाट श्रीमंत झाले. त्यानंतर त्यांनी आपली थॉमसन मेडिकल ही औषधांची कंपनीही विकून टाकली. त्या व्यवहारामध्ये त्यांना वीस कोटी डॉलर्सचा नफा झाला. आज फोर्ब्स मासिकाच्या यादीमध्ये अब्राहम यांचं नाव ५३८व्या स्थानावर आहे, त्यांच्याकडे १.९ अब्ज डॉलर्सची मालमत्ता आहे आणि या संपत्तीमध्ये स्लीम-फास्ट पेयांचा खूप मोठा वाटा आहे.

स्लीम-फास्ट ही कंपनी वजन कमी करण्याच्या गोष्टींच्या बाजारपेठेत खूपच

लोकप्रिय आहे आणि या कंपनीची उत्पादनं जगभर विकली जातात. याशिवाय आरोग्यदायी अन्नपदार्थांच्या क्षेत्रातही ही कंपनी मोठ्या प्रमाणात कार्यरत आहे. १९४८ साली अब्राहम यांना थॉमसन मेडिकल ही कंपनी त्यांच्या वडिलांकडून वारसा हक्कानं मिळाली, तेव्हा ती एक छोटी कंपनी होती. पण अब्राहम यांना वेगळं काहीतरी करण्याची इच्छा असल्यामुळे त्यांनी १९७७मध्ये झटपट वजन कमी करण्याचा दावा करणारी आणि ती हमी देणारी उत्पादनं बाजारामध्ये आणली. त्यांनी या उत्पादनांचं नावच स्लिम-फास्ट, असं आशादायी ठेवलं.

स्लिम-फास्ट उत्पादनांचं सूत्र अगदी साधं आहे. आपलं शरीर जितके उष्मांक (कॅलरीज) खर्च करतं, त्यापेक्षा कमी उष्मांक देणारा आहार घेऊन शरीराला साठलेल्या चरबीमधून ऊर्जा मिळवण्यासाठी भाग पाडणं. स्लिम-फास्ट मील रिप्लेसमेंट ड्रिंक्स म्हणजेच जेवणाऐवजी पिण्याची पेयं निर्माण करून अब्राहम यांनी वेट लॉस क्षेत्रामध्ये एक क्रांतीच घडवून आणली. स्लिम-फास्ट शेक आणि डेक्साट्रिमसारख्या औषधांमुळे अब्राहम यांच्या कंपनीला अफाट लोकप्रियता मिळाली; त्यानंतर मग कंपनीनं ड्रिंकची पावडर, रेडी-टू-ड्रिंक शेक, स्नॅक बार आणि इतर वस्तू विकायला सुरुवात केली. एक वेळ तर अशी होती की जेव्हा स्लिम-फास्ट कंपनीनं पन्नास टक्के बाजारपेठ काबीज केली होती.

हान्स विल्सडॉर्फ (१८८१ - १९६०)

रोलेक्स घड्याळं आज जगभर प्रसिद्ध आहेत. हान्स विल्सडॉर्फ या जर्मन मनुष्यानं १९०८मध्ये लंडन इथे रोलेक्स कंपनीची स्थापना केली. त्यावेळी घड्याळं बहुतांशी खिशात ठेवली जात आणि ती स्वित्झर्लंडमधील कंपन्या बनवत असत. मनगटावर बांधण्याची घड्याळं आकारानं लहान असण्याच्या गरजेमुळे अचूक वेळ दर्शवणारी- इतक्या लहान आकाराची यंत्रं बनवणं जिकिरीचं काम होतं. पण हान्स विल्सडॉर्फ यांनी मात्र मनगटी घड्याळांवरच आपलं लक्ष केंद्रित केलं. अचूक वेळ दाखवणारं पहिलं मनगटी घड्याळ बनवण्याचा बहुमान त्यांना प्राप्त करायचा होता. त्यांनी मग घड्याळांमधली लहान आकाराची अचूक यंत्रं एका लहानशा स्विस कंपनीकडून तयार करून घेतली. त्यानंतर त्यांनी आणखी एक काम केलं, जे त्यापूर्वी कुणीही केलं नव्हतं. त्यांनी आपल्या घड्याळांमधील यंत्रं स्वित्झर्लंडमधील स्कूल ऑफ होरॉलॉजी आणि लंडनच्या क्यू ऑब्झर्व्हेटरीमध्ये तपासणीसाठी पाठवली. या यंत्रांना क्रोनोमीटरचा दर्जा मिळाला. याचा अर्थ ही यंत्रं तीन वेगवेगळ्या तापमानांमध्ये तपासली गेली होती- फ्रिजमध्ये, सामान्य तापमानामध्ये आणि साध्या ओव्हनमध्ये. क्रोनोमीटरचा दर्जा मिळवणारं पहिलं मनगटी घड्याळ रोलेक्सचं होतं.

पण हान्स विल्सडॉर्फ एवढ्यावरच समाधानी नव्हते. त्यांना त्यांची घड्याळं धूळ आणि आर्द्रतेपासूनही सुरक्षित करायची होती. या दोन्ही गोष्टी घड्याळाच्या किल्ली देण्याच्या जागेतून घड्याळाच्या अंतरंगामध्ये शिरत असत.

हान्स विल्सडॉर्फ यांना जेव्हा अशी बातमी मिळाली की पेरेट आणि पेरेगॉक्स हे दोन शास्त्रीय संशोधक मनगटी घड्याळांमध्ये कुठलीही फट न राहू देता बसणाऱ्या किल्ल्यांचं पेटंट मिळवण्याचा प्रयत्न करत आहेत, तेव्हा त्यांना आपल्या प्रश्नाचं उत्तर मिळालं. त्यांनी हे पेटंट खरेदी करून टाकलं आणि १९२६ साली जगातलं पहिलं वॉटरप्रूफ मनगटी घड्याळ बनवलं. या घड्याळाचं नाव त्यांनी ईस्टर असं ठेवलं. लोकांचा 'हे घड्याळ पाण्यामुळे खराब होत नाही' यावर विश्वास बसला नाही, तेव्हा हान्स विल्सडॉर्फ यांनी घड्याळांच्या दुकानांमध्ये पाण्याच्या छोट्या शोकेसेस लावून घेतल्या आणि त्यामध्ये घड्याळं बुडवून दाखवली. पाण्यात टाकल्यानंतरही रोलेक्सची घड्याळं अचूक वेळ दाखवतात, हे जेव्हा लोकांनी प्रत्यक्ष पाहिलं, तेव्हा त्यांना त्यावर विश्वास ठेवणं भागच पडलं. वॉटरप्रुफ असण्याचा शिक्का घड्याळांवर बसल्यानंतर रोलेक्स घड्याळं बाजारामध्ये विकली जायला लागली आणि रोलेक्सचं नाव झालं. आज ही घड्याळं जगातल्या सर्वाधिक लोकप्रिय घड्याळांपैकी एक आहेत.

चेस्टर कार्लसन (१९०६ - १९६८)

फोटोकॉपियर मशीनच्या रूपानं चेस्टर कार्लसन यांनी आधुनिक युगातला एक खूप महत्त्वाचा शोध लावला आहे. चेस्टर न्यूयॉर्कमध्ये एक पेटंट वकील होते. आपल्या कामामध्ये त्यांना अनेकदा कागदपत्रांच्या अनेक प्रती लागत असत. हे एक फारच कष्टप्रद काम होतं कारण त्यांना कार्बन पेपर लावून नकला कराव्या लागायच्या. मग आपली ही समस्या सोडवण्याकरता त्यांनी हे काम आपोआप कसं करता येईल, या दृष्टीनं प्रयोग सुरू केले. त्यांचा प्रयोग यशस्वी झाला, तेव्हा त्यांचीच नव्हे तर साऱ्या जगाचीच एक मोठी समस्या दूर झाली.

२२ ऑक्टोबर, १९३८ या दिवशी आपल्या कागदपत्रांची नक्कल करण्याच्या यंत्राची तांत्रिक चाचणी यशस्वी झाल्यानंतर चेस्टर कार्लसन ते घेऊन आयबीएम, कोडॅक आणि आरसीए सारख्या वीस मोठ्या कंपन्यांकडे गेले. या कंपन्यांना आपलं हे नवं यंत्र विकण्याचा त्यांनी भरपूर प्रयत्न केला, पण त्यात ते अयशस्वी ठरले. याची दोन कारणं होती- एक म्हणजे या यंत्रामध्ये अजून काही सुधारणा करणं आवश्यक होतं आणि दुसरं म्हणजे या कंपन्यांना हे यंत्र फारसं उपयुक्तही वाटलं नाही आणि बाजारामध्ये ते यशस्वी ठरेल अशी शक्यताही वाटली नाही. एका

कंपनीच्या लोकांनी तर त्यांना, 'कार्बन पेपर एवढे स्वस्तामध्ये उपलब्ध असताना या महागड्या मशीनवर कोण फोटोकॉपी काढेल?' असा सवाल केला.

अखेर, हॅलॉईड कॉर्पोरेशन (नंतरची झेरॉक्स कॉर्पोरेशन) या कंपनीनं १९४६ साली या मशीनचे सगळे अधिकार चेस्टर कार्लसन यांच्याकडून खरेदी केले. मात्र या मशीनमध्ये अनेक सुधारणा करणं गरजेचं होतं. या सुधारणा आणि त्यापोटी पुष्कळ खर्च केल्यानंतर १९५९ साली हॅलॉईडनं पहिलं कॉपियर मशीन, मॉडेल-९१४, बाजारात आणलं. हे कॉपियर मशीन एवढं लोकप्रिय झालं, की १९६१ सालच्या अखेरीपर्यंत कंपनीचं उत्पन्न सहा कोटी डॉलर्स एवढं झालं आणि १९६५ पर्यंत हा आकडा ५० कोटीपर्यंत जाऊन पोहोचला. फोटोकॉपियरचा शोध लावण्यासाठी चेस्टर कार्लसन यांना १५ कोटी डॉलर्स मिळाले. त्यातले १० कोटी त्यांनी समाजकार्याला दान म्हणून देऊन टाकले.

हॉवर्ड हेड (१९१४ - १९९१)

हॉवर्ड हेड यांनी दोन महत्त्वपूर्ण नवी कामं केली. त्यांनी दोन शोध लावले. १९५० साली त्यांनी पहिल्यांदा धातूचा वापर करून स्की बनवले आणि १९७६ साली ओव्हरसाईझ, म्हणजे आकारानं मोठ्या टेनिस रॅकेट्स बनवल्या. गमतीची गोष्ट म्हणजे हे दोन्ही शोध त्यांनी पैसा कमावण्यासाठी लावले नव्हते, तर त्या-त्या खेळामधलं स्वत:चं कौशल्य वाढवण्याकरता लावले होते... आणि निव्वळ खेळापोटी लावलेल्या या शोधांमुळे ते खूप श्रीमंत झाले.

हॉवर्ड हेड यांना स्कीईंग अजिबात जमत नसे; ते सारखे घसरून पडत. या गोष्टीचं त्यांना खूप दु:ख होत असे. एक दिवस त्यांच्या मनात आलं, की स्की लाकडाचे असल्यामुळे त्यांना नीट स्कीईंग करता येत नाही. लाकडाऐवजी धातूचे स्कीज असतील, तर त्यांची कामगिरी नक्की सुधारेल. मग धातूचे मजबूत स्कीज बनवण्याच्या दृष्टीनं त्यांनी प्रयोग करणं सुरू केलं. दिवस-रात्र मेहनत करून त्यांनी सहा स्कीचे जोड बनवले आणि त्यांच्या मजबूतपणाची चाचणी करण्याकरता त्यांनी एका व्यावसायिक स्कीअरची मदत घेतली. चाचणीदरम्यान हॉवर्ड यांनी बनवलेल्या सगळ्या स्कीज मोडून गेल्या. त्या व्यावसायिक स्कीअरनं त्यांना हा नाद सोडून देण्यास सांगितलं. धातूच्या मजबूत आणि तरीही वजनानं हलक्या स्कीज बनवणं अशक्य आहे, असं त्याचं मत होतं. पण हॉवर्ड हेड आपल्या विचारावर ठाम होते. त्यांनी आपले प्रयोग थांबवले नाहीत. चार वर्षांच्या अथक प्रयत्नांनंतर अखेर १९५१ साली ॲल्युमिनियमच्या मजबूत आणि तरीही वजनानं हलक्या स्कीज बनवण्यामध्ये त्यांना यश आलं. त्यांनी मजबुतीकरता या स्कीजमध्ये प्लायवूड

लावलं होतं, गोल फिरणं सोपं जाण्यासाठी काठ स्टीलचे बनवले होते आणि सरळ रेषेत स्कीईंग करण्याच्या सुलभतेसाठी प्लॅस्टिकचा वापर केला होता. प्रयोगादरम्यान या स्कीज खूप चांगल्या चालल्या.

स्टँडर्ड या नावानं हॉवर्ड हेड यांनी ८५ डॉलर्सना या स्कीज विकायला सुरुवात केली; तशी ही किंमत जास्तच असल्यामुळे सुरुवातीला लोकांनी हवा तेवढा प्रतिसाद दिला नाही, पण कालांतरानं या स्कीज खूप खपायला लागल्या. हॉवर्ड हेड यांनी स्थापन केलेली हेड स्की ही कंपनी स्की उद्योगातली एक प्रमुख कंपनी बनली. १९६९ साली हेड यांनी आपली कंपनी १.६ कोटी डॉलर्सना विकून टाकली, ज्यातून त्यांना वैयक्तिक पातळीवर ४५ लाख डॉलर्सचा नफा झाला. मग निवृत्त होऊन हॉवर्ड हेड यांनी आपल्या घराच्या आवारातच एक टेनिस कोर्ट तयार करून घेतलं. आणि वयाच्या ५५व्या वर्षी टेनिस खेळायला सुरुवात केली. या खेळातही त्यांना फारशी गती नसल्याचं दिसून आलं. त्यामुळे वैतागून जाऊन त्यांनी या बाबतीतही काहीतरी सुधारणा करण्याचं ठरवलं. सामान्य रॅकेट वजनानं जड असल्यामुळे आपल्याला नीट खेळता येत नाही, असा विचार त्यांच्या मनात आला. त्यांनी मग सामान्य रॅकेटपेक्षा अधिक जड आणि अधिक हलक्या रॅकेट्स बनवून आपल्या खेळात त्यामुळे काही सुधारणा होते आहे का, हे पाहिलं. अशी एक दंतकथा आहे की १९७०च्या दशकात एक दिवस त्यांना स्वप्न पडलं, ज्यात रॅकेट मोठी करण्याची सूचना त्यांना मिळाली. प्रथम त्यांना हे शक्य वाटलं नाही कारण रॅकेटच्या आकारासंबंधी काही नियम, कायदे असतीलच, असं त्यांना वाटलं, पण जेव्हा त्यांनी टेनिसच्या नियमांचा अभ्यास करायला सुरुवात केली, तेव्हा त्यांना रॅकेटच्या आकारासंबंधी कोणताही नियम त्यात नसल्याचं आढळलं.

मग त्यांनी विविध प्रयोग करायला सुरुवात केली आणि एक दिवस प्रचलित रॅकेटपेक्षा दोन इंच रुंद आणि तीन इंच लांब अशी रॅकेट बनवली. या सुधारणेच्या फलस्वरूप रॅकेटचं क्षेत्रफळ साठ टक्क्यांनी वाढलं, पण वजन मात्र तेवढंच राहिलं. याचं कारण म्हणजे रॅकेट बनवण्यामध्ये त्यांनी वजनाला हलक्या पण ताकदीनं मजबूत धातूचा प्रयोग केला होता. या रॅकेटमुळे हॉवर्ड हेड यांचा खेळ एकदम सुधारला. आपल्यासारख्या वयस्कर माणसाचा खेळ या रॅकेटमुळे सुधारू शकतो, तर तरुण खेळाडूंकरता ही रॅकेट म्हणजे एक वरदानच ठरेल, हे त्यांच्या लक्षात आलं. मग त्यांनी या रॅकेट्स बाजारात आणायचं ठरवलं; त्यावेळेस परंपरागत लाकडी रॅकेटचा आकार ७० इंच वर्ग होता. हॉवर्ड हेड यांनी मग चेंडू जिथून मारायचा, त्या जागेचं क्षेत्रफळ ८५ ते १३० इंच वर्ग असलेल्या रॅकेटचं पेटंट घेऊन टाकलं. **'मला सुधारणा करायची होती पण ती इतकी मोठी असेल, असं मात्र वाटलं नव्हतं,'** असं हॉवर्ड हेड यांनी नंतर सांगितलं.

हॉवर्ड हेड यांच्या प्रिन्स टेनिस कंपनीच्या रॅकेट्स तात्काळ लोकप्रिय झाल्या. १९८२मध्ये त्यांनी ही कंपनीदेखील विकली तेव्हा त्यांना ६.२ कोटी डॉलर्स मिळाले आणि त्यात व्यक्तिगतरीत्या त्यांना ३.२ कोटी डॉलर्सचा नफा मिळाला. आपल्या शोधांमुळे हॉवर्ड हेड श्रीमंत झाले, पण त्यांना त्यांच्या खेळामध्ये समस्या आल्या नसत्या, तर ते कधीच श्रीमंत झाले नसते. त्यांनीच एकदा म्हटल्याप्रमाणे, 'जे लोक एखादी समस्या सोडवण्यासाठी मनापासून प्रयत्न करायला लागतात, तेच लोक सगळ्यात चांगले शोध लावू शकतात.'

सबीर भाटिया (१९६९ -)

सबीर भाटिया सिलिकॉन व्हॅलीमध्ये ॲपल कॉम्प्युटर्समध्ये काम करत होते. तिथे काम करताना एक दिवस त्यांच्या मनात आलं की अशी एखादी ई-मेल सेवा सुरू करावी, जिच्यामध्ये कुणीही व्यक्ती, कुठल्याही कॉम्प्युटरवरून आपलं ई-मेल अकाऊंट सुरू करू शकेल. मग जॅक स्मिथ नावाच्या आपल्या एका मित्राच्या साथीनं त्यांनी हॉटमेल ही सेवा सुरू केली. यात नवा विचार असा होता, की या सेवेचा लाभ घेण्यासाठी ग्राहकाला आपल्या संगणकावर कुठलंही विशिष्ट सॉफ्टवेअर टाकण्याची गरज नव्हती. ज्या संगणकावर कुठलाही वेब ब्राऊझर असेल, त्या संगणकावरून तो आपलं ई-मेल अकाऊंट वापरू शकत होता.

४ जुलै, १९९६ या दिवशी हॉटमेल सुरू झाली आणि फक्त सहाच महिन्यांमध्ये दहा लाख लोक तिचे ग्राहक बनले. दोन वर्षांमध्ये ग्राहकांची संख्या एक कोटीवर जाऊन पोहोचली. त्याच सुमारास बिल गेट्स यांचं इंटरनेट आणि ई-मेल सेवा या गोष्टींकडे लक्ष वेधलं गेलं. एक दिवस सबीर भाटिया यांना बिल गेट्स यांच्या ऑफिसातून फोन आला. गेट्सना इंटरनेट किंवा वर्ल्ड वाईड वेबवर मायक्रोसॉफ्टचा झेंडा रोवायचा होता. त्यासाठी त्यांना हॉटमेल खरेदी करण्याची इच्छा होती. त्यामुळे मायक्रोसॉफ्टला बसल्या-बसल्या एक कोटी ग्राहक मिळणार होते. सबीर भाटियांना हा आश्चर्याचा एक सुखद धक्का होता. हॉटमेलकडे एक कोटी ग्राहक असले, तरी ही सेवा मुळात मोफत सेवा होती त्यामुळे तिचं उत्पन्न कमी आणि खर्च जास्त, अशी एकूण परिस्थिती होती. आत्तापर्यंत हॉटमेलमध्ये त्यांचे तीन लाख डॉलर्स खर्च झालेले होते आणि त्यानंतर वाढत्या ग्राहकसंख्येनुसार त्यांनी आणखी दहा लाख डॉलर्स त्यात गुंतवले होते आणि तेही आता संपत चालले होते. म्हणजेच, ग्राहकांची संख्या जशी वाढत होती, तसा हॉटमेलचा तोटाही वाढतच चालला होता.

गेट्स यांनी भाटियांसमोर प्रत्येक ग्राहकामागे १६ डॉलर्स, म्हणजेच एकूण

१६ कोटी डॉलर्सना हॉटमेल विकत घेण्याचा प्रस्ताव ठेवला. भाटियांना एवढ्या स्वस्तामध्ये हा सौदा मान्य नव्हता, त्यामुळे ते बैठक मोडून बाहेर पडले. आपल्याला वीस कोटी डॉलर्स मिळाले, तर हा सौदा आपल्यासाठी चांगला ठरेल, असं त्यांच्या भागीदाराचं मत होतं. पण भाटियांची महत्त्वाकांक्षा त्यापेक्षाही मोठी होती. त्यांनी बिल गेट्स यांना ७० कोटी डॉलर्सचा उलट प्रस्ताव दिला. या घासाघिशीअंती बिल गेट्स यांनी जेव्हा ४० कोटी डॉलर्सचा प्रस्ताव समोर ठेवला, तेव्हा भाटिया यांनी तो स्वीकारला. ३० डिसेंबर, १९९७ रोजी या करारावर सह्या झाल्या- तो सबीर भाटियांचा २९वा वाढदिवस होता. हॉटमेलच्या स्वरूपात सबीर भाटियांनी इंटरनेटवरची पहिली अत्यंत सुलभ अशी ई-मेल सेवा दिली आणि त्यासाठी त्यांचं नाव कायम स्मरणात ठेवलं जाईल.

चार्ल्स शूल्ट्झ (१९२२ - २०००)

पीनट्स या कॉमिक स्ट्रीप किंवा व्यंगचित्रांचे जनक चार्ल्स शूल्ट्झ हे त्या व्यंगचित्रांमुळे संपूर्ण अमेरिकेत लोकांच्या मनामध्ये घर करून बसले. चार्ल्स लहानपणापासूनच व्यंगात्मक चित्रकथा अक्षरश: ढिगानं वाचत असत आणि त्यांना स्वत:ची एक कॉमिक स्ट्रीप बनवायची होती. १९५० साली युनायटेड फीचर्स सिंडिकेटनं त्यांना आपलं हे स्वप्न साकार करण्याची संधी दिली. अशा प्रकारे पीनट्स या मालिकेची सुरुवात झाली. या मालिकेमध्ये चार्ली ब्राऊन आणि ल्यूसी यांचे मजेशीर संवाद होते. या हास्यकथांमध्ये त्यांनी बालमन आणि प्रौढ जीवनाचं असं काही मिश्रण साधलं, की पीनट्स आबालवृद्धांना आवडू लागली.

ही मालिका एवढी लोकप्रिय झाली, की दररोज सुमारे १५ कोटींपेक्षाही जास्त लोक वर्तमानपत्रांमध्ये ती आवर्जून वाचत असत. जगातल्या सव्वीस भाषांमध्ये पीनट्सचे ३० कोटी संग्रह विकले गेले, एवढंच नव्हे तर त्यातल्या पात्रांची नावं कपडे, खेळणी आणि बाहुल्यांवरही झळकायला लागली. पीनट्सच्या नावानं विकल्या जाणाऱ्या उत्पादनांकडून युनायटेड फीचर्सला हक्कापोटी दर वर्षी एक अब्ज डॉलर्स मिळत असत आणि त्यामुळे स्वत: चार्ल्स शूल्ट्झही खूप श्रीमंत बनले. सतत ४९ वर्षं पीनट्स कार्टून्स लिहिणारे चार्ल्स शूल्ट्झ त्यांच्या काळामध्ये जगातले सर्वांत श्रीमंत आणि सर्वाधिक वाचकवर्ग असणारे व्यंगचित्रकार होते.

क्लॅरेन्स बर्ड्सआय (१८८६ - १९५६)

अमेरिकन उद्योगपती आणि संशोधक क्लॅरेन्स बर्ड्सआय हे फ्रोझन फूड

प्रॉडक्ट्सचे जनक आहेत. विविध अन्नपदार्थ अतिशीत अवस्थेमध्ये छोट्या-छोट्या डब्यांमध्ये पॅकबंद करून विकण्याची पद्धत त्यांनी सुरू केली. अन्नपदार्थ बर्फामध्ये ठेवून जास्त काळ टिकवण्याचा प्रयोग खूप पूर्वीपासून केला जात असला, तरी आधुनिक क्विक-फ्रिझिंग (कमी वेळात शीतकरण) तंत्राचे क्लॅरेन्स बर्ड्सआय हे पितामह मानले जातात.

क्लॅरेन्स बर्ड्सआय जेव्हा फरचे व्यापारी या नात्यानं एकदा लॅब्रॅडोरला गेले होते, तेव्हा त्यांनी पाहिलं की त्या भागातले लोक ताजे अन्नपदार्थ सहज उपलब्ध होत नसल्यामुळे, ते उपलब्ध होतील तेव्हा त्यांना बर्फामध्ये गाडून (गोठवून) ठेवत असत. हे पाहून क्लॅरेन्स बर्ड्सआय यांच्या कल्पनाशक्तीला चालना मिळाली. ताजी मासळी जर लगेच शून्य अंशापेक्षाही कमी तापमानामध्ये ठेवून दिली, तर काही काळानं ती बाहेर काढून खाताना ती ताज्या मासळीइतकीच चविष्ट लागते, हे त्यांना प्रयोगाअंती लक्षात आलं.

अमेरिकेला परत आल्यानंतर त्यांनी आपले प्रयोग सुरूच ठेवले. १९२३मध्ये त्यांनी सात डॉलर्स घालवून एक पंखा विकत घेतला आणि मीठ, तसंच काही बादल्या आणि बर्फाच्या लाद्या जमा केल्या. या गोष्टींचा उपयोग करून त्यांनी एक विशिष्ट तंत्र शोधून काढलं. १९२४ साली त्यांनी 'जनरल सी फूड्स' या कंपनीची स्थापना केली आणि मोठ्या प्रमाणावर गोठवलेले अन्नपदार्थ विकण्यास सुरुवात केली. १९२९मध्ये त्यांनी आपली कंपनी 'पोस्टम' नावाच्या दुसऱ्या एका कंपनीला २.२ कोटी डॉलर्समध्ये विकून टाकली आणि ते श्रीमंत बनले.

केरी पॅकर (१९३७ - २००५)

केरी पॅकर हे ऑस्ट्रेलियातील सर्वांत श्रीमंत गृहस्थ होते आणि ही संपत्ती त्यांनी माध्यमक्षेत्रातून मिळवली होती. चॅनल नाईन नेटवर्क आणि ऑस्ट्रेलियामध्ये प्रकाशित होणाऱ्या सुमारे साठ मासिकांचे ते मालक होते. त्यांचा मुलगा जेम्स पॅकर याचं नाव आज जगातल्या श्रीमंतांच्या यादीमध्ये १४२व्या स्थानावर आहे आणि त्याच्या नावावर ५.५ अब्ज डॉलर्सची संपत्ती आहे.

केरी पॅकर लहानपणी अभ्यासात नाही, तर खेळामध्ये प्रवीण होते. त्यांचं खेळाविषयीचं हेच प्रेम पुढे जाऊन त्यांच्या कामाला आलं. १९७७ साली जेव्हा त्यांच्या टीव्ही चॅनलला ऑस्ट्रेलियातील शेफिल्ड शील्ड या देशांतर्गत क्रिकेट स्पर्धा आणि ऑस्ट्रेलियाच्या कसोटी मालिकांच्या थेट प्रक्षेपणाचे हक्क मिळाले नाहीत, तेव्हा त्यांनी जगभरातल्या पन्नासपेक्षा जास्त सर्वोत्तम खेळाडूंबरोबर करार करून त्यांचे संघ पाडले आणि स्वत:चीच एक वर्ल्ड सिरीज सुरू केली. त्यामध्ये

त्यांनी ऑस्ट्रेलियन खेळाडूंबरोबर केलेल्या करारामध्ये असं एक कलम होतं, की त्या खेळाडूंची सेवा जर ऑस्ट्रेलियन क्रिकेट बोर्डाला हवी असेल, तर बोर्डानं त्या बदल्यात त्या सामन्याचे टीव्ही प्रक्षेपण हक्क केरी पॅकर यांना द्यावेत. या सर्व प्रकारामुळे क्रिकेटविश्वात एकच खळबळ उडाली होती. कसोटी क्रिकेट खेळणाऱ्या (भारत सोडून) सगळ्याच देशांचे उत्तमोत्तम खेळाडू पॅकरबरोबर गेल्यामुळे क्रिकेटच्या भवितव्याचा प्रश्न उभा राहिला होता. अखेर १९७९ साली पॅकर यांनी ही लढाई जिंकली आणि या प्रकरणावर पडदा पडला.

क्रिकेट खेळाच्या इतिहासात पॅकर यांनी एका नवीन युगाची नांदी केली. एकदिवसीय क्रिकेटची प्रचंड लोकप्रियता, खेळाडूंचे रंगीत कपडे, रात्री प्रखर दिव्यांच्या उजेडातले सामने, पांढरा चेंडू आणि खेळाडूंना अफाट पैसे, हे सगळं केरी पॅकर यांच्यामुळे घडलं.

जेम्स लेवॉय सोरेन्सन, सिनियर (१९२२ -)

जेम्स लेवॉय सोरेन्सन, सिनियर यांनी अनेक वैद्यकीय उपकरणांचा शोध लावला, जी आज इस्पितळांसाठी अत्यावश्यक समजली जातात. उदाहरणार्थ, डिस्पोजेबल सर्जिकल पेपर मास्क, ब्लड रिसायकलिंग सिस्टिम आणि कॉम्प्युटराईझ्ड हार्ट मॉनिटर. या शोधांबरोबरच त्यांनी कोट्यवधी डॉलर्सचा बांधकाम व्यवसायही उभा केला. या गोष्टींमुळे ते अब्जाधीश बनले आणि जगातल्या श्रीमंतांच्या यादीमध्ये त्यांचं नाव समाविष्ट झालं.

सोरेन्सन यांना खरं तर डॉक्टर व्हायचं होतं, पण दुसरं महायुद्ध सुरू झालं आणि त्यांचं हे स्वप्न, स्वप्नच राहिलं. त्यांना शिक्षण अर्धवट सोडावं लागलं. मग ते अपजॉन नावाच्या एका औषधांच्या कंपनीमध्ये मेडिकल रिप्रेझेंटेटिव्ह म्हणून कामाला लागले आणि सॉल्ट लेक भागातल्या डॉक्टरांना आपल्या कंपनीची औषधं विकायला लागले. सोरेन्सन नेहमी संधीच्या शोधात असत. नंतर एकदा बोलताना ते म्हणाले की, 'मी डॉक्टरांना सकाळी लवकर त्यांच्या दवाखान्यामध्ये भेटायला जात असे, त्यामुळे सकाळी नऊ वाजेपर्यंतच माझं दिवसाचं काम संपत असे. इतर एमआर लोकांप्रमाणे मी डॉक्टर लोकांना जेवायला वगैरे हॉटेलांमध्ये न नेऊन माझे पैसे वाचवत असे.'

सकाळी नऊ वाजताच काम संपत असल्यामुळे सोरेन्सन यांच्या हाताशी खूप रिकामा वेळ असायचा. या वेळात मग त्यांनी स्थानिक जमिनींच्या खरेदी-विक्री व्यवसायामध्ये पैसा गुंतवायला सुरुवात केली आणि त्यातून त्यांना बऱ्यापैकी पैसा मिळायला लागला. आपला एक सेल्समन साईड-बिझनेस करून श्रीमंत होतो

आहे, हे अपजॉन कंपनीला आवडलं नाही आणि सोरेन्सन यांच्या या उद्योगाची माहिती मिळताच त्यांनी त्यांना ताबडतोब नोकरीवरून कमी केलं.

अशा प्रकारे बेकार झाल्यानंतर १९५७मध्ये सोरेन्सन यांनी डॉक्टरांना औषधं विकण्यासाठी एक नवी कंपनी स्थापन केली. दोन भागीदारांना सोबत घेऊन त्यांनी डेसेरेट फार्मास्युटिकल कंपनी सुरू केली. कामाच्या संदर्भात डॉक्टर मंडळींना भेटायला गेल्यावर जिज्ञासू वृत्तीचे सोरेन्सन त्यांच्या काम करण्याच्या पद्धतींचं निरीक्षण करत असत आणि मग त्यांना प्रश्न पडत असे, की **कामाची यापेक्षा अधिक चांगली पद्धत शोधता येईल का?** या प्रश्नाच्या रेट्यामुळे ते प्रयोग करायला लागले आणि लवकरच त्यांनी डिस्पोजेबल सर्जिकल पेपर मास्कचा शोध लावला, तसंच प्लॅस्टिकचा कॅथेटरही तयार केला. त्यांचे हे दोन्ही शोध वैद्यकीय उपचारांच्या क्षेत्रामध्ये खूप उपयुक्त ठरले आणि अत्यावश्यक वस्तू ठरले.

व्यवसायामध्ये भागीदारी असण्याचा सोरेन्सन यांना काही दिवसांनी त्रास व्हायला लागला आणि १९६०मध्ये त्यांनी त्यांच्या कंपनीतला स्वत:चा हिस्सा विकून टाकला. त्यानंतर काही काळानं त्यांनी सोरेन्सन रिसर्च कंपनी स्थापन केली. इथे त्यांनी आणीबाणीच्या परिस्थितीमध्ये रुग्णाच्या शरीरातील रक्त काढून घेऊन, ते स्वच्छ करून पुन्हा त्याच्या शरीरामध्ये सोडणारं एक मशीन तयार केलं. त्यानंतर त्यांनी रुग्णाचं हृदय कार्यरत असतानादेखील त्याच्यापर्यंत पोहोचणारा कॅथेटर तयार केला. हा शोध जगातल्या पहिल्या कॉम्प्युटराईझ्ड हार्ट मॉनिटरनिर्मितीला पूरक ठरला. या सगळ्या गोष्टींमुळे सोरेन्सन रिसर्च कंपनीचा वेगानं विकास झाला, पण पुढे जाण्याइतकं भांडवल मात्र सोरेन्सनकडे नव्हतं. अशा तंगीमध्येच मग सोरेन्सन यांनी १९८० साली आपली कंपनी ॲबॉट लॅबोरेटरीज या कंपनीला विकून टाकली आणि अमेरिकेतील यूटा राज्यातले सगळ्यात श्रीमंत व्यक्ती बनले. फोर्ब्स मासिकाच्या यादीनुसार त्यांच्याकडे आज ४.५ अब्ज डॉलर्सची मालमत्ता आहे आणि या यादीमध्ये ते १७७व्या स्थानावर आहेत.

चार्ल्स श्वाब (१९३७ -)

लोकांना सर्व प्रकारची माहिती आणि इतर संसाधनं पुरवून त्यांना आपल्या शेअर्सची खरेदी-विक्री स्वत:च करण्याच्या दृष्टीनं सक्षम बनवणारी कंपनी निर्माण करणं, हे चार्ल्स श्वाब यांचं स्वप्न होतं. याच उद्देशानं त्यांनी १९७४ साली अमेरिकेतली पहिली डिस्काऊंट ब्रोकरेज फर्म- चार्ल्स श्वाब अँड कंपनी स्थापन केली.

शेअरबाजारातले व्यवहार सामान्य माणसांनाही खुले करून देणं, हे चार्ल्स

श्वाब यांचं कर्तृत्व म्हणता येईल. हा नवा विचार घेऊन, एक लाख डॉलर्सच्या कर्जानं सुरू झालेली ही कंपनी आज जगभरातल्या ८० लाख गुंतवणुकदारांना आपली सेवा पुरवते आहे आणि ८०० अब्ज डॉलर्सपेक्षा जास्त पैशांचं व्यवस्थापन बघते आहे. चार्ल्स श्वाब यांचं नाव श्रीमंतांच्या यादीमध्ये १६८व्या स्थानावर आहे आणि त्यांच्याकडे चार अब्ज डॉलर्सची खाजगी मालमत्ता आहे.

झ्याँ-क्लॉड डेकॉक्स (१९३८ -)

रस्त्यावरच्या वस्तूंवर (स्ट्रीट फर्निचर) जाहिरात करण्याची अभिनव कल्पना झ्याँ-क्लॉड डेकॉक्स यांनी पहिल्यांदा अमलात आणली. आज त्यांच्या जेसी डेकॉक्स एसए या कंपनीचं असं स्ट्रीट फर्निचर जगभरातल्या ४८ देशांमधल्या ३,५००पेक्षा जास्त शहरांमध्ये पोहोचलं आहे.

तरुण वयामध्ये झ्याँ-क्लॉड डेकॉक्स पॅरिसच्या इमारतींवर जाहिराती चिकटवण्याचं काम करून आपलं पोट भरत असत. पुढे जेव्हा सरकारनं या गोष्टीवर बंदी आणली, तेव्हा त्यांचं हे काम बंद पडलं. त्यानंतर एक दिवस, शहराच्या सौंदर्याला धक्काही लागणार नाही आणि त्यांना आपल्या जाहिरातीही रस्त्यांवर लावता येतील, अशी एक महान कल्पना त्यांना सुचली.

१९६४ साली एक दिवस तुफान पाऊस पडत होता आणि बसस्टॉपवर बसची वाट पाहणारे लोक भिजत उभे होते. ते पाहून झ्याँ-क्लॉड डेकॉक्स यांच्या मनात आलं, की छत असलेले बसस्टॉप जर लोकांकरता मोफत बांधले आणि त्या बदल्यात अशा स्टॉपवर जाहिराती लावण्याची परवानगी मागितली तर? मग ते आपला हा प्रस्ताव घेऊन ते राहत असलेल्या लिऑन शहराच्या महापौरांकडे गेले आणि त्यांना तशी परवानगी मिळालीसुद्धा. त्या पावसाळी दिवशी अशा प्रकारे जगातल्या सर्वांत मोठ्या स्ट्रीट फर्निचर कंपनीची मुहूर्तमेढ रोवली गेली.

ही कंपनी फक्त बसस्टॉपपुरतीच मर्यादित न राहता, सार्वजनिक सूचनांचे फलक, ट्रॅफिक सिग्नल, रस्त्यांवरचे विजेचे खांब, कचरापेट्या, बाकडी आणि सार्वजनिक स्वच्छतागृहं अशा सगळ्याच गोष्टींपर्यंत पोहोचली. नंतर विमानतळ आणि शॉपिंग सेंटर्स, मॉल्स अशा ठिकाणांवरही कंपनीनं जाहिराती लावण्यास सुरुवात केली. १९८१ साली आपोआप स्वच्छ होणाऱ्या सार्वजनिक स्वच्छतागृहांचा शोध लावला. या स्वच्छतागृहांचं पेटंट घेतल्यावर तर कंपनीची घोडदौड अधिक वेगानं सुरू झाली. २००६ साली कंपनीनं १.९५ अब्ज युरोज्‌चं उत्पन्न मिळवलं आणि त्यातलं बहुतांश उत्पन्न हे जाहिरातींमधून मिळालेलं होतं. १४१ विमानतळांवर आपल्या व्यवसायाची मोहर उठवणारी जेसी डेकॉक्स एसए ही कंपनी स्ट्रीट

फर्निचरच्या क्षेत्रामध्ये जगात सर्वोच्च स्थानावर आहे.

डेकॉक्स परिवाराकडे आज एकूण ५ अब्ज डॉलर्सची मालमत्ता आहे आणि श्रीमंतांच्या यादीमध्ये हा परिवार १५८व्या स्थानावर आहे.

नवं काम यशस्वीरीत्या करण्यामागची पाच तत्त्वं

१. प्रत्येक नवं काम मोठंच असेल असं नाही.

फक्त एखादा मोठा शोधच तुम्हाला श्रीमंत बनवेल असं काही नाही. काम कुठलंही असो, त्यामध्ये योग्य त्या संभावना असतील, तर ते यशस्वी होणारच.

जिलेट यांनी राईट बंधूंप्रमाणे विमान किंवा हेन्री फोर्ड यांच्यासारखं मोटार बनवण्याचे प्रयत्न केले नाहीत. त्यांची कल्पना याहून वेगळी होती. आयुष्यात कधीतरी एकदा किंवा अधून-मधून कधीतरी खरेदी करण्याच्या गोष्टीऐवजी दर आठवड्याला लागणारी गोष्ट ते बनवू इच्छित होते. त्यामुळे मग सेफ्टी रेझर बनवण्याची कल्पना जेव्हा त्यांच्या डोक्यात आली, तेव्हा त्यांनी स्वत:ला संपूर्णपणे त्या कामात झोकून दिलं. **एक छोटंसं नवं कामही भावी काळातल्या विश्वव्यापी साम्राज्याचा पाया ठरू शकतं,** हे ते जाणून होते आणि नेमकं तेच घडलं. त्याचप्रमाणे रे क्रॉक यांनी हॅम्बर्गरसारखी छोटीशी गोष्ट विकून जगभर आपलं साम्राज्य स्थापित केलं. लक्षात ठेवा, कुठलंही काम लहान वा मोठं नसतं आणि कुठलंही काम करून तुम्ही श्रीमंत होऊ शकता.

२. नवा विचार वा कल्पना तुम्हालाच सुचलेले असणं आवश्यक नसतं.

नवा विचार वा कल्पना तुम्हालाच सुचायला हवे असणं आवश्यक नसतं. दुसऱ्या कुणाच्या विचार वा कल्पनेपासून प्रेरणा घेऊनही तुम्ही नवीन काहीतरी करू शकता. याचं सर्वोत्तम उदाहरण म्हणजे बिल गेट्स. सॉफ्टवेअर प्रोग्रॅमिंगचा मार्ग त्यांना त्यांचे मित्र पॉल ॲलन यांनी सुचवला होता. गेट्स यांनी तयार केलेली एमएस-डॉस ही कॉम्प्युटर ऑपरेटिंग सिस्टिम त्यांनी स्वत: तयार केली नव्हती, तर सिटलस्थित एका कंपनीकडून त्यांनी ती विकत घेतली होती. त्याचप्रमाणे रे क्रॉक यांनी मॅक्डोनल्ड्स स्वत: सुरू केलं नव्हतं. मॅक्डोनल्ड्स बंधूंचं हॅम्बर्गर रेस्तराँ पाहून त्यात दडलेल्या शक्यता त्यांनी ओळखल्या होत्या आणि त्यापासून प्रेरणा घेऊन त्यांनी स्वत:चा व्यवसाय उभारला होता. किंग सी. जिलेट यांनी लोकांना दर आठवड्याला विकत घ्यावं लागेल असं काही तरी बनव, हा त्यांच्या साहेबाचा सल्ला मानला होता. यशस्वितेच्या अशा अनेक कहाण्या आहेत आणि

त्यांचं सार म्हणजे, **विचार कुणाचाही असो, तुम्हाला जर त्यात लपलेल्या शक्यता ओळखता आल्या तर तुम्ही यशस्वी होऊ शकता.**

३. तुम्ही उच्चशिक्षित असणं आवश्यक नसतं.

श्रीमंत होण्यासाठी उच्च शिक्षण झालेलं असणं आवश्यक नसतं. बहुतेक श्रीमंत लोक हे उच्चशिक्षित नव्हते, याचं कारण म्हणजे **शिक्षणाचा व्यावसायिक बुद्धी, दूरदृष्टी, मेहनत आणि चिकाटी या गोष्टींशी काहीही संबंध नाही.**

जगातली सर्वांत श्रीमंत व्यक्ती असलेले बिल गेट्स यांनी आपलं कॉलेजशिक्षण अर्धवट सोडलं होतं. ॲपल कॉम्प्युटर्सचे स्टीव्ह जॉब्ज आणि डेल कॉर्पोरेशनचे मायकेल डेल, यांचीपण परिस्थिती अशीच आहे. हेन्री फोर्ड, सॅम वॉल्टन, वॉल्ट डिस्ने ही मंडळीदेखील आपलं कॉलेजशिक्षण पूर्ण करू शकली नव्हती.

४. पहिल्या प्रयत्नातच तुम्हाला यश मिळेल, असं नाही.

कुठलंही नवीन काम करताना, आता थोड्या दिवसांतच आपण यशस्वी होऊ, असा विचार करू नका. असं घडू शकतं, हे आपण जॉर्ज सोरोस यांच्या उदाहरणावरून पाहिलं आहे, पण यश मिळवण्याकरता सहसा थोडा वेळ लागतो, कष्ट करावे लागतात आणि धीर धरावा लागतो. घिसाडघाई, अति उत्तेजना आणि गडबड करण्यानं कामं बिघडू शकतात.

विजेचा बल्ब तयार करताना एडिसन यांना हजारो अपयशांनंतर यश मिळालं. जेफ बेजोस यांच्याप्रमाणे तुम्ही तुमच्या नव्या कामामध्ये पहिल्याच प्रयत्नामध्ये यशस्वी होणं शक्य आहे, पण जिलेट, मोनाहन, हेन्री फोर्ड या लोकांप्रमाणे तुम्हालाही यश मिळण्यासाठी वाट पाहावी लागणंदेखील शक्य आहे.

५. नवं काम करताना त्याव्यतिरिक्त दुसरं कुठलंही काम तुमच्याकडे नसणं आवश्यक नाही.

आठ तास नोकरी केल्यानंतर नवीन काही करण्याकरता वेळ आणि शक्ती उरत नाही, असं काहीजणांना वाटत असतं. पण त्यांनी हे लक्षात ठेवायला हवं, की स्टीव्ह जॉब्जच्या साथीनं ॲपल कॉम्प्युटर्समुळे श्रीमंत झालेले स्टीफन वोस्नियॅक, ह्युलेट-पॅकार्डमध्ये दिवसभर काम केल्यानंतरच रात्री आपले विविध प्रयोग करत असत. करसनभाई पटेल दिवसभर सरकारी नोकरी करून रात्री घरी निरमा साबण तयार करत असत आणि मग सुट्टीच्या दिवशी घरोघर जाऊन ते विकत असत. हेन्री फोर्ड दिवसभर एडिसन यांच्या कंपनीत काम करून घरी गेल्यानंतर मोटारींशी संबंधित प्रयोग करत असत. जॉर्ज ईस्टमन दिवसभराची बँकेची नोकरी सांभाळून

नंतर फोटोग्राफीशी संबंधित प्रयोग करत असत.

याचा अर्थ मनामध्ये तीव्र इच्छा असेल आणि यश मिळवण्याचं स्वप्न साकार करण्याचा निर्धार पक्का असेल, तर नोकरी त्याच्या आड येत नाही. निव्वळ नऊ ते पाच अशी नोकरी करून तुम्ही श्रीमंत होऊ शकत नाही, हे लक्षात ठेवा. पाचनंतर मध्यरात्रीपर्यंत तुम्ही जे कराल, त्यानंच तुम्ही श्रीमंत होऊ शकता.

◆◆

श्रीमंत लोकांचा दुसरा नियम

धोका पत्करणे

श्रीमत लोकांच्या जीवनाचं विश्लेषण आपण केलं, तर आपल्या असं लक्षात येईल, की त्यातले बहुतेकजण एखादा शोध लावून वा उद्योग-व्यवसायाच्या माध्यमातून श्रीमंत बनले आहेत. उद्योग-व्यवसाय बिल गेट्स यांच्याप्रमाणे सॉफ्टवेअरचा असो, मायकेल डेल यांच्याप्रमाणे कॉम्प्युटर विकण्याचा असो, रे क्रॉक यांच्यासारखा बर्गर विकण्याचा असो की जिलेट यांच्यासारखा रेझर बनवून विकण्याचा; कोणताही उद्योग तुम्हाला श्रीमंत बनवू शकतो, फक्त तो तुमचा स्वत:चा हवा. दुसऱ्या कुणाच्या कंपनीमध्ये काम करून खूप श्रीमंत होण्याची शक्यता कमी असते. जगातल्या सर्वांत श्रीमंत लोकांच्या यादीमध्ये, दुसऱ्या कुणाच्या कंपनीमध्ये काम करून श्रीमंत (अब्जाधीश) होणारी एकमेव भाग्यवान व्यक्ती म्हणजे मायक्रोसॉफ्टचे सध्याचे मुख्य कार्यकारी अधिकारी स्टीव्ह बाल्मर.

मात्र त्यांची ही श्रीमंती त्यांच्या पगारामुळे नाही, तर त्यांच्याकडे असलेल्या मायक्रोसॉफ्टच्या समभागांमुळे आहे, हे विसरता कामा नये. निव्वळ पगाराच्या जोरावर आजवर कुणीही ना श्रीमंत झालं, ना होऊ शकेल. पगारावर फक्त उदरनिर्वाह चालतो, श्रीमंत होता येत नाही. श्रीमंत होण्याकरता उद्योगच केला पाहिजे असं नसलं, तरी त्यासाठीचा हा एक राजमार्ग आहे हे नक्की.

आपण पहिल्या प्रकरणात पाहिलं की शून्यातून सुरुवात करून शिखरावर पोहोचण्याचा सगळ्यात सोपा मार्ग म्हणजे नवं काम करणं आणि नवं काम करणं धोका पत्करल्याशिवाय, जोखीम स्वीकारल्याशिवाय शक्य नसतं. नवीन काम करणं हे अंधारात चाचपडण्यासारखं आहे; अपरिचित समुद्रामध्ये प्रवास करण्यासारखं आहे; कारण पुढे जाऊन आपल्याला कोणत्या संकटांना तोंड द्यावं लागणार आहे

आणि आपल्याला आपल्या कामामध्ये यश मिळण्याची कितपत शक्यता आहे, हे आपल्याला ठाऊक नसतं. धोका पत्करण्याकरता अंगात खूप धाडस आणि धैर्य असणं आवश्यक असतं.

जे धोके पत्करतात, तेच विजेते ठरतात. मनुष्यानं धोका पत्करायचं नाकारलं तर काय होईल, याचा जरा विचार करा. धोका पत्करायचा नाही म्हणून जन्माला आलेलं मूल कधी चालणारच नाही. उभं राहिल्यावर पडण्याचा धोका असल्यामुळे ते जन्मभर रांगतच राहील. सायकलवरून पडण्याचा धोका असल्यामुळे कुणीही सायकल चालवणार नाही. अपघात होण्याच्या धोक्यामुळे कुणी दुचाकी वा चारचाकी वाहन चालवणार नाही. खिसा कापला जाण्याच्या धोक्यामुळे कुणीही पाकीट वापरणार नाही. आपल्या कॉम्प्युटरमध्ये व्हायरस घुसण्याच्या धोक्यामुळे कुणी इंटरनेट वापरणार नाही. भटकी कुत्री चावतील या भीतीनं कुणी घराबाहेर पडणार नाही. रुळावरून रेल्वे घसरण्याच्या धोक्यामुळे कुणी रेल्वेनं प्रवास करणार नाही.

यावरून आपल्या लक्षात येईल, की धोके पत्करायचे नाही असं म्हटलं, तर प्रगती सोडा आपण सामान्य जीवनही जगू शकणार नाही. आपल्याला आवडो न आवडो, आपण जाणता-अजाणता रोज अनेक धोके पत्करत असतो. संपूर्णपणे निर्धोक जीवन जगणं कुणालाच शक्य नसतं. जीवन आहे, तर धोकाही आहेच, आपल्या प्रगतीसाठी आपण किती धोका पत्करायला तयार आहोत, हे आपणच ठरवायचं असतं.

आता जोखीम जितकी मोठी, तितकंच यश वा अपयशही मोठं असणार हे तर उघडच आहे. ही गोष्ट चांगल्या प्रकारे समजण्यासाठी खाली दिलेलं उदाहरण नीट पाहा. असं समजा की तुम्ही शेअरबाजारामध्ये एखाद्या कंपनीचे समभाग विकत घेण्यामध्ये पैसे गुंतवण्याचा धोका पत्करला आहे आणि त्या कंपनीचा समभाग दहा रुपयांनी वाढला. इथे मुद्दा त्या कंपनीच्या समभागाचा भाव किती वाढला हा नसून तुम्ही त्या कंपनीचे किती समभाग घेतले होते, हा आहे. कारण तुम्ही जर शंभर समभाग घेतलेले असतील, तर तुमचा नफा एक हजार रुपये असेल पण तुम्ही जर दहा हजार समभाग घेतलेले असतील, तर तुम्हाला नफ्यापोटी एक लाख रुपये मिळतील.

या उदाहरणावरून हे स्पष्ट होईल, की कमी धोका पत्करला तर कमी फायदा आणि जास्त धोका पत्करला तर जास्त फायदा होतो. मोठे धोके पत्करण्यानं मनुष्य मोठं होण्याकडे वाटचाल करायला लागतो. गुंतवणुकदार जॉर्ज सोरोस यांनी एकदा शेअरबाजारामध्ये दहा अब्ज डॉलर्स पणाला लावले होते आणि त्यावर बारा अब्ज डॉलर्स मिळाल्यामुळे त्यांना दोन अब्ज डॉलर्सचा नफा झाला. हा मोठा धोका त्यांनी

जर पत्करला नसता आणि दहा अब्जांऐवजी दहा लाख डॉलर्स गुंतवले असते, तर त्यांना नफाही दोन अब्ज नाही, तर दोन लाख डॉलर्स झाला असता. नवं काम करणं हा जर श्रीमंत लोकांचा पहिला नियम असेल, तर धोके पत्करणं हा त्यांचा दुसरा नियम ठरेल. बहुतेक श्रीमंत लोक हे धोके पत्करण्यामुळेच श्रीमंत झालेले आहेत. विना धोका पत्करता श्रीमंत होणं अशक्य नसलं तरी अवघड मात्र निश्चितच आहे. तुमच्या आई-वडिलांनी तुमच्याकरता खूप पैसा मागे ठेवला, तर कदाचित तुम्हाला धोका पत्करण्याची गरज पडणार नाही. किंवा मग तुमचा एखादा पिढीजात उद्योग असेल आणि तुम्ही तो आहे तसाच चालवण्याचा निर्णय घेतला, तरीही तुम्हाला धोका पत्करण्याची गरज पडणार नाही. पण या परिस्थितीमध्ये, तुम्ही तुमच्या आई-वडिलांएवढेच श्रीमंत राहाल किंवा फार तर त्यांच्यापेक्षा थोडे अधिक श्रीमंत व्हाल, पण त्यांच्यापेक्षा खूप श्रीमंत मात्र तुम्ही नक्कीच होणार नाही.

पिढीजात व्यवसाय करणं म्हणजे आधी कुणीतरी उडवलेलं विमान उडवत राहण्यासारखं आहे, तर नवा व्यवसाय करणं हे नवं विमान उडवण्यासारखं आहे; त्यात धोका असतोच. खरं म्हणजे पिढीजात व्यवसायामध्येही धोके पत्करणं आवश्यकच असतं, फक्त हे धोके तुलनेनं लहान असतात. मुकेश अंबानी आज एखाद्या नव्या व्यवसायामध्ये हात घालतील तर त्यात धोका असेलच, पण तो म्हणावा तेवढा नसेल, कारण त्यांच्याकडे धीरूभाई अंबानींनी तयार करून दिलेला एक पक्का पाया आहे, ज्यावर उभे राहून ते तेवढी जोखीम सहज घेऊ शकतात. कुठलंही नवं काम पहिल्यांदा करण्यामध्ये जास्त धोका असतो, हे नक्की.

टेड टर्नर यांनी सीएनएन सुरू करताना आपल्याजवळचे दहा कोटी डॉलर्स पणाला लावले होते. ही जोखीम मोठी होती, पण त्यांना एवढं मोठं यशही केवळ त्यामुळेच मिळालं. इतर टीव्ही नेटवर्क्सनी ही जोखीम पत्करली नाही त्यामुळे ते मागे पडले. त्याचप्रमाणे विजेच्या बल्बचा शोध लावताना एडिसन यांनीदेखील मोठाच धोका पत्करला होता. सामान्य लोकांपर्यंत वीज पोहोचवण्याकरता मोठ्या विद्युत वितरण यंत्रणेची गरज आहे, हे त्यांना माहीत होतं. बँका आणि वित्तपुरवठादारांनी जेव्हा या कामासाठी पैसा देण्याचं नाकारलं, तेव्हा एडिसन यांनी नव्वद टक्के भांडवलाची तरतूद स्वतःच्या खिशातूनच केली. विद्युत वितरणासाठी लागणारी यंत्रसामग्री बनवणारे कारखाने त्यांनी स्वतःच उभारले आणि जनरल इलेक्ट्रिक (जीई) सारख्या महाकाय कंपनीचा पाया घातला.

यश मिळवण्याकरता धोके पत्करावेच लागतात, कारण धोके पत्करण्याची क्षमता नवं काम करून यश मिळवण्याच्या दृष्टीनं आवश्यक असलेली एक मूलभूत सवय आहे. खूप श्रीमंत असलेल्या लोकांमध्ये धोका पत्करण्याचा गुण पुरेपूर भरलेला असतो आणि ते पत्करत असलेले धोके फक्त आर्थिकच असतात

असं नाही. काही वेळा सामाजिक प्रतिष्ठा आणि प्रतिमादेखील पणाला लागतात. जुन्या, परंपरागत आणि सर्वमान्य पद्धतींऐवजी एखाद्या नव्या, वेगळ्या पद्धतीनं काम करण्याचा प्रयत्न केला जातो तेव्हा त्या व्यक्तीला खूप विरोध आणि टीकेला तोंड द्यावं लागतं. **नवं काम करणाऱ्या प्रत्येक व्यक्तीला लोकांची टीका आणि परंपरावाद्यांचा विरोध सहन करावाच लागतो.**

नवीन काम करणारा मनुष्य टीका होण्याचा धोका पत्करण्यास तयार असतोच. तज्ज्ञ मंडळी, प्रसारमाध्यमं, मित्र-मैत्रिणी, जवळचे सहकारी आणि कुटुंबीय जेव्हा टीका करतात, तेव्हा तो त्यामुळे विचलित न होता आपल्या ध्येयाच्या दिशेनं मार्गक्रमण करतच राहतो. टीकेमुळे त्याचा निर्धार डळमळीत होत नाही. बहुतेक लोक भविष्याची पावलं ओळखू शकत नाहीत, त्यांची नजर नेहमी वर्तमानाकडेच लागलेली असते त्यामुळे नवीन काही करणाऱ्यावर टीका ही होणारच, हे त्याला पक्कं माहीत असतं. पण धोका पत्करला नाही, तर वेगळं काही हातून घडणं शक्य नाही आणि मग प्रत्यक्ष खेळ सुरू होण्याआधीच त्याचा पराभव निश्चित होऊन जाईल, हेही तो जाणतो. जिंकायचं असेल, तर जोखीम घ्यावी लागणारच कारण बचावात्मक खेळ खेळणारा खेळाडू कधीच जिंकू शकत नाही.

प्रत्येक यशस्वी व्यक्तीला यश मिळण्यापूर्वी प्रचंड टीकेचं धनी व्हावं लागलेलं आहे, ही गोष्ट ध्यानात ठेवा. बिल लियर यांना मोठमोठ्या तंत्रज्ञांनी त्यांचं जेट विमान हवेमध्ये उडणं अशक्य असल्याचं ठामपणे सांगितलं होतं, पण त्यांनी ते उडवून दाखवलं. आयबीएम, इंटेल, एचपी, अतारी आणि अशा अनेक नामवंत कंपन्यांनी पर्सनल कॉम्प्युटर कधीच लोकप्रिय होऊ शकणार नाही आणि त्यामुळे ॲपलचा पर्सनल कॉम्प्युटर बाजारात विकला जाणार नाही, अशी भविष्यवाणी केली होती. स्टीव्ह जॉब्ज आणि स्टीफन वोस्नियॅक यांनी त्यांच्या म्हणण्याकडे दुर्लक्ष करून इतिहास घडवला.

आता धोका न पत्करण्याचं एक उदाहरण पाहा. झेरॉक्स पार्क रिसर्च लॅबनं १९७०च्या दशकाच्या सुरुवातीला पालो अल्टो इथे अल्टॉस नावाचा एक पर्सनल कॉम्प्युटर बनवला होता (हा कॉम्प्युटर ॲपलच्या मॅकिण्टॉशसारखाच होता). त्यांनी तो कॉम्प्युटर जर बाजारात आणला असता, तर ॲपल मॅकिण्टॉशच्या तब्बल आठ वर्षं आधी त्यांचा पर्सनल कॉम्प्युटर आला असता. पण ज्याच्या यशाबाबत खात्री नाही असं एखादं नवीन उत्पादन बाजारात आणण्याचा धोका झेरॉक्सच्या व्यवस्थापनाला घ्यावासा वाटला नाही. हा धोका न पत्करण्यामुळे इतिहास घडवण्याची त्यांची संधी हुकली आणि आधी ॲपल आणि नंतर मायक्रोसॉफ्टनं यश आणि समृद्धीचं जे शिखर गाठलं, ते शिखर झेरॉक्स गाठू शकलं नाही.

गमतीची गोष्ट अशी, की जे लोक नवीन काम करतात, त्यांना त्यात धोका

दिसतच नाही. त्यांना फक्त भविष्यातलं यश दिसत असतं आणि ते आपल्या आवडीच्या कामामध्ये उत्साहानं बुडून जातात. त्यांच्यामध्ये त्या कामाचा जोशच एवढा असतो, की त्यांना काहीच अशक्य वाटत नाही. ते अशक्य तेच शक्य कोटीत आणतात. आता नवीन काम करणारे उद्योजक कोणते प्रमुख प्रकारचे धोके पत्करत असतात, ते आपण पाहूया.

१. शिक्षण अर्धवट सोडण्यातला धोका

जगभरातल्या श्रीमंत लोकांच्या जीवनाचा अभ्यास केला, तर असं आढळतं की त्यांच्यापैकी बहुतेकांनी आपलं शिक्षण अर्धवट सोडण्याचा धोका पत्करला आहे. बिल गेट्स, स्टीव्ह जॉब्ज, मायकेल डेल, स्टीफन वोस्नियॅक यांच्यासारख्या दिग्गज लोकांनी शिक्षण पूर्ण करण्याऐवजी व्यवसायात शिरण्याचा मार्ग धरला. हे खरं तर जोखमीचंच काम होतं, कारण असं करण्यानं ते आपलं भवितव्यच पणाला लावत होते. काही कारणानं त्यांना त्यांच्या व्यवसायांमध्ये यश मिळालं नसतं, तर मग त्यांच्यासमोर उपजीविकेचे खूप कमी पर्याय होते. शिक्षण पूर्ण न करून त्यांनी आपल्या भविष्यातील अनेक शक्यतांना मर्यादा घालून घेतल्या होत्या. शत्रूराज्याच्या किनाऱ्यावर पोहोचताच आपलं जहाज जाळून टाकण्यासारखं हे होतं, आपले परतीचे दोर कापून टाकण्यासारखं होतं. आजकाल शिक्षण सोडल्यानंतर दहा-वीस वर्षांनीदेखील पुन्हा ते सुरू करता येतं, पण तसं करण्यानं योग्य वयात शिक्षण झाल्यास जो पक्का पाया तयार होतो, तसं होत नाही.

शिक्षण सोडून एखादं नवीन काम वा व्यवसाय करणं हे खूपच धोकादायक असतं. उशीर केल्यास संधी हातची निघून जाईल, अशी काही शक्यता दिसत असेल तरच असं करणं समर्थनीय ठरू शकेल. मायकेल डेल किंवा बिल गेट्स यांनी त्यांच्या कामाला उशीर केला असता, तर इतर कुणीतरी ते काम केलं असतं आणि मग ही दोघं इतकी यशस्वी ठरली नसती.

२. नोकरी सोडण्याचा धोका

श्रीमंत लोकांच्या बाबतीतला धोका पत्करण्याचा आणखी एक प्रकार म्हणजे नोकरी किंवा आर्थिक सुरक्षिततेचा त्याग. चांगली चालू असलेली आणि ठरावीक पगाराची नोकरी करण्याचं सोडून व्यवसायाच्या अनिश्चित वाटेवर पाऊल टाकण्याचा पर्याय त्यांनी निवडलेला असतो. जेफ बेजोस यांनी आपली चांगली नोकरी सोडून ॲमेझॉन डॉट कॉम सुरू केली. इंटेलचे गॉर्डन मूर आणि रॉबर्ट नॉईस यांनी फेअरचाईल्ड कंपनीतली नोकरी सोडून स्वत:ची कंपनी सुरू केली. नारायण मूर्ती यांनी पटणी कॉम्प्युटर्समधली आपली सुरक्षित नोकरी सोडून इन्फोसिस टेक्नॉलॉजीजची

स्थापना केली. शिव नाडर यांनीही आपली चांगली नोकरी सोडूनच एचसीएल कंपनी सुरू केली.

नोकरी सोडणं हादेखील एक मोठाच धोका म्हणायला हवा कारण त्यात तुम्ही निश्चित आर्थिक सुरक्षिततेवर पाणी सोडून एका अनिश्चित उत्पन्नाच्या, अनोळखी आणि असुरक्षित दुनियेत प्रवेश करत असता. असं करण्यासाठी आत्मविश्वास तर दांडगा असावा लागतोच, पण आपण करू पाहात असलेल्या नव्या कामाच्या यशाबद्दलही खूप खात्री वाटणं आवश्यक असतं. आता असं करण्यापूर्वी तुम्ही ओळखीच्या लोकांचा सल्ला घ्यायला जाल, तर बहुतेक लोक तुम्हाला असा वेडेपणा न करण्याचाच सल्ला देतील. नोकरी सोडून व्यवसाय करण्याचा निर्णय विवाहित लोकांपेक्षा अविवाहित लोक जास्त सहजपणे घेऊ शकतात, कारण एक तर त्यांना त्यांच्या जोडीदाराच्या विरोधाला तोंड देण्याचा प्रश्नच येत नाही आणि दुसरं म्हणजे विवाहित लोकांसारखा आर्थिक गरजांचा तितकासा दबाव या लोकांवर नसतो.

३. आर्थिक धोका

तिसऱ्या प्रकारचा धोका आर्थिक स्वरूपाचा असतो. तुम्ही जेव्हा एखाद्या नव्या कामामध्ये आपला पैसा गुंतवता, तेव्हा तो पूर्ण बुडण्याचा धोका असतो. टॉम मोनाहन यांनी डॉमिनोज पिझ्झा सुरू करताना हा धोका पत्करला होता आणि ते दिवाळखोरीच्या उंबरठ्यावरून परतले होते. वॉल्ट डिस्ने यांनी डिस्नेलँड बनवताना, रे क्रॉक यांनी मॅक्डोनल्ड्स सुरू करताना आणि टेड टर्नर यांनी सीएनएन सुरू करताना आर्थिकदृष्ट्या आपलं सर्वस्व पणाला लावलं होतं.

आर्थिक धोका पत्करणं सोपं नसतं, हे उघड आहे, कारण ते म्हणजे पूर्ण भाकरी मिळवण्याकरता जवळची अर्धी भाकरीदेखील पणाला लावण्यासारखं असतं. बहुतांश लोकांना हा जुगार वाटतो, पण त्यात तथ्य नाही. ही एक गुंतवणूक असते, जी तुम्हाला भविष्यात यश मिळवण्याची आशा दाखवत असते. मात्र त्याचबरोबर, तुमचा अंदाज चुकला वा तुम्हाला काही कारणामुळे यश मिळालं नाही, तर तुमचं दिवाळं वाजू शकतं.

४. लोक काय म्हणतील, याचा धोका

तुम्ही मळलेल्या वाटेनं चालत असलात, तर त्यात धोका नसतो; धोका वेगळ्या वाटेनं जाण्यामध्ये असतो. 'लोक काय म्हणतील,' या भीतीमुळे काही लोक धोके पत्करत नाहीत. नवं काम करताना तर ही भीती आणखीनच तीव्र होते.

टेड टर्नर यांनी सीएनएन सुरू करण्यापूर्वी लोकांनी त्यांच्यावर खूप टीका केली. वॉल्ट डिस्ने डिस्नेलँड उभे करत असताना त्यांना खूप विरोध झाला होता. राईट बंधू विमान बनवत होते, तेव्हा लोकांनी त्यांची यथेच्छ टिंगल केली होती. स्टीव्ह जॉब्ज आणि स्टीफन वोस्नियॅक यांनी पहिला पर्सनल कॉम्प्युटर बनवला तेव्हा भल्या-भल्या तज्ज्ञांचा विरोध त्यांना सहन करावा लागला होता. पण असं असलं तरी नवी वाट चोखाळणाऱ्या या सगळ्या लोकांनी त्या वाटेवर यश मिळवून आपल्या टीकाकारांची तोंडं बंद केली.

५. अपयशाचा धोका

यशाच्या मार्गामध्ये अपयशाचा धोकाही असतोच. बोईंग कंपनीनं पहिलं जंबो जेट बनवलं, तेव्हा त्यांनी अपयश आणि दिवाळं, असा दुहेरी धोका पत्करला होता. फ्रेड स्मिथ यांना फेडरल एक्सप्रेस स्थापन करताना अपयशाचा मोठाच धोका होता. लॅरी एलिसन यांनी इंटरनेटची कास धरून ओरॅकल या डेटाबेसमध्ये काही बदल केले, तेव्हा त्यातील यशापयशावर त्यांचं भविष्य अवलंबून होतं. इंटरनेटच्या माध्यमातून काहीतरी विकण्याचा प्रयोग अंगाशी येण्याची शक्यता असतानाही जेफ बेजोस यांनी ॲमेझॉन डॉट कॉमच्या रूपानं ते नवं काम केलंच.

या सगळ्या लोकांनी जर अपयशाचा धोका पत्करला नसता, तर ते एवढे यशस्वी आणि श्रीमंत झाले नसते ही गोष्ट इथे लक्षात ठेवायला हवी.

आता धोके पत्करून यशाचं शिखर गाठलेले काही लोक पाहूया.

जेफ बेजोस (१९६४ -)

जेफ बेजोस यांनी ॲमेझॉन डॉट कॉम सुरू करून एक नवाच इतिहास घडवला. ऑनलाईन किंवा इंटरनेटच्या माध्यमातून काहीतरी विकण्याचा प्रयोग करणारे ते पहिले होते. पण यश त्यांना चांदीच्या ताटात घालून मिळालेलं नाही. एक मोठा धोका पत्करल्यानंतरच त्यांना ते मिळालं आहे.

एप्रिल १९९४ची गोष्ट. कॉम्प्युटर सायन्स आणि इंजिनिअरिंग शिकलेले जेफ बेजोस एका न्यूयॉर्कस्थित वित्तीय कंपनीमध्ये फंड मॅनेजर म्हणून काम करत होते. एक दिवस इंटरनेटवर सर्फिंग करता-करता त्यांना अशी माहिती मिळाली, की इंटरनेटचा वापर करणाऱ्या लोकांची संख्या दर वर्षी २,३०० टक्क्यांनी वाढते आहे. हा आकडा वाचून ते थक्कच झाले. इंटरनेट जर एवढ्या प्रचंड संख्येनं लोक वापरत असतील, तर या माध्यमातून व्यवसाय केल्यास तो यशस्वी ठरण्याची

शक्यता बरीच जास्त आहे असं त्यांच्या मनात आलं. त्यांनी ताबडतोब असा काहीतरी व्यवसाय सुरू करण्याचा निर्णय घेऊन टाकला.

या कामामध्ये यशाची शक्यता जास्त असली, तरी त्यात धोकाही होताच. आज आपल्याला इंटरनेटच्या माध्यमातून वस्तू विकण्याचं नावीन्य वाटत नाही, पण चौदा वर्षांपूर्वी ही गोष्ट नवीच होती. आपल्या क्रेडिट कार्डाचा उपयोग करून वेबसाइटवर खरेदी करण्यासाठी लोक तयार झाले नसते, तर बेजोस यांची सगळी मेहनत पाण्यात गेली असती. शिवाय इतरही अनेक समस्या यामध्ये होत्या. त्यावेळेला इंटरनेटवरच्या खरेदी-विक्रीसाठी योग्य ती सॉफ्टवेअर्सदेखील उपलब्ध नव्हती. दुरुपयोग होण्याच्या भीतीनं, न पाहिलेल्या कंपनीला आपल्या क्रेडिट कार्डाचा नंबर देण्यास लोक कचरण्याचीही शक्यता होतीच. त्यात पुन्हा एका ठिकाणावरून जगभर सामान पोहोचवण्याची समस्यादेखील होती. भरीस भर १९९३मध्ये जेफ बेजोस यांचं लग्न झालं होतं आणि लग्नानंतर काही महिन्यांतच चांगली चाललेली नोकरी सोडण्यामध्ये एक मोठीच जोखीम होती. बेजोस यांना तेव्हा वर्षाला चांगले दहा लाख डॉलर्स पगारापोटी मिळत असत आणि नोकरी सोडण्यामुळे त्यावर पाणी सोडण्यासारखंच होतं.

पण बेजोस या अडचणींना घाबरले नाहीत. मनात विचार आल्यानंतर दोनच महिन्यांत त्यांनी डी.ई.शॉ अँड कंपनीमधली आपली नोकरी सोडून दिली आणि आपल्या पत्नीला घेऊन त्यांनी सिएटल या अनोळखी गावाकडे कूच केलं. जिथे राज्याचा वेगळा कर नाही, तांत्रिक विशेषज्ञ खूप उपलब्ध आहेत आणि जिथे पुस्तकांचा एक मोठा वितरकही आहे, असं एखादं गाव त्यांना हवं होतं आणि सिएटल या सगळ्या गरजा पूर्ण करणारं शहर होतं.

धोका पत्करण्याची तयारी, हा गुण कदाचित अफाट यशस्वी लोक आणि सामान्य लोकांमधला फरक दर्शवतो. बेजोस यांनी आपली गंगाजळी, नोकरी, वैवाहिक जीवन आणि जीवनशैली, असं सगळंच एका अनोळखी शहरासाठी आणि एका नव्या उद्योगासाठी पणाला लावलं. त्यांचे टीकाकार त्यांच्या यशाबद्दल साशंक होते आणि पुस्तकं विकणारं बार्न्स अँड नोबेल हे प्रसिद्ध दुकान ज्या दिवशी स्वत:ची वेबसाइट सुरू करेल, त्यादिवशी बेजोस यांचं दिवाळं वाजेल असं ते म्हणत होते. मात्र जेफ बेजोस यांनी टीकाकारांकडे दुर्लक्ष करून हा मोठा धोका पत्करलाच. धोके पत्करण्याच्या बाबतीत बेजोस म्हणतात, 'आपण एखादा धोका न पत्करल्याचा जर तुम्हाला नंतर कधीकाळी पश्चात्ताप होणार असेल, तर आत्ता तो धोका खुशाल पत्करा.' धोका पत्करण्यामुळेच आज बेजोस यांच्याकडे ४.४ अब्ज डॉलर्सची संपत्ती आहे आणि जगभरातील श्रीमंतांच्या यादीमध्ये ते १८८व्या स्थानावर आहेत.

बिल गेट्स (१९५५ -)

मायक्रोसॉफ्टचे सुरुवातीचे दिवस खूप अनिश्चिततेनं भारलेले होते. बिल गेट्स आणि पॉल ॲलन एमआयटीएस कॉम्प्युटर या कंपनीमध्ये प्रोग्रामर म्हणून काम करत होते. काही वर्षांनी या कंपनीनं दिवाळखोरी जाहीर केली. पण कंपनीनं यासंदर्भात आपला अर्ज दाखल करेपर्यंत बिल गेट्स कॉलेजचं शिक्षण सोडून सॉफ्टवेअर उद्योगावर आपलं भविष्य पणाला लावून बसले होते. त्या काळामध्ये सगळीकडे हार्डवेअरचाच बोलबाला होता आणि मोठमोठ्या कंपन्या कॉम्प्युटर हार्डवेअर बनवून विकण्याच्या मागे लागलेल्या होत्या. सॉफ्टवेअरला तेव्हा फारसं महत्त्व दिलं जात नव्हतं आणि या क्षेत्रामध्ये कुणालाही यशाची काही विशेष संभावना दिसत नव्हती. पण तरीही बिल गेट्स यांनी मात्र हार्डवेअरऐवजी सॉफ्टवेअरच्या क्षेत्रामध्येच पाय ठेवण्याचा धोका पत्करला. पर्सनल कॉम्प्युटर बनवणाऱ्या कंपन्यांना ते आपले सॉफ्टवेअर प्रोग्रॅम्स विकायला लागले. १९७७ साली ॲपल-२ साठी जेव्हा मायक्रोसॉफ्टचं सॉफ्टवेअर लायसन्स घेतलं गेलं, तेव्हा खऱ्या अर्थानं त्यांचं नाव झालं.

बिल गेट्स यांनी सगळ्यात मोठा धोका तेव्हा पत्करला, जेव्हा त्यांनी आयबीएमसारख्या कंपनीला आपली एमएस-डॉस ही ऑपरेटिंग सिस्टीम एकरकमी पैसे घेऊन विकण्यास नकार दिला; त्यांनी त्याऐवजी फक्त रॉयल्टी हक्क विकण्याचा करार करण्याचा आग्रह धरला. आयबीएम त्यावेळी पहिल्यांदाच आपले नवे कॉम्प्युटर्स बाजारात आणत होती आणि स्वत: ऑपरेटिंग सिस्टीम बनवण्यात वेळ घालवण्याऐवजी तयार असलेली सिस्टीम विकत घेण्याचा त्यांचा मानस होता. यामध्ये बिल गेट्स यांची जोखीम ही होती, की आयबीएम एकरकमी पैसे देऊन ऑपरेटिंग सिस्टीम खरेदी करण्यावर ठाम राहू शकली असती, रॉयल्टी देण्याच्या तत्त्वाला नकार देऊ शकली असती आणि मुख्य म्हणजे मायक्रोसॉफ्टऐवजी दुसऱ्या एखाद्या कंपनीकडून त्यांची ऑपरेटिंग सिस्टीम घेऊ शकली असती. पण अखेर बिल गेट्स यांनी अत्यंत धूर्तपणे आयबीएमला रॉयल्टी देण्यास राजी केलं आणि आपलं भाग्यच जणू बदललं. आयबीएमच्या कॉम्प्युटरमध्ये एमएस-डॉस विराजमान होताच मायक्रोसॉफ्टला खूपच प्रतिष्ठा मिळाली आणि या एका सौद्यामुळे बिल गेट्स यांचं नशीब बदललं, फळफळलं.

जीवनामध्ये नंतरही बिल गेट्स धोके पत्करतच राहिले. विंडोज सॉफ्टवेअर बनवल्यानंतर त्यांनी तेदेखील आयबीएमला विकण्याचा प्रयत्न केला, पण आयबीएमला आपण मागल्या वेळेला केलेली चूक आठवत होती आणि त्यांनी बिल गेट्स यांचा प्रस्ताव धुडकावत स्वत:ची वेगळी ऑपरेटिंग सिस्टीम ओएस-२ तयार केली.

आयबीएमच्या विरोधात जाऊन बाजारामध्ये विंडोज ऑपरेटिंग सिस्टीम आणणं हेही जोखमीचंच काम होतं कारण विंडोज नवीन होती. पण बिल गेट्स यांनी हा धोका पत्करला आणि ही नवी ऑपरेटिंग सिस्टीम लोकप्रिय करण्यासाठी त्यात मॉडेमचे ड्रायव्हर्स आणि इंटरनेट वापरण्यासाठी सर्च सॉफ्टवेअरही टाकलं. कॉर्पोरेट जगतामध्ये विंडोजचा प्रचार करण्याकरता त्यांनी फोर्ड मोटर कंपनीला विंडोज ९५ चे ५,००० लायसेन्सेस फुकट दिले, जेणेकरून ही ऑपरेटिंग सिस्टीम वापरून पाहिल्यानंतर फोर्ड वर्तमानपत्रांमधून तिची तारीफ करेल.

बिल गेट्स आज जगातले सर्वांत श्रीमंत व्यक्ती आहेत आणि त्यांच्याकडे ५६ अब्ज डॉलर्सची मालमत्ता आहे. त्यांच्या या यशामध्ये धोके पत्करण्याच्या सवयीचा खूप मोठा हात आहे. एवढे श्रीमंत होण्याकरता त्यांनी खूप वेळा धोके पत्करले आहेत, ज्यामध्ये शिक्षण अर्धवट सोडण्यामधला धोकाही समाविष्ट आहे, याचा विसर पडता कामा नये.

रिचर्ड ब्रॅन्सन (१९५० -)

रिचर्ड ब्रॅन्सन यांनी एक नवी हवाई वाहतूक कंपनी सुरू करण्याचा धोका पत्करला होता. उल्लेखनीय बाब म्हणजे ब्रॅन्सन यांनी आपलं शिक्षण अर्धवट सोडलं होतं आणि विमानसेवा उद्योगाचा त्यांना कोणताही पूर्वानुभव नव्हता. पण असं असतानाही त्यांनी या नव्या कामामध्ये हात घातला आणि त्यात ते यशस्वीही ठरले.

त्यांच्या मातोश्रींना जेव्हा मुलाच्या यशस्वितेचं रहस्य विचारलं गेलं, तेव्हा त्या म्हणाल्या, 'आम्ही त्याला स्वावलंबी होण्यास शिकवत असू. त्याच्या वयाच्या आठव्या वर्षी एक दिवस मी त्याला लंडनच्या बाहेर घेऊन गेले आणि तिथे एका मैदानावर त्याला सोडून देऊन मी कार घेऊन घरी आले. घरी जाण्याचा रस्ता त्यानं स्वतःच शोधून काढण्याचं आव्हान मी त्याच्यासमोर ठेवलं.' श्रीमती ब्रॅन्सन यांची आपल्या मुलाला स्वावलंबन शिकवण्याची ही तळमळ खरोखर अनोखी म्हणायला हवी, कारण जगभरातल्या आया आपल्या मुलांना शाळेच्या बसपर्यंत वा जवळच्या दुकानामध्येही एकटं जाऊ देत नाहीत.

याचा परिणाम म्हणजे रिचर्ड ब्रॅन्सन यांची आव्हानांना सामोरं जाण्याची आणि धोके पत्करण्याची तयारी लहानपणापासूनच झालेली होती. मुळात रिचर्ड ब्रॅन्सन एका यशस्वी रेकॉर्ड कंपनीचे मालक होते आणि त्या व्यवसायात ते खूप श्रीमंतही झालेले होते. एके दिवशी कॅलिफोर्नियाचे एक वकील रॅंडॉल्फ फील्ड्स यांनी त्यांना विचारलं की लंडन-न्यूयॉर्क हवाई मार्गावर वाहतूक करू इच्छिणाऱ्या एका नव्या

कंपनीमध्ये पैसे गुंतवण्यात त्यांना रस आहे का? ब्रॅन्सन यांचे सल्लागार या गोष्टीच्या विरोधात होते. त्यांच्यामते यामध्ये त्यांना ब्रिटिश एअरवेजसारख्या बलाढ्य कंपनीशी स्पर्धा करावी लागेल आणि त्यामध्ये त्यांचा पराभव होणं निश्चित आहे, कारण लंडनच्या हिथ्रो विमानतळावरून होणाऱ्या व्यापारी उड्डाणांवर ब्रिटिश एअरवेजचा जवळजवळ एकाधिकारच आहे.

पण रिचर्ड ब्रॅन्सन या आव्हानाला डगमगले नाहीत. त्यांनी १९९२मध्ये आपली व्हर्जिन म्युझिक ग्रुप थॉर्न ईएमआय ही कंपनी नव्वद कोटी डॉलर्सना विकून टाकली. त्यातून त्यांना व्यक्तिगत ५१ कोटी डॉलर्स मिळाले. आता ते ब्रिटिश एअरवेजचा सामना करायला तयार झाले होते. त्यांचा हा मानस ऐकून त्यांचे व्यवसायातले भागीदार, परिचित आणि नातेवाईक आश्चर्यचकित झाले आणि चिंतेतही पडले. एक एकटा मनुष्य ब्रिटिश एअरवेजसारख्या मातब्बर कंपनीशी काय मुकाबला करणार? त्यांनी रिचर्ड ब्रॅन्सन यांना हरतऱ्हेनं समजावून सांगितलं की ते एक मोठाच जुगार खेळत आहेत आणि त्यामध्ये त्यांचं दिवाळं वाजेल. पण रिचर्ड ब्रॅन्सन आपल्या इराद्यावर ठाम होते. त्यांनी बोइंग कंपनीकडून हप्त्यांवर बोइंग ७४७ जातीची जेट विमानं खरेदी केली आणि आपल्या कामाला सुरुवात केली.

एअरलाईन चालवण्याचा व्यवसाय रोमांचकही असेल आणि लाभदायकही असेल, असा रिचर्ड ब्रॅन्सन यांचा कयास होता आणि त्यामुळेच त्यांनी त्यात उडी घेण्याचं ठरवलं होतं. बिझनेस क्लासमध्ये बसून प्रवास करणाऱ्या लोकांना सर्वोत्तम सुविधा देण्याची त्यांची नीती होती. त्यावेळेपर्यंत या वर्गातल्या लोकांना जास्त भाडी, खराब सीट्स, वाईट जेवण आणि लांबलचक, कंटाळवाण्या होणाऱ्या उड्डाणांची सवय होती. रिचर्ड ब्रॅन्सन यांनी त्यांच्या व्हर्जिन कंपनीच्या विमानांमध्ये ब्रिटिश एअरवेजच्या फर्स्ट क्लासच्या भाड्यापेक्षा अर्ध्या किमतीत अप्पर क्लासची तिकिटं देण्यास सुरुवात केली आणि त्यामध्ये स्लिपर (पाय लांब करता येतील अशा) सीट्स, प्रवासादरम्यान मानेला मोफत मसाज आणि नखं कापण्याची सोय, प्रत्येक प्रवाशाला वेगळा व्हिडिओ स्क्रीन, उत्तम प्रतीचं जेवण, तसंच त्याच्या जोडीला उंची वाईन अशा सुविधा दिल्या. त्यांची विमानसेवा खूप यशस्वी आणि नफा मिळवणारी ठरली.

त्यानंतर त्यांनी शीतपेयांच्या (व्हर्जिन कोला) उद्योगामध्ये पाऊल ठेवलं आणि प्रत्येक आठवड्याला दहा लाख पौंड्स, असा अफाट नफा मिळवला. मग त्यांनी व्हर्जिन नेट आणि अशा इतर अनेक कंपन्या सुरू केल्या.

धोके पत्करण्याच्या या सवयीमुळेच रिचर्ड ब्रॅन्सन यांच्याकडे आज ३.८ अब्ज डॉलर्सची मालमत्ता आहे आणि जगातल्या श्रीमंतांच्या यादीमध्ये ते २३०व्या स्थानावर विराजमान झाले आहेत. विमानसेवेच्या व्यवसायामध्ये शिरण्याची जोखीम

त्यांनी पत्करली नसती, तर ते आजही संगीताच्या रेकॉर्ड्‌स विकत बसले असते.

रूपर्ट मर्डॉक (१९३१ -)

रूपर्ट मर्डॉक यांनी खूप जोखीम पत्करून आपलं माध्यम क्षेत्रातलं साम्राज्य उभं केलं आहे. या दरम्यान ते कर्जामध्ये गळ्यापर्यंत बुडालेले होते आणि दिवाळखोरीच्या उंबरठ्यावर जाऊन पोहोचले होते.

वृत्तपत्रं, नियतकालिकं, पुस्तकं, रेडिओ, टीव्ही आणि उपग्रह वाहिन्या (स्टार टीव्ही) अशा माध्यम क्षेत्रातल्या प्रत्येक व्यवसायामध्ये आज रूपर्ट मर्डॉक यांचं वर्चस्व आहे. त्यांच्या न्यूज कॉर्पोरेशनच्या साम्राज्यामध्ये बावन्न देशांतल्या ७८० कंपन्या आहेत. विसाव्या शतकाचे ते माध्यमसम्राट मानले जातात. त्यांची व्यक्तिगत मालमत्ता सुमारे नऊ अब्ज डॉलर्स आहे. फोर्ब्स मासिकाच्या यादीमध्ये ते ७३व्या स्थानावर आहेत आणि न्यूज कॉर्पोरेशन या त्यांच्या कंपनीची मालमत्ता जवळपास ६२ अब्ज डॉलर्स आहे. या कंपनीचं वार्षिक उत्पन्न २८ अब्ज डॉलर्स एवढं आहे. तीन वर्षांपूर्वी रूपर्ट मर्डॉक यांनी अमेरिकेतील डाऊ जोन्स अँड कंपनी विकत घेण्याकरता पाच अब्ज डॉलर्सची बोली लावली होती.

रूपर्ट मर्डॉक यांना त्यांच्या वडिलांचं एक छोटंसं वृत्तपत्र वारसा म्हणून मिळालं होतं. हे वृत्तपत्र फक्त ऑस्ट्रेलियापुरतंच मर्यादित होतं, त्यामुळे रूपर्ट मर्डॉक त्यात समाधानी नव्हते. त्यांना आंतरराष्ट्रीय पातळीवर यश मिळवायचं होतं. मग त्यांनी अमेरिका आणि ब्रिटनमधली बुडत चाललेली किंवा तोट्यामध्ये चालणारी, पण प्रतिष्ठित वृत्तपत्रं विकत घेण्याचं ठरवलं. फक्त ऑस्ट्रेलियात खपणारी वृत्तपत्रं विकत घेऊन जागतिक पातळीवर आपली ओळख निर्माण करता येणार नाही, हे त्यांनी ताडलं होतं आणि म्हणूनच त्यांनी अमेरिका आणि ब्रिटनकडे आपला मोर्चा वळवला होता. आपल्या या नीतीनुसार १९६९मध्ये त्यांनी ब्रिटनमधलं, दर रविवारीच प्रसिद्ध होणारं न्यूज ऑफ द वर्ल्ड आणि पेज थ्रीवर अर्धनग्न सुंदऱ्यांची छायाचित्रं छापणारं प्रसिद्ध वर्तमानपत्र 'द सन', ही दोन्ही वर्तमानपत्रं विकत घेऊन टाकली. १९७६ साली त्यांनी अमेरिकेतलं न्यूयॉर्क पोस्ट विकत घेतलं आणि १९८१मध्ये ब्रिटनचं द टाइम्स हे सुप्रतिष्ठित वृत्तपत्रही विकत घेतलं. कंपन्या विकत घेण्याच्या या मोहिमेदरम्यान हार्पर कॉलिन्स हा प्रसिद्ध प्रकाशनसमूहदेखील त्यांच्या न्यूज कॉर्पोरेशनमध्ये सामील झाला.

आता रूपर्ट मर्डॉक यांचं स्वप्न पूर्ण झालं होतं आणि ते आंतरराष्ट्रीय पातळीवर यशस्वी झाले होते. पण विसाव्या शतकाच्या अखेरच्या दोन दशकांमध्ये, फक्त वृत्तपत्रं आणि पुस्तकांमध्ये नाव मिळवून काहीही साध्य होणार नाही हे

त्यांच्या लक्षात आलं कारण दूरसंचार क्षेत्रातल्या क्रांतीमुळे भविष्यकाळ छापील वृत्तपत्रांचा नसून टीव्ही आणि उपग्रह वाहिन्यांचा असणार आहे, हे त्यांना कळलं. म्हणून मग त्यांनी १९८५मध्ये फॉक्स स्टुडिओ आणि १९९३मध्ये स्टार टीव्ही नेटवर्क विकत घेतले. गमतीची गोष्ट म्हणजे ही सगळी वृत्तपत्रं आणि टीव्ही वाहिन्या त्यांनी बँकांकडून कर्ज घेऊन विकत घेतली होती. १९८९ साली तर अशी परिस्थिती होती, की त्यांच्या कंपनीच्या डोक्यावर सात अब्ज डॉलर्सचं कर्ज झालं होतं. पण एवढ्या मोठ्या कर्जाच्या डोंगरामुळे रूपर्ट मर्डॉक खचून गेले नाहीत आणि त्यांनी आपली कंपन्यांची खरेदी चालूच ठेवली. अखेर त्यांचा हा निडरपणा यशस्वी ठरला आणि तो त्यांना यशाच्या अत्युच्च शिखरावर घेऊन गेला. **माणसामध्ये तीक्ष्ण व्यापारीबुद्धी असेल आणि तो सूज्ञपणे विचार करून धोके पत्करेल, तर तो जागतिक पातळीवर यश मिळवू शकेल,** याचं रूपर्ट मर्डॉक हे एक ज्वलंत उदाहरण आहे.

थॉमस बरेल (१९३९ -)

थॉमस बरेल यांनी अमेरिकेतील पहिली कृष्णवर्णीयांची जाहिरात संस्था सुरू केली, तेव्हा काही काळातच त्यांच्या टीकाकारांनी केलेली भविष्यवाणी खरी ठरण्याच्या बेताला आली होती; बरेल दिवाळखोरीच्या उंबरठ्यावर येऊन पोहोचले होते. स्वत:ची जाहिरात संस्था सुरू करण्यापूर्वी ते दुसऱ्या एका संस्थेमध्ये शिकाऊ उमेदवार म्हणून काम करत होते आणि तिथे त्यांनी कॉपीरायटिंगमध्ये चांगलं नाव कमावलं होतं. १९६८ साली स्वत:ची जाहिरातसंस्था काढण्याचा विचार त्यांच्या मनामध्ये घोळायला लागला होता आणि अखेर १९७१मध्ये त्यांनी ती सुरू केली.

बरेल यांना सुरुवातीच्या काळामध्ये खूप संघर्ष करावा लागला, कारण कुठलीही मोठी कंपनी एका कृष्णवर्णीय संस्थेकडून आपलं काम करून घेऊ इच्छित नव्हती आणि खास कृष्णवर्णीय ग्राहकांसाठी वेगळ्या जाहिराती देण्यास तयार नव्हती. वर्णभेदाच्या या वातावरणामुळे थॉमस बरेल यांची जाहिरातसंस्था सहा महिन्यांतच दिवाळखोरी जाहीर करण्याच्या बेताला आली होती. पण स्वत: बरेल मात्र हार मानायला तयार नव्हते. उशिरा का होईना, पण आपण यशस्वी होऊ हे त्यांना माहीत होतं. अखेर १९७२मध्ये मॅक्डोनल्ड्सच्या व्यवस्थापनाला आफ्रिकन-अमेरिकन, म्हणजेच काळ्या लोकांकडे एक बाजारपेठ म्हणून पाहण्याला राजी करण्यात त्यांना यश आलं आणि या बाजारपेठेसाठी खास वेगळ्या जाहिराती इतर कुणीही देत नसल्याचंही त्यांनी त्यांच्या निदर्शनाला आणलं. या पहिल्या यशानंतर मात्र बरेल यांच्या यशाची जी मालिका सुरू झाली, ती जणू थांबलीच नाही. बरेल

यांनी मॅक्डोनल्ड्सकरता शेकडो जाहिराती तयार केल्या; त्याचबरोबर त्यांना कोकाकोला, फोर्ड मोटर्स, जॉन्सन अँड जॉन्सन, प्रॉक्टर अँड गॅम्बल अशा मोठमोठ्या कंपन्यांकरता जाहिराती बनवण्याची कामं मिळाली.

थॉमस बरेल यांनी कृष्णवर्णीयांची जाहिरात संस्था सुरू करण्याचा धोका पत्करला नसता, तर आयुष्यभर ते दुसऱ्या कुणा संस्थेकरता कॉपीरायटिंग करत राहिले असते.

टॉम मोनाहन (१९३७ -)

टॉम मोनाहन यांनी डॉमिनोज पिझ्झाची स्थापना करून स्वप्नातीत यश मिळवलं, पण सुरुवातीला त्यामध्ये एक मोठीच जोखीम होती. कंपनी स्थापन झाल्यावर त्यांनी खूप मोठं कर्ज घेतलं होतं आणि व्यवसायाचा विस्तार करण्याच्या प्रयत्नात त्यांचं दिवाळं निघण्याची शक्यता निर्माण झाली होती. १९७० साली एका बँकेचं कर्ज ते वेळेवर फेडू न शकल्यामुळे बँकेनं डॉमिनोज पिझ्झावर कब्जा घेतला होता. या बँकेच्या कर्जाशिवाय इतरही लाखो डॉलर्सचं कर्ज त्यांच्या डोक्यावर असल्यामुळे मनात असूनही टॉन मोनाहन बँकेच्या कर्जाची परतफेड करू शकत नव्हते. एक वेळ तर अशीही आली, की त्यावेळी टॉम मोनाहन यांच्यावर कर्जाशी संबंधित सुमारे शंभरहून अधिक खटले न्यायालयामध्ये दाखल झाले होते आणि त्यांच्या नावे त्यावेळी पंधरा लाख डॉलर्सचं एकूण कर्ज होतं.

डॉमिनोज ताब्यात घेतल्यानंतर आता ती बँक मालक झाली आणि इतर हक्कधारक (फ्रँचायझीज) टॉम मोनाहन यांच्याऐवजी बँकेला रॉयल्टी द्यायला लागले. कर्जाची परतफेड होत नाही तोवर किंवा मग डॉमिनोज विकली जाईपर्यंत डॉमिनोजचा व्यवसाय चालवण्यामध्ये बँकेला रस होता. पण त्यांची समस्या ही होती, की डॉमिनोज विकत घ्यायला कुणीही पुढे येत नव्हतं आणि व्यवसाय चालू ठेवायचा, तर त्याची व्यवस्था पाहणारा कुणी माणूस बँकेला मिळत नव्हता. इकडे मोनाहन यांच्याकडेही उदरनिर्वाहाचं कुठलंही दुसरं साधन नव्हतं. ते अक्षरशः रस्त्यावर आले होते, पण तरीही पिझ्झा सोडून इतर कुठलाही व्यवसाय करण्याची त्यांची इच्छा नव्हती. मग त्यांनी बँकेपुढे एक प्रस्ताव ठेवला की बँकेनं डॉमिनोजचा व्यवसाय सांभाळण्याकरता त्यांनाच नोकरीवर ठेवावं. बँकेला नाहीतरी योग्य व्यक्ती सापडत नव्हतीच, म्हणून मग त्यांनी अखेर हा प्रस्ताव मंजूर केला आणि टॉम मोनाहन यांना नोकरी दिली.

नियतीचा खेळ म्हणावा तसं, एका पिझ्झा साखळीचा मालक आता त्याच साखळीमध्ये आठवड्याला २०० डॉलर्सवर नोकरी करत होता. पण टॉम मोनाहन

यांच्या डोळ्यांसमोर एक स्पष्ट ध्येय होतं. त्यांना आपली कंपनी वाचवायची होती. हेच ध्येय डोळ्यांपुढे ठेवून त्यांनी दिवसाला पंधरा-पंधरा तास काम केलं, पण १९७१मध्ये बँक मात्र अखेर या निर्णयाला आली की आता या कंपनीला वाचवणं शक्य नाही आणि ती आता बुडाल्यातच जमा आहे. त्यांनी मग एका दुकानाच्या मोबदल्यात टॉम मोनाहन यांना डॉमिनोजचे त्यांचे सगळे शेअर्स परत करून टाकले.

मात्र मोनाहन यांनी दिवाळखोरी जाहीर करण्याऐवजी हळूहळू आपलं सगळं कर्ज फेडण्यामध्ये यश मिळवलं आणि याचं संपूर्ण श्रेय त्यांनाच द्यायला हवं. त्यांच्या नैतिकतेची ओळख यातून होते. हार न पत्करता तब्बल नऊ वर्षं ते आपलं कर्ज फेडत राहिले. त्यानंतर त्यांनी पिझ्झ्याची घरपोच सेवा देण्याची शक्कल काढून इतिहास घडवला. कर्जामुळे बुडण्याच्या काठावर आलेली डॉमिनोज पिझ्झा कंपनी त्यानंतर पंधरा वर्षांमध्ये जगातली सर्वांत मोठी घरपोच सेवा देणारी कंपनी बनली. टॉम मोनाहन यांच्या यशस्वितेतून आपल्याला दिसतं, की **जोखीम घेणं धोकादायक असतंच, पण दूरदृष्टी आणि मनाचा निर्धार असेल, तर मनुष्य त्याच्या मार्गामध्ये येणारे मोठ्यातलेमोठे अडथळेही पार करू शकतो.**

टेड टर्नर (१९३८ -)

जोखीम उचलण्याचा अर्थ आहे अनिश्चिततेनं भरलेलं पाऊल उचलणं. अनिश्चिततेला न भिणाऱ्या लोकांना सहसा दांडगा आत्मविश्वास असतो. अशा लोकांना स्वत:वर खूप विश्वास असल्यामुळे ते अनोळखी क्षेत्रात बेधडकपणे उडी घेतात. टेड टर्नर अशाच धाडसी लोकांपैकी एक आहेत आणि धोके पत्करण्याच्या बाबतीत ते प्रसिद्धच आहेत.

आपल्या वडिलांचा जाहिरातीचे फलक तयार करून लावण्याचा छोटासा उद्योग जेव्हा त्यांच्या हातात आला, तेव्हा ते तेवढ्यावर संतुष्ट नव्हते. त्यांची स्वप्नं खूप मोठी होती आणि त्यांची महत्त्वाकांक्षा जबर होती. जाहिरात फलकांचा व्यवसाय त्यांच्या हातात येईतो डबघाईला आलेला होता आणि डोक्यावर मोठं कर्जही होतं. १९७० साली त्यांनी आपली ही कंपनी गहाण ठेवली आणि त्या पैशांतून अशीच अयशस्वी ठरलेली यूएचएफ टीव्ही कंपनी डब्लूटीबीएस खरेदी केली. कंपनीच्या संचालकांनी याला विरोध केला आणि त्यांच्या वडिलांशी अत्यंत एकनिष्ठ असलेल्या अकाउंटंटनं राजीनामा दिला. त्या अकाउंटंटच्या मते टेड टर्नर यांचं डोकं फिरलं आहे आणि ते कंपनी बुडवायला निघालेले आहेत.

मग टेड यांनी ते टीव्ही केंद्र गहाण ठेवून ॲटलांटा ब्रेव्ह्ज आणि ॲटलांटा

हॉक्स असे खेळाचे दोन संघ विकत घेतले. कंपन्या गहाण ठेवून विस्तार करण्याच्या लीव्हरेज या प्रकारामध्ये त्यांचं असलेलं कौशल्य वापरून टेड टर्नर यांनी खूप प्रगती केली आणि राष्ट्रीय स्तरावर त्यांच्या नावाची चर्चाही होऊ लागली. पण टेड यांना जागतिक पातळीवरचं यश हवं होतं. मग त्यांनी बातम्यांना वाहिलेली, २४ तास चालणारी केबल न्यूज वाहिनी सुरू करण्याचा निर्णय घेतला. सीएनएन या नावानं आज प्रसिद्ध असलेली ही वाहिनी सुरू करण्यासाठी टेड टर्नर यांनी आपल्याजवळचे सगळे, म्हणजे तब्बल दहा कोटी डॉलर्स पणाला लावून टाकले होते. ही एक खूपच मोठी जोखीम होती कारण त्यांना त्यात अपयश आलं असतं, तर तोवरच्या आयुष्यात कमावलेलं सगळं काही ते गमावून बसले असते आणि भिकेला लागले असते. त्यांचे बरेचसे कर्मचारी, कुटुंबीय आणि प्रसारमाध्यमतज्ज्ञांनी त्यांना एवढा मोठा धोका पत्करण्यापासून परावृत्त करण्याचा प्रयत्न केला. पण टेड टर्नर यांनी त्याकडे दुर्लक्ष केलं. ही मोठी जोखीम नव्हे, तर मोठी संधी आहे, असं त्यांचं मत होतं; उलट हातावर हात ठेवून स्वस्थ बसण्यामध्येच जास्त धोका आहे असं त्यांना वाटत होतं.

त्या काळी अमेरिकेत एबीसी, सीबीएस आणि एनबीसी यांसारखे मातब्बर टीव्ही नेटवर्क होते आणि रोज अर्धा तास देण्यात येणाऱ्या बातम्यांवर ते वर्षाकाठी १०-१५ कोटी डॉलर्स खर्च करत होते. अ‍ॅटलांटा ब्रेव्ह्ज, अ‍ॅटलांटा हॉक्स, शार्लोट टीव्ही वाहिनी, अटलांटा रेडिओ केंद्र आणि सुपरस्टेशन, अशा टेड टर्नर यांच्या सगळ्या मालमत्तेची किंमत तेव्हा दहा कोटी डॉलर्स होती. सीएनएन जेव्हा सुरू झाली, तेव्हा इतर प्रसारण कंपन्या टेड टर्नर यांच्यापेक्षा आकारानं दहापट मोठ्या होत्या. पण दहाच वर्षांत, हे चित्र पूर्णपणे पालटून गेलं.

टेड टर्नर सीएनएन नावाची वाहिनी सुरू करणार आहेत हे कळल्यानंतर सगळी वर्तमानपत्रं आणि टीव्ही वाहिन्यांनी त्यांची खिल्ली उडवली. चोवीस तास चालणारी बातम्यांची वाहिनी यशस्वी होऊ शकतच नाही, असं सगळ्यांचंच म्हणणं होतं; त्यात टेड टर्नर यांना या व्यवसायाची काहीसुद्धा माहिती नव्हती आणि असं असूनही त्यांनी आपलं दहा कोटी डॉलर्सचं सगळं साम्राज्य त्यासाठी पणाला लावलं होतं. त्यांना जर यामध्ये अपयश आलं असतं, तर त्यांचं व्यावसायिक साम्राज्य उद्ध्वस्त झालं असतं. पण सीएनएन सारखा व्यवसाय यशस्वी ठरू शकतो हे पाहू शकण्याएवढी दूरदृष्टी आणि त्याचबरोबर एवढी मोठी जोखीम पत्करण्याची हिंमत टेड टर्नर यांच्या ठायी असल्यामुळेच ते एवढे यशस्वी होऊ शकले.

सगळ्या वर्तमानपत्रं आणि टीव्ही माध्यम तज्ज्ञांना ज्याअर्थी सीएनएन चालणार नाही आणि अशा जोखमी स्वीकारण्याच्या सवयीमुळे टेड टर्नर आयुष्यातून

उठतील असं वाटत होतं, त्यावरून त्यांनी पत्करलेला धोका किती मोठा होता, हे आपल्या लक्षात येईल. पण सुदैवानं टेड टर्नर यांनी ही गोष्ट नजरेआड केली आणि सीएनएन सुरू करून एक नवा इतिहास घडवला.

त्यांनी बातम्यांच्या बाबतीत ज्या क्रांतीची सुरुवात केली, त्यामुळे जग खूप जवळ आलं आणि टेड टर्नर केबल टीव्हीचे गॉडफादर बनले. पैसा मिळवण्याकरता त्यांना ही जोखीम पत्करण्याची काहीच गरज नव्हती, कारण ते तसेही लक्षाधीश होतेच. त्यांनी ही जोखीम घेतली, ती काहीतरी नवं काम करण्याच्या आणि जगामध्ये आपलं नाव करण्याच्या उद्देशानं. त्यामध्ये त्यांची दहा कोटीची मालमत्ता दोन अब्ज डॉलर्स झाली.

'जोखीम न स्वीकारणं, हीच माझ्या दृष्टीनं सर्वांत मोठी जोखीम आहे,' हे त्यांचं सूत्र आहे. सीएनएन यशस्वी ठरल्यानंतर एका पत्रकाराशी बोलताना ते म्हणाले, 'सीएनएन सुरू करताना माझ्याकडे कुठलाही बिझनेस प्लॅन नव्हता, पण तरीही मी माझं सर्वस्व त्यासाठी पणाला लावलं होतं.' या मोठ्या जोखमीचा मोबदलाही त्यांना तेवढाच मोठा मिळाला. टेड टर्नर हे नाव आज जगातल्या श्रीमंतांच्या यादीमध्ये ४८८व्या स्थानावर आहे आणि त्यांच्याकडे दोन अब्ज डॉलर्सची मालमत्ता आहे.

लक्ष्मी मित्तल (१९५० -)

लक्ष्मी मित्तल आजारी स्टील कंपन्यांमध्ये पैसे गुंतवण्याचा धोका पत्करतात. त्यांचा हा मार्ग खूपच फलदायी ठरला, कारण त्यामुळेच ते एवढे श्रीमंत झाले. इंग्लंडमध्ये राहणाऱ्या आशियाई लोकांमध्ये ते सर्वांत श्रीमंत आहेत. त्यांच्याजवळ ३२ अब्ज डॉलर्सची संपत्ती आहे आणि जगातल्या श्रीमंतांच्या यादीमध्ये ते ५व्या स्थानावर आहेत.

लक्ष्मी मित्तल यांचा जन्म १५ जून, १९५० रोजी पश्चिम भारतातील राजस्थानच्या वाळवंटी भागात झाला. ते ज्या गावात जन्मले, त्या गावामध्ये वीजही नव्हती. पण आज ते जगप्रसिद्ध व्यक्ती बनले आहेत. **छोट्या गावात जन्मल्यामुळे आपण जीवनामध्ये पुढे येऊ शकलो नाही असं ज्या लोकांना वाटत असतं, त्यांनी लक्ष्मी मित्तल, हेन्री फोर्ड किंवा फ्रँक वूलवर्थ यांच्या जीवनापासून प्रेरणा घ्यायला हवी.**

भारतातलं परवाना राज आणि व्यापारावरील निर्बंध यांचा त्रास व्हायला लागल्यानंतर लक्ष्मी मित्तल यांचं कुटुंब पोटापाण्यासाठी परदेशात वास्तव्याला गेलं. लक्ष्मी मित्तल यांना पारंपरिक पद्धतीनं स्टीलचं उत्पादन आणि विपणन

(मार्केटिंग) करण्याची इच्छा नव्हती; त्यांना इतरांपेक्षा वेगळं काहीतरी करायचं होतं.

मित्तल यांचं ध्येय स्पष्ट होतं. नवी स्टील मिल सुरू करण्याऐवजी आजारी मिल खरेदी करून तिचा कायापालट करायचा आणि त्यातून झटपट प्रगती साधायची, असं त्यांनी ठरवलं होतं. आपल्या दूरदृष्टीद्वारे त्यांनी हे ओळखलं होतं, की नवी मिल सुरू करण्यामध्ये पैसा आणि वेळ, दोन्हीही जास्त लागतात. त्यामुळे त्यांनी आजारी मिल खरेदी करून त्यांना नफ्यामध्ये आणण्यावर आपलं लक्ष केंद्रित केलं.

या प्रयत्नामध्ये त्यांना पहिलं मोठं यश १९८९ साली मिळालं. तेव्हा त्यांनी दहा लाख डॉलर्सचा तोटा असणारी, त्रिनिदाद-टोबॅगोमधली एक आजारी मिल खरेदी केली होती. लक्ष्मी मित्तल यांच्या आधी अमेरिकन आणि जर्मन तज्ज्ञांनी ही मिल सुधारण्याचा प्रयत्न करून पाहिला होता, पण त्यात त्यांना यश आलं नव्हतं. मात्र जे काम त्या लोकांना जमलं नाही, ते या भारतीयानं करून दाखवलं. अनेक उद्योगपती आजारी कारखान्यांना हात लावायला घाबरतात, पण लक्ष्मी मित्तल अशी जोखीम आनंदानं स्वीकारतात. उपरोल्लिखित मिलमध्ये त्यांनी एक कोटी डॉलर्स गुंतवले आणि त्यातून अत्याधुनिक यंत्रसामग्रीचा वापर करून स्टीलचं उत्पादन सुरू केलं. आजारी स्टील मिल्सच्या या तज्ज्ञ डॉक्टरनं वर्षभरातच कारखान्याचं उत्पादन दुपटीवर नेलं आणि तो नफ्यामध्ये नेला.

१९९२ साली त्यांनी मेक्सिकोमधली तिसऱ्या क्रमांकाची मोठी मिल सिकार्ट्सा २२ कोटी डॉलर्सना खरेदी केली. इथे सांगण्यासारखी गोष्ट म्हणजे मेक्सिकन सरकारनं ही मिल दहा वर्षांपूर्वी दोन अब्ज डॉलर्सना खरेदी केली होती आणि त्या दहा वर्षांमध्ये ती मिल शेवटचे आचके देण्याच्या स्थितीला येऊन पोहोचली होती. मित्तल यांनी या मिलचं पुनरुज्जीवन करण्याचा विडा उचलला आणि लवकरच तिचं उत्पादन अनेक पटींनी वाढवून दाखवलं. आज ही मिल अत्यंत चांगल्या स्थितीत आहे. हेच काम मित्तल यांनी कझाकस्तानमध्येही करून दाखवलं. १९९५ साली त्यांनी त्या देशातल्या काही आजारी मिल्स विकत घेतल्या आणि त्यांना नफा करण्याच्या स्थितीत आणलं.

आजारी कारखाने खरेदी करण्यामध्ये मोठाच धोका असतो. त्यामध्ये सर्वप्रथम अत्याधुनिक यंत्रसामग्रीसाठी गुंतवणूक करावी लागते, दुसरं म्हणजे असे कारखाने ज्या देशामध्ये असतील, तिथे जाऊनच त्यांची स्थिती सुधारावी लागते. तिसरी गोष्ट म्हणजे तिथल्या स्थानिक कर्मचाऱ्यांना अधिक कौशल्य आणि निष्ठेनं काम करण्यासाठी प्रेरित करावं लागतं. चौथी गोष्ट, हे सर्व करताना कामगारसंख्येमध्ये थोडीफार कपातही करावी लागते, ज्यामुळे कामगारांमध्ये असंतोष आणि कंपनीबद्दल

राग निर्माण होऊ शकतो.

लक्ष्मी मित्तल यांनी आजारी स्टील मिल्सचा कायापालट करण्यामध्ये एवढं यश संपादन करण्यामागे अनेक कारणं आहेत. एक म्हणजे ते या मिल्समधल्या उत्पादन खर्चामध्ये तातडीने कपात करतात, दुसरं म्हणजे ते अत्याधुनिक यंत्रसामग्रीचा वापर करतात आणि तिसरं म्हणजे अनावश्यक कामगार कामावरून कमी करतात. त्यांच्या यशामागे असलेलं आणखी एक कारण म्हणजे पारंपरिक ब्लास्ट फर्नेस वापरण्याऐवजी ते मिनि मिल्स या नावाच्या प्रभावी तंत्रज्ञानाचा उपयोग करतात. थोडक्यात म्हणजे आधुनिक तंत्रज्ञान आणि प्रभावी व्यवस्थापन, हे त्यांच्या यशस्वितेचं रहस्य आहे. त्याचबरोबर, नवीन मिल्स उभ्या करण्याऐवजी जुन्या मिल्सचा कायापालट करण्यावर त्यांनी जो भर दिला आहे, त्यामुळे त्यांच्या वेळ व पैशांची खूप बचत झाली.

आजारी कंपन्यांमध्ये गुंतवणूक करण्याची जोखीम घेण्यामुळेच लक्ष्मी मित्तल यांच्या कंपनीला जगातील सर्वश्रेष्ठ स्टील कंपनी मानलं जातं. अनेक अडचणींवर मात करत त्यांनी ३४ अब्ज डॉलर्समध्ये नुकत्याच खरेदी केलेल्या आर्सेलर या कंपनीच्या समावेशामुळे मित्तल यांची कंपनी आता जगातली सर्वांत मोठी स्टील कंपनी बनली आहे. जगातल्या एकूण स्टील उत्पादनाच्या दहा टक्के उत्पादन एकटे मित्तलच करतात. आर्सेलर-मित्तल कंपनीची वार्षिक विक्री आहे ८० अब्ज डॉलर्स, तिचा कारभार साठहून अधिक देशांमध्ये पसरलेला आहे आणि त्यात ३,३०,०००पेक्षाही जास्त कर्मचारी काम करत आहेत.

फ्रेड स्मिथ (१९४४ -)

फेडरल एक्स्प्रेस, म्हणजेच फेडेक्स, ही कुरिअर सेवा सुरू करताना आपल्याला मिळालेली ८५ लाख डॉलर्सची संपूर्ण वडिलोपार्जित संपत्ती फ्रेड स्मिथ यांनी पणाला लावली होती. ही एक खूप मोठी जोखीम होती. त्यांचे मित्र, नातेवाईक, प्रतिस्पर्धी आणि प्रसारमाध्यमं या सगळ्यांनीच तेव्हा त्यांना वेड्यात काढलं होतं. ओव्हरनाईट पॅकेज डिलिव्हरी ही संकल्पना तेव्हा नवी होती आणि लोकांचं मत असं होतं, की सरकार अशा प्रकारच्या सेवेला परवानगी देणार नाही. दुसरं म्हणजे हे एक खूप खर्चीक काम आहे, कारण त्यासाठी विशेष मालवाहू विमानसेवा चालवावी लागेल, ज्यामुळे सुरुवातीला तरी खूपच नुकसान सहन करावं लागेल. फ्रेड स्मिथ यांच्या टीकाकारांचा मुख्य मुद्दा होता, की अशी सेवा लोकप्रिय ठरणारच नाही कारण असं असतं तर मोठ्या विमानकंपन्या आणि कुरियर कंपन्यांनी ती आधीच सुरू केली असती. पण प्रत्येक महान व्यक्ती करते, तसंच फ्रेड स्मिथ

यांनीदेखील टीकाकारांच्या बोलण्याकडे दुर्लक्ष केलं आणि त्याऐवजी आपल्या अंतरात्म्याचा आवाज ऐकला. त्यांच्या या धाडसीपणाचा परिणाम म्हणजे १९८३ पर्यंत फेडेक्सनं एक अब्ज डॉलर्सची कमाई केली होती आणि ती जगातली सर्वांत मोठी कुरिअर कंपनी बनली होती.

फ्रेड स्मिथ यांनी रातोरात पॅकेट पोहोचवण्याची सेवा सुरू करण्याचा धोका पत्करला आणि या कामासाठी आपल्याजवळचा सगळा पैसा पणाला लावला. सुरुवातीला अपेक्षेप्रमाणेच त्यांना खूप नुकसान सहन करावं लागलं आणि कंपनी सुरू केल्यापासून पाच वर्षं दिवाळखोरी फार लांब नव्हती. कित्येक वेळा तर कर्मचाऱ्यांना पगार देण्याएवढे पैसेदेखील हातात शिल्लक नसायचे. फेडरल एक्सप्रेसमध्ये एक किस्सा नेहमी सांगितला जातो, तो म्हणजे, एकदा आपल्या कर्मचाऱ्यांना पगार देण्याएवढे पैसे मिळवण्याकरता फ्रेड स्मिथ लास वेगास इथे जाऊन चक्क जुगार खेळले होते. तिथे त्यांनी आपल्याजवळचे सगळे पैसे पणाला लावून ३६,००० डॉलर्स जिंकले आणि तेव्हा कुठे कर्मचाऱ्यांना त्यांचा पगार मिळाला. १९७०च्या दशकातल्या त्या काळ्याकुट्ट दिवसांमध्ये फ्रेड स्मिथ यांनी आपले अधिकारी आणि कर्मचाऱ्यांना, पगार मिळाला नाही तरी कंपनी सोडून न जाण्याची कळकळीची विनंती केली होती. आज ना उद्या त्यांना त्यांचा पगार नक्की मिळेल अशी ग्वाही त्यांनी लोकांना दिली. अनेक कर्मचाऱ्यांना त्यांनी मोबदला म्हणून कंपनीचे समभाग देऊन थांबवून घेतलं. आज ते सगळे कर्मचारी त्याच समभागांमुळे लखपती आणि करोडपती झालेले आहेत.

धोके पत्करण्याच्या बाबतीत फ्रेड स्मिथ पहिल्या क्रमांकावर आहेत. 'असा मूर्खपणा करू नकोस, यामध्ये यश कधीच मिळणार नाही,' असं हितचिंतक मंडळींनी हरतऱ्हेनं समजावून सांगून देखील त्यांनी आपल्याजवळ होते नव्हते ते सगळे पैसे आपल्या कामामध्ये पणाला लावले होते आणि अखेर त्यांनी यशाचं शिखर संपादन केलंच.

फ्रेड स्मिथ यांच्या एका चरित्रकारानं लिहिलं आहे, 'फेडरल एक्सप्रेस हा एक चमत्कारच आहे. विसाव्या शतकातली ही एका महान उद्योगगाथा आहे.' फेडरल एक्सप्रेसचा कारभार आज सबंध जगभर पसरलेला आहे. कंपनीकडे आज ६७२ विमानं आणि ४४,००० मालवाहतूक मोटारींचा ताफा आहे, जो ४२,१३२ ठिकाणी पॅकेट्स उचलण्याचं वा पोहोचवण्याचं काम करतो. कधीकाळी त्यांनी एक जोखीम उचलली नसती, तर जो अस्तित्वातच आला नसता, असा २१.४ अब्ज डॉलर्सचा व्यवसाय फ्रेड स्मिथ आज चालवत आहेत. ६२ वर्षांचे फ्रेड स्मिथ आज जगातल्या सर्वांत श्रीमंत व्यक्तींच्या यादीमध्ये ३९०व्या स्थानावर आहेत आणि त्यांच्याजवळ २.४ अब्ज डॉलर्स एवढी संपत्ती आहे.

नारायण मूर्ती (१९४६ -)

नारायण मूर्ती यांनी आपल्या सहा सहकाऱ्यांबरोबर इन्फोसिस टेक्नॉलॉजीजची स्थापना केली, तेव्हा त्यांनी पटणी कॉम्प्युटर्समधली चांगली नोकरी सोडण्याचा धोका पत्करला होता. हे सातहीजण तेव्हा पटणीमध्येच काम करत असत. **निश्चित पगाराची नोकरी सोडून काहीतरी नवीन करायचं आणि अनिश्चिततेचा धोका पत्करायचा, यामध्ये त्या काळी फारसं शहाणपण असल्याचं दिसत नव्हतं, कारण तेव्हा भारतामध्ये आजच्यासारखा कॉम्प्युटर्सचा जमाना आलेला नव्हता आणि हा उद्योग यशस्वी होण्याची शक्यता वाटणारे लोक खूप कमी होते.** एवढंच नव्हे तर हे सगळे लोक तसे सामान्य घरांमधले असल्याने सुरुवातीला लागणारं भांडवलदेखील त्यांच्याकडे नव्हतं.

नारायण मूर्ती आणि त्यांच्या सहकाऱ्यांचं हे एक छोटंसं काम पुढे जाऊन एक जगद्‌विख्यात संस्थान बनेल, असं कुणालाही वाटलं नसेल. १९७०च्या दशकाच्या शेवटी इन्फोसिस टेक्नॉलॉजीजचा जन्म झाला. सुरुवातीचं भांडवल म्हणून १०,००० रुपये हवे होते, तेव्हा नारायण मूर्तींना आपली पत्नी सुधा मूर्ती यांच्याकडे हात पसरावे लागले होते. त्याअर्थी सुधा मूर्तींनी तेव्हा दिलेले १०,००० रुपये, हाच इन्फोसिसचा पाया बनला आणि त्याच पायावर आज एवढं मोठं साम्राज्य उभं आहे. सुधा मूर्तींनी जेव्हा हे पैसे नारायण मूर्ती यांच्या हातात ठेवले, तेव्हा त्यांना स्वत:लाही यातून फार काही निष्पन्न होण्याची आशा नव्हती. आपल्या पतीला नवं काहीतरी करण्याची इच्छा आहे, केवळ एवढ्याचसाठी त्यांनी ते पैसे देऊन टाकले होते. नोकरी सोडण्याचा आणि पत्नीकडून तिची सगळी शिल्लक घेण्याचा जो धोका नारायण मूर्ती यांनी तेव्हा पत्करला होता, त्याला आज फळ आलं आहे आणि त्यांची गणना जगभरातल्या अब्जाधीशांमध्ये होते आहे.

फोर्ब्स मासिकाच्या, जगभरातील श्रीमंत लोकांच्या यादीमध्ये नारायण मूर्ती यांचं नाव ५५७व्या स्थानावर आहे आणि त्यांच्याकडे १.८ अब्ज डॉलर्सची संपत्ती आहे.

वॉल्ट डिस्ने (१९०१ - १९६६)

डिस्नेलँड आज खूपच लोकप्रिय आहे आणि ते जेव्हा उभारलं गेलं, तेव्हा कुणी त्याला विरोध केला असेल याची आज आपण कल्पनाही करू शकत नाही. पण हे सत्य आहे. डिस्नेलँड उभं करताना वॉल्ट डिस्ने यांनी अनेक अडचणी सोसल्या होत्या आणि खूप मोठा धोका पत्करला होता. सगळ्या कुटुंबानं एकत्र

मौज-मजा करण्यासारखं एण्टरटेनमेंट पार्क उभं करण्याची कल्पना एक दिवस त्यांच्या मनात आली. ही कल्पना जेव्हा त्यांनी आपल्या कंपनीच्या संचालक मंडळासमोर मांडली, तेव्हा मंडळानं या कल्पनेमध्ये पैसे गुंतवण्यास स्पष्ट नकार दिला. यामध्ये आपल्याला खूप नुकसान होईल आणि कंपनीचं दिवाळं निघेल, असं त्यांचं मत पडलं. वॉल्ट डिस्ने यांचे भाऊ रॉय डिस्ने यांनी तर, 'वॉल्ट तुझं डोकं आता खरोखरच फिरलेलं दिसतं आहे,' अशा शब्दांमध्ये त्यांची संभावना केली.

संचालक मंडळ आणि सख्खा भाऊ, यांचा विरोध होता तरी वॉल्ट डिस्ने यांनी मात्र हार मानली नाही. अशा प्रकारचं एण्टरटेनमेंट पार्क हे त्यांचं स्वप्नच बनलं आणि मग हे स्वप्न पूर्ण करण्यासाठी ते एकटेच कामाला लागले. पार्कसाठी कॅलिफोर्निया राज्य त्यांनी मुक्रर केलं आणि पैसा उभा करण्यासाठी पाल्म स्प्रिंग्ज इथलं आपलं घर गहाण टाकलं, कार विकून टाकली आणि विम्याची पॉलिसीदेखील विकून टाकली. एवढंच नाही तर एबीसी टेलिव्हिजन नेटवर्क या आपल्या स्पर्धकाला आपल्या चित्रपटांचे हक्कही विकले आणि त्यांच्याबरोबर वॉल्ट डिस्ने प्रेझेंट्स या टीव्ही कार्यक्रमाच्या प्रसारणाचा करारही करून टाकला - त्यासाठी त्यांनी एबीसीकडून दीड कोटी डॉलर्स घेतले. पण निव्वळ पैसा उभा केल्यानं काम पूर्ण झालेलं नव्हतं.

अर्थातच त्यांचे टीकाकार आणि प्रसारमाध्यमांनी 'या कल्पनेला यश मिळणार नाही' याची ग्वाही देऊन टाकली. या क्षेत्रातल्या तज्ज्ञमंडळींनी वॉल्ट डिस्ने यांना समजावलं की ही एक निव्वळ कल्पना म्हणून चांगली आहे, पण व्यवहारामध्ये ती यशस्वी ठरणार नाही. स्टॅनफोर्ड रिसर्च इन्स्टिट्यूटनं तर एक पाहणी अभ्यास करून जो अहवाल दिला, त्यात त्यांनी कंपनीच्या संचालक मंडळाला यामध्ये एक पैसा देखील न गुंतवण्याचा सल्ला दिला. त्यांच्यामते हे पार्क आणि त्यात घातलेले सगळे पैसे नक्की बुडतील.

इतक्या जोरदार शंका व्यक्त केल्या जात असतानादेखील वॉल्ट डिस्ने यांनी मात्र माघार घेण्यास नकार दिला. त्यांनी विशेषज्ञ आणि आपल्या भावाच्या म्हणण्याकडे लक्ष दिलं नाही. त्यांचा आपल्या कल्पनेवर विश्वास होता. ते कर्जामध्ये बुडालेले होते आणि लोक त्यांची खिल्ली उडवत होते, पण त्यांनी तरीही आपलं स्वप्न सोडून दिलं नाही. अखेर जेव्हा डिस्नेलँड प्रत्यक्षात सुरू झालं, तेव्हा ते अमेरिकेचं एक प्रमुख आकर्षण बनलं आणि वॉल्ट डिस्ने कोट्यधीश झाले. त्यांनी स्वीकारलेली जोखीम यशस्वी ठरली आणि **तुमच्याकडे स्वप्न असेल आणि ते साकार करण्याची इच्छाशक्ती असेल, तर तज्ज्ञ काय म्हणतात, जोखीम किती मोठी आहे या सगळ्या गोष्टी गौण ठरतात,** हे सिद्ध करून दाखवलं.

वॉल्ट डिस्ने यांच्या जोखीम पत्करण्याच्या स्वभावामुळेच त्यांचा पुतण्या रॉय (दुसरा) डिस्ने यांच्याकडे आज १.३ अब्ज डॉलर्सची मालमत्ता आहे आणि

श्रीमंतांच्या यादीमध्ये ते ७५४व्या स्थानावर आहेत.

वॉरन बफेट (१९३० -)

शेअरबाजारामध्ये गुंतवणूक करण्याद्वारे वॉरन बफेट आज जगातील दुसऱ्या क्रमांकाची श्रीमंत व्यक्ती बनले आहेत. गुंतवणुकीचं हे क्षेत्र खूप धोकादायक, जोखमीचं समजलं जातं पण वॉरन बफेट यांनी याच क्षेत्रामध्ये भरपूर पैसा कमावला आहे. शेअरबाजारामध्ये पैसे गुंतवण्याचं काम, जर काही मूलभूत सिद्धांत पाळले तर अजिबात जोखमीचं नाही, असं त्याचं मत आहे. मूल्याधारित गुंतवणुकीच्या (व्हॅल्यू इन्व्हेस्टिंग) सिद्धांतानुसार आपले गुंतवणुकीचे निर्णय घेणाऱ्या वॉरन बफेट यांनी धोके पत्करले आणि यश मिळवलं.

खरं म्हणजे ते व्यवस्थित योजना आखून धोके पत्करत असतात. ज्या कंपन्यांच्या भविष्याबद्दल अभ्यासपूर्वक अनुमान लावता येत नाही, त्यांच्यामध्ये ते आपला पैसा कधीच गुंतवत नाहीत. त्यामुळेच जगभरच्या शेअरबाजारांमधले तज्ज्ञ जेव्हा संगणक कंपन्यांचे समभाग खरेदी करत होते आणि तसा सल्ला इतरांनाही देत होते, तेव्हा वॉरन बफेट यांनी मात्र या कंपन्यांच्या समभागांमध्ये आपला पैसा कधीच गुंतवला नाही. या नव्या कंपन्यांच्या उत्पन्नाबाबत अभ्यासू निष्कर्ष काढता येत नाही, असं जाणवल्यामुळे त्यांनी त्यात हात घातलाच नाही.

जनमताच्या विरुद्ध जाण्यामध्ये देखील धोका असतोच. गेल्या शतकाच्या अखेरीला जेव्हा इंटरनेट कंपन्यांचा (डॉट कॉम) खूप बोलबाला होता, तेव्हा अनेक गुंतवणुकदारांनी शंभर टक्क्यांहून जास्त नफा मिळवला तरी त्या कालखंडामध्ये वॉरन बफेट यांना मात्र सरासरी नफाच मिळाला. त्यावेळी बर्कशायर हॅथवे या त्यांच्या कंपनीच्या समभागांचा बाजारभाव अर्ध्यावर आला होता, कारण वॉरन बफेट यांना बाजाराची दिशा समजली नाही त्याअर्थी त्यांची सद्दी आता संपली आहे, असं लोकांना वाटायला लागलं होतं. ते अजूनही जुन्यापुराण्या, कालबाह्य पद्धतीनं गुंतवणुकीचे निर्णय घेत असल्याची टीकाही काही लोकांनी त्यांच्यावर केली. पण वॉरन बफेट यांनी टीकेकडे लक्ष न देता कोकाकोला, डिस्ने, एबीसी आणि वॉशिंग्टन पोस्टसारख्या भक्कम कंपन्यांचेच समभाग घेणं पसंत केलं; त्यावेळी बहुतेक लोक झटपट श्रीमंत होण्याच्या मागे लागले होते आणि अल्पकालीन गुंतवणुकी करत होते, तर वॉरन बफेट मात्र आपल्याजवळचे समभाग दीर्घकाळ सांभाळून ठेवण्याचा धोका पत्करत होते. त्यांच्या दृष्टीनं यामध्ये काहीही धोका नव्हता. **'तुम्ही काय करता आहात हे जेव्हा तुम्हाला कळत नसतं, तेव्हाच खरा धोका असतो,'** असं ते म्हणतात.

सगळे लोक डॉट कॉम कंपन्यांचे समभाग विकत घेत होते आणि या कंपन्यांच्या समभागांच्या किमती आकाशाला जाऊन भिडल्या होत्या, तेव्हा विशेषत: वॉरन बफेट यांच्या त्याकडे पाठ फिरवण्याच्या निर्णयाबद्दल त्यांच्यावर खूपच टीका झाली. पण ते आपल्या तत्त्वांवर ठाम होते. कुठलाही ठोस पाया नसताना उभे राहिलेले हे गगनचुंबी महाल एक दिवस पत्त्यांच्या बंगल्यांप्रमाणे धडाधड कोसळू शकतात, हे त्यांना चांगलं माहीत होतं आणि तसंच घडलं. डॉट कॉमचा फुगा एक दिवस फुटलाच आणि वॉरन बफेट यांचे सिद्धांत खरे ठरले. वॉरन बफेट हे एक धाडसी गुंतवणूकदार आहेत आणि गुंतवणुकीच्या क्षेत्रात धाडसीपणाचे फायदे अनेक आहेत. वॉरन बफेट यांच्याकडे ५२ अब्ज डॉलर्सची मालमत्ता आहे आणि ते जगातले दुसरे सर्वांत श्रीमंत व्यक्ती आहेत.

जॉर्ज सोरोस (१९३० -)

नाणेबाजारामध्ये अल्पकालीन गुंतवणूक करून नफा मिळवण्याचं जोखीमीचं काम जॉर्ज सोरोस यांनी करून दाखवलं आहे. वॉरन बफेट हे शेअरबाजारामध्ये पैसे गुंतवून श्रीमंत बनले, तर जॉर्ज सोरोस नाणेबाजारामध्ये.

सप्टेंबर, १९९२मध्ये जॉर्ज सोरोस यांनी आपल्या जीवनामधली सर्वांत मोठी जोखीम उचलली होती; त्यावेळी त्यांनी आपली सगळी मालमत्ता एकत्र केली, काही कर्जही घेतलं आणि हे सगळं मिळून एकूण दहा अब्ज डॉलर्स जमा केले. ब्रिटिश पौंडाचा भाव कोसळणार, या अनुमानानुसार त्यांनी हे सगळे पैसे त्या दृष्टीने पणाला लावले. त्यांचं हे अनुमान तंतोतंत खरं ठरलं आणि जॉर्ज सोरोस यांना या व्यवहारामध्ये एका रात्रीत एक अब्ज डॉलर्सचा फायदा झाला, जो काही काळानं दोन अब्जांपर्यंत वाढला. हा एक धोका पत्करला, म्हणून जॉर्ज सोरोस फक्त श्रीमंतच झाले असं नाही तर गुंतवणुकीच्या क्षेत्रात त्यांचं खूप नावही झालं. त्यांना नाणेबाजाराचा गुरु मानलं जायला लागलं. जॉर्ज सोरोस एकटेच अख्खा नाणेबाजार वर वा खाली नेऊ शकतात, असं वाटून लोक त्यांना घाबरायला लागले. अनेक देशांच्या पंतप्रधान आणि राष्ट्रप्रमुखांना याची भीती वाटायला लागली, की जॉर्ज सोरोस त्यांच्या देशाच्या चलनाचा बाजारभाव कमी तर करून टाकणार नाहीत? कारण न जाणो जॉर्ज सोरोस यांनी जर त्यांच्या देशाच्या चलनाच्या विरुद्ध एखादं पाऊल उचललं, तर वॉल स्ट्रीट आणि लंडनच्या नाणेबाजार तसंच शेअरबाजारामध्ये याचे पडसाद पडून त्यांच्या देशाची अर्थव्यवस्था उद्ध्वस्त होईल.

१९६९ साली जॉर्ज सोरोस यांनी क्वाण्टम फंड नावाचा एक फंड सुरू केला. त्यावेळी जर कुणी या फंडामध्ये १,००० डॉलर्स गुंतवले असते, तर २०००

सालापर्यंत त्या १,००० डॉलर्सचे चाळीस लाख डॉलर्स झाले असते. वर्षाला तब्बल ३२ टक्के वाढ! जॉर्ज सोरोस हे वॉरन बफेट यांच्यासारखेच एक गुंतवणूकदार, पण दोघांच्या शैलीमध्ये खूप फरक आहे. बफेट हे दीर्घकालीन गुंतवणूक करणारे आहेत, तर जॉर्ज सोरोस अल्पकालीन गुंतवणुकी करतात. चलनबाजाराच्या हालचालींच्या दिशेवर मोठे-मोठे पण लावतात. धोके पत्करण्याच्या याच सवयीमुळे जॉर्ज सोरोस यांच्याकडे आज ८.५ अब्ज डॉलर्सची मालमत्ता आहे आणि श्रीमंतांच्या यादीमध्ये ते ८०व्या स्थानावर आहेत.

झ्याँ पॉल गेटी (१८९२ - १९७६)

धोके पत्करण्याच्या सवयीमुळेच झ्याँ पॉल गेटी आज तेलसम्राट बनले आहेत. जगातला सर्वांत मोठा तेल-उत्पादक होण्याचं त्यांचं ध्येय होतं आणि १९६०मध्ये त्यांनी ते पूर्णही करून दाखवलं. त्यांच्या मृत्यूनंतर टेक्सॅको कंपनीनं त्यांचा गेटी ट्रस्ट दहा अब्ज डॉलर्सना खरेदी केला.

गेटी यांना सुरक्षित वाटेनं प्रवास करून यश मिळालेलं नाही, तर आयुष्यभर ते योजनापूर्वक धोके पत्करत राहिले आणि त्यातून त्यांना ते मिळालं. जागतिक मंदीच्या काळात त्यांच्या कंपन्यांच्या समभागांची किंमत कोसळत असताना त्यांनी आपले सगळे समभाग विकून टाकण्याचा सल्ला त्यांना देण्यात आला होता, पण गेटी यांनी या सल्ल्याच्या बरोबर विरुद्ध कृती केली. भाव कोसळत आहेत याचा अर्थ ही समभाग विकण्याची नव्हे, तर खरेदी करण्याची वेळ आहे, असा विचार त्यांनी केला. मंदीच्या काळामध्ये ते टाईडवॉटर असोशिएटेड ऑईल कंपनीचे समभाग खरेदी करत राहिले. अखेर एक दिवस त्यांच्याकडे त्या कंपनीचे साडेसात लाख समभाग जमा झाले. मंदी काही काळाची आहे, तेलाची गरज कायमस्वरूपी आहे असं त्यांचं म्हणणं होतं. त्यांना या कंपनीचा मालक व्हायचं होतं. अनेक अडचणींना तोंड देत अखेर त्यांनी कंपनीची मालकी मिळवली आणि मंदीमध्ये खरेदी करून ते तेलसम्राट बनले. त्यांनी त्यांच्या सल्लागारांचं ऐकून हे समभाग खरेदी केले नसते, तर त्यांना नंतर एवढा मोठा लाभ झाला नसता. **'जेव्हा इतर लोक विकत असतात तेव्हा मी खरेदी करतो आणि जेव्हा इतर लोक खरेदी करत असतात, तेव्हा मी विकत असतो,'** असं ते म्हणत असत.

दुसऱ्या महायुद्धामुळे जगभरात तेलाची मागणी प्रचंड वाढली आणि त्यामुळे पाश्चिमात्य देशांमधले तेलाचे नैसर्गिक साठे संपून गेले. मग तेलाकरता या देशांना इतर देशांवर अवलंबून राहणं भाग पडलं. फेब्रुवारी, १९४९मध्ये गेटी यांनी सौदी अरेबियाच्या राजे इब्न सौद यांच्याबरोबर साठ वर्षांचा तेल उत्खनन करार केला.

कुवेत आणि सौदी अरेबिया, यांच्यामध्ये एक असा वाळवंटी प्रदेश होता, जिथे अद्याप उत्खनन झालेलं नव्हतं. या भागामध्ये तेल असल्याचा कुठलाही ऐतिहासिक पुरावा नसल्यामुळे असा करार करणं व्यावसायिकदृष्ट्या धोकादायक होतं. तेलाच्या शोधासाठी उत्खनन करण्याच्या अधिकारांच्या मोबदल्यात गेटी यांनी सौदी अरेबियन सरकारला ९५ लाख डॉलर्स दिले आणि त्याशिवाय, तेल सापडो न सापडो, वर्षाला दहा लाख डॉलर्स देण्याचंही कबूल केलं.

टीकाकारांनी 'हा खूप मोठा धोका ते पत्करत आहेत,' असं त्यांना बजावलं. तेलउद्योगातील तज्ज्ञ मंडळींनीदेखील या व्यवहारामुळे गेटी यांच्या सगळ्या कंपन्या आणि ते स्वत: दिवाळखोर होणार, याची ग्वाही दिली. सुमारे १.८ अब्ज डॉलर्स खर्च करून चार वर्षांनी अखेर पहिली तेलविहीर खोदली गेली. या विहिरीमधून दर वर्षी १.६ कोटी बॅरल तेल निघायला लागलं आणि गेटी ऑईल कंपनी श्रीमंत झाली. १९५७ साली झ्याँ पॉल गेटी अमेरिकेतील सर्वांत धनाढ्य व्यक्ती बनले.

गेटी यांच्या यशामध्ये नशिबाचा हात होताच, पण त्यांनी आपल्या बुद्धीचा वापरही केला, ही गोष्ट विसरता कामा नये. तेलाचे साठे शोधण्याच्या कामामध्ये गेटी यांनी प्रावीण्य मिळवलं. त्या काळी पेट्रोलियम जिऑलॉजी या शास्त्राचा विकास न झाल्यामुळे त्याचा तेलसाठे शोधण्याकरता उपयोग केला जात नसे. पण ज्या काही मूठभर लोकांनी भूगर्भशास्त्राचा अभ्यास करून त्याचा उपयोग केला, त्यांच्यापैकी गेटी हे एक होते. जोखीम उचलण्यामुळेच यश मिळतं आणि फक्त एक टक्का लोकच जोखमी पत्करत असतात; बाकीचे सगळे सुरक्षित मार्गच शोधत असतात, असं गेटी म्हणत असत.

मध्य-पूर्वेतील तेलाचे प्रचंड साठे शोधणं आणि रिफायनरी आणि सुपरटँकर्स यांच्यामध्ये आर्थिक गुंतवणूक करणं, हे झ्याँ पॉल गेटी यांनी जगाच्या प्रगतीसाठी दिलेलं योगदानच आहे. त्यांच्या उद्योगप्रियतेमुळेच पृथ्वीच्या पोटातल्या प्रचंड साठ्यांचा शोध घेणं शक्य झालं. त्यांचा मुलगा गॉर्डन गेटी याच्याकडे आज २.३ अब्ज डॉलर्सची मालमत्ता आहे आणि श्रीमंतांच्या यादीमध्ये तो ४०७व्या स्थानावर आहे.

बहुतेक लोक फारशी जोखीम नसलेल्या सुरक्षित संधींच्या शोधात असतात, पण मोठे धोके पत्करल्याशिवाय मोठं यश मिळत नाही. मात्र आपण पत्करत असलेल्या धोक्याची किंमत नीट पाहूनच तो पत्करायला हवा, असं गेटी यांचं म्हणणं होतं. त्यांनी म्हटलं आहे, की **'जो व्यावसायिक आपल्या जोखमीचं मूल्यमापन करतो आणि मग त्या स्वीकारण्यास तत्पर असतो, तो नव्वद टक्के लढाई रणांगणावर उतरण्याआधीच जिंकलेला असतो.'**

गॉर्डन मूर (१९२९ -)

इंटेल या जगप्रसिद्ध कंपनीचे संस्थापक गॉर्डन मूर, फेअरचाईल्ड नावाच्या एका मोठ्या कंपनीमध्ये संचालक पदावर होते. आपला मित्र आणि सहकारी रॉबर्ट नॉईस, याच्या साथीनं त्यांनी आपली चांगली स्थिरस्थावर नोकरी सोडून देण्याचा धोका पत्करला आणि एक नवीन कंपनी स्थापन केली. या कंपनीचं नाव होतं इंटेल आणि नंतरच्या काळात या कंपनीनं इतिहास घडवला. एक नवं काम करण्याचा धोका पत्करून गॉर्डन मूर यांनी सेमीकंडक्टर मेमरी चिप्स बनवण्याचा उद्योग सुरू केला. नंतर पश्चात्ताप करण्यापेक्षा योग्य वेळीच हा धोका पत्करणं योग्य ठरेल, असा त्यांनी विचार केला होता. नोकरीचा राजीनामा देऊन १८ जुलै, १९६८ या दिवशी त्यांनी इंटेलची स्थापना केली.

कंपनी सुरू करताना त्यांनी २५ लाख डॉलर्सचं कर्ज काढलं होतं, त्यामुळे कंपनी जर बुडाली असती, तर ते कर्जबाजारी आणि दिवाळखोर होण्याचा धोका होता. कंपनी सुरू केल्याच्या पहिल्या वर्षभरात ते काहीही विक्री करू शकले नाही कारण विकायला त्यांच्याकडे काही उत्पादनच नव्हतं. एक वर्षानंतर जेव्हा त्यांनी आपलं पहिलं उत्पादन बाजारामध्ये आणलं, तेव्हाही त्याची खास काही विक्री झाली नाही, त्यामुळे इंटेलचं भवितव्य अंध:कारमयच वाटायला लागलं होतं. मात्र १९७०मध्ये ११०३ ही डीरॅम चिप बाजारात आली आणि इंटेलची गाडी चालायला सुरुवात झाली. त्यांचा मायक्रोप्रोसेसर (चिप) जेव्हा तयार झाला, तेव्हा तर त्यांच्या गाडीनं एकदमच गती पकडली. गॉर्डन मूरनी नोकरी सोडण्याचा धोका पत्करला नसता, तर त्यांचं नाव अब्जाधीशांच्या यादीमध्ये २४३व्या स्थानावर झळकलं नसतं आणि आज त्यांच्याकडे जी ३.६ अब्ज डॉलर्स संपत्ती आहे, तीही त्यांच्याकडे आली नसती.

शिव नाडर (१९४६ -)

गॉर्डन मूर, जेफ बेजोस यांच्याप्रमाणेच भारतातले शिव नाडर यांनीदेखील आपली चांगली नोकरी सोडून एका नव्या क्षेत्रामध्ये उडी घेण्याचा धोका पत्करला होता. बत्तीस वर्षांपूर्वी त्यांनी हिंदुस्थान कॉम्प्युटर्स लिमिटेडची स्थापना केली, तेव्हा तो एक मोठा जुगारच होता.

१९७६ साली ३० वर्षांचे शिव नाडर डेल्ही क्लॉथ मिल्स (डीसीएम)मध्ये अधिकारी होते आणि त्यांना पगारही चांगला होता. कंपनीच्या कॅल्क्युलेटर डिव्हिजनमध्ये ते मोठ्या पदावर होते, पण कुठल्याही तरुणाप्रमाणेच त्यांच्याही मनामध्ये काहीतरी

करून दाखवण्याची खुमखुमी होती आणि नोकरीतली बंधनंही त्यांना आवडत नसत. नाडर आणि त्यांच्या पाच सहकाऱ्यांनी स्वतःच्या हिमतीवर एक कॉम्प्युटर कंपनी स्थापन करण्याचा निर्णय घेतला. कॅल्क्युलेटर बनवण्याचं काम करत असल्यामुळे हे नवं काम करण्याइतपत तांत्रिक ज्ञान त्यांच्याकडे होतं. हा काळ ॲपल कॉम्प्युटर कंपनी पहिला पर्सनल कॉम्प्युटर बनवण्याच्या प्रयत्नात होती तेव्हाचा होता.

शिव नाडर यांनी डीसीएम मधली नोकरी सोडून कॉम्प्युटर कंपनी स्थापन करण्याचं ठरवलं, तेव्हा त्यांचे मित्र आणि सहकारी आश्चर्यचकितच झाले होते. तेव्हा कॉम्प्युटर ही गोष्ट नवीच होती आणि तिचं भवितव्य कुणालाही ठामपणे सांगता येत नव्हतं. हितचिंतकांनी नाडर यांना परोपरीने सांगितलं की पूर्ण भाकरी मिळवण्याच्या नादात हातातली अर्धी भाकरी त्यांनी टाकून देऊ नये, पण नाडरना आपल्या स्वप्नाबद्दल विश्वास होता.

मार्गात अडचणी तर अनेक होत्या. सगळ्यात पहिली अडचण होती भांडवल. कॉम्प्युटर कंपनी स्थापन करण्याकरता २० लाख रुपयांची गरज होती. शिव नाडर, अरुण मल्होत्रा, सुभाष अरोरा, योगेश वैद्य, डी.एस. पुरी आणि अजय चौधरी, या सहा मित्रांपैकी कुणाहीकडे एवढे पैसे नव्हते. मग त्यांनी भांडवल जमा करण्यासाठी मायक्रोकॉम्प लिमिटेड या नावाची कंपनी सुरू करून कॅल्क्युलेटर आणि ऑफिसमध्ये लागणारी अशी आणखी काही साधनं (ऑफिस इक्विपमेंट) विकायला सुरुवात केली. ही कंपनी खूप यशस्वी ठरली आणि भारतात संगणक बनवण्याचं आपलं स्वप्न पूर्ण करण्याकरता आवश्यक असलेलं भांडवल त्यांना त्यातून मिळालं. अशा प्रकारे १९७६च्या सुमारास हिंदुस्थान कॉम्प्युटर्स लिमिटेडची सुरुवात झाली. ॲमेझॉन डॉट कॉम, गुगल, एचपी, ॲपल आणि बायोकॉन यांसारख्या अनेक प्रसिद्ध कंपन्यांप्रमाणेच एचसीएलदेखील एका गॅरेजमध्ये सुरू झाली होती. ही कंपनी कॉम्प्युटर हार्डवेअर बनवण्याच्या कामाला लागली. गमतीची गोष्ट म्हणजे पहिला कॉम्प्युटर तयार होण्याच्या आधीच शिव नाडर यांनी त्यांच्या विक्रीसाठी आयआयएम, कलकत्ता, या प्रतिष्ठित संस्थेच्या विद्यार्थ्यांना कंपनीमध्ये नोकरीसाठी घेतलं. त्यांचा आणि त्यांच्या सहकाऱ्यांचा आत्मविश्वास किती दांडगा होता, हे यावरून लक्षात येईल.

त्यावेळी भारतामध्ये कॉम्प्युटरक्षेत्रामध्ये स्थिरावणं अवघडच होतं, कारण जगभरच्या बाजारपेठेमध्ये आयबीएमची जणू एकाधिकारशाहीच होती, पण इथे नशिबानं शिव नाडर यांना साथ दिली आणि भारत सरकारच्या धोरणांवर नाराज होऊन आयबीएमनं भारतातलं आपलं चंबूगबाळं आवरलं. या संधीचा फायदा घेऊन आयबीएमच्या जाण्यामुळे रिकामी झालेली जागा भरून काढण्याचा संकल्प एचसीएलनं

केला. कंपनीनं स्वत: संशोधन करून आपली उत्पादनं तयार केली आणि जवळजवळ ॲपल कॉम्प्युटरबरोबरच आपला स्वत:चा संगणकही तयार केला. त्यानंतर त्यांनी सर्व्हर, प्रोसेसर इत्यादीही बनवले. आता एचसीएल परदेशातही आपला विस्तार करण्यास सज्ज झाली होती. १९७९मध्ये कंपनीनं सिंगापूरला फार ईस्ट कॉम्प्युटर्स नावाची आपली दुय्यम कंपनी स्थापन केली. एचसीएलनं तिच्या स्थापनेनंतर तीनच वर्षांनी आपली दुय्यम कंपनी स्थापन करण्यापर्यंत मजल मारली, ही गोष्ट लक्षणीय होती. सिंगापूरमध्ये कंपनी फक्त संगणक नव्हे, तर संगणकीकरण म्हणजेच हार्डवेअर, सॉफ्टवेअर सोल्युशन आणि संगणक सेवा अशा सगळ्याच गोष्टी विकण्यास इच्छुक होती.

त्यानंतर एचसीएलनं एका नव्या क्षेत्राकडे लक्ष दिलं - संगणक प्रशिक्षण. भारतात कॉम्प्युटरचं युग तर सुरू झालं, पण त्यातील तज्ज्ञ मंडळींची मात्र इथे वानवा आहे, हे शिव नाडर यांनी हेरलं. १९८१ साली त्यांनी एनआयआयटी ही प्रशिक्षण कंपनी स्थापन केली आणि भारतामध्ये उच्च आयटी प्रशिक्षण देण्यास सुरुवात केली.

१९८४मध्ये भारत सरकारनं एक नवीन धोरण जाहीर केलं, ज्यामुळे इथल्या संगणकउद्योगाचं रूपच पालटून गेलं. सरकारनं हे क्षेत्र खुलं केलं आणि औद्योगिक वापराकरता संगणकाची आयात करण्यास परवानगी दिली. या संधीचा फायदा घेत एचसीएलनं आपला पर्सनल कॉम्प्युटर बाजारात आणला आणि दोनच वर्षांमध्ये ती भारतातल्या सर्वांत मोठ्या आयटी कंपन्यांपैकी एक बनली. १९९१ साली ह्युलेट-पॅकार्ड (एचपी) या जगद्विख्यात कंपनीशी भागीदारी करून एचसील-एचपी लिमिटेड, ही कंपनी स्थापन केली. एव्हाना शिव नाडर इतके प्रसिद्ध झालेले होते, की १९९६ साली बिल गेट्स जेव्हा भारतात आले, तेव्हा त्यांनी फक्त त्यांच्याचबरोबर खाजगी भेट घेतली. १९९७मध्ये एचसीएलनं सॉफ्टवेअर उद्योगावर लक्ष केंद्रित करून 'एचसीएल टेक्नॉलॉजीज' ही कंपनी स्थापन केली.

१९९८मध्ये शिव नाडर यांचे मित्र आणि एचसीएलचे सहसंस्थापक अर्जुन मल्होत्रा कंपनी सोडून बाहेर पडले आणि त्यांनी टेक्स्पॅन नामक स्वत:ची कंपनी सुरू केली. शिव नाडर यांना हा एक मोठाच धक्का होता. शिवाय कंपनीच्या यापुढच्या विकासाकरता आणखी भांडवलाचीही गरज भासायला लागली होती. मग एचसीएलनं १९९९मध्ये आपल्या आयपीओद्वारे शेअरबाजारात पाऊल ठेवलं आणि हा आयपीओ प्रचंड यशस्वीही ठरला. आयपीओमध्ये ५८० रुपयांना देऊ करण्यात आलेला कंपनीचा सहभाग आयपीओनंतर २,८०० रुपयांपर्यंत जाऊन थडकला, यावरून हे पाऊल किती यशस्वी ठरलं, याचा अंदाज येऊ शकेल. कंपनीकरता हा एक महत्त्वाचा टप्पा होता.

त्यानंतर शिव नाडर यशाची एक-एक पायरी चढतच गेले. २००६ साली एचसीएल महिन्याला ७५,००० संगणक बनवू लागली होती आणि या कंपनीत आता ३४,००० लोक काम करत आहेत.

शिव नाडर यांचं नाव जगभरातल्या श्रीमंतांच्या यादीमध्ये २१४व्या स्थानावर आहे आणि त्यांची संपत्ती चार अब्ज डॉलर्स, इतकी आहे. ३,८२७ डॉलर्सच्या भांडवलावर सुरू झालेली ही कंपनी आज ६५ कोटी डॉलर्सची झालेली आहे आणि तिचं नाव जगभर झालेलं आहे. शिव नाडर आणि त्यांच्या मित्रांनी नोकरी सोडण्याचा धोका पत्करला नसता आणि अनोळखी समुद्रामध्ये उडी घेतली नसती, तर ही यशाची श्रृंखला कधी सुरूच झाली नसती.

बर्नार्ड अर्नॉल्ट (१९४९ -)

फ्रान्सचे प्रसिद्ध अब्जाधीश बर्नार्ड अर्नॉल्ट यांनी १९८४मध्ये सरकारी मालकीची बूसॅक ही वस्त्रनिर्मिती कंपनी विकत घेण्याची इच्छा प्रदर्शित केली. बूसॅक त्यावेळी तोट्यात चालत होती आणि ती विकत घेण्यामध्ये धोका होता, पण बर्नार्ड अर्नॉल्ट यांची नजर या कंपनीतल्या एका विशिष्ट विभागावर होती. तो विभाग ताब्यात घेण्यासाठीच संपूर्ण कंपनी विकत घेण्याचा धोका ते पत्करत होते. हा विभाग म्हणजे क्रिस्तियन डिओर फॅशन हाउस आणि हे नाव फॅशनसाठी जगप्रसिद्ध होतं.

त्यावेळी अर्नॉल्ट आणि त्यांच्या कुटुंबीयांकडे गुंतवणूक करण्यासाठी फक्त १.५ कोटी डॉलर्स होते आणि बूसॅकची किंमत होती जवळजवळ आठ कोटी डॉलर्स. याचा अर्थ कंपनी विकत घेण्यासाठी त्यांना कर्ज घेणं आवश्यकच होतं आणि तोट्यात चालणाऱ्या कंपनीचा कायापालट करायचा, तर त्यासाठी आणखीही काही पैसे लागणार असल्यामुळे एकंदरीतच हे एक जोखमीचं काम होतं. पण अर्नॉल्ट यांनी धीर सोडला नाही. त्यांनी लॅझार्ड फ्रेरेस अँड कंपनी, ही फ्रेंच बँक आणि इतरही काही गुंतवणुकदारांची मदत घेतली. तोट्यात चालणाऱ्या या कंपनीचं पुनरुज्जीवन करणं शक्य आहे, याबद्दल त्यांच्या मनात कुठलीही शंका नव्हती. कंपनी ताब्यात आल्यावर त्यांनी हजारो कर्मचारी कमी केले आणि अनेक विभागही बंद केले. त्यापैकी प्युडाउस डायपर हा तान्ह्या बाळांचे डायपर बनवणारा विभाग जेव्हा त्यांनी बंद केला, तेव्हा त्यांच्यावर खूप टीका झाली, कारण या डायपर्समुळेच ही कंपनी फ्रान्समधल्या घरा-घरांत पोहोचली होती.

पण अर्नॉल्ट यांच्या प्रयत्नांमुळे दोनच वर्षांमध्ये बूसॅकनं नफा दाखवण्यास सुरुवात केली.

बूसॅकच्या जोखीमभरल्या यशानंतर अर्नॉल्ट यांच्या यशाची कमान सतत

उंचावतच गेली आणि आज ते जगभरातल्या श्रीमंतांच्या यादीमध्ये ७व्या स्थानावर आहेत आणि त्यांची संपत्ती २६ अब्ज डॉलर्स इतकी आहे.

स्टीव्ह बामर (१९५६ -)

स्टीव्ह बामर यांच्याकडे आज १५ अब्ज डॉलर्सची मालमत्ता आहे आणि ते जगातले ३१व्या क्रमांकाचे श्रीमंत व्यक्ती आहेत. विशेष म्हणजे फोर्ब्स मासिकाच्या श्रीमंतांच्या यादीमध्ये स्टीव्ह बामर एकटेच असे आहेत, जे एखाद्या कंपनीमध्ये नोकरी करून अब्जाधीश बनले आहेत. मात्र त्यांची ही श्रीमंती अफाट पगारामुळे आलेली नसून, त्यांच्याकडे त्यांच्या कंपनीचे जे समभाग आहेत, त्यामुळे आलेली आहे.

स्टीव्ह बामर जेव्हा हार्वर्ड विद्यापीठात शिकत होते, तेव्हा त्यांची बिल गेट्स यांच्याबरोबर मैत्री होती. पण गेट्स यांनी आपलं शिक्षण सोडून मायक्रोसॉफ्टची स्थापना केली, तेव्हा स्टीव्ह बामर त्यांच्यासोबत नव्हते. त्याऐवजी त्यांनी हार्वर्ड क्रिमसन स्कूलच्या वार्तापत्राकरता जाहिराती विकण्याचं काम केलं आणि द ॲडव्होकेट या साहित्यविषयक नियतकालिकाचं आर्थिक पुनर्वसन केलं. उद्योगविश्वामध्ये आपली कारकीर्द घडवण्याचं स्वप्न पाहणाऱ्या स्टीव्ह बामर यांनी १९७७मध्ये अप्लाईड मॅथेमॅटिक्सच्या वर्गात प्रवेश घेतला.

शिक्षण पूर्ण झाल्यानंतर ते प्रॉक्टर अँड गॅम्बलमध्ये नोकरी करायला लागले आणि तिथे त्यांनी माहिती आणि जनसंपर्क विभाग सांभाळला. त्याबरोबरच त्यांनी स्टॅनफोर्ड ग्रॅज्युएट स्कूल ऑफ बिझनेसमध्ये एम.बी.ए.लाही प्रवेश घेतला. त्याच वेळी बिल गेट्स यांनी त्यांना एम.बी.ए. करण्याऐवजी मायक्रोसॉफ्टमध्ये काम करण्याची विनंती केली. मायक्रोसॉफ्टमध्ये त्यावेळी फक्त तेवीस कर्मचारी होते आणि कंपनीची वार्षिक विक्री होती १२.५ दशलक्ष डॉलर्स. एका छोट्याशा कंपनीकरता काम करण्याचा प्रस्ताव स्वीकारून स्टीव्ह बामर खरं तर आपल्या व्यावसायिक कारकिर्दीचं भवितव्य पणाला लावत होते. पण बिल गेट्स यांनी त्यांच्यासमोर वर्षाला ५०,००० डॉलर्स पगार आणि कंपनीच्या सात टक्के भागीदारीचा प्रस्ताव ठेवला. बामर यांनी हा प्रस्ताव स्वीकारला आणि त्यानंतर त्यांना आपल्या या निर्णयाबद्दल कधीही पश्चात्ताप झाला असेल, असं वाटत नाही.

सन २०००मध्ये बिल गेट्स यांनी जेव्हा मायक्रोसॉफ्टचं मुख्य कार्यकारी अधिकारीपद सोडलं, तेव्हा स्टीव्ह बामर यांनाच ते पद मिळालं.

लॅरी एलिसन (१९४४ -)

लॉरेन्स जे. एलिसन हे धोके पत्करण्याचं एक जिवंत उदाहरण आहे. बिल गेट्स यांच्याप्रमाणेच लॉरेन्स उर्फ लॅरी यांनी आपलं शिक्षण अर्धवट सोडून देऊन संगणकक्षेत्रामध्ये प्रवेश केला आणि नंतर ओरॅकल या जगन्मान्य डेटाबेस कंपनीची स्थापना करून आपली पताका जगभर फडकवली. आज लॅरी एलिसन यांच्याकडे २१.५ अब्ज डॉलर्सची संपत्ती आहे आणि श्रीमंतांच्या यादीमध्ये ते ११व्या स्थानावर आहेत.

एलिसन गणिताचा अभ्यास करण्यासाठी शिकागो विद्यापीठात गेले खरे, पण तिथे गेल्यावर मात्र ते कुणीही न शिकवता स्वतःच सॉफ्टवेअर प्रोग्रॅमिंग शिकले. मग १९६९मध्ये शिक्षण अर्ध्यात सोडण्याचा निर्णय घेऊन ते कॅलिफोर्निया या संगणक उद्योगाच्या पंढरीमध्ये येऊन दाखल झाले.

बिल गेट्सनी शिक्षण सोडलं तेव्हा त्यांच्या डोळ्यांसमोर मायक्रोसॉफ्टच्या रूपात एक स्पष्ट ध्येय होतं, पण एलिसन यांच्या बाबतीत असं कुठलंही ध्येय ठरलेलं नव्हतं. त्यांनी कुठल्याही योजनेशिवायच संगणकविश्वाच्या महासागरात उडी घेतली होती. गंमत म्हणजे त्यांच्याकडे संगणक विषयाची कुठली पदवी वा पदविकादेखील नव्हती. पण त्यांना आपल्या या विषयातल्या ज्ञानावर मात्र पूर्ण भरवसा होता आणि म्हणूनच त्यांनी शिक्षण सोडून देण्याचा धोका पत्करला आणि प्रोग्रामर म्हणून नोकरी करायला सुरुवात केली.

एक दिवस त्यांनी कुठेतरी आयबीएमच्या डेटाबेस तंत्रज्ञानाविषयी वाचलं आणि अशा प्रकारे डेटाबेस प्रोग्राम लिहिला, तर यश मिळू शकतं हे त्यांच्या ध्यानात आलं आणि ओरॅकल डेटाबेसचा जन्म झाला आणि हा डेटाबेस खूप यशस्वीही ठरला. इतर कंपन्या आणि ओरॅकल यांच्यामध्ये एक मुख्य फरक असा आहे, की इतर कंपन्यांकडे इतर अनेक उत्पादनं होती, तर ओरॅकल मात्र फक्त डेटाबेस सॉफ्टवेअर याच उत्पादनाच्या बळावर मोठी झाली.

१९९० साली मात्र लॅरी एलिसन यांनी एक नवी दिशा धुंडाळण्याचं ठरवलं. त्यांना इंटरनेटचं भविष्य खूप उज्ज्वल दिसत होतं. मग त्यांनी आपल्या तोपर्यंत यशस्वी ठरलेल्या क्लाएंट-सर्व्हर तंत्रज्ञानावर आधारित उत्पादनांपेक्षा इंटरनेटवर ब्राऊझरच्या साहाय्यानं वापरता येण्याजोगी उत्पादनं तयार करण्यावर भर दिला. थोडक्यात म्हणजे त्यांनी इंटरनेटवर आपल्या कंपनीचं भवितव्यच पणाला लावून टाकलं. 'पुढे जाऊन इंटरनेट कॉम्प्युटिंगला भवितव्य नाही असं निष्पन्न झालं, तर आम्ही बरबाद होऊ, पण जर का त्याला भवितव्य असेल, तर आम्ही यशाच्या शिखरावर असू,' असं ते तेव्हा म्हणाले होते.

वारंवार अशा प्रकारे धोके पत्करण्यातून लॅरी एलिसन यांनी आपला झेंडा जगावर रोवला आणि त्यादरम्यान जगातील सर्वांत श्रीमंत लोकांच्या यादीमध्येही प्रवेश मिळवला.

विल्यम बोइंग (१८८१ - १९५६)

बोइंग ही विमानं बनवणारी कंपनी आज संपूर्ण जगामध्ये प्रसिद्ध आहे. या कंपनीनं पहिलं जेट विमान आणि नंतर जम्बो जेटही बनवलं. धोके पत्करून यश प्राप्त करण्यामध्ये बोइंग कंपनी प्रसिद्धच आहे आणि तिच्या या यशामागे विल्यम बोइंग यांच्या धोके पत्करण्याच्या सवयीचे संस्कार आहेत.

विल्यम बोइंग यांनी विमाननिर्मिती सुरू केली, तेव्हा त्यांना या गोष्टीचा काहीही अनुभव नव्हता. त्यांनी तयार केलेले विमानांचे दोन नमुने अमेरिकन नौदलानं नाकारले, पण त्यामुळे विल्यम बोइंग नाउमेद झाले नाहीत. ते धोके पत्करतच राहिले आणि पहिलं महायुद्ध झाल्यानंतरही विमानं बनवतच राहिले- त्यावेळी खरं तर प्रवासी विमानांच्या यशस्वितेबद्दल शंकाच होती, पण विल्यम बोइंग यांच्या चिकाटीला अखेर एक दिवस फळ आलंच आणि प्रवासी विमानांचं युग सुरू झालं.

विल्यम बोइंग यांची धोके पत्करण्याची ही सवय स्वत: विल्यम बोइंग कंपनीच्या कारभारामधून निवृत्त झाल्यानंतरही कायम आहे. १९५२मध्ये कंपनीतल्या तंत्रज्ञ मंडळींनी जेट विमान बनवण्याचा विचार केला, तोपर्यंत बोइंग ही व्यापारी विमानांच्या क्षेत्रामध्ये फारशी प्रसिद्ध कंपनी नव्हती. ही कंपनी फक्त लढाऊ विमानंच बनवते, असं तेव्हा समजलं जात असे कारण त्यांच्या उत्पादनापैकी ऐंशी टक्के विमानं अमेरिकन सैन्यदलंच खरेदी करत असत. शिवाय अमेरिका आणि युरोपमधल्या व्यापारी विमानसेवा कंपन्या बोइंगच्या जेट विमानांबद्दल फारशा उत्सुकही नव्हत्या. ही कंपनी प्रवासी विमानं बनवू शकते, यावर त्यांचा विश्वासच नव्हता. अशी विमानं बनवण्याचा फारसा अनुभवही कंपनीकडे नव्हता. जेट विमान यशस्वी होऊ शकतं, हे तोवर कुठल्याही विमाननिर्मिती कंपनीनं सिद्ध करून दाखवलेलं नव्हतं. सगळ्यात महत्त्वाची गोष्ट म्हणजे अशी विमानं बनवण्यामध्ये कंपनीच्या एकूण भांडवलापैकी एक-चतुर्थांश भांडवल गुंतलं असतं.

पण तरीही बोइंग कंपनीनं जेट विमानं बनवण्याचा हा धाडसी निर्णय घेतला. त्यांनी या विमानांना ७०७ असं नाव दिलं आणि जगाला जेटयुगात आणून सोडलं.

१९६५मध्ये बोइंगनं आणखी एक धाडसी पाऊल उचललं. त्यांनी ७४७ या नावानं जम्बो जेट बनवण्याचा निर्णय घेतला आणि त्यात ती दिवाळखोर होता होता

वाचली. हा निर्णय जेव्हा घेतला जात होता, तेव्हा संचालक मंडळाच्या बैठकीमध्ये एक सदस्य म्हणाला की, जम्बो ७४७ यशस्वी ठरलं नाही तर आपली पीछेहाट होईल. त्यावर कंपनीचे अध्यक्ष विल्यम ॲलन म्हणाले, 'पीछेहाट? बोइंग कंपनीनं एकदा ठरवलं की आम्ही एखादं विमान बनवणार, तर मग कंपनीचं सगळं भांडवल त्यासाठी लावावं लागलं, तरी ते आम्ही लावू.'

बोइंगनं जम्बो बनवण्यामध्ये दोन अब्ज डॉलर्सची गुंतवणूक केली. ही एक मोठीच जोखीम होती. तोवर कुठल्याही कंपनीनं एवढा मोठा धोका पत्करलेला नव्हता. खुद्द अमेरिकेचे राष्ट्राध्यक्ष लिंडन जॉन्सन आणि संरक्षण सचिव बॉन मॅक्नमारा यांनादेखील अशी भीती वाटायला लागली, की जम्बो जेटचा हा प्रयोग अयशस्वी झाला आणि बोइंगचं दिवाळं वाजलं, तर आपल्या विमानांच्या गरजेसाठी तिच्यावर पूर्णपणे अवलंबून असलेल्या सैन्यदलांचं काय होईल? पण असं काहीही झालं नाही, कंपनीनं बनवलेली विमानं यशस्वी ठरली... आणि पुढचा इतिहास सर्वज्ञात आहे.

धोका पत्करण्याच्या सवयीमुळेच आज बोइंग विमाननिर्मिती उद्योगामध्ये अग्रेसर आहे.

अकिओ मोरिता (१९२१ - १९९९)

अकिओ मोरिता यांनी सतत धोके पत्करूनच सोनी कंपनीला यशाच्या शिखरावर नेऊन पोहोचवलं आहे. मूळ इलेक्ट्रॉनिक्स उद्योगात शिरण्याचा त्यांचा निर्णय हाच जोखमीचा होता कारण तसं करून ते आपल्या वडिलांच्या समृद्ध व्यवसायाकडे पाठ फिरवत होते आणि एका नव्या दिशेनं चालण्याचा प्रयत्न करत होते.

अकिओ मोरिता यांनी स्थापन केलेल्या कंपनीचं मूळ नाव टोकिओ त्सुशिन कोग्यो असं होतं, ज्याचं संक्षिप्त रूप होतं तोत्सुको. कंपनी स्थापन करून दहा वर्षं झाल्यानंतर, म्हणजे १९५०च्या दशकात अकिओ मोरितांना आपल्या कंपनीचं नाव बदलण्याची गरज भासली. कंपनीचा कारभार तोवर जगभर पसरला होता आणि जपानव्यतिरिक्त इतर देशांमध्ये हे नाव जरा विचित्र वाटत होतं. कंपनीचं नाव बदलून सोनी असं सुटसुटीत नाव ठेवण्याची अकिओ मोरिता यांची इच्छा होती, पण आपण आत्तापर्यंत मिळवलेलं यश आणि उभी केलेली कंपनीची प्रतिमा, या दोन्हींवर पाणी फिरेल, या भीतीनं त्यांच्या सहकाऱ्यांनी या गोष्टीला विरोध केला. कंपनीचं नाव बदलणं म्हणजे नवी कंपनी सुरू करण्यासारखंच होतं आणि हे एक धाडसीच पाऊल होतं. त्या वेळेपर्यंत कुठल्याही जपानी कंपनीनं आपलं नाव बदललेलं नव्हतं आणि बिगर-जपानी पद्धतीचं नाव ठेवलेलं नव्हतं. टोकिओ

त्सुशिन कोग्यो हे नाव दहा वर्षांच्या मेहनतीनंतर उद्योगजगतात लोकप्रिय झालं आहे आणि रूढ झालं आहे, असं असताना हे नाव बदलण्याचा मूर्खपणा करण्यात काय हशील आहे? असं त्यांच्या प्रमुख बँकेनंदेखील त्यांना विचारलं. पण अकिओ मोरिता आपल्या निर्णयावर ठाम राहिले आणि त्यांनी सोनी या नावानं कंपनीचं पुन्हा बारसं केलं. आज परिस्थिती अशी आहे, की सोनी हे नाव सगळ्यांनाच माहीत आहे, तर मूळ नाव मात्र सांगितल्याशिवाय आठवत नाही.

एक दिवस अकिओ मोरिता यांना वॉकमन या रेकॉर्डिंगची सोय नसलेल्या छोट्या कॅसेटप्लेयरची कल्पना सुचली. त्यांच्या इंजिनिअरिंग आणि मार्केट रिसर्च विभागातले अधिकारी यांचं मत असं होतं की असे कॅसेटप्लेयर्स यशस्वी ठरणार नाहीत आणि जास्तीतजास्त दहा हजार प्लेयर्स आपण विकू शकू, त्यापेक्षा जास्त नाही. पण अकिओ मोरितांमध्ये हा धोका पत्करण्याची जिगर होती. त्यांनी तज्ज्ञ मंडळींच्या बोलण्याकडे दुर्लक्ष करून वॉकमन बनवण्याचा निर्णय घेतला. कंपनीच्या लोकांचा विरोध मावळत नाही म्हटल्यावर त्यांनी असा प्रस्ताव मांडला, की वॉकमन जर बाजारात अयशस्वी ठरला, तर ते कंपनीच्या अध्यक्षपदाचा राजीनामा देतील. एका उत्पादनासाठी त्यांनी आपली प्रतिष्ठा पणाला लावली होती. पण त्यांनी पत्करलेला हा धोकाही एक यशस्वी पाऊलच ठरला आणि त्यानंतरच्या दहा वर्षांमध्ये सोनीनं दोन कोटी वॉकमनस् विकले.

ही जोखीम पत्करून अकिओ मोरिता यांनी एक इतिहास घडवला. अकिओ मोरिता यांच्या पश्चात आज त्यांचा मुलगा हिडिओ मोरिता याच्याकडे १.३ अब्ज डॉलर्सपेक्षा जास्त मालमत्ता आहे आणि तो श्रीमंतांच्या यादीमध्ये ६०६व्या स्थानावर आहे.

ह्यू हेफनर (१९२६ -)

प्लेबॉय मासिकामुळे जगभर खळबळ माजवणाऱ्या ह्यू हेफनर यांनी हे मासिक सुरू करताना खूप मोठा धोका पत्करला होता. १९५१ साली शिकागो इथे एस्क्वायर मासिकामध्ये ते कॉपीरायटर म्हणून काम करत होते आणि एक सामान्य जीवन जगत होते. त्यांनी एक धोका पत्करला नसता, तर कदाचित ते आपलं सामान्य जीवनच जगत राहिले असते. एस्क्वायरनं एक दिवस त्यांचं हे शिकागोचं कार्यालय बंद करून न्यूयॉर्क इथे नवीन कार्यालय थाटण्याचा निर्णय जाहीर केला. हेफनर यांना न्यूयॉर्कला जाण्याची अजिबात इच्छा नव्हती, म्हणून त्यांनी कंपनीचा लगेच राजीनामा देऊन टाकला; ही एक जोखीमच होती.

त्यानंतर त्यांनी चिल्ड्रन्स ॲक्टिव्हिटीज नावाच्या एका मासिकामध्ये काम

करायला सुरुवात केली. इथेच काम करत असताना एक दिवस, आपणही एक नवीन मासिक काढावं, असा विचार त्यांच्या मनात आला. हे मासिक सेक्स या विषयाला वाहिलेलं असेल, असंही त्यांनी ठरवून टाकलं. आपल्या या मासिकाद्वारे त्यांना शहरी पुरुषांचं मनोरंजन करायचं होतं आणि या संदर्भातल्या सामाजिक रूढी मोडून काढायच्या होत्या. दिवसा नोकरी करून हेफनर रात्री आपला एक जुना मित्र एल्डन सेलर्स याच्याबरोबर बसून आपल्या मासिकासंबंधी योजना बनवत असत. त्यावेळी त्यांच्याकडे भांडवल तर सोडाच, पण गहाण ठेवण्यासारखी काही जमीन-जायदादही नव्हती आणि नवीन मासिक सुरू करायचं, तर भांडवल आवश्यक होतं. मग त्यांनी आपलं नुकतंच घेतलेलं फर्निचर गहाण टाकलं आणि ४०० डॉलर्स उभे केले. मग १९५३ साली त्यांनी लेक शोअर बँकेकडून कर्ज काढलं. त्यानंतर आपल्या नव्या कंपनीच्या समभागाच्या बदल्यात आपले मित्र आणि नातेवाइकांकडून आणखी १०,००० डॉलर्स जमवले. अशा प्रकारे भरपूर कर्ज काढून ह्यू हेफनर आपल्या नव्या मासिकाचा पहिला अंक काढायला सज्ज झाले. हे काम जोखमीचं होतं. हा पहिला अंक विकला गेला नसता, तर हेफनर लगेचच रस्त्यावर आले असते. यासंबंधी नंतर एकदा बोलताना ते म्हणाले, 'मी प्लेबॉयकरता माझं सर्वस्व पणाला लावलं होतं.' हा जुगार यशस्वी ठरला नसता, तर आधीच काढलेलं कर्ज फेडण्याकरता त्यांना अनेक वर्षं लागली असती.

११ सप्टेंबर, १९५३ रोजी त्यांनी चिल्ड्रन्स ॲक्टिव्हिटीज मधली नोकरी सोडून दिली. आता त्यांच्याकडे परतीचा मार्ग नव्हता. त्यांनी इथे राजीनामा सादर केला तेव्हा त्यांचे जनरल मॅनेजर त्यांना म्हणाले, 'तू जर अयशस्वी ठरलास, तर तुझ्याकडे बुटाला बांधायला लेसदेखील उरणार नाही.' पण हेफनर यांनी राजीनामा दिलाच.

स्वत: हेफनर यांनाही आपलं मासिक कितपत चालेल, याबद्दल शंकाच होती. त्यामुळे ऑक्टोबर, १९५३मध्ये प्लेबॉयचा पहिला अंक प्रकाशित झाला, तेव्हा तो लगेच खपेल की नाही या धास्तीनं त्यांनी त्या अंकावर प्रकाशनाची तारीखच छापली नाही. पण अर्थात, त्याची गरजच पडली नाही, कारण अंक हातोहात खपला. ३०,००० प्रती विकल्या गेल्या तर आपला निदान खर्च तरी वसूल होईल, अशा विचारात हेफनर होते, पण या अंकाच्या तब्बल ५३,९९१ प्रती विकल्या गेल्या आणि ह्यू हेफनर यशस्वी ठरले.

हेन्री रॉबिन्सन ल्यूस (१८९८ - १९६७)

टाइम, फॉर्च्यून, लाईफ आणि स्पोर्ट्‌स इलस्ट्रेटेड, यासारख्या मासिकांचे प्रकाशक हेन्री रॉबिन्सन ल्यूस यांनी त्या काळी चाकोरी सोडून वेगळं काम केलं होतं. आपला शाळूसोबती ब्रिटन हेडन याच्याबरोबर त्यांनी टाइम हे साप्ताहिक वृत्तपत्र सुरू केलं.

फेब्रुवारी, १९२२मध्ये असं एखादं नियतकालिक सुरू करण्याच्या उद्देशानं हेन्री रॉबिन्सन ल्यूस न्यूयॉर्कला आले आणि तिथे एका खोलीवजा कार्यालयामध्ये त्यांनी आपलं काम सुरू केलं. त्यानंतरचे काही महिने ते मार्गदर्शन आणि भांडवलाच्या शोधात फिरत राहिले. मार्गदर्शन वा सल्ले तर त्यांना लगेच मिळाले आणि ते देणाऱ्यांनी त्यांना हे काम न करण्याचाच सल्ला दिला. बहुतेक लोकांनी या कामात खूप धोका असल्यामुळे त्यात हात न घालणंच श्रेयस्कर असल्याचं त्यांना सांगितलं होतं. पण कसं तरी करून पुरेसं भांडवल मिळवून हेन्री रॉबिन्सन ल्यूस यांनी आपलं काम नेटानं चालू ठेवलं. मार्च, १९२३मध्ये टाइमचा पहिला अंक बाजारात आला. त्याची किंमत होती पंधरा सेंट्स. या अंकामध्ये खास अशा कुठल्याही बातम्या नव्हत्या आणि ज्या होत्या, त्यातल्या बहुतेक न्यूयॉर्क टाइम्समधूनच उचललेल्या होत्या. चोवीस तासांनंतर बातमी शिळी होत असल्यामुळे यात त्यांना स्वामित्वहक्काची (कॉपीराईट) अडचण आली नाही. पण त्यांचं हे पत्र यशस्वी ठरलं आणि १९२८ साली या दोन तरुणांना एक लाख डॉलर्सचा नफा झाला. त्यानंतर नफा वाढतच गेला आणि हेन्री रॉबिन्सन ल्यूस तसंच हेडन दोघेही लक्षाधीश झाले. वयाच्या अवघ्या ३१व्या वर्षी हेडन यांचं अचानक निधन झाल्यानंतर हेन्री रॉबिन्सन ल्यूस टाइमचे सर्वेसर्वा बनले.

१९२९ साली त्यांनी फॉर्च्यून मासिक सुरू केलं. त्याच सुमारास अमेरिकेमध्ये मंदीची लाट आलेली असल्यामुळे हे कामही तसं जोखमीचंच होतं आणि ही मंदीही अनेक वर्षं टिकून होती. पण या वादळातून फॉर्च्यून सहीसलामत सुटलं आणि आज ते जगातलं सर्वश्रेष्ठ उद्योग-विषयक मासिक समजलं जातं. त्यानंतर हेन्री रॉबिन्सन ल्यूस यांनी १९३६ साली लाइफ आणि १९५४ साली स्पोर्ट्‌स इलस्ट्रेड ही मासिकं सुरू केली आणि त्यानंतर ल्यूस लोकप्रियतेच्या शिखरावर पोहोचले आणि अब्जाधीश बनले.

मेरी के ॲश (१९१५ - २००१)

मेरी के ॲश यांनी थेट विक्री करणारी स्वत:ची सौंदर्यप्रसाधन कंपनी सुरू

केली, तेव्हा त्यांनी एक खूप मोठी जोखीमच उचलली होती, कारण त्यासाठी त्यांनी आपल्याजवळचे सगळे पैसे पणाला लावून टाकले होते. यात पहिली गोष्ट म्हणजे तेव्हा ए-वन कॉस्मेटिक्ससारखी एक जुनी, मोठी कंपनी तेव्हा या व्यवसायामध्ये होती. थेट विक्री करण्यामध्ये या कंपनीचा अनुभव तब्बल ७७ वर्षांपासूनचा होता. दुसरं म्हणजे मेरी के यांनी आपले सगळे जे पैसे या व्यवसायात टाकले होते, ते होते फक्त ५,००० डॉलर्स. 'बहुतेक नव्या सौंदर्यप्रसाधन कंपन्या बाजारामध्ये टिकू शकत नाहीत, तेव्हा त्यांनी यात आपली सगळी गंगाजळी घालून न पडलेलंच बरं,' असा त्यांना त्यांच्या वकिलांनी सल्ला दिला होता. पण ४५ वर्षांच्या मेरी के ॲश यांनी त्यांचा सल्ला न ऐकता आपल्या रिचर्ड रॉजर्स या वीस वर्षांच्या मुलाबरोबर मिळून स्वत:ची कंपनी सुरू केलीच.

१३ सप्टेंबर, १९६३ रोजी त्यांनी आपली उत्पादनं विकण्यास सुरुवात केली. या सुरुवातीच्या काळात त्यांना दिवसाला अठरा-अठरा तास काम करावं लागत असे. त्यांच्या या कठोर मेहनतीमुळे पहिल्याच वर्षात कंपनीनं जवळपास दोन लाख डॉलर्सची विक्री केली. त्यानंतर हा आकडा वेगानं वाढत गेला आणि १९९३ साली मेरी के ॲश यांची मालमत्ता ३२ कोटी डॉलर्स इतकी झाली. आपल्या व्यवसायाच्या माध्यमातून त्यांनी विशेषकरून महिलांना आर्थिक उत्पन्नाची संधी उपलब्ध करून दिली. स्त्रियांचं आर्थिक स्वातंत्र्य आणि समता, हे त्यांचं ध्येय होतं.

स्त्रियांची तुलना त्या नेहमी भुंग्यांशी करत असत. वैज्ञानिक तत्त्वांनुसार भुंगे फार उडू शकत नाहीत कारण त्यांचं शरीर जड आणि पंख नाजूक असतात. पण ही गोष्ट स्वत: भुंग्यांना माहीत नसल्यामुळे ते आपल्या विचित्र भासणाऱ्या पद्धतीनं उडतच असतात. असा हा भुंगा मेरी के ॲश यांच्या मते स्त्रियांचं प्रतीकच आहे. लोक त्या फार काही करू शकणार नाहीत अशा भ्रमात असतात, पण तसं नाही; स्त्रिया खूप मोठी झेपही घेऊ शकतात. खुद्द मेरी के ॲश यांनी अशीच आकाशात झेप घेऊन आभाळाएवढी उंची गाठली होती आणि ठरवलं तर स्त्रिया काय करू शकत नाहीत? हे जगाला सिद्धच करून दाखवलं.

रॉस पेरॉ (१९३० -)

रॉस पेरॉ तरुणपणी आयबीएमचे सगळ्यात यशस्वी विक्री-प्रतिनिधी होते. अशा काळी आयबीएमची नोकरी सोडून आपली स्वत:ची कंपनी स्थापन करण्याचा त्यांचा निर्णय धाडसीच होता. पण याच धाडसामुळे रॉस पेरॉ अफाट श्रीमंत झाले. आज त्यांच्याकडे ४.४ अब्ज डॉलर्सची मालमत्ता आहे आणि ते श्रीमंतांच्या यादीमध्ये १८८व्या स्थानावर आहेत.

१९५७ साली अमेरिकन नौसेनेतल्या सेवेचा कार्यकाळ संपवून रॉस पेरॉ आयबीएममध्ये विक्री-प्रतिनिधी बनले आणि लवकरच त्या कामामध्ये अव्वल स्थानावरही जाऊन पोहोचले. आयबीएम त्या काळी मेनफ्रेम या गटातले संगणक बनवून विकत असे आणि हे संगणक खूप मोठे आणि महागडे असत. साउथ-वेस्टर्न लाइफ इन्शुरन्स कंपनीनं तेव्हा आयबीमचा ७०७० हा संगणक तेरा लाख डॉलर्समध्ये खरेदी केला होता, पण त्यानंतर काही काळानं त्या कंपनीच्या लोकांना असं वाटलं, की या संगणकाची क्षमता त्यांच्या गरजेपेक्षा खूपच जास्त आहे म्हणून मग त्यांनी कंपनीला हा संगणक परत घेण्याची सूचना करण्याचं ठरवलं. पण रॉस पेरॉ यांनी साउथ-वेस्टर्नला असं न करण्याविषयी सुचवलं आणि त्यांच्या फायद्याचा काही एक मार्ग आपण शोधून काढू असं त्यांना आश्वासन दिलं. त्यानंतर त्यांनी अशी एक कंपनी शोधली, जिला संगणकाची आवश्यकता होती, पण नवा संगणक खरेदी करण्याएवढे पैसे मात्र त्यांच्याकडे नव्हते. रॉस पेरॉ यांनी त्या कंपनीला रोज काही वेळाकरता साउथ-वेस्टर्नचा संगणक भाडेतत्त्वावर वापरण्याची सूचना केली. पेरॉ यांची ही योजना खूप यशस्वी ठरली.

साउथ-वेस्टर्नच्या बाबतीतल्या या अनुभवातून रॉस पेरॉ यांना अशी कल्पना सुचली, की असंच एखाद्या कंपनीला संगणक विकून इतर काही लहान कंपन्यांना ठरावीक वेळापुरता तो वापरण्यासाठी उपलब्ध करून देत राहता येईल. छोट्या कंपन्या पुरेशा पैशांअभावी स्वत: संगणकामध्ये पैसा गुंतवू शकत नाहीत, पण भाड्यानं तो वापरण्यास त्या कंपन्या आनंदानं तयार होतात, हे त्यांनी ताडलं. ही गोष्ट पर्सनल कॉम्प्युटरचा उदय होण्यापूर्वीच्या काळातली आहे आणि तेव्हा उपलब्ध असलेले संगणक मोठे आणि महागच असत आणि त्यामुळे त्यांची संख्याही मर्यादितच होती.

रॉस पेरॉ यांनी आपली ही कल्पना आपल्या वरिष्ठांना सांगितली आणि आयबीएमनं अशा प्रकारे व्यवसाय केला तर कंपनीला खूप फायदा होईल, असं सुचवलं. पण छोट्या-छोट्या कंपन्यांना भाड्यानं संगणक देण्यापेक्षा ते विकण्यातच त्यांच्या वरिष्ठांना जास्त रस असल्यामुळे त्यानं रॉस पेरॉ यांचा हा अफलातून प्रस्ताव धुडकावून लावला. रॉस पेरॉ त्यामुळे निराश झाले, पण त्यांचा आपल्या या कल्पनेवर विश्वास होता, त्यामुळे त्यांनी स्वत:च एक नवी कंपनी सुरू करून तिच्याद्वारे हा व्यवसाय करण्याचं ठरवलं.

२७ जून, १९६२ रोजी वयाच्या ३२व्या वर्षी रॉस पेरॉ यांनी आयबीएमच्या नोकरीचा राजीनामा दिला. त्यावेळी ते कंपनीतले सर्वांत यशस्वी विक्री-प्रतिनिधी असल्यामुळे त्यांचं भवितव्य तिथे खूप उज्ज्वल होतं. असं असताना नोकरी सोडण्यामध्ये धोकाच होता, पण रॉस पेरॉ यांना सुरक्षित चाकोरीऐवजी धोका पत्करून

काहीतरी नवं करण्याची तीव्र इच्छा होती. या त्यांच्या धाडसी निर्णयामुळे इलेक्ट्रॉनिक डेटा सिस्टिम्स (इडीएस) ही कंपनी जन्माला आली. एका अनिश्चित भवितव्याखातर रॉस पेरॉ यांनी आपलं सुरक्षित वर्तमान बदललं आणि यशाची चव चाखली.

त्यांनी इडीएस सुरू केली, तेव्हा आयबीएमसारख्या मोठ्या कंपनीशी टक्कर घेणं वेडेपणाचं ठरेल असं त्यांना बजावलं गेलं, पण त्यांचा निर्धार डळमळीत झाला नाही. गमतीची गोष्ट म्हणजे त्यांची कंपनी संगणक-क्षेत्रात काम करत असली, तरी स्वत: रॉस पेरॉ यांना प्रोग्रॅमिंगचा गंधही नव्हता.

इडीएसचे सुरुवातीचे काही महिने रॉस पेरॉ यांच्यासाठी दु:स्वप्नासारखे होते, कारण त्यांच्याकडे फारसं भांडवलही नव्हतं आणि आपण नेमकं काय करायचं, हेही त्यांना ठाऊक नव्हतं. त्यावेळी शाळेत शिक्षिका असलेल्या आपल्या पत्नीकडून त्यांनी १,००० डॉलर्स उसने घेतले आणि संगणक भाड्यानं देण्याच्या व्यवसायावर लक्ष केंद्रित करायचं ठरवलं. अशा सेवेला बाजारपेठ मिळू शकेल, असं तेव्हा इतर कुणालाही वाटलं नव्हतं, त्यामुळे या व्यवसायामध्ये रॉस पेरॉ यांना काही स्पर्धाच नव्हती. सुरुवातीला कंपनीमध्ये फक्त एक कर्मचारी आणि स्वत: रॉस पेरॉ, असे दोनच जण कामाला होते. कुठल्यातरी एका कंपनीला संगणक विकायचा आणि मग तिथे दुसऱ्या आणि तिसऱ्या पाळीमध्ये तो संगणक इतर कंपन्यांना भाडेतत्त्वावर उपलब्ध करून द्यायचा, अशी त्यांची योजना होती. यामध्ये संगणक विक्रीच्या बाबतीत इडीएस मध्यस्थाचीच भूमिका निभावत होती.

रॉस पेरॉ यांनी आपल्या कामाकरता साऊथ-वेस्टर्न इन्शुरन्स कंपनीच्या संगणकाचा वेळ उधार घेऊन तो भाड्याने विकण्यास सुरुवात केली. त्यानंतर त्यांनी ज्यांच्याकडे आयबीएम ७०७० हा संगणक आहे, अशा शंभर कंपन्यांशी संपर्क साधला आणि त्यांचे संगणक रिकामे असताना त्यांनी जर ते इतर कंपन्यांना वापरायला दिले, तर त्यात त्यांचा खूप फायदा होईल, असं त्यांना पटवून दिलं. त्यांपैकी बहुतेक कंपन्यांनी रॉस पेरॉ यांच्या प्रस्तावाचं स्वागतच केलं. इडीएसचा व्यवसाय चालायला लागला. अशा प्रकारे संगणकाचा वेळ भाड्यानं देता-देता रॉस पेरॉ यांच्या लक्षात आलं की, योग्य त्या सॉफ्टवेअरच्या अभावामुळे बऱ्याच कंपन्यांना याबाबत अडचण येत होती. त्यांना स्वत:ला प्रोग्रॅमिंग येत नसल्यामुळे मग त्यांनी त्यातील कुशल तंत्रज्ञांकडून सॉफ्टवेअर तयार करून घेऊन ते विकायला सुरुवात केली.

इडीएस हळूहळू संगणकाच्या वेळेबरोबरच सॉफ्टवेअर विकण्याचा व्यवसायही करायला लागली. आधी तर फक्त छोट्या कंपन्यांच त्यांचं सॉफ्टवेअर विकत घेत असत, पण जेव्हा ही सॉफ्टवेअर्स यशस्वी ठरली, तेव्हा मोठ्या कंपन्यांनीदेखील ती खरेदी करण्यास सुरुवात केली. रॉस पेरॉ यांच्या यशस्वितेची कल्पना यावरून

येईल, की १९६४ साली त्यांच्या कंपनीमध्ये १२ कर्मचारी काम करायला लागले होते आणि कंपनीचं वार्षिक उत्पन्न झालं होतं चार लाख डॉलर्स. त्यानंतर काही वर्षांनी ४८,००० लोक इडीएसमध्ये काम करायला लागले आणि कंपनीचं वार्षिक उत्पन्न झालं पाच अब्ज डॉलर्स.

पुढे जाऊन कंपनीनं मेडिकेअर (आरोग्यसेवा) व्यवस्थेचं संगणकीकरण करण्याचं सॉफ्टवेअर तयार केलं आणि संगणक भाड्यानं देण्याचा व्यवसायही सुरूच ठेवला. १९६८ साल उजाडेतो रॉस पेरॉ यांनी इडीएसला अमेरिकेतली, आरोग्यसेवा प्रणाली विकणारी सर्वांत मोठी वितरक बनवून ठेवली. या व्यवसायामध्ये त्यांना ७५ लाख डॉलर्सचं उत्पन्न आणि २४ लाख डॉलर्सचा नफा झाला. नफ्याची ही टक्केवारी खूपच जास्त होती. कंपनी वेगानं घोडदौड करत होती आणि शेअरबाजारामध्येही तेजी होती. आयपीओसाठी ही योग्य वेळ होती. रॉस पेरॉसारख्या दूरदर्शी माणसानं या संधीचा फायदा घेतला नसता तरच नवल होतं. त्यांनी आपल्या कंपनीचा आयपीओ आणण्याचा निर्णय घेऊन टाकला. त्या काळी बहुतेक कंपन्यांचे समभाग १५-२० पीइ रेशो, म्हणजेच प्रत्येक समभागावरच्या वार्षिक उत्पन्नापेक्षा (इपीएस) पंधरा ते वीसपट किमतीला बाजारामध्ये खरेदी व विक्री केले जात असत. इडीएसची कामगिरी उत्तम असल्यामुळे कंपनीच्या १९६८ सालच्या उत्पन्नाच्या ११८ पट भावानं, म्हणजेच १६.५ डॉलर्स प्रति शेअर या भावानं तिचा आयपीओ जारी झाला. १२ सप्टेंबर, १९६८ रोजी शेअरबाजारामध्ये नोंद होताच इडीएसच्या समभागांची किंमत २३ डॉलर्सवर जाऊन पोहोचली आणि रॉस पेरॉ रातोरात २३ कोटी डॉलर्सच्या मालमत्तेचे धनी झाले. त्यानंतर दीड वर्षातच समभागांची किंमत १६२.५ डॉलर्स प्रति शेअर एवढी प्रचंड झाली आणि रॉस पेरॉ यांची मालमत्ता झाली १.५ अब्ज डॉलर्स. ते अचानकपणे अब्जाधीशांच्या यादीमध्ये जाऊन पोहोचले.

१९८४मध्ये त्यांनी इडीएस जनरल मोटर्स कंपनीला अडीच अब्ज डॉलर्स घेऊन विकून टाकली. मात्र त्यानंतर ते स्वस्थ बसले नाहीत. १ जून, १९८८ रोजी त्यांनी पेरॉ सिस्टिम्स या नव्या कंपनीचा शुभारंभ केला. इडीएसप्रमाणेच ही कंपनीदेखील डेटा प्रोसेसिंग सेवा देत होती. १९९९ पर्यंत या नव्या कंपनीचं मूल्यदेखील ३.६ अब्ज डॉलर्स झालं, ज्यामुळे रॉस पेरॉ यांच्या हातात जादू आहे आणि ते जिला शिवतात, त्या गोष्टीचं सोनं होतं, हेच सिद्ध झालं.

ज्या उद्योगाचं जराही औपचारिक प्रशिक्षण कधी मिळालं नाही, अशा एका उद्योगामध्ये रॉस पेरॉ यांनी क्रांती घडवून आणली. त्यांनी कधीही प्रोग्रॅमिंग केलं नाही आणि कॉम्प्युटर कोड लिहिण्याचं त्यांना अजिबात ज्ञान नव्हतं, पण इलेक्ट्रॉनिक डेटा सिस्टिम्समध्ये नेमकं हेच काम होत असे. या विषयातलं ज्ञान नसताना त्यात

उडी घेणं हे जोखमीचं काम होतं पण रॉस पेरॉ यांनी हा धोका पत्करला आणि ज्यांना प्रोग्रॅमिंग येतं, असे प्रशिक्षित कॉम्प्युटर इंजिनिअर्स आपल्या कंपनीमध्ये कामाला ठेवून त्यांनी जागतिक पातळीवर यश मिळवलं.

रूथ हँड्लर (१९१६ - २००२)

रूथ हँड्लर यांच्या पतीची मेटेल टॉईज ही कंपनी होती आणि ते खेळणी तयार करून विकत असत. ही कंपनी यशस्वी असली तरी तिच्या प्रगतीचा वेग मात्र खूपच धिमा होता. नव्यानं स्थापन झालेल्या कंपन्यांकरता हा काळ कठीण परीक्षेचा असतो. मेटेलच्या संस्थापकांपुढे दोनच पर्याय होते- एक म्हणजे आहे त्या गतीनं आरामात पुढे जात राहणं आणि दुसरा, जाहिरातींमध्ये भरपूर पैसा ओतून आपला व्यवसाय वाढवण्याचा प्रयत्न करणं. यातल्या दुसऱ्या पर्यायामध्ये धोका होता, कारण जर जाहिरातबाजीची खेळी अपयशी ठरली तर कंपनी मोडकळीला येऊ शकत होती. त्यात खेळण्यांच्या जाहिराती त्यावेळी कुणी करत नसत, त्यामुळे या प्रयत्नामध्ये जोखीम होतीच.

मेटेल कंपनीकडे त्यावेळी पाच लाख डॉलर्सची गंगाजळी होती आणि जाहिरात-मोहीम सुरू करावी या निर्णयाला ते जवळपास येऊन पोहोचले होते. एबीसी टेलिव्हिजनच्या जाहिरात प्रतिनिधीनं त्याच वेळी त्यांना खबर दिली, की त्यांच्या टीव्ही वाहिनीवर वॉल्ट डिस्ने यांचा मिकी माऊस क्लब हा १५ मिनिटांचा, ५२ भागांचा कार्यक्रम सुरू होत आहे. मेटेलनं हा कार्यक्रम पुरस्कृत केला, तर त्यांचा व्यवसाय नक्की वाढेल, असं त्या प्रतिनिधीचं म्हणणं होतं. यासाठीचा खर्च होता बरोबर पाच लाख डॉलर्स, म्हणजेच मेटेलच्या संपूर्ण गंगाजळीएवढा. त्या वेळेला टीव्ही हे माध्यम नव्यानंच सुरू झालेलं असल्यामुळे ही जोखीम यशस्वी ठरेल, याची काहीही शाश्वती नव्हती, पण रूथ आणि एलियट हँड्लर या पती-पत्नींनी आपल्या कंपनीचं भवितव्य पणाला लावून ही जोखीम पत्करण्याचं ठरवलं. मेटेलनं वॉल्ट डिस्नेचा कार्यक्रम पुरस्कृत केला खरा, पण सुरुवातीचे जवळजवळ सहा आठवडे उलटले तरी त्यांच्या खेळण्यांची विक्री म्हणावी तशी वाढली नाही. मग अचानक खेळण्यांची मागणी वाढायला लागली आणि ती इतकी वाढली, की कंपनीला तेवढ्या प्रमाणामध्ये खेळणी पुरवणंदेखील अवघड व्हायला लागलं.

रूथ हँड्लर यांच्या जाहिरातींमुळे खेळण्यांच्या जगतात एक क्रांतीच घडून आली; तोपर्यंत लहान मुलांचे आई-वडील दुकानदारांना विचारून आपल्या मुलांना खेळणी घेऊन देत असत, पण या जाहिरातींनंतर मुलं त्या पाहून स्वत:ला हव्या असलेल्या विशिष्ट खेळण्यांची मागणी आपल्या आई-वडिलांकडे करायला लागली;

त्यानंतर जाहिराती पाहून आठवड्यागणिक खेळण्यांची मागणी वाढत गेली आणि खेळणी बनवण्याच्या उद्योगाचा चेहरा-मोहरा जणू बदलूनच गेला. या जाहिरातींपूर्वी वर्षभरातली सुमारे ८० टक्के खेळणी ख्रिसमसच्या आसपास विकली जात असत, पण आता खेळण्यांना वर्षभर मागणी यायला लागली होती.

रूथ हँड्लर यांनी बार्बी बाहुली बाजारामध्ये आणतानादेखील खूप मोठा धोका पत्करला होता. त्यावेळी लोकप्रिय असलेल्या बाहुल्यांपेक्षा ही बाहुली खूपच वेगळी होती. ही बाहुली वयानं मोठी होती. लहान मुलींना आपल्या भविष्याचं प्रतिबिंब जिच्यात दिसेल, अशी बाहुली बनवण्याची रूथ हँड्लर यांची कल्पना होती. पण जेव्हा त्यांनी अशी एक बाहुली तयार करून ती खेळणी-तज्ज्ञांपुढे ठेवली, तेव्हा त्या सगळ्यांनीच त्यांना ही वयानं मोठ्या मुलींसारखी दिसणारी बाहुली लहान मुलींना आवडणार नाही, असं सांगितलं. रूथ हँड्लर यांनी मात्र बार्बी बाजारात आणलीच. टीव्हीवरच्या जाहिरातींमध्ये जेव्हा बार्बी झळकली, तेव्हा तिची मागणी वाढतच गेली.

त्यानंतर बार्बीबरोबर एक तरुण दिसणारा बाहुलादेखील विकण्याची कल्पना रूथ यांनी मांडली. तेव्हाही तज्ज्ञ मंडळी हा बाहुला कुणी विकत घेणार नाही, अशा मताची होती. पण रूथ हँड्लर यांनी पुन्हा एकवार तज्ज्ञांच्या मताकडे दुर्लक्ष करून बार्बीचा भाऊ केन, बाजारात आणला. केन तात्काळ लोकप्रिय झाला.

अशा प्रकारे वारंवार धोके पत्करून रूथ हँड्लर यांनी यशस्वितेचा एक इतिहासच निर्माण केला. त्यांनी धोके पत्करले नसते, तर आज बाजारामध्ये बार्बी दिसली नसती.

रे क्रॉक (१९०२ - १९८४)

आज रे क्रॉक हे नाव जगभर प्रसिद्ध आहे. मॅक्डोनल्ड्सची साखळी सुरू करून त्यांनी मोठ्या प्रमाणावर फास्ट फूड फ्रँचायझी व्यवसाय करण्याचा मार्ग दाखवून दिला आणि जागतिक पातळीवर यश संपादन केलं. अर्थात, हे करताना त्यांनी खूप मोठा धोका पत्करला होता हे सांगणे नलगे.

रे क्रॉक यांनी मॅक्डोनल्ड्स बंधूंचं रेस्तराँ पहिल्यांदा पाहिलं, तेव्हा त्यांना खूप आश्चर्य वाटलं होतं. या रेस्तराँमध्ये फक्त नऊच पदार्थ मिळायचे आणि त्यात मुख्यत: बर्गर, फ्रेंच फ्राईज्, मिल्क शेक आणि पाय हा गोड पदार्थ यांचा समावेश होता. या रेस्तराँमध्ये गिऱ्हाइकांना बसण्याची काहीही व्यवस्था नव्हती आणि पदार्थांसाठी चिनी मातीच्या भांड्यांऐवजी कागद किंवा प्लॅस्टिकच्या भांड्यांचा वापर केला जात होता. मॅक्डोनल्ड्स बंधूंनी झटपट हॅम्बर्गर्स बनवण्याकरता कारखान्यांसारखी

एक असेंब्ली लाइन तयार केली होती आणि त्यामुळे ते आपल्या गिऱ्हाइकांना साठ सेकंद, म्हणजेच एक मिनिटाच्या आत हॅम्बर्गर देऊ शकत होते. या हॅम्बर्गर्सची किंमतही फक्त पंधरा सेंट्स इतकी कमी होती तर फ्रेंच फ्राईजचा पुडा दहा सेंट्सना मिळत होता.

मॅक्डोनल्ड्स बंधू तेव्हा वर्षाला एक लाख डॉलर्स कमवत असत आणि आहे त्यापेक्षा मोठं होण्याची त्यांची अजिबात इच्छा नव्हती. रे क्रॉक यांनी यातली संधी ओळखली. ते तेव्हा क्रॉक मल्टिमिक्सर बनवून विकत असत आणि वर्षाकाठी १२,००० डॉलर्स कमवत असत. पण बाजारातली स्पर्धा पाहता, मल्टिमिक्सरच्या व्यवसायात फारसं भवितव्य असेल असं त्यांना वाटत नव्हतं. त्यांनी मग मॅक्डोनल्ड्स बंधूंबरोबर करार केला आणि मॅक्डोनल्ड्स रेस्तराँची साखळी सुरू करण्याचे अधिकार मिळवले. ही खरं तर एक मोठी जोखीमच होती कारण ही साखळी यशस्वी ठरली नसती, तर रे क्रॉक यांचं भवितव्य कठीण होतं.

मॅक्डोनल्ड्स यशस्वी ठरलं नसतं, तर मला कुठेही तोंड लपवण्यास जागा मिळाली नसती, असं त्यांनी स्वत:च एकदा सांगितलं होतं. पण असं काहीही न होता मॅक्डोनल्ड्स यशस्वी ठरलं आणि रे क्रॉक साऱ्या जगात प्रसिद्ध झाले आणि अफाट श्रीमंत बनले. त्यांनी मॅक्डोनल्ड्स साखळी सुरू करण्याचा धोका पत्करला नसता, तर काय झालं असतं?

धोके पत्करण्याच्या बाबतीतली पाच तत्त्वं

१. तुमच्याकडे सगळी संसाधनं असणं आवश्यक नसतं.

कुठलंही काम सुरू करताना पहिल्यापासूनच सगळी संसाधनं तुमच्या हातात असणं आवश्यक नसतं. तसं असतं, तर बिल गेट्स यांना आयबीएमबरोबर सौदा करता आला नसता, एडिसन यांना विजेचा बल्ब तयार करता आला नसता आणि अलेक्झांडर ग्रॅहॅम बेल टेलिफोनचा शोध लावू शकले नसते. यशस्वी लोक सहसा संसाधनांची जुळवाजुळव होण्याअगोदरच आपलं काम सुरू करण्याचा धोका पत्करत असतात आणि नंतर त्यांचा विश्वास आणि त्यांची मेहनत, यांच्यामुळे संसाधनं आपोआप गोळा होत असतात. या बाबतीत एडिसन मुलखावेगळेच होते. ते अमुक शोध अमुक तारखेला लावेन असं खुशाल प्रसारमाध्यमांपुढे जाहीर करून टाकत असत आणि स्वत:ला जाणून-बुजून संकटात लोटत असत. तारीख जाहीर केल्यानंतर मग ते आपला शब्द पाळण्यासाठी प्रयोग करायला सुरुवात करत असत आणि कठोर परिश्रम घेऊन सांगितलेला शोध लावत असत.

याचा अर्थ यश मिळवण्याची महत्त्वाकांक्षा असलेल्या लोकांनी आधी काम

सुरू करायला हवं आणि आवश्यक ती संसाधनं यथावकाश गोळा होतीलच, हा विश्वास मनात बाळगायला हवा.

२. तुम्ही पिढीजात श्रीमंत असणं आवश्यक नसतं.

पैसा पैशाला ओढतो, असं म्हटलं जातं. एका हद्दीपर्यंत यात तथ्यही आहे, कारण जवळ पैसा असेल, तर त्या पैशांवर तुम्हाला व्याज मिळतं. पण श्रीमंत लोकांच्या जीवनाचा अभ्यास केला, तर असं लक्षात येईल, की लहानपण अत्यंत हलाखीच्या परिस्थितीत जाऊनदेखील अफाट श्रीमंती मिळवता येते. हॅरी पॉटरच्या जनक जे. के. रोलिंग यांच्या उदाहरणावरून आपल्याला दिसतं, की सरकारी मदतीवर जीवन जगणारी स्त्रीदेखील अब्जाधीश होऊ शकते. बेरी गोर्डी आणि एस्टी लॉडर झोपडपट्टीमधून निघून श्रीमंत झाले. वॉल्ट डिस्ने दिवाळखोरीनंतर श्रीमंत झाले. **गरीब कुटुंबामध्ये तुमचा जन्म झाला, याचा अर्थ तुम्ही कधीच श्रीमंत होऊ शकणार नाही, असा नाही. त्याचा अर्थ तुम्हाला स्वतःच्या हिमतीवर श्रीमंत व्हायचं आहे, असा आहे.** धीरूभाई अंबानी टाटांच्या कुटुंबामध्ये जन्मले असते, तर त्यांना श्रीमंत होण्याकरता एवढे प्रचंड कष्ट उपसावे लागले नसते किंवा नवं काही काम करण्याची गरज पडली नसती. पण ते गरीब कुटुंबामध्ये जन्मल्यामुळेच त्यांना श्रीमंत होण्याचा मार्ग स्वत:च शोधून काढावा लागला.

३. तुमच्या कार्याला लोकांचा पाठिंबा मिळणं आवश्यक नसतं.

एखाद्या अपरिचित क्षेत्रामध्ये पाऊल ठेवताना, आपल्याला असुरक्षित वाटत असतं. त्या क्षणी आपल्याला कुणाचा तरी भावनिक, मानसिक आधार हवाहवासा वाटत असतो. आपण योग्य दिशेला चाललो आहोत आणि आपल्याला यश निश्चित मिळेल, असं कुणीतरी आपल्याला म्हणावं, अशी आपली इच्छा असते.

पण दुर्दैवानं प्रत्यक्षात असं काही होत नाही. **एखादी नवीन गोष्ट करणं जवळजवळ सगळ्यांनाच जोखमीचं वाटत असतं आणि म्हणून सगळे हितचिंतक नवीन काम करू पाहणाऱ्या व्यक्तीला त्यापासून परावृत्तच करण्याचा प्रयत्न करत असतात.** अगदी त्या व्यक्तीचे स्वत:चे कुटुंबीयदेखील विरोधी मताचे असतात.

डेबी फील्ड्स यांनी कुकीज (घरगुती बिस्किटं) करून विकण्याचा मनोदय व्यक्त केला तेव्हा त्यांच्या घरातल्या लोकांनी, बाजारातल्या कुकीज खुसखुशीत असतात, तुझ्या किती मऊ असतात, असं मत व्यक्त केलं आणि त्यांच्या कुकीज विकल्या जाणार नाहीत असंही त्यांना सांगून टाकलं. मार्कोनी बिनतारी संदेशवहनासंबंधीचे

प्रयोग करत असताना 'फालतू कामात वेळ दवडण्यापेक्षा काहीतरी चांगलं का करत नाहीस?' असं म्हणून त्यांच्या वडिलांनी त्यांना फैलावर घेतलं होतं. चार्ल्स डार्विन उत्क्रांतीच्या सिद्धांतावर काम करत असताना त्यांच्या पत्नीनंच त्यांना प्रखर विरोध केला होता. मनुष्य ही ईश्वराची निर्मिती नसून तो माकडापासून उत्क्रांत झाला आहे, ही कल्पनाच त्या देवभोळ्या स्त्रीला सहन होत नव्हती. वॉल्ट डिस्ने यांनी डिस्नेलँड उभारण्याचा निर्णय घेतला, तेव्हा त्यामुळे कंपनीचं दिवाळं वाजेल असं वाटून त्यांच्या सख्ख्या चुलतभावानंच त्यांना विरोध केला होता.

आपले हितशत्रू आपल्याला शत्रू म्हणून विरोध करत असतात, तर हितचिंतक आपण अपयशी ठरू नये, उद्ध्वस्त होऊ नये यासाठी विरोध करत असतात. आपल्या जवळची व्यक्ती जेव्हा एखादं नवं कार्य करत असताना दिसते, तेव्हा **हितचिंतकांना त्यात चांगल्या शक्यता नाही तर जोखीम दिसते; त्या कामाचं फळ नाही, त्यातल्या अडचणी दिसतात; ते दुर्बिणीच्या विरुद्ध टोकाकडून पाहतात आणि त्यामुळे त्यांना प्रत्येक गोष्ट अधिक लहान आणि अधिक दूर दिसते; त्यांच्या डोळ्यांवर एक अदृश्य काळा चष्मा असतो, ज्यातून त्यांना प्रकाश नव्हे, तर अंधारच दिसत असतो.**

४. तुम्ही मोठ्या शहरामध्येच राहात असणं आवश्यक नसतं.

यश मिळवणं आणि श्रीमंत होण्याकरता तुम्ही एखाद्या मोठ्या शहरामध्ये, जिथे तुमच्यासमोर अनेक संधी आणि मार्ग खुले असतात अशा ठिकाणी राहात असणं आवश्यक नसतं.

जगातले दुसऱ्या क्रमांकाची श्रीमंत व्यक्ती वॉरन बफेट न्यूयॉर्कमध्ये नाही, तर त्यापेक्षा कितीतरी लहान अशा ओक्लाहोमा शहरामध्ये राहतात. तिथे राहूनच ते शेअरबाजारामध्ये गुंतवणुकी करत असतात. किरकोळ विक्री व्यवसायाचे सम्राट सॅम वॉल्टन यांनी आपली अफाट संपत्ती मोठ्या नव्हे, तर छोट्या-छोट्या गावांमध्ये आपली दुकानं उघडूनच मिळवली.

५. तुम्ही तरुणच असणं आवश्यक नसतं.

यशाचा वयाशी काहीही संबंध नसतो. 'मी अजून लहान आहे त्यामुळे नवीन काम करू शकत नाही,' असं म्हणणारे लोक खरं तर फक्त एक सबब पुढे करत असतात. बिल गेट्स यांनी मायक्रोसॉफ्ट आणि स्टीव्ह जॉब्ज यांनी ॲपल कॉम्प्युटर्स या स्वतःच्या कंपन्या सुरू केल्या, तेव्हा त्या-त्या वेळी ते दोघे फक्त १९ वर्षांचे होते. टॉम मोनाहन यांनी वयाच्या २३व्या वर्षी डॉमिनोज पिझ्झाची सुरुवात केली,

तर फ्रेड स्मिथ यांनी फेडरल एक्स्प्रेस वयाच्या २५व्या वर्षी स्थापन केली. बिल गेट्स, मायकेल डेल आणि स्टीव्ह जॉब्ज वयाच्या पंचविशीपर्यंत श्रीमंतही होऊन गेले होते.

त्याचप्रमाणे, 'आता माझं वय झाल्यामुळे मी नवीन काही करू शकत नाही,' असं म्हणणारे लोकही सबब सांगत असतात. केंटकी फ्राईड चिकन (केएफसी) हा फ्रँचायझी व्यवसाय सुरू करणारे हर्लेन सँडर्स यांनी आपला हा व्यवसाय वयाच्या ६०व्या वर्षी सुरू केला होता. वय जास्त असल्यामुळे आपण नवीन काम करू शकत नाही असं ज्या लोकांना वाटतं, त्यांना कदाचित पन्नाशीनंतरच यश मिळवणाऱ्या लोकांबद्दल माहिती नसावी. रे क्रॉक यांनी मॅक्डोनल्ड्स साखळी सुरू केली तेव्हा त्यांचं वय ५३ वर्षं होतं. अमेरिकेचे माजी अध्यक्ष रोनाल्ड रीगन यांनी वयाच्या ७०व्या वर्षी राष्ट्राध्यक्षपदाची शपथ घेतली होती. मेरी के ॲश यांनी आपली मल्टिलेव्हल मार्केटिंग कंपनी वयाच्या ५२व्या वर्षी सुरू केली होती. वॉल्ट डिस्ने यांनी डिस्नेलँड उभं केलं, तेव्हा ते ५४ वर्षांचे होते. मार्क्सवादाचा अजरामर आद्य ग्रंथ- दास कॅपिटल- कार्ल मार्क्स यांनी लिहून हातावेगळा केला तेव्हा ते ५९ वर्षांचे होते. अर्नेस्ट हेमिंग्वे यांनी त्यांना नोबेल पुरस्कार मिळवून देणारी द ओल्ड मॅन अँड द सी ही अजरामर कादंबरी लिहिली, तेव्हा ते ५४ वर्षांचे होते. बिल लिअर यांनी लिअर जेट वयाच्या ६०व्या वर्षी बनवलं होतं. नेल्सन मंडेला ७५व्या वर्षी दक्षिण आफ्रिकेचे राष्ट्राध्यक्ष झाले होते.

या सगळ्या उदाहरणांवरून आपल्या लक्षात येईल, की वयाचा आणि यशाचा काहीही संबंध नसतो आणि **प्रगतीच्या मार्गातला खरा अडसर हा वय नसून वयाची सबब पुढे करणं, हा आहे.**

◆◆

श्रीमंत लोकांचा तिसरा नियम

अडचणींना न घाबरणे

यशाचा मार्ग जर सहज-सोपा असता, तर जगातला प्रत्येक माणूस यशस्वी झाला असता, पण असं कधीच नसतं. यश मिळवणं, ही एक अडथळ्यांची शर्यत असते. ते प्राप्त करण्याकरता अनेक संकटांचा मुकाबला करावा लागतो, अनेक त्याग करावे लागतात आणि पदरी कितीही निराशा आली, तरी सकारात्मक मानसिकता बाळगावी लागते. सोनं आगीमध्ये तावून-सुलाखून निघाल्यानंतरच शुद्ध होतं, हिऱ्याला पैलू पाडल्याशिवाय त्याला चमक येत नाही हे विसरता कामा नये. वाफेवर दाब असल्याशिवाय तिच्यामध्ये काम करण्याची शक्ती निर्माण होत नाही.

या पुस्तकामध्ये ज्या-ज्या श्रीमंत लोकांचा अभ्यास केला गेला आहे, त्यांच्यापैकी बहुतेकजण श्रीमंत कुटुंबामध्ये जन्मलेले नव्हते. त्यांना वडिलोपार्जित भक्कम इस्टेटी मिळालेल्या नव्हत्या. या लोकांनी आपली संपत्ती आणि आपलं नाव स्वत: कमावलेलं आहे. सर्वसामान्य माणसापेक्षा कितीतरी जास्त संकटं त्यांना सोसावी लागली होती आणि कदाचित म्हणूनच सर्वसामान्य माणसांपेक्षा या लोकांना जास्त यश मिळालं असावं. स्टीव्ह जॉब्ज अनाथ होते. फ्रेड स्मिथ यांच्या वयाच्या चौथ्या वर्षी त्यांच्या वडिलांचं निधन झालं होतं. टॉम मोनाहन यांचे वडील ट्रकड्रायव्हर होते आणि त्यांचंही निधन खूप लवकर झाल्यामुळे टॉमचं बालपण बोर्डिंग स्कूल आणि अनाथाश्रमांमध्येच गेलं होतं. सोइशिरो होंडा यांच्या कुटुंबामध्ये एवढं दारिद्र्य होतं, की त्यांच्या पाच भावंडांचा मृत्यू कुपोषणामुळे झाला होता.

बहुतेक श्रीमंत लोक उच्चविद्याविभूषितही नव्हते, पण शिक्षण कमी असूनही त्यांनी आपल्या यशाचे झेंडे रोवून दाखवले. सोइशिरो होंडांचं शिक्षण गरिबीमुळे

लवकर संपूनदेखील ते मोटरसायकल उद्योगाचे सम्राट बनले. पर्सनल कॉम्प्युटरचे जनक स्टीव्ह जॉब्ज आणि याच पर्सनल कॉम्प्युटर्सकरता ऑपरेटिंग सिस्टिम आणि इतर सॉफ्टवेअर बनवून श्रीमंत झालेले बिल गेट्स या दोघांनीही आपलं महाविद्यालयीन शिक्षण अर्धवट सोडून दिलं होतं. टॉम मोनाहन महाविद्यालयातली एक सेमिस्टरदेखील पूर्ण करू शकले नव्हते. शाळा-कॉलेजातल्या शिक्षणाचा यशाशी काही संबंध नसतो, हे या सगळ्या श्रीमंत लोकांच्या उदाहरणावरून आपल्या लक्षात येईल. खरं तर बरेचदा उच्च शिक्षण यशप्राप्तीमध्ये अडथळाच निर्माण करतं, कारण असा मनुष्य चांगली नोकरी मिळाल्यामुळे तेवढ्यावरच समाधानी राहतो. कमी शिकलेले लोकच चांगली नोकरी न मिळाल्यामुळे काहीतरी नवं करण्यास उद्युक्त होतात. शिक्षण जास्त झालेलं असेल, तर धोका पत्करणंसुद्धा कठीण जातं आणि असे लोक संधी ओळखण्यातही कमी पडतात. शिक्षण आणि योग्यता किंवा पात्रता, या दोन्ही गोष्टी सर्वस्वी वेगळ्या असतात, हे इथे लक्षात ठेवायला हवं. कमी शिक्षण म्हणजे कमी योग्यता किंवा कमी बुद्धी असा नव्हे. या पुस्तकातल्या बहुतेक उदाहरणांवरून तुमच्या लक्षात येईल, की कमी शिकलेली व्यक्तीदेखील तिच्या क्षेत्रामध्ये सर्वोच्च योग्यतेची असू शकते.

कुठल्याही कामामध्ये सुरुवातीला अडचणी येतातच. व्हेंचर कॅपिटल किंवा नव्या उद्योगांना भांडवल पुरवण्याच्या व्यवसायाचे जनक जॉर्जेस डोरियट एकदा म्हणाले होते, 'कंपन्या आणि मानव, यांच्या आयुष्याची सुरुवातीची पंधरा वर्षं साधारणत: सारखीच असतात - आशा, देवी, अपयश, गालगुंड, पुनर्बांधणी, स्कार्लेट फीवर, वरिष्ठ लोकांच्या समस्या, सर्दी-पडसं, या गोष्टी दोघांच्या जीवनामध्ये समानच असतात.' बँकर आणि ब्रोकर किंवा दलाल लोकांनी एकदा त्यांना सांगितलं की त्यांनी आजारी कंपन्या ताबडतोब विकून टाकायला हव्या, तेव्हा डोरियट यांनी त्यांना प्रतिप्रश्न केला, की १०४ ताप असलेल्या त्यांच्या मुलाला ते लोक विकतील का?

अ‍ॅमेझॉन डॉट कॉम, सीएनएन, फेडरल एक्सप्रेस अशांसारख्या कंपन्यांना सुरुवातीच्या टप्प्यात अनेक संकटांना तोंड द्यावं लागलं, पण मूळ कल्पनेमध्ये ताकद असल्यामुळे या सगळ्या कंपन्या नंतर यशस्वी ठरल्या.

अडचणी सगळ्यांनाच येतात. मनामध्ये यश मिळवण्याची महत्त्वाकांक्षा असणाऱ्या लोकांना तर जास्तच संकटं झेलावी लागतात. या संदर्भात आपण परीकथांमधून बोध घ्यायला हवा. परीकथांमध्ये सहसा राजकुमार अनेक संकटांना तोंड देत-देत राक्षसाला मारून टाकतो आणि मग राजकुमारीबरोबर लग्न करतो, त्यावरून आपण हा धडा घ्यायला हवा, की मोठ्या अडचणींचा सामना केल्यानंतरच मोठं यश प्राप्त होत असतं. काम जितकं कठीण, तेवढंच ते पूर्ण

झाल्यानंतर मिळणारं बक्षीसही मोठं असतं. **अडचणी जेवढ्या जास्त येतील, तेवढंच यशही जास्त मिळतं. अडचणी जेवढ्या मोठ्या असतील, तेवढंच यशही मोठं असतं.**

एखाद्या लहानशा टेकडी वा डोंगरावर चढण्यापेक्षा एव्हरेस्टवर चढणं अवघड असतं, हे लक्षात ठेवायला हवं. यशाच्या बाबतीतही हेच असतं. लहान-सहान यश मिळवण्याच्या वाटेमध्ये कमी अडचणी येतात, पण तुम्हाला जर मोठं यश मिळवण्याची इच्छा असेल, तर तुमच्या मार्गामध्ये जास्त अडचणी येतील हे नक्की. त्यामुळे तुम्ही जर संकटांना घाबरून त्यांच्याकडे पाठ फिरवाल, तर त्याचा अर्थ तुम्ही यशाकडेही पाठ फिरवाल.

यशस्वी लोक संकटांचं किंवा अडचणींचं रूपांतर संधीमध्ये करतात; हेच त्यांच्या यशस्वितेचं गमक आहे. खालील काही उदाहरणं पाहा -

◆ चेस्टर कार्लसन यांना दस्तऐवजांच्या नकला करण्याच्या बाबतीत समस्या निर्माण झाली, तेव्हा त्यांना फोटोकॉपिअर यंत्र बनवण्याची कल्पना सुचली आणि ते त्या कामाला जुंपले. आज फोटोकॉपिअरशिवाय आपलं काम खूपच अडेल. एका व्यक्तीला एक अडचण आली आणि त्या व्यक्तीनं त्या अडचणीचं रूपांतर एका संधीमध्ये केल्यामुळे फोटोकॉपिअरचा शोध लागला.

◆ जॉर्ज ईस्टमन यांनीदेखील एका अडचणीचं रूपांतर संधीमध्ये केलं होतं. सहलीसाठी बाहेर जाताना कॅमेरा विकत घेतल्यावर त्यांच्या लक्षात आलं की यामध्ये कॅमेऱ्याचा अवजडपणा आणि फोटो डेव्हलप करण्यामधला किचकटपणा या दोन अडचणी आहेत. त्यांनी या अडचणींमध्ये लपलेली शक्यता ओळखली आणि फोटोग्राफीचं तंत्र सुटसुटीत करण्याचा विडा उचलला; त्यातूनच मग त्यांनी कोडॅक कॅमेरा आणि कोडॅक फिल्म्सचा शोध लावला आणि फोटोग्राफीला अगदी लहान मुलांच्याही आवाक्यात आणून ठेवलं.

◆ एड्विन लँड यांच्यासमोर जेव्हा त्यांच्या मुलीनं 'फोटो काढल्यानंतर तो पाहायला एवढे दिवस का थांबावं लागतं?' असा प्रश्न उपस्थित केला, तेव्हा त्यांना पोलॅरॉईड इन्स्टंट कॅमेऱ्याची कल्पना सुचली आणि त्यांनी तो तयार करून एक इतिहास घडवला.

◆ किंग कँप जिलेट यांनी दाढी करण्याच्या बाबतीतली अडचण सोडवण्याकरता सेफ्टी रेझरचा शोध लावला आणि श्रीमंतीच्या शिखरावर पाऊल ठेवलं.

◆ हॉवर्ड हेड या हौशी खेळाडूला लाकडी स्कीजनं स्कीईंग करण्यामध्ये अडचण यायला लागली, तेव्हा ती सोडवण्याकरता त्यानं धातूच्या स्कीज बनवल्या. गंमत म्हणजे यामुळे हेडची वैयक्तिक अडचण तर दूर झालीच, पण त्याचबरोबर इतर अनेक लोकांचीही उडचण दूर झाली आणि या शोधामुळे हेड श्रीमंत बनले;

त्यानंतर छोट्या आकाराच्या टेनिस रॅकेटमुळे त्यांना चांगलं खेळण्यामध्ये अडचण यायला लागल्यामुळे त्यांनी ती सोडवण्याकरता मोठी रॅकेट तयार केली आणि ती खूपच लोकप्रिय झाली. या दुसऱ्या शोधामुळे हॉवर्ड हेड खूप श्रीमंत झाले.

यातून आपल्या लक्षात येईल, की प्रत्येक समस्येमध्ये एक सकारात्मक संभावना लपलेली असते. प्रश्न आपण कुठे बघतो, हा आहे; अडचणीकडे, की त्यातल्या संभावनेकडे. आपला दृष्टिकोन सकारात्मक आहे की नकारात्मक यावर आपल्याला यश मिळेल की अपयश हे ठरत असतं. प्रत्येक नाण्याला दोन बाजू असतात. **एका व्यक्तीची अडचण ही दुसऱ्या व्यक्तीची व्यवसायसंधी ठरू शकते.**

तुमच्या बाबतीत काय घडतं आहे, यापेक्षा तुमच्या अंतरंगामध्ये काय चाललं आहे हे जास्त महत्त्वाचं असतं. संकट आल्यावर तुम्ही घाबरून जाता की त्याचा सामना करण्याचं धैर्य दाखवता? हे तुमच्या दृष्टिकोनावर अवलंबून असतं. तुमचा दृष्टिकोन सकारात्मक असेल, तर तुम्ही आलेल्या संकट वा समस्येचा अभ्यास कराल, त्यातून पार होण्याकरता उपलब्ध असलेल्या पर्यायांचा तुलनात्मक विचार कराल आणि मग पूर्ण ताकदीनं त्या संकटातून पार होण्याचा प्रयत्न कराल. पण तुमचा दृष्टिकोन नकारात्मक असेल, तर मात्र तुम्ही आलेल्या पहिल्याच समस्येवर अडखळाल, आपला मार्ग बदलाल आणि आपल्याला यश मिळणार नाही अशी पक्की धारणा करून घ्याल.

तुम्हाला यश हवं असेल, तर तुमच्या मार्गामध्ये संकटं येणारच आणि तीही इतरांपेक्षा जास्त संख्येनं, हे पक्कं ध्यानात ठेवा. प्रत्येक यशस्वी मनुष्य संकटांचा, अडचणींचा सामना करूनच यशस्वी झालेला आहे, हे लक्षात ठेवा. प्रत्येक यशस्वी मनुष्यामध्ये चिकाटी आणि विजिगीषू वृत्ती होती. यशस्वी मनुष्यांपुढे अडचणी येऊन उभ्या ठाकतात, तेव्हा ते त्या अडचणींना आव्हान मानून त्यांच्याकडे सकारात्मक दृष्टिकोनातून पाहात असतात. एकदा पडल्यानंतर हार मानून ते स्वस्थ बसत नाहीत, तर पुन्हा उठून प्रयत्न करायला लागतात. एक-दोन वेळा अपयश आल्यानंतर एडिसन यांनी विजेच्या बल्बचा शोध लावण्याचे प्रयत्न सोडून दिले असते, तर त्यांना हा शोध कधीच लावता आला नसता. पण शेकडो प्रयोग फसल्यानंतरही त्यांनी धीर सोडला नाही आणि अंतिमतः यश मिळवलंच. आपल्या लक्ष्यापर्यंत पोहोचणं महत्त्वाचं आहे, त्यामध्ये किती वेळा अपयश येतं हे महत्त्वाचं नाही, याची पुरेपूर जाणीव यशस्वी लोकांमध्ये असते. यशस्वी लोक अपयशाला अंतिम पायरी न मानता उलट यशाकडे जाण्याची पहिली पायरी समजतात आणि आपलं स्वप्न साकार करण्यासाठी निर्धारपूर्वक आणि चिकाटीनं काम करत राहतात.

रे क्रॉक (१९०२ - १९८४)

मॅक्डोनल्ड्स साखळीचे संस्थापक रे क्रॉक यांना त्यांच्या जीवनामध्ये अनेक संकटांचा सामना करावा लागला होता. त्यांनी अनेक व्यवसाय केले आणि त्यातल्या बहुतेक व्यवसायांमध्ये त्यांना अपयशच मिळालं.

आयुष्याचा बराच काळ रे क्रॉक यांनी सेल्समन म्हणून जोडे झिजवले होते. एका फिरत्या वाद्यवृंदामध्ये त्यांनी पियानो वाजवण्याचादेखील प्रयत्न करून पाहिला, पण तिथेही त्यांना यश मिळालं नाही. मग पुढची सतरा वर्षं त्यांनी लिली ट्युलिप कप कंपनी, या कागदाचे कप बनवणाऱ्या कंपनीमध्ये सेल्समन म्हणून काम केलं. रोज सकाळी सात वाजता ते शिकागोमधल्या रस्त्या-रस्त्यांवर फिरायला सुरुवात करत असत आणि कागदी कपच्या ऑर्डर्स आणि नवनवी गिऱ्हाइकं मिळवण्यासाठी पायपीट करत असत.

इतर लोक जेव्हा संध्याकाळी पाच वाजता कामावरून घरी जात असत, तेव्हा रे क्रॉक मात्र दुसऱ्या नोकरीसाठी जात असत. रोज संध्याकाळी ते शिकागो रेडिओकेंद्रावर पियानो वाजवायला जात असत. त्या काळी ध्वनिमुद्रणाची सोय नसल्यामुळे त्यांना थेट प्रसारणातच वाजवावं लागत असे. हे काम रात्री दोन वाजता संपत असे, म्हणजे रे क्रॉक यांचा दिवस सकाळी सातपासून ते रात्री दोनपर्यंत धावपळ आणि कामामध्ये जात असे आणि एवढं करूनही त्यांना खूप काही पैसे मिळत नसत.

एकदा त्यांनी ट्युलिप कंपनीमधून पाच महिन्यांची सुटी काढली आणि फ्लोरिडा राज्यामध्ये जाऊन जमीन खरेदी-विक्रीचा व्यवसाय करून पाहिला. पण त्याच वेळेला रियल इस्टेटच्या बाजारपेठेमध्ये मंदी आल्यामुळे त्यांचा इथेही जम बसला नाही आणि ते पुन्हा लिली ट्युलिपमध्ये परतले; त्यानंतर ते अर्ल प्रिन्स नावाच्या एका अभियंत्यानं तयार केलेल्या मल्टीमिक्सरचे वितरक बनले. या व्यवसायामध्ये प्रिन्स आणि रे क्रॉक यांची अर्धी-अर्धी भागीदारी होती. तेरा वर्षं रे क्रॉक हे काम करत राहिले, पण म्हणावं तसं मोठं यश काही त्यांना मिळत नव्हतं.

आपलं वय जास्त असल्यामुळे आपल्याला यश मिळणार नाही असं ज्या लोकांना वाटतं, त्यांनी रे क्रॉक यांच्या जीवनापासून प्रेरणा घ्यायला हरकत नाही. रे क्रॉक यांचे ग्रह त्यांच्यावर वयाच्या ५२व्या वर्षी प्रसन्न झाले. एक दिवस आपले विक्री अहवाल पाहताना त्यांच्या लक्षात आलं की एका रेस्तराँनं त्यांचे आठ मल्टिमिक्सर्स खरेदी केले आहेत. मॅक् आणि डिक् मॅक्डोनल्ड, हे बंधुद्वय हे रेस्तराँ चालवत असत. एका मल्टिमिक्सरमध्ये एकाच वेळी पाच मिल्क शेकस तयार होतात आणि या लोकांनी असे आठ मल्टिमिक्सर्स खरेदी केले

आहेत, याचा अर्थ एका वेळी चाळीस मिल्क शेकस लागण्याएवढं हे रेस्तराँ चांगलं चालत असावं हे रे क्रॉक यांच्या लक्षात आलं. त्यांनी मग एकदा हे रेस्तराँ प्रत्यक्ष पाहण्याचं ठरवलं.

रे क्रॉक यांनी मॅक्डोनल्ड्स रेस्तराँमध्ये पाऊल ठेवलं आणि ते डोळे विस्फारून पाहातच राहिले. तिथे १५ सेंट्स किमतीचे हॅम्बर्गर्स घेण्यासाठी लोकांची रांग लागली होती आणि त्यांची एकच धांदल उडाली होती. रेस्तराँमध्ये हॅम्बर्गर, फ्रेंच फ्राईज् आणि सॉफ्ट ड्रिंक्स एवढ्या मोजक्याच गोष्टी होत्या. त्या तयार करण्यासाठी कारखान्यांसारखी असेंब्ली लाइन होती, जेणेकरून पदार्थ कमीतकमी वेळात, कमी कष्टात आणि कमी पैशांमध्ये बनवले जाऊ शकत होते. पदार्थांच्या किमती खूपच कमी असल्या तरी ते एवढ्या मोठ्या संख्येनं विकले जात असत, की रेस्तराँला भरपूर नफा मिळत होता.

त्या रात्री रे क्रॉक यांनी आपल्या हॉटेलात बसून या बाबतीत खूप विचार केला. देशभरातल्या चौका-चौकामध्ये मॅक्डोनल्ड्स रेस्तराँ उघडले आहेत आणि त्या प्रत्येक ठिकाणी अशीच लोकांची झुंबड उडाली आहे, असं दृश्य त्यांच्या मनामध्ये उभं राहात होतं. सकाळपर्यंत रे क्रॉक यांच्या मनात एक योजना पूर्णपणे तयार झालेली होती. मॅक्डोनल्ड्स बंधूंना देशभर त्यांच्या रेस्तराँची साखळी सुरू करण्यास सांगायचं, म्हणजे आपल्या मल्टीमिक्सर्सचा धंदाही जोरात होईल, अशी त्यांची योजना होती. त्यांच्या डोक्यामध्ये फक्त त्यांच्या उत्पादनाचा खप वाढवण्याचाच विचार होता, ही बाब इथे लक्षणीय आहे.

दुसऱ्या दिवशी त्यांनी मॅक्डोनल्ड्स बंधूंना देशभर त्यांच्या रेस्तराँची साखळी सुरू करण्यास सांगितलं आणि त्यामुळे त्यांना आणखी जास्त नफा होईल असं लक्षात आणून दिलं. त्यावर डिक् मॅक्डोनल्ड म्हणाले, 'असं केलं तर त्यांना घरापासून दूर राहावं लागेल आणि त्यांना घरीच राहणं जास्त आवडतं.' मग रे क्रॉक यांनी त्यांच्यापुढे आपली मौल्यवान योजना ठेवली. मॅक्डोनल्ड्स बंधूंनी आपल्या रेस्तराँची साखळी उघडण्याचे अधिकार रे क्रॉक यांना द्यावेत, त्याबदल्यात त्यांना घसघशीत रॉयल्टी मिळेल, अशी ती योजना होती. बराच खल केल्यानंतर एकूण उत्पन्नाच्या ०.३३ टक्के मिळण्याच्या बदल्यात मॅक्डोनल्ड्स बंधूंनी रे क्रॉक यांना फ्रँचायझी अधिकार देण्याचं ठरलं.

रे क्रॉक यांनी मॅक्डोनल्ड्सची साखळी सुरू केली तेव्हा ते ५२ वर्षांचे होते; एवढंच नाही, तर ते विविध शारीरिक व्याधींनी त्रस्तही झाले होते. त्यांना मधुमेह होता, त्यांच्या गॉल ब्लॅडरमध्ये बिघाड निर्माण झाला होता, त्यांच्या थायरॉईड ग्रंथींची अवस्था वाइट होती आणि सांधेदुखीलाही सुरुवात झालेली होती, पण इतके आजार आणि उतारवयाकडची वाटचाल सुरू झालेली असतानादेखील,

आपल्या आयुष्यातले सोनेरी दिवस आता सुरू होणार आहेत, हा विश्वास त्यांच्या मनात होता.

त्यांनी पहिलं मॅक्डोनल्ड्स रेस्तराँ १९५५ साली शिकागोचं एक उपनगर डेस प्लेन्स, इथे सुरू केलं आणि ते तात्काळ यशस्वीही ठरलं; त्यानंतर क्रॉक या साखळीचा विस्तार करतच राहिले. हे रेस्तराँ इतके लोकप्रिय ठरले, की पाच वर्षांच्या कालावधीतच तब्बल २२८ ठिकाणी मॅक्डोनल्ड्स सुरू झालं. या गोष्टीचा रे क्रॉक यांना आनंद झाला खरा, पण त्याचबरोबर तांत्रिकदृष्टया या साखळीचे मालक आपण नाही, तर मॅक्डोनल्ड बंधूच असल्याचं वैषम्यही त्यांना वाटत होतं. ही साखळी सबंध जगामध्ये पसरवून खूप प्रसिद्ध आणि श्रीमंत होण्याचं त्यांचं स्वप्न होतं, म्हणून मग त्यांनी मॅक्डोनल्ड बंधूंकडून ती विकतच घ्यायचं ठरवलं. त्यांनी मग डिक मॅक्डोनल्ड यांच्याकडे त्यासंबंधी विचारणा केली. दोघा भावांनी विचार-विनिमय करून त्यांना २७ लाख डॉलर्स अशी किंमत सांगितली. हा आकडा इतका मोठा होता, की तो ऐकून रे क्रॉक दचकले आणि त्यांच्या हातून फोन गळून पडला. मॅक्डोनल्ड बंधूंची इच्छा कर वजा जाऊन दोघांना प्रत्येकी दहा लाख डॉलर्स मिळावेत, अशी होती. सौदा महाग होता आणि क्रॉक यांच्याकडे एवढी मोठी रक्कमही नव्हती, पण बऱ्याच विचारांती त्यांनी कर्ज काढलं आणि मॅक्डोनल्ड बंधूंना पैसे देऊन साखळी विकत घेतली. १९६१ साली एकरकमी किंमत देऊन रे क्रॉक यांनी मॅक्डोनल्ड्सचे सगळे हक्क विकत घेतले आणि ते एकटे त्या संपूर्ण फ्रँचायझीचे मालक बनले.

१९८३ साल उजाडेतो त्यांनी ३० देशांमध्ये ७,७७८ रेस्तराँ उघडले. या सगळ्या दुकानांमध्ये मिळून ३ अब्ज डॉलर्सची विक्री होत होती. १९८४ साली जेव्हा रे क्रॉक यांचं निधन झालं, तेव्हा त्यांची वैयक्तिक मालमत्ता ५० कोटी डॉलर्सपेक्षाही जास्त होती. मनुष्य कोणत्याही वयात, शारीरिक आजार आणि आर्थिक अडचणी असताना देखील श्रीमंत होऊ शकतो, फक्त त्याच्याकडे भविष्य ओळखण्याइतकी कल्पनाशक्ती आणि कठोर परिश्रम घेण्याची तयारी असायला हवी. या तत्त्वाचं मूर्तिमंत उदाहरण म्हणजे रे क्रॉक.

हर्लेन सँडर्स (१८९० - १९८०)

कर्नल हर्लेन सँडर्स केंटकी फ्राईड चिकन (केएफसी) स्थापन करून श्रीमंत झाले, पण या आपल्या प्रवासामध्ये त्यांना खूप अडचणी आल्या होत्या. दुःख त्यांच्या जणू पाचवीलाच पुजलेलं होतं. ते सहा वर्षांचे असताना त्यांच्या वडिलांचा मृत्यू झाला. त्यामुळे त्यांच्या आईला नोकरी करणं भाग पडलं आणि लहानग्या

भावंडांना सांभाळण्याचं काम हर्लेन याच्यावर येऊन पडलं. ते आईला स्वयंपाकामध्ये मदत करत असत. एका अर्थी ही गोष्ट त्यांच्या फायद्याची ठरली कारण त्यामुळे वयाच्या सातव्या वर्षीच त्यांना अनेक पदार्थ चांगले करता यायला लागले. त्यावेळी अर्थातच त्यांना हे माहिती नव्हतं की हेच पाककौशल्य पुढे जाऊन त्यांच्या खूप उपयोगी पडणार आहे आणि त्यांना लक्षाधीश बनवणार आहे.

वयाच्या दहाव्या वर्षी हर्लेन महिना २ डॉलर्स पगारावर जवळच्याच एका शेतावर मजुरी करायला जायला लागले. दोन वर्षांनी, ते बारा वर्षांचे असताना त्यांच्या आईनं दुसरं लग्न केलं आणि ते न आवडल्यामुळे हर्लेन यांनी घर सोडलं. त्यानंतर ग्रीनवूड इथल्या एका शेतात ते शेतमजूर म्हणून काम करायला लागले. पुढची काही वर्षं ते असेच इकडे-तिकडे धक्के खात फिरत होते. त्यांच्या डोक्यावर आई-वडिलांचं छत्र नव्हतं, राहायला घर नव्हतं आणि शिक्षणाचा तर प्रश्नच उद्‌भवत नव्हता, पण यामुळे हताश, निराश न होता हर्लेन आपलं भविष्य घडवण्याच्या आशेनं वेगवेगळे कामधंदे करत राहिले. १५व्या वर्षी ते बस कंडक्टर झाले, तर १६व्या वर्षी सैन्यामध्ये भरती होऊन क्युबाला गेले. काही काळ सैन्यात नोकरी केल्यानंतर ते रेल्वे फायरमन बनले.

असे नाना उद्योग करत असताना त्यांनी पत्राद्वारे वकिली शिक्षण घेतलं, विमा-विक्रेत्याचं काम केलं, ओहायो नदीमध्ये प्रवासी बोट चालवली, गाड्यांचे टायर्स विकण्याचं काम केलं आणि गॅरेजही चालवून पाहिलं. हर्लेन जेव्हा ४० वर्षांचे झाले, तेव्हा त्यांनी केंटकी राज्यामध्ये कॉर्बिन गावाजवळच्या हायवेवर आपलं सर्व्हिस स्टेशन (गॅरेज) सुरू केलं होतं. त्यांच्या गॅरेजच्या जवळपास एकही रेस्तराँ नव्हतं त्यामुळे गाडीचं काम करून घेण्याकरता थांबलेल्या लोकांकरता त्यांना खाद्यपदार्थही तयार करावे लागत असत. गॅरेजच्या मागे असलेल्या त्यांच्या खोलीतल्या जेवणाच्या टेबलावर ते या गिऱ्हाइकांना खाद्यपदार्थ वाढत असत.

काही काळानं त्यांच्या गॅरेजमध्ये लोक गाडीचं काम करून घेण्याकरता नव्हे, तर फक्त त्यांच्या हातचे पदार्थ खायला खास येऊ लागले. ते पाहून हर्लेन यांना वाटलं आपण एक रेस्तराँ सुरू करायला हरकत नाही, मग त्यांनी तिथेच रस्त्याच्या विरुद्ध बाजूला एक मोटेल आणि रेस्तराँ सुरू केलं. त्या रेस्तराँमध्ये १४२ लोक एका वेळी बसू शकत असत. त्यांच्या गिऱ्हाइकांना त्यांनी बनवलेलं चिकन जास्त आवडत असे. सुमारे नऊ वर्षं हर्लेन चिकनचे वेगवेगळे प्रकार करून पाहात होते आणि एक दिवस त्यांनी अकरा विविध मसाल्यांचं एक खास मिश्रण शोधून काढलं. या मिश्रणाचा वापर करून त्यांनी बनवलेलं चिकन इतकं चविष्ट होतं, की लोक अक्षरशः आपली बोटं चाटत तिथून बाहेर पडायचे. चिकनच्या या अनोख्या रेसिपीमुळे हर्लेन सँडर्स संपूर्ण केंटकी राज्यामध्ये खूप प्रसिद्ध झाले. केंटकीचे

गव्हर्नर रूबी लैफून यांना तर ते इतकं आवडलं, की त्यांनी १९३५मध्ये हर्लेन सँडर्सना 'कर्नल' ही मानद पदवी बहाल करून त्यांचा गौरव केला.

फ्राईड चिकनचा हर्लेन यांचा व्यवसाय चांगला चालला होता, पण १९५०मध्ये एका अनपेक्षित घटनेमुळे अचानक त्यांच्यापुढे एक मोठी समस्या उभी राहिली. त्यांना असं कळलं की एक नवा हायवे तयार होतो आहे आणि हा हायवे कॉर्बिनवरून जाणार नाही. ही बातमी मिळाल्यावर हर्लेन यांच्या लक्षात आलं की आता इथून आपला गाशा गुंडाळण्याची वेळ आलेली आहे. त्यांनी आपली सगळी जमीन-जायदाद विकून टाकली. त्यांच्या डोक्यावर त्यावेळी कर्ज असल्यामुळे या व्यवहारातून त्यांना फारसा आर्थिक लाभ झाला नाही. आलेल्या पैशांमधून सगळी कर्ज फेडल्यानंतर त्यांच्या हातात सोशल सिक्युरिटीचा १०५ डॉलर्सचा चेक तेवढा उरला होता.

तोपावेतो ते ६२ वर्षांचे झाले होते आणि आता त्यांच्यापुढे 'काय करायचं?' हा एक मोठा प्रश्न उभा राहिला होता. त्यांच्याकडे काहीही काम-धंदा नव्हता आणि काही शिल्लकही नव्हती. निव्वळ सोशल सिक्युरिटीवर त्यांची गुजराण चालू होती. पण त्यांच्या हातात एक अनमोल गोष्ट होती; अत्यंत चविष्ट असं फ्राईड चिकन बनवण्याची पाककृती त्यांना अवगत होती. त्यांना आपल्या या पदार्थाच्या गुणवत्तेबाबत पूर्ण खात्री होती. मग त्यांनी केंटकी फ्राईड चिकन कंपनी स्थापन करून फ्रँचायझी उद्योग सुरू केला. १९५२ साली वयाच्या ६२व्या वर्षी ते विविध रेस्तराँमध्ये जाऊन आपली चिकनची पाककृती करून रेस्तराँच्या मालकाला ती खाऊ घालायचे आणि त्याला ती आवडल्यास त्याला आपली फ्रँचायझी होण्याची गळ घालायचे. फ्रँचायझी झाल्यानंतर रेस्तराँ मालकानं हर्लेन यांना प्रत्येक चिकनमागे एक निकेल (अमेरिकेतलं एक नाणं) द्यायचं, असा तो करार असे.

१९६४ साल उजाडेतो कर्नल सँडर्स यांनी अमेरिका आणि कॅनडा हे दोन देश फिरून पालथे घातले आणि आपले ६०० फ्रँचायझी तयार केले. एव्हाना ते ७४ वर्षांचे झाले होते, म्हणून मग त्यांनी २० लाख डॉलर्स घेऊन यम ब्रँड्स या एका अमेरिकन कंपनीला आपल्या फ्रँचायझी उद्योगाचे स्वामित्वहक्क विकून टाकले. कर्नल सँडर्स यांचा मसाल्यांचा अद्‌भुत फॉर्म्युला आजही गुपितच आहे. त्यात कोणते मसाले किती मात्रेत मिसळले जातात, हे खूप कमी लोकांना ठाऊक आहे. लुईविल इथल्या एका तिजोरीमध्ये हा फॉर्म्युला जपून ठेवण्यात आलेला आहे.

गमतीची गोष्ट म्हणजे प्रत्येक वेळी जेव्हा एखादी अडचण येऊन उभी राहिली, तेव्हा हर्लेन सँडर्स यांना त्यातून फायदाच झाला. वडिलांच्या मृत्यूनंतर आईला नोकरी करावी लागली नसती, तर कदाचित त्यांना पाककला शिकावी लागली वा शिकावीशी वाटली नसती. कॉर्बिन इथे हायवेवर एखादं रेस्तराँ असतं, तर त्यांना

गॅरेजमध्ये खाद्यपदार्थ बनवण्याची गरज पडली नसती. हायवे दुसरीकडे गेल्यामुळे त्यांना आपला व्यवसाय बंद करावा लागला नसता, तर त्यांनी आपला फ्रँचायझी उद्योग सुरू केला नसता.

हर्लेन सँडर्स यांचं जीवन या गोष्टीचं प्रत्यक्ष प्रमाण आहे, की यशाचा वय, शिक्षण वा पैशाशी काहीही संबंध नसतो. माणसामध्ये विजिगीषू वृत्ती असेल, तर आपल्या मार्गात येणाऱ्या प्रत्येक अडचणीवर मात करून तो यशाच्या शिखरावर पोहोचू शकतो.

चेस्टर कार्लसन (१९०६ - १९६८)

अत्यंत उपयुक्त फोटोकॉपिअरचा शोध लावणारे चेस्टर कार्लसन यांना जीवनामध्ये अनंत अडचणींना तोंड द्यावं लागलं होतं. त्यांच्या कुटुंबाची आर्थिक परिस्थिती हलाखीचीच होती. त्यांचे वडील न्हावी होते. दुर्दैवानं चेस्टर लहान असताना त्यांच्या वडिलांना सांधेदुखीचा विकार जडला आणि काम करणं त्यांना अशक्य होऊन बसलं. आणि एवढंच नाही तर त्यांच्या आई-वडिलांना दोघांनाही टी.बी. (क्षय) झाला. चौदा वर्षांचे असतील-नसतील, तेव्हाच चेस्टर त्यांच्या कुटुंबाचे पालनकर्ते बनले. त्यांच्या कुटुंबामध्ये ते एकटेच पैसा कमावण्यालायक होते.

मात्र असं असतानाही चेस्टर यांनी महाविद्यालयीन शिक्षण पूर्ण केलं. त्यासाठी त्यांना १,४०० डॉलर्सचं कर्ज काढावं लागलं. शिक्षण पूर्ण तर झालं, पण नोकरीचा प्रश्न उभा राहिला. चेस्टर यांनी एक-दोन नव्हे, तर तब्बल ८२ कंपन्यांकडे नोकरीसाठी अर्ज केले, पण त्यातल्या एकाही कंपनीकडून त्यांना बोलावणं आलं नाही. अखेरीस न्यूयॉर्कच्या बेल लॅबोरेटरीजनं त्यांना रिसर्च इंजिनिअर म्हणून कामावर ठेवलं. पगार होता ३५ डॉलर्स दरमहा. एवढ्या पगारामध्ये त्यांचं भागणं कठीण होतं, पण कसेबसे दिवस जात राहिले. जागतिक मंदीमुळे परिस्थिती जेव्हा जास्तच बिकट झाली, तेव्हा त्यांचा हा आधारही सुटला; त्यांना नोकरीवरून कमी करण्यात आलं.

त्यानंतर प्रचंड हालअपेष्टा सहन करून आणि प्रयत्नांची पराकाष्ठा करून पी.आर. मॅलरी नावाच्या एका इलेक्ट्रॉनिक्स कंपनीमध्ये त्यांनी नोकरी मिळवली आणि आपल्या मेहनतीच्या बळावर ते कंपनीच्या पेटंट विभागाचे व्यवस्थापक बनले. चेस्टर प्रगतिशील होते आणि सतत स्वत:ची पात्रता वाढवण्याचा त्यांचा प्रयत्न असायचा. व्यवस्थापकपदाला पोहोचल्यानंतरही ते स्वस्थ बसले नाहीत. दिवसभर नोकरी करून झाल्यानंतर रात्री लॉ स्कूलमध्ये जाऊन कायद्याचं शिक्षण घ्यायला त्यांनी सुरुवात केली. त्यांना पेटंट लॉयर, म्हणजे पेटंट विषयातील तज्ज्ञ

वकील बनायचं होतं.

कंपनीमध्ये पेटंटचं काम करताना त्यांना एक मोठी समस्या सतावत असे. पेटंटच्या अर्जाच्या पुरेशा दुय्यम प्रती उपलब्ध होत नसल्यामुळे त्यांच्या नकला करण्याचं काम हातानं करावं लागत असे. हे काम तसं कष्टाचं आणि वेळखाऊ होतं. इतर लोकांपेक्षा चेस्टरना या कामामध्ये खूप त्रास होत असे कारण त्यांना जवळच्या गोष्टी स्पष्ट दिसत नसत आणि त्यांना एव्हाना सांधेदुखीही जडली होती. मग ते ही समस्या सोडवण्याच्या दृष्टीनं विचार करायला लागले. त्यानंतरचे कित्येक महिने त्यांनी एका जागी बसून विज्ञानविषयक लेख आणि पुस्तकं वाचण्यात घालवले. आपल्या घराच्या स्वयंपाकखोलीतच त्यांनी आपली एक प्रयोगशाळा थाटली आणि इलेक्ट्रोफोटोग्राफी या शास्त्राचे मूलभूत सिद्धांत त्यांनी तिथेच अजमावून पाहिले. त्यांनी सुरू केलेल्या प्रयोगांमध्ये त्यांना अखेर पहिलं यश मिळालं आणि ऑक्टोबर, १९३७मध्ये त्यांनी आपल्या पहिल्या पेटंटसाठी अर्ज दाखल केला. अर्थात अजून यश तसं दूरच होतं, कारण त्यांनी शोधलेलं फोटोकॉपिंगचं तंत्र ओबडधोबड होतं. ते महागडं आणि अव्यवहार्य असल्यामुळे त्याचा व्यवहारामध्ये उपयोग होण्याची शक्यता नव्हतीच.

चेस्टर कार्लसन निष्ठापूर्वक, रात्रंदिवस एक करून प्रयोग करत राहिले. त्यांची पत्नी डोरिस हिला या गोष्टीचा खूप राग यायचा. तिला वाटायचं की काहीतरी मूर्खपणाचं काम करण्यात आपला नवरा त्याचा वेळ आणि पैसा बरबाद करतो आहे. त्यांच्या या अंतहीन प्रयोगांना खूपच वैतागून एक दिवस तिनं पतीचं प्रयोगाचं सगळं सामान स्वयंपाकघरातून बाहेर फेकून दिलं आणि नंतर काही काळानं त्यांच्यापासून घटस्फोटच घेऊन टाकला.

चेस्टर कार्लसन यांचा संसार मोडला, पण त्यांची हिंमत मोडली नाही. त्यांनी आपले प्रयोग पुन्हा पुढे सुरू केले. एक ना एक दिवस आपल्या या कल्पनेचं महत्त्व कुणालातरी पटेल, या आशेनं ते काम करत राहिले. पण हे यंत्र व्यावसायिकदृष्ट्या यशस्वी करण्यासाठी पैशाची गरज होती आणि तोच चेस्टर कार्लसन यांच्याकडे नव्हता. भांडवल मिळवण्याकरता ते आपला शोध घेऊन अनेक नामवंत कंपन्यांकडे गेले. आयबीएम, कोडॅक, जनरल इलेक्ट्रिक, आरसीए अशा कितीतरी कंपन्यांमध्ये जाऊन ते भेटले, पण त्यांच्या शोधामध्ये कुणीही रस दाखवला नाही. फोटोकॉपिअरसारखं यंत्र कधीच यशस्वी ठरू शकणार नाही कारण कार्बन पेपर त्या मानानं खूपच स्वस्तही आहे आणि त्याचा वापर करून कागदपत्रांच्या नकला बनवणं कितीतरी कमी खर्चाचं आणि सोपं आहे, असं या कंपन्यांचं म्हणणं पडलं.

मात्र चेस्टर कार्लसन यांनी हार मानली नाही. बॅटेले मेमोरियल इन्स्टिट्यूट या संस्थेबरोबर त्यांनी एक सौदा केला, ज्यानुसार संस्था फोटोकॉपिअरचा शोध

पूर्णत्वाला नेणार होती आणि हे यंत्र जेव्हा बाजारामध्ये येईल, तेव्हा कार्लसन यांना ४० टक्के रॉयल्टी मिळणार होती. बॅटेले मेमोरियल इन्स्टिट्यूटनं चेस्टर यांच्या यंत्रामध्ये भरपूर सुधारणा केल्या. कार्लसन यांनी त्यात वापरलेल्या सल्फरच्या प्लेटऐवजी त्यांनी सेलेनियमचा थर दिलेली (कोटिंग) नवी फोटोकंडक्टिव्ह प्लेट बनवली. नंतर २ जानेवारी, १९४७ रोजी बॅटेले इन्स्टिट्यूटनं रॉचेस्टर इथल्या हॅलॉईड या छोट्याशा कंपनीबरोबर लायसेन्सिंग करार केला. त्यापुढे अनेक वर्षं प्रयोग आणि अधिकाधिक सुधारणा केल्यानंतर हॅलॉईडनं आपला फोटोकॉपिअर बाजारामध्ये आणला. हे यंत्र खूप यशस्वी ठरलं आणि त्यामुळे हॅलॉईड कंपनी आणि चेस्टर कार्लसन, दोघेही खूप श्रीमंत झाले. याच हॅलॉईड कंपनीचं पुढे जाऊन झेरॉक्स कॉर्पोरेशन असं नामकरण झालं.

शारीरिक व्याधी, नाकारलं जाणं, तज्ज्ञ मंडळींचा विरोध, कुटुंबविच्छेद आणि भांडवलाची अडचण या सगळ्या गोष्टींशी सामना करून अखेर फोटोकॉपिअरचा शोध लावण्याचं एक ऐतिहासिक काम कार्लसन यांनी केलं. त्यांच्या चरित्रावरून आपल्या हे लक्षात येतं, की कितीही अडचणी आल्या, तरी त्यातून बाहेर पडण्याचा काही ना काही मार्ग असतोच, ज्यामुळे मनुष्य यशस्वी होऊ शकतो.

वॉल्ट डिस्ने (१९०१ - १९६६)

वॉल्ट डिस्ने यांचं नाव आज जगभरातल्या लहान मुलांच्या तोंडी आहे. आणि का नसावं? मुलांना मनापासून आवडणाऱ्या मिकी माऊस, डोनाल्ड डक, थ्री लिटल पिग्स या प्रसिद्ध कार्टून पात्रांचे जनक तेच तर आहेत. वॉल्ट डिस्ने यांचं नाव या कार्टून्समुळे अजरामर राहील. डिस्नेलँड ही मनोरंजननगरी उभी करून जगाला कुटुंबासह मौजमजा करत जगण्याचा आगळावेगळा मार्ग दाखवण्यामुळेही त्यांचं नाव कायमच घेतलं जात राहील. दुनियेला क्षणोक्षणी हसवणाऱ्या आणि मजा करण्यास शिकवणाऱ्या वॉल्ट डिस्ने यांचं स्वतःचं जीवन मात्र खूप संघर्ष, तणाव आणि अडचणींनी ग्रस्त होतं, हे फारसं कुणाला माहीत नाही. त्यांच्या घरात दारिद्र्य एवढं होतं, की कित्येकदा त्यांना उपाशीपोटी झोपावं लागत असे. नंतरच्या आयुष्यात ते अनेकवेळा दिवाळखोरीच्या उंबरठ्यावर येऊन परतले होते. आयुष्यामध्ये आलेल्या अडचणी आणि ओढवलेल्या संकटांमुळे ते सतत इतके ताणाखाली आणि नैराश्यानं ग्रासलेले असत, की एक-दोन नव्हे तर आठ वेळा त्यांना नैराश्याचे झटके (नर्व्हस ब्रेकडाऊन) येऊन गेले. बालगोपाळांकरता परीकथा लिहिणाऱ्या वॉल्ट डिस्ने यांचं स्वतःचं आयुष्य मात्र परीकथेच्या अगदी विरुद्ध होतं. असंख्य अडचणींना तोंड दिल्यानंतरच त्यांना यश मिळालं होतं.

वॉल्ट डिस्ने वयाच्या दहाव्या वर्षापासूनच दररोज पहाटे साडेतीन वाजता उठून वर्तमानपत्रं घेऊन येणाऱ्या ट्रकची वाट पाहत बसत आणि ते आल्यानंतर त्यातले गठ्ठे उतरवून घेत असत. त्यानंतर थंडी असो की पाऊस, ते घरोघरी वर्तमानपत्रं वाटत फिरत असत. वर्तमानपत्रं वाटून झाल्यानंतर दूध-तूप विकण्यात ते आपल्या आईला मदत करत असत. लहानपणापासूनच त्यांना चित्रकलेचा खूप नाद होता आणि मोठेपणी त्यांना व्यंगचित्रकार बनायचं होतं. पण त्यांच्या वडिलांनी या गोष्टीला प्रखर विरोध केला, कारण त्यांच्या मते चित्रं काढून कुणाचं पोट भरत नसतं. 'हा निव्वळ मूर्खपणा आहे' असं त्यांचं मत होतं. या विषयावरून वडिलांशी होणारे वाद विकोपाला गेले, तेव्हा वॉल्ट डिस्ने घर आणि त्यासोबत अर्थातच शिक्षणही सोडून पळून गेले आणि कॅन्ससला राहणाऱ्या रॉय या चुलतभावाकडे राहू लागले.

कॅन्ससला आल्यावर वॉल्ट डिस्ने यांची काम मिळवण्याकरता भटकंती सुरू झाली. असेच एक दिवस ते कॅन्सस स्टार नावाच्या एका वर्तमानपत्राच्या कार्यालयात नोकरी मागण्यासाठी गेले. संपादकांनी त्यांच्या चित्रांवरून एक नजर फिरवली आणि त्यांना सांगितलं की ते कधीच व्यंगचित्रकार बनू शकणार नाहीत. संपादक महाशयांचं हे मत ऐकून वॉल्ट डिस्ने यांना धक्काच बसला.

मग त्यांनी आपल्या भावाच्या साथीनं डिस्ने ब्रदर्स स्टुडिओ स्थापन केला. त्यासाठी त्यांनी रॉयकडून २०० डॉलर्स, काकांकडून ५०० डॉलर्स आणि आई-वडिलांकडून २,५०० डॉलर्स उधार घेतले. एवढी मोठी रक्कम मुलाला देण्याकरता त्या आई-वडिलांना आपलं राहतं घर गहाण टाकावं लागलं होतं. त्यामुळे वॉल्ट डिस्ने यांनी गॅरेजमध्ये आपल्या कामाला सुरुवात केली आणि लवकरच तिथून ते बाहेरही पडले. काही काळ एका चर्चकरता चित्रं काढण्याचं काम केल्यानंतर अनेक खटपटी-लटपटी करून ते अखेर हॉलिवूडला जाऊन थडकले. तिथे त्यांनी ओस्वाल्ड द रॅबिट ही ॲनिमेटेड कार्टून मालिका बनवली. ही मालिका यशस्वी ठरली, पण नशिबानं पुन्हा एकदा त्यांना एक क्रूर झटका दिला. त्यांच्या वितरकानं त्यांची ती मालिका चक्क चोरून नेली आणि वॉल्ट डिस्ने पुन्हा एकदा रस्त्यावर आले. ना हातात नोकरी, ना खिशात पैसा अशी त्यांची बिकट परिस्थिती झाली होती. त्या परिस्थितीत त्यांना दोन वेळा जेवणंही अशक्य होऊन बसलं. आठवड्यातून एकदा ते रेल्वेस्टेशनवर जाऊन आंघोळ करून येत, यावरून त्यांची परिस्थिती किती वाईट होती याची कल्पना येईल.

एक दिवस दातांच्या एका डॉक्टरनं त्यांना, मुलांना दात घासण्याचं महत्त्व पटवून देणारी एक ॲनिमेटेड कार्टून फिल्म बनवायला सांगितलं. या प्रकल्पावर विचार-विनिमय करण्यासाठी एके रात्री डॉक्टरांनी वॉल्ट डिस्ने यांना आपल्या

ऑफिसमध्ये बोलावलं. 'मला येता येणार नाही,' हे वॉल्ट डिस्ने यांचं उत्तर ऐकून डॉक्टर चक्रावले. त्यांनी कारण विचारलं, तेव्हा वॉल्ट डिस्ने त्यांना म्हणाले, 'माझ्या पायात घालायला बूटच नाहीत. जो एक जोड माझ्याकडे होता, तो चांभाराकडे दुरुस्तीकरता दिलेला आहे आणि दुरुस्तीचे पैसे देऊन ते बूट परत आणणं पैशांअभावी मला शक्यच नाही. त्यामुळे मी काही तुमच्याकडे येऊ शकत नाही.'

असेच दिवस जात होते आणि त्यातच एक दिवस, वयाच्या २७व्या वर्षी, वॉल्ट डिस्ने यांनी मिकी माऊस या अजरामर पात्राची निर्मिती केली. हे पात्र अफाट लोकप्रिय झालं. पण या यशामुळे वॉल्ट डिस्ने यांचे दिवस पालटले, असं जर तुम्हाला वाटत असेल, तर तो विचार मनातून काढून टाका.

वॉल्ट डिस्ने यांच्या जीवनामध्ये संघर्ष किती असावा, यावर विचार करा. मिकी माऊसच्या जन्मानंतरसुद्धा आपली कंपनी वाचवण्याकरता त्यांना आपली कार विकावी लागली. दोन वर्षांनी, म्हणजे २९ वर्षांचे असताना एका वितरकानं त्यांची दीड लाख डॉलर्सची फसवणूक केली आणि त्यावेळी मात्र त्यांना नैराश्याचा झटका आला. त्यात एकदा त्यांनी आत्महत्येचा प्रयत्नही केला, पण तोही अयशस्वी ठरला. नैराश्याचा हा त्यांचा पहिलाच झटका होता. आणखी दोन वर्षांनी आपल्या चलचित्रांना रंगीत करण्याच्या प्रयत्नामध्ये झालेल्या प्रचंड खर्चामुळे त्यांची कंपनी परत एकदा डबघाईला आली आणि वयाच्या ३१व्या वर्षी त्यामुळे त्यांना पुन्हा एकदा नैराश्याचा झटका आला. स्नोव्हाईट नावाची एक ॲनिमेटेड कार्टून फिल्म पूर्ण करण्यासाठी त्यांना पन्नास लाख डॉलर्सची गरज होती. हे पैसे उभे करण्याच्या प्रयत्नात पुन्हा एकदा ते दिवाळखोरीला येऊन ठेपले. पण कंपनीचा आयपीओ बाजारात आणून त्यांनी कशीबशी कंपनी वाचवली. तेव्हा त्यांचं वय होतं ३५ वर्षं. पुढे, ४०व्या वर्षी त्यांच्या स्टुडिओतील कर्मचाऱ्यांनी संप पुकारला, तेव्हा त्यांना आणखी एकदा नैराश्याचा झटका आला. हे सगळं कमी म्हणून की काय, दुसऱ्या महायुद्धाच्या काळात अमेरिकन नौदलानं त्यांच्या स्टुडिओची जागा ताब्यात घेतली होती आणि त्यामुळे त्यांचा व्यवसाय बंद होण्याच्या बेताला आला होता. त्यानंतर डिस्नेलँडचं स्वप्न पुरं करतानादेखील त्यांना अनंत अडचणी आणि आणीबाणीच्या परिस्थितींना तोंड द्यावं लागलं होतं.

अखेर डिस्नेलँड उभं राहीपर्यंत आणि एबीसी टेलिव्हिजन नेटवर्कवर वॉल्ट डिस्ने प्रेझेंट्स हा त्यांचा कार्यक्रम दाखवला जाऊ लागेपर्यंत त्यांच्या कंपनीची आर्थिक स्थिती कायमच चिंताजनक राहिली आणि पर्यायानं वॉल्ट डिस्ने सतत तणावाखाली राहात आले.

अशा अनंत संघर्ष आणि अडचणींना तोंड देत-देत अखेर वॉल्ट डिस्ने यांनी

एक अब्जावधी डॉलर्सची कंपनी उभी करण्यात यश मिळवलं आणि डिस्नेलँडच्या रूपात जगाला एक अनोखी आणि चिरंतन भेट देऊन स्वत:चं नावही अजरामर करून ठेवलं.

ॲरिस्टॉटल ओनॅसिस (१९०६ - १९७५)

'अडचणी माणसाला कणखर बनवतात,' हे प्रख्यात अब्जाधीश ॲरिस्टॉटल ओनॅसिस यांचं लाडकं मत होतं. ते म्हणत, 'ज्या प्रदेशांमध्ये निसर्गानं माणसाला सुखद हवामान आणि भरपूर अन्नधान्यं बहाल केली, त्या प्रदेशांमध्ये राहणाऱ्या लोकांमध्ये ऊर्जा आणि पुढाकार घेण्याच्या वृत्तीची वानवा असते. त्याचबरोबर दुसरीकडे, ज्या लोकांना आपल्या अस्तित्वाकरता संघर्ष करावा लागतो, कठीण हवामानाला तोंड देत राहावं लागतं आणि अन्न मिळवण्याकरता कठोर परिश्रम घ्यावे लागतात, ते लोक परिस्थितीशी जुळवून घ्यायला लवकर शिकतात आणि सक्षम असेल तोच तग धरेल, या सिद्धांतानुसार असेच लोक जगामध्ये जास्त यशस्वी होतात.' ओनॅसिस यांचं म्हणणं होतं की, **'अडचणी आणि दुःखं माणसामध्ये अतिरिक्त शक्ती जागृत करतात. त्यामुळे हे सोसावी लागणारे लोक जास्त यशस्वी होतात आणि इतर लोकांच्या तुलनेत आपल्या वैयक्तिक मर्यादांवर मात करण्यात जास्त प्रमाणात यशस्वी ठरतात.'**

ॲरिस्टॉटल ओनॅसिस यांचं स्वत:चं जीवन या गोष्टीचं प्रमाण होतं. त्यांच्याकडे कुठलीही पदवी वा पदविका नव्हती. त्यांच्याकडे पैसाही नव्हता आणि मोठ्या-मोठ्या लोकांशी त्यांच्या ओळखीही नव्हत्या. ओनॅसिस सहा वर्षांचे असताना त्यांच्या आईचा मृत्यू झाला. त्यानंतर दीडच वर्षात त्यांच्या वडिलांनी हेलन नावाच्या एका दुसऱ्या स्त्रीबरोबर संसार थाटला. ही सावत्र आई आणि वडिलांशी त्यांचं काही जमलं नाही. वडिलांशी एकदा खूप वाद झाल्यावर त्यांनी वयाच्या १७व्या वर्षी घर सोडून सरळ दक्षिण अमेरिकेचा रस्ता धरला. त्यावेळी त्यांच्या खिशामध्ये फक्त ४५० डॉलर्स होते. आपली बुद्धी आणि मेहनतीच्या जोरावर आपण यशस्वी होऊ शकतो, हे वडिलांना दाखवून देण्याचा पण ओनॅसिस यांनी केला होता.

दक्षिण अमेरिकेला पोहोचल्यावर त्यांनी मिळतील ती छोटी-मोठी कामं करायला सुरुवात केली. एका कारागिराचा मदतनीस म्हणून काम मिळाल्यावर डोक्यावर विटा उचलून त्या बांधकामस्थळी नेण्याचंही काम त्यांनी केलं. त्यानंतर एका रेस्तराँमध्ये भांडी घासली आणि नंतर रिव्हरप्लेट युनायटेड टेलिफोन कंपनीमध्ये एका इलेक्ट्रिशियनच्या हाताखाली उमेदवारी केली. मनात महत्त्वाकांक्षा तर खूप

होती, पण परिस्थिती अगदीच प्रतिकूल होती. काही महिने काम केल्यानंतर त्यांनी कंपनीला विनंती करून रात्रपाळी मागून घेतली, कारण त्यांना दिवसा आणखी काहीतरी काम करण्याची इच्छा होती.

त्या काळी ओनॅसिस यांच्या मायदेशातली - ग्रीस - तंबाखू सर्वोत्तम मानली जात असे, पण दक्षिण अमेरिकेमध्ये ती आयात करण्याची कुठलीच सुलभ व्यवस्था नव्हती. ओनॅसिस यांनी यातली संधी लगेच ताडली आणि तिचा फायदा करून घेण्याची एक योजना मनामध्ये आखली. त्यांनी ताबडतोब वडिलांशी संपर्क साधून त्यांना तिकडून तंबाखू पाठवायला सांगितलं. त्यांचे वडील सॉक्रेटिस यांनी नमुना म्हणून तंबाखूचे काही पुडे पाठवले. ओनॅसिस यांनी आधी काही छोट्या दुकानदारांकडे हे नमुने पाठवले, पण त्यातून काहीही निष्पन्न होत नाही म्हटल्यावर ठोक विक्री करणाऱ्या दुकानदारांशी संपर्क साधायचं ठरवलं. त्याचवेळी अर्जेंटिनातल्या एका मोठ्या तंबाखू कंपनीचे अध्यक्ष जुआन गोआना यांना ते भेटायला गेले. भेट काही झाली नाही, पण ओनॅसिस तिथेच थांबून राहिले. सतत पंधरा दिवस जुआन यांच्या येण्या-जाण्याच्या वेळेला ओनॅसिस त्यांच्या कंपनीच्या दाराजवळ जाऊन उभे राहात होते. हे पाहून एक दिवस त्यांनी ओनॅसिसना आत बोलावलं. त्यांचं प्रभावी बोलणं ऐकून जुआन गोआना भारावले आणि त्यांनी ओनॅसिसना तंबाखू पुरवण्याचं कंत्राट दिलं. हे कंत्राट १०,००० डॉलर्सचं होतं आणि त्यावर ओनॅसिस यांना पाच टक्के, म्हणजेच ५०० डॉलर्स मिळणार होते. नंतर एकदा बोलताना ओनॅसिस म्हणाले की, हे ५०० डॉलर्स त्यांच्या भावी विशाल साम्राज्याचा पाया होते. हे पहिलं कंत्राट मिळालं तेव्हा ओनॅसिस तरुण होते, पण बचतीचं महत्त्व त्यांना तेव्हाही माहिती होतं, त्यामुळे मिळालेले पैसे उडवून टाकण्याऐवजी त्यांनी ते बँकेत जमा केले.

या धंद्यामध्ये जेव्हा त्यांना चांगली कमाई व्हायला लागली, तेव्हा त्यांनी युनायटेड टेलिफोन्समधली नोकरी सोडून दिली. एव्हाना त्यांच्याकडे स्वतःचे असे २५,००० डॉलर्स बचतीच्या रूपात जमा झाले होते. आता त्यांना स्वतःची सिगरेट कंपनी स्थापन करण्याची इच्छा होती. बचतीच्या २५,००० डॉलर्सबरोबर तेवढंच कर्जही त्यांनी काढलं आणि कंपनीची स्थापना केली. पाहता-पाहता त्यांच्या छोट्याशा कंपनीमध्ये ३० कर्मचारी काम करायला लागले. त्यांचा व्यवसाय वेगानं वाढला खरा, पण त्यांना या कामामध्ये तोटाच होऊ लागला. त्यांनी मग लवकरच हे काम बंद करून टाकलं. पहिलाच उद्योजकीय प्रयत्न असा ठप्प होऊनही ओनॅसिस निराश झाले नाहीत. उलट त्यांचा संकल्प अधिक दृढ झाला. तंबाखूच्या आयातीमध्ये मात्र त्यांना पैसा मिळतच होता, ही त्यातल्यात्यात दिलासा देणारी गोष्ट होती.

त्यानंतर ओनॅसिसनी जहाज-वाहतूक (शिपिंग) व्यवसायामध्ये उतरण्याचा निर्णय घेतला. मॉंटेव्हिडियो हे आपलं पहिलं जहाज त्यांनी उरुग्वेमधून खरेदी केलं. तेव्हा हे जहाज खूपच वाईट स्थितीत होतं, पण ओनॅसिस त्याची डागडुजी करून त्याला वापरात आणू इच्छित होते. असं केल्यानं त्यांचं दिवाळं वाजेल, तेव्हा त्यांनी यात पडू नये, असा त्यांच्या मित्रांनी त्यांना सल्ला दिला. पण प्रत्येक यशस्वी व्यक्तीप्रमाणेच, ओनॅसिसनीदेखील आपल्या हितचिंतकांच्या सल्ल्याकडे दुर्लक्ष केलं. प्रत्येक यशस्वी व्यक्तीप्रमाणेच, त्यांनी यातली शक्यता जाणली, जी त्यांचे मित्र पाहू शकत नव्हते.

ओनॅसिस यांनी त्या २५ वर्षं जुन्या जहाजाला दुरुस्त करवून घेतलं आणि ते समुद्रात उतरवलं. पण दुर्दैवानं ते जहाज एका वादळामध्ये सापडून समुद्राच्या तळाशी गेलं. जणू काही दुर्दैव ओनॅसिस यांच्या हात धुऊन मागे लागलं होतं, पण ओनॅसिस यांनी घाबरून जाऊन शिपिंगचा व्यवसाय सोडून दिला नाही. 'मी आता कधीच जहाज विकत घेणार नाही आणि जुन्या जहाजाला तर चुकूनही हात लावणार नाही,' असा विचार त्यांनी केला नाही. जर त्यांनी असा विचार केला असता, तर ते एवढे अफाट श्रीमंत कधीच झाले नसते. सुदैवानं या झटक्यामुळे सुध्दा ते कोसळून पडले नाहीत, कारण तंबाखू आयातीचा त्यांचा व्यवसाय उत्तम चालला होता ज्यातून त्यांना चांगलं उत्पन्न मिळत होतं.

आपण जर एखाद्या क्षेत्रामध्ये धोका पत्करत असलो, तर त्यापूर्वी दुसऱ्या एखाद्या क्षेत्रामध्ये काही एक सुरक्षित उत्पन्न असण्याची काळजी आपण घ्यायला हवी. त्यायोगे आपलं सामान्य जीवन सुरळीतपणे चालत राहील आणि स्वीकारलेल्या जोखमीच्या कामामध्ये जर नुकसान झालं, तर आपण संपूर्ण उद्ध्वस्तही होणार नाही. हा धडा ओनॅसिस यांच्या चरित्रामधून आपल्याला मिळतो.

पहिलं जहाज घेतल्यानंतर बुडालं, पण त्यामुळे हताश न होता ॲरिस्टॉटल ओनॅसिस आपली सगळी मालमत्ता घेऊन १९३२ साली थेट लंडनला जाऊन पोहोचले; त्यावेळी त्यांचं वय होतं फक्त २६ वर्षं. १९२९ साली वॉल स्ट्रीट, म्हणजेच अमेरिकेचा शेअरबाजार कोसळला, तेव्हा जगभर मंदीचं सावट पसरलेलं होतं. त्यामध्ये जहाजांच्या किमतीदेखील खूपच कमी झाल्या होत्या आणि गुंतवणुकीच्या दृष्टीनं ही एक चांगली संधी होती. मंदीमुळे एरवी दहा लाख डॉलर्सना मिळणारं दहा वर्षं जुनं जहाज फक्त २०,००० डॉलर्सना (म्हणजे एका रोल्स रॉईस गाडीच्या किमतीत) विकत मिळायला लागलं आणि या संधीचा फायदा घेऊन ॲरिस्टॉटल ओनॅसिस यांनी अशी दोन जहाजं विकत घेतली.

दुसरं महायुद्ध संपल्यावरही त्यांनी अशीच जुनी जहाजं मोठ्या प्रमाणावर खरेदी करून ठेवली. तेव्हा प्रत्येकी १५ लाख डॉलर्स किमतीची अनेक जहाजं

अमेरिकन नौदलानं फक्त ५.५ लाख डॉलर्सना विकायला काढली होती. ॲरिस्टॉटल ओनॅसिस यांनी त्यातली तब्बल तेरा जहाजं विकत घेतली. या काफिल्याद्वारे त्यांनी नंतर प्रचंड नफा कमावला. शिपिंग सम्राट म्हणून ओळखले जाणारे ॲरिस्टॉटल ओनॅसिस अब्जाधीश झाले.

१५ मार्च, १९७५ रोजी त्यांचं निधन झालं, तेव्हा त्यांच्याकडे असलेल्या एकूण मालमत्तेची मोजदाद करून त्याचा नेमका आकडा ठरवण्यासाठी कितीतरी महिने लागले. याचं कारण म्हणजे त्यांचा व्यवसाय आणि गुंतवणुकी सबंध जगभर पसरलेल्या होत्या. कोणे एके काळी डोक्यावरून विटा वाहणाऱ्या आणि हॉटेलात भांडी घासणाऱ्या व्यक्तीनं एवढं प्रचंड यश मिळवणं, ही निश्चितच कौतुकाची गोष्ट आहे.

जे. के. रोलिंग (१९६५ -)

हॅरी पॉटरनं आपली जादूची कांडी फिरवली आणि जे. के. रोलिंग यांना अब्जाधीश बनवून टाकलं हे खरं, पण हॅरी पॉटरची ही छडी फिरण्यापूर्वी रोलिंग यांची परिस्थिती अत्यंत वाईट होती आणि त्या अत्यंत हलाखीचं जीवन जगत होत्या. १९९३ साली त्यांचा घटस्फोट झाला होता; त्यावेळी त्यांच्या हातात नोकरी किंवा उत्पन्नाचं कुठलंही साधन नव्हतं आणि पदरी एक मुलगी होती. त्या लंडनमध्ये एका भाड्याच्या घरात राहात होत्या. सोशल सिक्युरिटी, म्हणजेच सरकारी मदतीच्या मेहेरबानीवर त्या जीवन कंठत होत्या. पण अशा परिस्थितीतही त्यांनी हॅरी पॉटर अँड द फिलॉसॉफर्स स्टोन हे हॅरी पॉटर मालिकेतलं पहिलं पुस्तक लिहून पूर्ण करण्याचा संकल्प केला. पैशाअभावी लिहिण्यासाठी कोरे कागद आणणंदेखील परवडत नसल्यामुळे त्यांनी रद्दी कागदांवर आपलं लिखाण केलं. त्या दिवसांमध्ये त्यांच्यावर अधून-मधून उपाशीपोटीसुद्धा झोपण्याची वेळ येत असे.

त्यांच्या राहत्या घराची तर इतकी काही दुर्दशा झाली होती, की तिथे बसून लिहिताना त्यांची कल्पनाशक्ती कुंठित होऊ लागली. मग त्या उठून एका कॉफी हाऊसमध्ये जाऊन बसत आणि सलग दोन-तीन तास बसून हॅरी पॉटरच्या करामती लिहून काढत. लिखाणकाम करण्यापूर्वी त्यांना आपल्या लहानग्या मुलीला झोपवावं लागे, कारण ती जागी असेपर्यंत त्यांना दुसरं काहीही करणं अशक्य असे. त्यांच्या जीवनामध्ये दुःख आणि संघर्ष यांना अंतच नव्हता. ना पती, ना नोकरी-धंदा, पदरी लहान मुलगी आणि सरकारी मदतीवर उदरनिर्वाह चाललेला असल्यामुळे लोकांकडून अपमानास्पद वागणूक असं त्यांचं जिणं होतं.

या काळामध्ये हॅरी पॉटरची कथा पुस्तकरूपात प्रसिद्ध झालेली पाहण्याच्या दुर्दम्य आशेमुळेच त्या टिकून राहिल्या, कोसळल्या नाहीत. हे स्वप्न डोळ्यांसमोर नसतं, तर त्या अशा परिस्थितीमध्ये टिकू शकल्या नसत्या. त्यांनी ते पुरं करण्यासाठी सगळ्या अडचणी सहन केल्या आणि एक वर्षांच्या कठोर परिश्रमांनंतर अखेर पुस्तक पूर्ण झालं.

पुस्तक १९९४ साली लिहून तयार झालं, पण ते प्रकाशित कोण करणार हा प्रश्न शिल्लक होताच. रोलिंग यांनी त्यासाठी अनेक वाङ्मय प्रतिनिधींशी संपर्क साधला. त्यांच्यामार्फत प्रकाशकांशी संधान बांधणं सोपं जाईल असा त्यांचा कयास होता. अनेक प्रतिनिधींबरोबर त्यांच्या चर्चा झाल्या, पण कुणीही हे पुस्तक स्वीकारण्यास तयार झालं नाही. अखेर क्रिस्तोफर लिटिल नावाच्या एका प्रतिनिधीनं त्यांच्या पुस्तकामध्ये रस दाखवला आणि आपण प्रकाशकांशी या संदर्भात चर्चा करू, असं आश्वासनही रोलिंगना दिलं. त्यानंतर नकार देण्याची पाळी प्रकाशकांची होती. अनेक प्रकाशकांनी हे पुस्तक छापायला नकार दिला, कारण कथेमध्ये सगळे जादूटोण्याचे प्रकार होते.

पण जे. के. रोलिंग आणि त्यांचे प्रतिनिधी क्रिस्तोफर लिटिल निराश झाले नाहीत. त्यांचा निर्धार आणि चिकाटी यांना एक दिवस फळ आलं आणि ब्लूम्सबरी प्रकाशनानं दोन हजार पौंड देऊन या पुस्तकाच्या प्रकाशनाचे हक्क खरेदी करण्याचा प्रस्ताव त्यांच्या समोर ठेवला. क्रिस्तोफर लिटिल यांनी जेव्हा रोलिंगना याबद्दल सांगितलं, तेव्हा त्यांनी तात्काळ सौदा मंजूर केला. त्या क्षणी त्यांच्या दृष्टीनं पैशांपेक्षा पुस्तक प्रकाशित होणं जास्त महत्त्वाचं होतं. ज्या हॅरी पॉटर मालिकेच्या प्रकाशन आणि चित्रपटनिर्मिती हक्कांमुळे पुढे जे. के. रोलिंग अब्जाधीश झाल्या, त्या मालिकेतलं पहिलं पुस्तक फक्त दोन हजार पौंडांना विकलं गेलं, ही एक मजेशीरच गोष्ट म्हणावी लागेल.

या पहिल्या पुस्तकाच्या अमेरिकेतील प्रकाशनहक्कांचा लिलाव झाला, तेव्हा रोलिंग यांच्या जीवनातले सोनेरी क्षण उगवले. ब्लूम्सबरीनं या नव्या लेखिकेच्या पहिल्या पुस्तकाचे हक्क विकत घेतलेले आहेत, ही बातमी तोवर प्रकाशन वर्तुळात सगळ्यांनाच माहीत झाली होती. अमेरिकन प्रकाशक एकाचढ एक बोली लावत गेले आणि अखेर स्कोलॅस्टिक प्रेसनं एक लाख डॉलर्सची बोली लावून पहिल्या पुस्तकाच्या अमेरिकन आवृत्तीचे हक्क विकत घेतले. तोपर्यंत अमेरिकेमध्ये एखाद्या पुस्तकाच्या हक्कांसाठी इतकी मोठी बोली क्वचितच लावली गेली असावी आणि त्यातही एखाद्या नवोदित लेखिकेच्या पहिल्या पुस्तकासाठी तर असं कधीच झालं नव्हतं. रोलिंग त्यामुळे रातोरात प्रसिद्ध लेखिका झाल्या. पण त्या इतक्या विनयशील होत्या, की त्यांनी हे यश आपल्या डोक्यात जाऊ दिलं नाही. त्यांनी फक्त एकच

केलं, की एक नवीन घर विकत घेतलं आणि पत्रकार परिषदांना उपस्थित राहिल्यावर व्यवस्थित दिसावं, म्हणून काही कपडे खरेदी केले. सन २०००मध्ये जेव्हा वॉर्नर ब्रदर्सनं त्यांच्या पुस्तकांवर चित्रपट बनवण्याचे अधिकार विकत घेतले, तेव्हा तर रोलिंग यांच्या आयुष्यात भाग्याची चांदणीच जणू उगवली आणि त्यानंतर त्यांनी कधीच मागे वळून पाहिलं नाही.

आजवर हॅरी पॉटर या नावानं सात पुस्तकं प्रकाशित झाली आहेत आणि त्यातल्या पाच पुस्तकांवर चित्रपटही निघाले आहेत. जे. के. रोलिंग आज ब्रिटनच्या महाराणीपेक्षाही श्रीमंत आहेत. त्यांचं नाव जगातल्या श्रीमंतांच्या यादीमध्ये ८९१व्या स्थानावर आहे आणि त्यांच्याकडे एक अब्ज डॉलर्सची मालमत्ता आहे.

हे सगळं घडून येण्याचं कारण म्हणजे त्यांनी अडचणींसमोर मान तुकवली नाही, त्यांचा सामना केला आणि अनेक आव्हानांना तोंड देत यश प्राप्त केलं.

किंग कँप जिलेट (१८५५ - १९३२)

किंग कँप जिलेट यांनी सेफ्टी रेझर आणि ब्लेडचा शोध लावून अफाट पैसा मिळवला. हा शोध त्यांनी वयाच्या ४६व्या वर्षी लावला. बहुतेक लोक हे वय म्हणजे कार्यक्षम आयुष्याचा उतरणीचा काळ मानतात. जिलेट यांनी मात्र आपल्या वयाचा विचार करत बसण्यापेक्षा आपलं स्वप्न साकार करण्यावर लक्ष केंद्रित केलं आणि इतिहास घडवला.

तरुण वयापासूनच जिलेट यांना एखादा क्रांतिकारी शोध लावण्याची तीव्र इच्छा होती. पण शोध कशाचा लावायचा? ही कल्पना सुचण्यासाठी त्यांनी शब्दकोश अनेकवेळा पालथा घातला. त्यातला एखादा शब्द वाचून आपल्याला काही कल्पना सुचेल, असं त्यांना वाटत होतं. एक दिवस सकाळी दाढी करता-करता त्यांच्या मनात सेफ्टी ब्लेड आणि ती ठेवण्याकरता तसाच सेफ्टी रेझर बनवण्याची कल्पना आली. कल्पना सुचताच जिलेट ताबडतोब कामाला लागले. त्यांनी अनेक प्रयोग करून पातळ पात्याच्या, स्टीलच्या ब्लेडचा एक नमुना तयार केला आणि तो घेऊन ते तज्ज्ञ लोकांकडे सल्ला मागण्याकरता गेले. स्टीलच्या इतक्या पातळ पात्याला दाढी करण्याइतकी धार लावणं शक्य होणार नाही, असं मत तज्ज्ञांनी व्यक्त केलं. पण जिलेट यांनी आपला प्रयत्न सोडून दिला नाही. १८९९मध्ये एक दिवस ते आपल्या ब्लेड आणि रेझरच्या डिझाईन्सचे कागद घेऊन बोस्टनमधल्या एका मशिनिस्टकडे गेले. स्टीव्हन पोर्टर नावाच्या त्या तंत्रज्ञ-कारागिरानं त्यांना त्या डिझाईन्सबरहुकूम तीन रेझर आणि काही ब्लेड्स तयार करून दिल्या.

जिलेट यांचं स्वप्न साकार होऊ पाहात होतं, पण अडचणी आ वासून त्यांच्यासमोर अजूनही उभ्या होत्या. असे रेझर्स वा ब्लेड घाऊक प्रमाणावर तयार करण्यासाठी लागणारी यंत्रं त्यांना तयार करून घ्यावी लागणार होती आणि त्यांच्याकडे तेवढं भांडवल नव्हतं. विल्यम निकर्सन नावाचा एक उद्योजक अशी यंत्रं तयार करून देण्याकरता तयारही झाला, पण जिलेट यांनी त्याला आपला भागीदार करून घ्यावं, अशी अट त्यानं घातली. पण त्यानंतरही मोठ्या प्रमाणावर उत्पादन करायचं, तर त्यासाठीदेखील खूप मोठ्या भांडवलाची गरज होती. १९०१मध्ये हवं तसं एक यंत्र बनून तयार झालं, पण त्यासाठी इतका प्रचंड खर्च आला, की जिलेट त्यातच कर्जबाजारी झाले. हा जिलेट यांच्यासाठी एक कठीण काळ होता, कारण आपले पैसे वसूल करण्यासाठी त्यांच्या दारासमोर लोकांची रांग लागायची आणि आश्वासनापलीकडे जिलेट त्यांना काहीही देऊ शकत नव्हते. १९०२मध्ये बोस्टन इथल्या जॉन जॉईस या धनाढ्य व्यक्तीकडे जिलेट मदत मागायला गेले. त्यांनी जिलेट यांना त्यांच्या कंपनीचे कर्जरोखे जारी करण्याचा सल्ला दिला आणि ते कर्जरोखे दर्शनी मूल्यापेक्षा थोड्या कमी भावामध्ये स्वत:च खरेदी करून जिलेट यांना पैसे दिले. त्यामुळे अखेर भांडवलाची समस्या सुटली.

रेझर आणि ब्लेड्स बनवून विक्रीकरता तयार झाले, पण बाजारात मात्र त्याला सुरुवातीला थंडा प्रतिसाद मिळाला. सेफ्टी रेझर आणि सेफ्टी ब्लेड्स हा एकंदरीत नवाच प्रकार असल्यामुळे लोकांनी त्यात फारसा रस दाखवला नाही. जिलेट यांनी मग लोकांना त्याच्या फायद्यांसंबंधी माहिती देण्याकरता जाहिराती दिल्या. मात्र त्याचाही फारसा उपयोग झाला नाही. पहिल्या वर्षी फक्त ५१ रेझर्स विकले गेले. १९०४ साली अमेरिकन पेटंट विभागानं या रेझरचं पेटंट जिलेट यांना प्रदान केलं आणि जिलेट यांचं नशीब पालटलं. पेटंट मिळाल्याबरोबर जिलेट यांनी वेगवान हालचाल करून एक लाख ब्लेड्स आणि रेझर्स तयार करून गावोगावच्या दुकानांमध्ये विक्रीकरता ठेवून दिले. याचा परिणाम चांगला झाला आणि त्यानंतर मात्र त्यांना मागे वळून पाहण्याची वेळ आली नाही.

तत्पूर्वी १९०१ साली जिलेट यांनी लंडनमध्ये आपलं एक कार्यालय थाटलं होतं, तेव्हा त्यांना अजिबात कल्पनाही नव्हती की लवकरच त्यांचा उद्योग जगभरातल्या २००पेक्षा जास्त देशांमध्ये पसरणार आहे.

अनेक अडचणींचा सामना करून जिलेट यांनी आपलं स्वप्न अखेर पूर्ण केलं आणि एक असा शोध लावला, ज्यामुळे त्यांचं नाव जगभर झालं आणि ते स्वत: अफाट श्रीमंतही झाले.

टेड टर्नर (१९३८ -)

टेड टर्नर यांनी सीएनएन स्थापन करून माध्यमक्षेत्रामध्ये एक क्रांती घडवून आणली. पण हे सहजासहजी घडलं नाही; त्यावेळी त्यांच्यावर चौफेर टीकेचा भडिमार झाला होता. त्यांच्या टीकाकारांनी त्यांचा उत्साहभंग करण्याचा खूप प्रयत्न केला. टीव्ही नेटवर्क आणि वृत्तपत्रांनी टेड टर्नर यांची गणना मूर्ख लोकांमध्ये केली आणि लवकरच ते आयुष्यातून उठतील, अशी भाकितं वर्तवली. अशी, २४ तास बातम्यांना वाहिलेली वाहिनी यशस्वी ठरणं शक्य नाही, असं सगळ्यांचं म्हणणं होतं.

सीएनएन सुरू करण्यापूर्वी टेड टर्नर यांनी टेलिव्हिजनवर फारशा बातम्या पाहिल्यादेखील नव्हत्या, पण असं असूनही त्यांनी या कामाकरता आपल्याजवळ होतं-नव्हतं ते सगळं- म्हणजे तब्बल दहा कोटी डॉलर्स- या वाहिनीकरता पणाला लावून टाकले होते. त्यावेळी अटलांटा ब्रेव्हज आणि अटलांटा हॉक्स हे दोन खेळाचे संघ आणि एक केबल स्टेशन त्यांच्या मालकीचे होते. सीएनएन वाहिनी अयशस्वी ठरली असती, तर हे सगळं त्यांच्या हातून गेलं असतं. एकूण परिस्थिती आणि तज्ज्ञांचे अंदाज हेच सांगत होते.

सीएनएन वाहिनी सुरू झाल्या-झाल्या तात्काळ यशस्वी झाली नाही. पहिल्या दिवसापासूनच ती तोट्यात चालत राहिली. तब्बल दीड वर्ष, सीएनएनमुळे टेड टर्नर यांना दर महिन्याला २० लाख डॉलर्सचा तोटा होत राहिला. एवढा ३.६ कोटी डॉलर्सचा तोटा झाल्यानंतरही टेड टर्नर यांनी धीर न सोडता आपलं काम चालूच ठेवलं.

आज २४ तास बातम्या देणाऱ्या वाहिन्या जवळजवळ सगळ्याच टीव्ही नेटवर्कच्या लोकांनी सुरू केल्या आहेत आणि सीएनएन त्या सर्वांमध्ये आपल्या विश्वासार्हतेमुळे आघाडीवर आहे. टेड टर्नर यांना यश मिळालं याचं कारण इलेक्ट्रॉनिक्सच्या माध्यमातून जग म्हणजे एक वैश्विक खेडं करण्याची आवश्यकता त्यांनी ओळखली. इतर नेटवर्क्सनी ही जोखीम पत्करण्याची हिंमत केली नाही, पण टेड टर्नर यांनी ही जोखीम घेतली आणि यश मिळवलं.

घनश्यामदास बिर्ला (१८९४ - १९८३)

घनश्यामदास बिर्ला यांनी ज्या बिर्ला उद्योगसमूहाचा पाया घातला, त्याची आज एक मोठी इमारत झालेली आहे. अनेक अडचणींना तोंड देत त्यांनी हे काम केलं होतं. त्यांचं औपचारिक शिक्षण प्राथमिक इयत्तांपर्यंतच मर्यादित राहिलं आणि

त्यांच्या कारकिर्दीची सुरुवात खूपच छोट्या प्रमाणावर झाली होती. जूट विकणारे दलाल म्हणून त्यांनी व्यवसायाला सुरुवात केली, तेव्हा आपल्या भावासोबत ते एका खोलीत राहात असत. त्याच खोलीत झोपणं, स्वयंपाक आणि कपडे धुणं असं सगळं त्यांना करावं लागत असे. आर्थिक परिस्थिती बिकट असली तरी त्यांची इच्छाशक्ती खूप दांडगी होती. ब्रिटिशांच्या गुलामगिरीतून भारतमातेला स्वतंत्र करण्यासाठी ते वचनबद्ध होते आणि त्यासाठी ब्रिटिशांची आर्थिक एकाधिकारशाही संपवण्याचा विडा त्यांनी उचलला होता. त्या काळी जूट उद्योग संपूर्णपणे ब्रिटिशांच्या ताब्यात होता. नेमका तोच संपवण्याचा पण घनश्यामदास बिर्ला यांनी केला होता.

इंग्रजांची 'फोडा आणि झोडा' नीती आणि स्वत:चं दारिद्र्य, या दोन्हींशी झगडा करत त्यांनी जूट व्यवसाय सुरू केला आणि नंतर कापडगिरणी, साखर कारखाना आणि इतर अनेक उद्योग उभे केले. **'जीवन क्षीरसागरासारखं आहे, तुम्ही ते जितकं घुसळाल, तितकं तुम्हाला जास्त लोणी मिळेल,'** असं बिर्ला म्हणत असत.

घनश्यामदास बिर्लांना जीवनात खूप अडचणी सोसाव्या लागल्या होत्या. जेव्हा त्यांना आपला पहिला मोठा कारखाना उभारायचा होता, तेव्हा बँकांनी त्यांना त्यासाठी कर्ज देण्यास नकार दिला. एवढंच नव्हे तर इंग्रजांनी त्यासाठी चांगली जमीन मिळवण्याच्या त्यांच्या प्रयत्नातही अनेक अडथळे उभे केले. एखादा भारतीय माणूस जूट उद्योगामध्ये त्यांचा प्रतिस्पर्धी म्हणून उभा राहावा, हे इंग्रजांना मान्य नव्हतं. त्यामुळे त्यांनी शक्य तिथे बिर्लांची अडवणूक करून पाहिली. त्यातच दुर्दैवानं त्याच सुमारास रुपयाची किंमत घसरल्यामुळे ज्यूटची गिरणी चालवण्याकरता लागणाऱ्या यंत्रांची किंमत दुप्पट झाली. पण या सगळ्या अडचणींना न डगमगता घनश्यामदास बिर्ला यांनी धीर न सोडता अखेर यश मिळवलं.

त्यांची चिकाटी आणि कठोर परिश्रमांमुळेच शून्यातून आपली कारकीर्द घडवणाऱ्या घनश्यामदास बिर्ला यांच्या मृत्युसमयी बिर्ला उद्योगसमूहाकडे २०० कंपन्यांची मालकी होती आणि या सगळ्या कंपन्या मिळून या समूहाची मालमत्ता २,५०० कोटी एवढी होती.

थॉमस बरेल (१९३९ -)

थॉमस बरेल विद्यार्थीजीवनामध्ये अभ्यासात मागे होते. उच्च माध्यमिक शाळेमध्ये आल्यावर जेव्हा त्यांची बुद्धिमत्ता चाचणी घेण्यात आली, तेव्हा बहुतेक बाबतीत त्यांना सुमार गती असल्याचं निष्पन्न झालं होतं. याला अपवाद फक्त कला आणि प्रभावी शब्दयोजना या दोन गुणांचा होता. हे निष्कर्ष पाहून त्यांच्या शिक्षिकेनं त्यांना

सल्ला दिला, की त्यांनी जाहिरात क्षेत्रामध्ये कॉपीरायटिंगमध्ये कारकीर्द घडवल्यास त्यांचं भलं होईल. हा सल्ला ऐकून थॉमस बरेल यांना एक नवा जोम आला आणि ते शिकागोस्थित रूझवेल्ट विद्यापीठात जाहिरातकला आणि इंग्रजीचं शिक्षण घेऊ लागले.

त्यावेळी त्यांच्यासमोर दोन मुख्य अडचणी होत्या. एक म्हणजे ते गरीब होते आणि दुसरं म्हणजे ते कृष्णवर्णीय होते. त्यांच्या काळात अमेरिकेमध्ये पराकोटीचा वर्णभेद होता, त्यामुळे कृष्णवर्णीय लोकांना गोऱ्या लोकांच्या कंपन्यांमध्ये नोकरी मिळणं खूप कठीण असे. १९६० साली कॉलेजमध्ये शिकत असताना थॉमस बरेल यांना त्यांच्या एका मित्रानं बातमी दिली, की वेड ॲडव्हर्टायझिंग नावाच्या एका जाहिरातसंस्थेमध्ये एक तरुण आफ्रिकन-अमेरिकन व्यक्तीची जागा रिकामी आहे. बरेल यांनी ताबडतोब तिथे अर्ज दिला आणि संस्थेच्या टपालखात्यामध्ये आठवड्याला ५० डॉलर्स पगारावर ते रुजू झाले.

त्यानंतर त्यांनी कॉपीरायटिंगचं काम करायला सुरुवात केली आणि त्यात नाव कमावल्यानंतर, सुमारे दहा वर्षांनी त्यांनी अमेरिकेतली पहिली कृष्णवर्णीय जाहिरातसंस्था स्थापन केली. कृष्णवर्णीय असल्यामुळे त्यांना बराच काळ काम मिळालं नाही, पण त्यामुळे घाबरून न जाता त्यांनी अखेर देदीप्यमान यश मिळवलं. ते एकदा म्हणाले होते, **'अडचणी येतात तेव्हा माणसानं आता काय करायला हवं, असा प्रश्न स्वतःला विचारायला हवा. तुम्ही जर प्रयत्नच केले नाहीत, तर तुमचं अपयश निश्चित आहे. अपयशाला घाबरू नका, सकारात्मक विचार बाळगाल, तर त्याचा परिणाम चांगलाच होईल.'**

बेरी गोर्डी (१९२९ -)

बेरी गोर्डी यांनी प्रसिद्ध मोटाऊन रेकॉर्ड्स ही कंपनी स्थापन करून संपत्ती कमावली आणि हे करताना त्यांना खूप संघर्ष करावा लागला होता. त्यांची कौटुंबिक स्थिती खूप हलाखीची होती आणि त्यांचा जन्म डेट्रॉईटच्या झोपडपट्टीमध्ये झाला होता. आठ भावंडांचं हे कुटुंब कमालीचं दारिद्र्य आणि अपार कष्टमय जीवन जगत होतं. किशोरावस्थेत प्रवेश करताना बेरी गोर्डी यांनी या दुःखद आणि जीवघेण्या दरिद्री जीवनातून बाहेर पडण्याचा मनोमन निश्चय केला.

ते झोपडपट्टीमध्ये राहात असल्यामुळे सतत मारामाऱ्या आणि भांडणं करत आपला जीव वाचवण्याचे प्रसंग त्यांच्यावर ओढवत असत. त्यातूनच ते मुष्टियुद्धात (बॉक्सिंग) पारंगत झाले आणि त्यांनी या खेळातच आपली कारकीर्द करण्याचा निर्णय घेतला. मग त्यांनी या खेळाचा सराव आणि अभ्यास सुरू केला, तसंच

व्यावसायिक लढतींमध्ये भाग घ्यायला सुरुवात केली. फेदरवेट गटामध्ये त्यांनी चौदापैकी दहा लढतींमध्ये विजय मिळवला. मात्र लवकरच त्यांना या क्षेत्राचा कंटाळा आला, कारण त्यांच्या फेदरवेट या वजनी गटामध्ये पैसा फारसा मिळत नसे.

बेरी गोर्डी यांना संगीताचीही खूप आवड होती, म्हणून मग त्यांनी जॅझ संगीताच्या रेकॉड्र्स विकण्याचं दुकान थाटण्याचं ठरवलं. पण त्यांचा हा व्यवसायही लवकरच संपुष्टात आला. त्यांनी तरीही आशा सोडली नव्हती. ते दिवसा फोर्ड मोटर कंपनीमध्ये काम आणि रात्रीच्या मोकळ्या वेळात गीतलेखन करायला लागले. संगीत हे त्यांचं व्यसनच होतं आणि किशोरावस्थेपासूनच ते गाणी लिहायला लागले होते. असंच नोकरी करता-करता त्यांनी पै-पै जोडून काही पैसे जमा केले आणि त्यातून न्यूयॉर्कला जाऊन रेकॉर्डिंग स्टुडिओशी संबंधित लोकांशी संपर्क निर्माण करायला सुरुवात केली. अनेक स्टुडिओंकडून त्यांना नकारघंटाच ऐकायला मिळाली, पण अखेर १९५५च्या सुमारास त्यांची काही गीतं विकली जायला लागली आणि ती लोकप्रियही ठरली.

त्यांचं पहिलं मोठं यश त्यांच्या वयाच्या २८व्या वर्षी त्यांच्या पदरात पडलं. जॅकी विल्सन या कलाकारानं त्यांचं रीट पेटाइट हे गाणं खूपच लोकप्रिय केलं. १९५९ साली लोनली टिअरड्रॉप्स या त्यांनी लिहिलेल्या गाण्याच्या तब्बल दहा लाख प्रती विकल्या गेल्या. मात्र त्यांची गाणी लोकप्रिय ठरूनही त्याचा त्यांना काही आर्थिक लाभ मात्र झाला नाही. गाणी लोकप्रिय झाली, म्हणजे गीतकार श्रीमंत होतो असं काही नाही, हा धडा त्यांना यातून मिळाला.

त्यांनी लिहिलेली गाणी लोकप्रिय ठरूनही बेरी गोर्डी यांना फार पैसे मिळाले नाहीत, त्यामुळे ते फोर्ड मोटर्समध्ये असेंब्ली लाइनवर काम करतच राहिले. संगीताच्या दुनियेमध्ये पैसा कमवायचा असेल, तर आपल्याला आपल्या गाण्यांच्या रेकॉड्र्स स्वत:च काढल्या पाहिजेत आणि गाण्यांचे स्वामित्वहक्कही (कॉपीराइट्स) घ्यायला हवेत, हे त्यांच्या लक्षात येऊन चुकलं. मग हे स्वप्न पूर्ण करण्याकरता त्यांनी आपली बहीण ॲना हिच्याकडून ७०० डॉलर्स उधार घेतले आणि डेट्रॉईटमध्येच एक कामचलाऊ रेकॉर्डिंग स्टुडिओ तयार केला. आपल्या रेकॉर्ड कंपनीचं नाव त्यांनी मोटाऊन रेकॉड्र्स, असं ठेवलं. सुदैवानं तेव्हा डेट्रॉईटमध्येच अनेक प्रतिभासंपन्न कृष्णवर्णीय संगीतकार आणि गायक संधीच्या शोधात भटकत फिरत होते. त्यामुळे आपली गाणी गाऊन घेण्यासाठी गायक आणि संगीतकारांना शोधत फिरण्याची वेळ बेरी गोर्डी यांच्यावर आली नाही.

ते आपल्या कामावर किती प्रेम करत असत, हे ते रात्री आपल्या स्टुडिओतच झोपायचे यावरून सिद्ध होईल. त्यांचे हे कष्ट फळाला आले आणि १९६० साली

त्यांनी निर्मिलेल्या चौदा रेकॉर्ड्स टॉप टेनच्या यादीत आल्या.

आपल्या यशाचं रहस्य उलगडून सांगताना बेरी गोर्डी म्हणतात, **'आमच्याजवळ भांडवल नव्हतं. आमच्या रेकॉर्ड्स हिट व्हायलाच हव्या होत्या, कारण तसं न होणं आम्हाला परवडण्यासारखं नव्हतं.'** संख्येऐवजी गुणवत्तेवर भर देणं, हे त्यांचं तत्त्व होतं. त्यामुळे मोटाऊन रेकॉर्ड्स, हे नाव लवकरच रेकॉर्डिंगच्या क्षेत्रामध्ये एक महत्त्वाचं नाव बनलं.

कालांतरानं रसिकांची आवड बदलल्यामुळे कंपनीचा व्यवसाय मंदावला, म्हणून मग १९८८ साली बेरी गोर्डी यांनी आपली कंपनी एमसीए रेकॉर्ड्स कंपनीला ६.१ कोटी डॉलर्सना विकून टाकली. त्याबरोबरच बेरी गोर्डी यांच्या जीवनातला एक महत्त्वपूर्ण अध्याय संपला. पण झोपडपट्टीमध्ये जन्मलेल्या एका मुलाच्या दृष्टीनं पाहता, हा सौदा वाईट म्हणता येणार नाही.

डेबी फील्ड्स (१९५६ -)

मिसेस फील्ड्स कुकीज या कंपनीच्या माध्यमातून डेबी फिल्ड्स यांनी आपली संपत्ती कमावली होती. डेबी फील्ड्स यांची सुरुवातीची कारकीर्द खूपच विस्कळीत होती- त्यांनी आधी एका डिपार्टमेंटल स्टोअरमध्ये काम केलं, मग एका वॉटरपार्कमध्ये स्कीअर म्हणून नोकरी केली आणि एका ठिकाणी तर लहान मुलांना सांभाळणाऱ्या दाईचंही काम केलं. त्यानंतर विविध प्रकारच्या दुकानांमध्ये सेल्सगर्ल म्हणूनही त्यांनी काम केलं. त्यांना जीवनामध्ये भव्य-दिव्य असं काहीतरी करण्याची इच्छा होती, पण तेवढ्यात अर्थशास्त्रतज्ज्ञ रँडी फील्ड्स यांच्याशी त्यांचा विवाह झाला. बहुतेक स्त्रिया लग्नानंतर आपल्या करिअरकडे फारसं लक्ष देत नाहीत, पण डेबी फील्ड्स मात्र याला अपवाद ठरल्या. त्यांचं खरं करिअर लग्नानंतरच सुरू झालं.

लग्न झाल्यावर डेबी फील्ड्स यांनी पाहिलं, की त्यांनी बनवलेल्या चॉकलेट चिप्स कुकीज (चॉकलेटचे तुकडे घातलेली घरगुती बिस्किटं) त्यांच्याकडे येणाऱ्या नातेवाईक आणि परिचितांना आवडतात. मग हाच व्यवसाय का सुरू करू नये? असं त्यांच्या मनात आलं. त्यांनी आपल्या कुटुंबीयांसमोर जेव्हा हा प्रस्ताव मांडला, तेव्हा कुणालाच ही कल्पना आवडली नाही. या बाबतीत कुटुंबीय, मित्र-मैत्रिणी आणि पतींकडून त्यांना फारसं प्रोत्साहन न मिळण्याचं कारण म्हणजे बाजारात मिळणाऱ्या कुकीजप्रमाणे डेबी फील्ड्स यांनी बनवलेल्या कुकीज खुसखुशीत नसत आणि त्या ताज्या असतानाच चांगल्या लागत, एरवी नाही.

पण म्हणून डेबी फील्ड्स विचलित झाल्या नाहीत; त्या आपल्या कल्पनेवर ठाम राहिल्या. पती रँडी यांना आपल्या पत्नीच्या व्यावसायिक यशाबद्दल शंका

असली, तरी तिच्या समाधानासाठी त्यांनी तिला त्यात मदत करण्याचं ठरवलं. त्यासाठी कर्ज काढण्यासाठी ते ओळखीच्या एका बँकरकडे गेले. त्या बँकरचही मत 'हा व्यवसाय चालणार नाही' असंच होतं, पण रँडी यांचं नाव आणि त्यांच्याशी असलेली ओळख यासाठी त्यांना कर्ज देण्यास तो तयार झाला.

डेबी यांना कुकीज बनवता येत होत्या आणि सेल्सगर्ल म्हणून पूर्वी केलेल्या कामाच्या अनुभवामुळे लोकांना आपल्या वस्तू विकत घ्यायला लावण्याचं तंत्र त्यांना माहिती होतं. १ ऑगस्ट, १९७७ या दिवशी पाओलो अल्टो इथे त्यांनी आपलं पहिलं दुकान उघडलं. पहिल्या दिवशी दुपारपर्यंत एकही गिऱ्हाईक त्यांच्या दुकानाकडे फिरकलं नाही आणि त्यांची एक कुकीदेखील विकली गेली नाही. पण त्यामुळे निराश न होता त्यांनी गिऱ्हाइकांना आकर्षित करण्याचा एक मार्ग शोधला. त्यांचं दुकान ज्यात होतं, त्या शॉपिंग मॉलमध्ये येणाऱ्या प्रत्येकाला त्यांनी आपल्या कुकीज एका ट्रेमध्ये ठेवून चव पाहण्याकरता फुकटात वाटायला सुरुवात केली. नमुन्यादाखल मोफत कुकीज वाटण्याची त्यांची कल्पना चांगलीच यशस्वी ठरली आणि तासाभरातच गिऱ्हाइकं त्यांच्या दुकानाकडे आपणहोऊन यायला लागली. पहिला दिवस संपता-संपता त्यांनी पन्नास डॉलर्सची विक्री केली आणि दुसऱ्या दिवशी पंचाहत्तर डॉलर्स. गिऱ्हाइकांना कुकीज विकत घेण्याकरता प्रोत्साहन देण्यासाठी मिसेस फील्ड्स दुकानांमध्ये आजही आधी मोफत नमुना देण्यात येतो.

एक वर्षानंतर डेबी फील्ड्स यांनी सॅन फ्रॅन्सिस्को इथे आपलं दुसरं स्टोअर उघडलं. जास्त नफा कमावण्याच्या हेतूनं त्यांनी आपल्या कुकीज्च्या दर्जाच्या बाबतीत कधीही समझोता केला नाही. बटरऐवजी मार्गरीन या अधिक स्वस्तातल्या पदार्थाचा उपयोग त्यांनी कधीच केला नाही. दुकानं उघडण्याच्या बाबतीत त्यांनी तीन गोष्टींकडे विशेष लक्ष पुरवलं: प्रत्येक दुकान चांगल्या जागी असणं, कुकीज्च्या दर्जाच्या बाबतीत अजिबात चालढकल नाही आणि दुकानामधले कर्मचारी उत्साही असणं. परिणामत: त्यांचा व्यवसाय वेगानं वाढायला लागला.

त्यात त्यांना वैयक्तिक पातळीवर फारसा लाभ होत नव्हता कारण बँकेचे कर्ज फेडण्यातच त्यांच्या नफ्याचा बराचसा भाग जात असे. त्याशिवाय व्यवसाय सांभाळण्याकरता इतके कष्ट घ्यावे लागत आणि इतका वेळ द्यावा लागे, की त्यामुळे त्या आणि त्यांचे पती खूप थकून जात. त्यावेळी त्यांच्या मनात आलं, की आता हा उद्योग एका मोठ्या अन्नपदार्थ विकणाऱ्या कंपनीला विकून टाकला तर त्यामुळे त्यांना पैसा आणि आराम दोन्हीही मिळेल. पण त्यांच्या सुदैवानं त्या मोठ्या कंपनीनं त्यांचा प्रस्ताव नाकारला. मग नाइलाजानं डेबी फील्ड्स यांना पुन्हा कर्ज काढण्याकरता बँकेकडे धाव घ्यावी लागली. यावेळी मात्र बँकेनं त्यांना सहजासहजी कर्ज दिलं नाही. कुकीज विकणं कार किंवा स्टील विकण्यासारखा खरा उद्योग

नव्हे, असं बँकेनं त्यांना सुनावलं. कर्ज मिळवण्याकरता डेबी फील्ड्स यांना बँकेची बरीच मनधरणी करावी लागली.

पण अखेर त्यांना यश मिळालं आणि त्यांच्या कुकीज लोकांना खूप आवडल्या. आपल्या व्यवसायाचा विस्तार करण्यासाठी त्यांनी फ्रँचायझी हक्क दिले, आपली कंपनी शेअरबाजारामध्ये नेली आणि जगभर आपल्या कुकीज प्रसिद्ध करून टाकल्या.

स्टीफन किंग (१९४७ -)

भयकथासम्राट स्टीफन किंग यांनी या कथा लिहून अमाप संपत्ती मिळवली, पण अनेक प्रकारच्या संकटांना आणि अडचणींना तोंड देऊनच.

स्टीफन किंग यांना लहानपणापासूनच अतिमानवी आणि गूढ गोष्टींविषयी आकर्षण वाटत असे. ते दोनच वर्षांचे असताना त्यांचे वडील घर सोडून निघून गेले. थोडं कळायला लागल्यानंतर किंग रहस्यपट आणि पुस्तकांच्या जगात हरवून गेले. भाड्यानं घर घेण्याइतकीही ऐपत नसल्यामुळे ते एका ट्रेलरमध्ये राहात असत. रहस्य आणि रोमांचकारी पुस्तकं लिहून नाव कमावण्याची त्यांची इच्छा होती, पण गरिबी इतकी होती की बिल न भरल्यामुळे फोन कंपनीनं त्यांचा फोन काढून घेतला. आपले प्रकाशक फोनशिवाय आपल्या कथांची स्वीकृती किंवा अस्वीकृती आपल्याला कळवू शकणार नाहीत, तेव्हा फोन बंद करण्यात येऊ नये म्हणून त्यांनी कंपनीच्या खूप मिनतवाऱ्या केल्या, पण अर्थातच कंपनीनं त्याकडे दुर्लक्ष केलं. पदरी पत्नी आणि दोन लहान मुलं असलेल्या एखाद्या मनुष्यानं या परिस्थितीत निराश होऊन लेखन सोडून दिलं असतं, पण स्टीफन किंग यांनी मात्र हिंमत न हारता आपलं काम चालूच ठेवलं.

स्टीफन किंग लिहीत तर खूप होते, पण त्यांपैकी फार थोडं लिखाण छापलं जात होतं. महाविद्यालयीन जीवनात त्यांनी ज्या कथा लिहिल्या होत्या, त्या सगळ्या साभार परत आल्या होत्या. नाही म्हणायला काही फालतू मासिकांमध्ये मात्र त्यांच्या भयकथा छापल्या गेल्या होत्या.

एकदा त्यांच्या मनात आलं, आपल्या भयकथा छापल्या जाऊ शकतात, तर आपण तशी कादंबरी लिहिल्यास तीही छापली जाऊ शकेल. मग अतिमानवी शक्ती असलेल्या एका लहान मुलीची कथा सांगणारी कादंबरी लिहिण्याची कल्पना त्यांना सुचली. या आपल्या पहिल्या-वहिल्या कादंबरीची काही पानं लिहून झाल्यावर अचानक त्यांना ती आवडेनाशी झाली आणि कुणीही प्रकाशक असल्या कादंबरीला हात लावणार नाही या विचारानं त्यांनी ते सगळे कागद केराच्या टोपलीत टाकून दिले.

पत्नी तबिथा, हिच्या रूपानं किंग यांचं जीवन उजळलं. आपल्या पतीला असं निराश झालेलं पाहून तिनं केराच्या टोपलीतले ते कागद उचलले आणि ते वाचून तिनं त्यांना ती कादंबरी पूर्ण करण्यासाठी खूप प्रोत्साहन दिलं. या कथेत दम आहे आणि ती नक्की यशस्वी होईल, असं तिनं त्यांना सांगितलं. तिच्याच सांगण्यावरून मनात नसतानाही स्टीफन किंग यांनी ती कादंबरी पूर्ण केली. कादंबरी लिहून पूर्ण झाल्यानंतरदेखील ते म्हणाले, 'इतकी फालतू कादंबरी जगात कुणीच लिहिली नसेल.' आपल्या शिरस्त्याप्रमाणे त्यांनी कादंबरी डबलडे प्रकाशनाकडे पाठवून दिली. ती छापली जाईल असं त्यांना मुळीसुद्धा वाटत नव्हतं.

जानेवारी, १९७३मध्ये डबलडे प्रकाशनानं कॅरी नावाची ही कादंबरी प्रकाशित करण्याचं ठरवलं आणि स्टीफन किंग यांना त्यासाठी ४०० डॉलर्स दिले. त्यानंतर सहाच महिन्यांनी एका स्वस्त-पुस्तक प्रकाशकानं (पेपरबॅक) या कादंबरीचे प्रकाशनहक्क दोन लाख डॉलर्स देऊन खरेदी केले. १९७६ साली याच कादंबरीवर चित्रपटदेखील बनवला गेला. पत्नीच्या प्रोत्साहनामुळे स्टीफन किंग अशा प्रकारे निराशा आणि अडचणींमधून बाहेर पडून गूढकथांचे शहेनशहा बनले.

किंग यांनी लिहिलेल्या पहिल्या बारापैकी आठ पुस्तकांवर चित्रपट बनवले गेले आणि त्यांनी लिहिलेल्या पुस्तकांच्या अडीच कोटीपेक्षा जास्त प्रती विकल्या गेल्या आहेत, यावरून त्यांच्या अफाट यशाची कल्पना येऊ शकेल. न्यूयॉर्क टाइम्सच्या बेस्टसेलर यादीमध्ये एकाच वेळी तीन पुस्तकांचा समावेश असणारे ते पहिले लेखक आहेत. ही तीन पुस्तकं म्हणजे फायरस्टार्टर, डेड झोन आणि द शायनिंग. वयाची चाळीशी येईतो स्टीफन किंग यांना प्रत्येक पुस्तकाकरता ५० लाख डॉलर्स मिळायला लागले होते आणि त्यांचं वार्षिक उत्पन्न एक कोटी डॉलर्सच्या घरात गेलं होतं. व्हायकिंग प्रेसबरोबर चार पुस्तकांकरता चार कोटी डॉलर्सचा करारदेखील झाला होता.

स्टीफन किंग आज भय किंवा गूढकथांचे शहेनशहा मानले जातात, पण कधी काळी तेसुद्धा अडचणी आणि समस्यांच्या जंजाळात गुरफटलेले होते, हे विसरता कामा नये. त्यांची कहाणी अडचणींपुढे गुडघे न टेकणाऱ्या माणसाची कहाणी आहेच, पण त्याचबरोबर ती अशा एका पत्नीचीदेखील कहाणी आहे, जिनं आपल्या पतीला पराभव स्वीकारण्यापासून परावृत्त केलं आणि कठीण काळामध्ये त्याला प्रोत्साहन दिलं.

हेन्री फोर्ड (१८६३ - १९४७)

हेन्री फोर्ड यांचं नाव इतिहासामध्ये कोरलं गेलेलं आहे. मोटार हे एक सामान्य लोकांचं वाहन बनवण्यामध्ये त्यांचा सिंहाचा वाटा आहे. हेन्री फोर्ड यांचं सुरुवातीचं

आयुष्य दारिद्र्य आणि अडचणींच्या वादळात हिंदोळे खात गेलं. त्यांचा जन्म एका गरीब कुटुंबामध्ये झाला होता. वयाच्या १६व्या वर्षीच त्यांनी शिक्षणाला रामराम ठोकला आणि जेम्स फ्लॉवर अँड कंपनीमध्ये यंत्रदुरुस्तीचं काम करण्यास सुरुवात केली. तिथे त्यांना आठवड्याला अडीच डॉलर्स पगार मिळत असे. जादा कमाईकरता संध्याकाळी ते एका घड्याळाच्या दुकानात घड्याळदुरुस्तीचं कामही करत असत. फक्त १६ वर्षांचा मुलगा दिवसभर कंपनीमध्ये आणि अर्ध्या रात्रीपर्यंत घड्याळाच्या दुकानात काम करत होता! एवढे कष्ट मोठी माणसंदेखील क्वचितच करताना आढळतात. पण **कठोर परिश्रमांची सवय यशस्वी ठरण्यामध्ये खूप मोलाची ठरते आणि ही सवय आयुष्यात जितक्या लवकर लागेल, तेवढं चांगलं.**

हेन्री फोर्ड यांच्यामध्ये महत्त्वाकांक्षा आणि कष्ट करण्याची वृत्ती होती आणि या दोन गुणांचा संगम म्हणजे यशाची खात्रीच असते. किशोरवयातच रात्रंदिवस मेहनत करण्याची सवय लावून घेऊन त्यांनी आपल्या भावी यशाचा मार्ग प्रशस्त करून ठेवला होता.

हेन्री फोर्ड यांना लहानपणापासूनच यंत्रांशी खेळणं आवडत असे त्यामुळे मोठेपणी यंत्रांवर काम करण्याची संधी मिळणं त्यांच्या आवडीचं काम ठरलं. यंत्रांशी संबंधित काम करताना त्यांना अजिबात थकवा जाणवत नसे उलट त्यामुळे ते जास्त आनंदात असत. तांत्रिक ज्ञानाचे ते उपासक होते आणि प्रत्येक नवी गोष्ट शिकून घ्यायची त्यांना मनापासून आवड होती. आपली विद्यार्थीवृत्ती आणि प्रयोगशीलता यांच्यामुळे हेन्री फोर्ड हळूहळू प्रगती करत होते. १८९६मध्ये डेट्रॉईटच्या एडिसन इलेक्ट्रिक कारखान्यामध्ये ते मुख्य अभियंता बनले. आता गरिबीने त्यांची पाठ सोडली होती आणि सर्वसाधारण माणसाप्रमाणे जगणं आता त्यांना शक्य होत होतं. पण नोकरीमध्ये वर-वर चढत जाणं, हे काही त्यांच्या आयुष्याचं ध्येय नव्हतं. सामान्य माणसाकरता स्वस्त आणि टिकाऊ मोटारगाडी बनवणं, हे त्यांचं ध्येय होतं. कारखान्यातून संध्याकाळी थकून-भागून घरी परतल्यानंतर रात्री उशिरापर्यंत ते घरी कार तयार करण्यासंबंधी विविध प्रयोग करत बसत. अनेक वर्षं त्यांचा हा परिपाठ चालला. सरतेशेवटी त्यांनी गाडी तर तयार केली, पण त्यात गुंतवणूक करण्यासाठी मात्र त्यांना कुणीही मिळेना. लोकांना आपल्या गाडीच्या वैशिष्ट्यांबद्दल माहिती देण्यासाठी आपली गाडी कार-शर्यतींमध्ये उतरवण्याचा मार्ग त्यांना सुचला. त्यांनी तयार केलेल्या मोटारींनी एक नव्हे तर दोन शर्यती जिंकल्या आणि त्यामुळे लोकांना त्यांच्या गाड्यांबद्दल एक विश्वास निर्माण झाला. शर्यतीतील विजयांमुळे वित्तपुरवठादार त्यांच्याकडे आकर्षित झाले आणि फोर्ड मोटर कंपनी सुरू झाली.

मार्गातल्या अडचणींकडे हेन्री फोर्ड कोणत्या दृष्टीनं बघत असत, हे खाली दिलेल्या उदाहरणावरून स्पष्ट होईल.

एकदा, ज्यात आठही सिलिंडर्स एकाच ब्लॉकमध्ये असतील असं इंजिन फोर्ड यांना बनवायचं होतं. त्यांनी काही इंजिनिअर लोकांना बोलावून आपली कल्पना सांगितली. त्या लोकांनी त्यांना ही गोष्ट अशक्य असल्याचं सांगितलं. पण काहीही असलं तरी हे इंजिन बनवायचंच, असं हेन्री फोर्ड यांनी त्या लोकांना बजावलं. एक वर्षभर ते अभियंते आपल्या मनाविरुद्ध या दिशेनं काम करत राहिले, पण त्यांना त्यात यश आलं नाही. एक वर्षानंतर ते लोक हेन्री फोर्डना जाऊन भेटले आणि हे काम अजूनही झालेलं नाही आणि त्यात यश मिळण्याची सुतराम शक्यता नाही, असं म्हणाले. पण फोर्ड माघार घ्यायला तयार नव्हते. त्यांनी हसून त्या लोकांना सांगितलं, की जोवर यश मिळत नाही, तोवर त्यांनी हेच काम करायचं आहे.

अखेर एक दिवस व्ही-८ जातीचं हे इंजिन बनवण्यात त्या अभियंत्यांना यश आलं. हेन्री फोर्ड यांच्या शब्दकोशात अशक्य हा शब्दच नव्हता आणि त्यामुळेच हे इंजिन अखेर तयार झालं होतं.

ज्या लोकांना अशक्य हा शब्दच माहीत नसतो, ते प्रत्येक गोष्ट शक्य करून दाखवतात. हेन्री फोर्ड हे याच वृत्तीचं प्रतीक होते.

किरण मजुमदार-शॉ (१९५३ -)

भारताची बायोटेक्नॉलॉजीची राणी, असं ज्यांच्याबद्दल म्हटलं जातं, त्या किरण मजुमदार-शॉ या कोट्यधीश तर आहेतच, पण त्यांना सरकारनं पद्मश्री आणि पद्मभूषण या पदव्या देऊन त्यांचा सन्मानही केला आहे. बायोकॉन ही त्यांची कंपनी दिन दुनी रात चौगुनी अशा झपाट्यानं विस्तार पावते आहे. मात्र या स्थानावर पोहोचण्याकरता त्यांनादेखील अनेक अडचणींना तोंड द्यावं लागलेलं आहे.

परदेशात शिकलेल्या किरण मजुमदार-शॉ ब्रूमास्टर ही पदवी घेऊन भारतात आल्या, तेव्हा त्यांना शैक्षणिक आणि तांत्रिक योग्यता असूनही चांगली नोकरी मिळाली नाही. याचं कारण म्हणजे त्यांच्या क्षेत्रामध्ये पुरुषांचं वर्चस्व होतं. मग त्यांनी कंटाळून पुन्हा परदेशी प्रयाण केलं आणि तिकडे नोकरी करायला सुरुवात केली. पण त्यांच्या मनात भारतामध्ये बायोटेक्नॉलॉजी उद्योग सुरू करण्याचं एक स्वप्न होतं, त्यामुळे त्या आपली चांगली नोकरी सोडून पुन्हा एकदा भारतात परतल्या. त्यांचा इरादा पक्का असला, तरी त्यांना इथे योग्य तो पाठिंबा मात्र मिळत नव्हता. एवढी चांगली परदेशातली नोकरी सोडून भारतात या अनोळखी उद्योगाची सुरुवात करण्यापासून त्यांना परावृत्त करण्याचा प्रयत्न अनेकांनी केला. पण त्या विचलित झाल्या नाहीत. आपल्या प्रबळ इच्छाशक्तीच्या बळावर त्यांनी आपलं स्वप्न पूर्ण करण्याचा निर्णय घेतला.

२९ नोव्हेंबर, १९७८ साली २५ वर्षांच्या किरण मजुमदार-शॉ यांनी आपल्या घराच्या गॅरेजमध्ये फक्त १०,००० रुपये भांडवल घालून बायोकॉन इंडियाची सुरुवात केली. ही भारतातली पहिलीच बायोटेक्नॉलॉजी (जैवतंत्रज्ञान) कंपनी असल्यामुळे त्यांचं हे कृत्य अनोळखी समुद्रामध्ये सरळ उडी घेण्यासारखं होतं. आयर्लंडच्या एका कंपनीनं त्यांना पहिली ऑर्डर दिली. बिअर शुद्ध करण्यासाठी उपयोगात येणारा एक विशिष्ट रासायनिक पदार्थ (एन्झाईम) पपईमधून काढणे आणि तो त्या कंपनीला पुरवणे असं हे काम होतं.

व्यवसायाचा विस्तार करण्याची वेळ आल्यावर किरण मजुमदार-शॉ जेव्हा कर्जाकरता बँकांकडे गेल्या, तेव्हा एकाही बँकेनं त्यांना कर्ज दिलं नाही. त्यांच्या व्यवसायाच्या बाबतीत बँकांना तीन मुख्य समस्या होत्या. एक म्हणजे जैवतंत्रज्ञान हे क्षेत्र तेव्हा भारतात अगदीच नवीन होतं. दुसरी गोष्ट म्हणजे कर्जासाठी तारण म्हणून ठेवण्याकरता कंपनीकडे कुठलीही स्थावर वा जंगम मालमत्ता नव्हती. तिसरी आणि सगळ्यात मोठी अडचण म्हणजे त्या काळी महिलांना एखादा उद्योग स्वतंत्रपणे चालवण्याच्या दृष्टीनं लायक समजलं जात नसे.

आणखी एक गोष्ट म्हणजे एखाद्या महिला अधिकाऱ्याच्या हाताखाली काम करण्याची मानसिकता तेव्हा लोकांकडे नव्हती, आणि तेही एका गॅरेजमधल्या ऑफिसात! पण किरण मजुमदार-शॉ यामुळे डगमगल्या नाहीत आणि त्यांनी हिंमतही सोडली नाही. नंतर एकदा त्या म्हणाल्या, **'अशा प्रकारच्या अडचणी तुम्हाला पुढे जात राहण्याकरता शक्ती देत असतात, असं मला वाटतं. तुम्ही जेव्हा यशस्वी होण्याचा निर्धार करता, तेव्हा तुम्ही हरतऱ्हेच्या अडचणींवर मात करण्याचाही निर्धार करत असता आणि यातच खरी मजा आहे.'**

किरण मजुमदार-शॉ यांनी अडचणींचा सामना करत-करत आपला व्यवसाय वाढवत नेला आणि त्यात एवढी प्रगती केली, की मार्च, २००४मध्ये बायोकॉन भारतीय शेअरबाजारात उतरली तेव्हा किरण मजुमदार-शॉ रातोरात कोट्यधीश बनल्या. त्यांनी त्यांच्या कंपनीचे समभाग जे ३१५ रुपये किंमत ठरवून बाजारामध्ये विक्रीला काढले होते, त्यांची किंमत सहा महिन्यांमध्ये ७८० रुपये झाली. २००६-२००७च्या आर्थिक वर्षामध्ये कंपनीनं ८५१ कोटी रुपयांची विक्री केली. बायोकॉन कंपनी आज भारतातली अग्रेसर जैवतंत्रज्ञान कंपनी तर आहेच, पण परदेशामध्येदेखील ही कंपनी प्रसिद्ध आहे.

सोइशिरो होंडा (१९०६ - १९९२)

सोइशिरो होंडा यांच्या होंडा कंपनीच्या मोटरसायकल्स आणि कार्स आज जगभर प्रसिद्ध आहेत, पण त्यांचा इथवरचा प्रवास अजिबात सुखकर नव्हता.

जपानच्या एका छोट्याशा गावामध्ये एका अत्यंत गरीब कुटुंबामध्ये सोइशिरो होंडा जन्मले. घरात दारिद्र्य इतकं, की त्यांची पाच भावंडं कुपोषणामुळे मृत्यू पावली. सोइशिरो होंडा यांचे वडील एका वर्कशॉपमध्ये शेतीसाठी वापरली जाणारी यांत्रिक अवजारं दुरुस्त करत असत. नंतर त्यांनी सायकलदुरुस्तीचं दुकान काढलं. लहानपणापासून यंत्रांच्या सान्निध्यात राहण्यामुळे सोइशिरोंना साहजिकच त्याच विषयात गोडी उत्पन्न झाली.

वयाच्या १५व्या वर्षी ते शाळा सोडून टोकिओतल्या एका गॅरेजमध्ये शिकाऊ कामगार म्हणून काम करायला लागले. पुढची पाच वर्षं ते तिथेच काम करत राहिले. एक दिवस त्यांच्या गॅरेजच्या मालकानं त्यांना त्यांच्या गावी परत जाऊन तिथे या गॅरेजची शाखा उघडण्याचा सल्ला त्यांना दिला. सोइशिरो जेव्हा आपल्या गावी गेले, तेव्हा त्यांना दिसलं की मधल्या काळात तिथे दोन-तीन गॅरेजेस उघडली होती. आपल्या या प्रतिस्पर्ध्यांवर मात करण्याचे दोन मार्ग त्यांनी शोधून काढले: एक म्हणजे इतर कुणीही मेकॅनिक जे करू शकणार नाहीत, अशी अवघड आणि कौशल्याची कामं करण्यावर भर देणे आणि दुसरं म्हणजे, गिऱ्हाइकांना आपली कार जास्त वेळ बंद ठेवावी न लागण्यासाठी इतर गॅरेजेस्पेक्षा जास्त गतीनं काम करणे. हे दोन्ही मार्ग अवलंबत त्यांनी आपल्या कामाला सुरुवात केली. गिऱ्हाइकाला सकाळी गाडी ताब्यात देण्याकरता अनेकवेळा त्यांना रात्रभर काम करावं लागत असे, त्यामुळे गिऱ्हाईक रात्री मजेत झोपलेलं असताना सोइशिरो होंडा मात्र जागे राहून त्याच्या गाडीची दुरुस्ती करत असत.

पण फक्त कार सर्व्हिसिंग आणि दुरुस्तीचं काम करण्यावर ते संतुष्ट नव्हते. ते प्रयोगशील वृत्तीचे असल्यामुळे फावल्या वेळात ते निरनिराळे प्रयोग करून पाहात. वयाच्या ३०व्या वर्षी कारच्या चाकांना लाकडाऐवजी धातूचे स्पोक्स वापरण्याच्या पद्धतीचं पेटंट त्यांनी मिळवलं. त्यांचे हे धातूचे स्पोक्स तात्काळ लोकप्रिय झाले आणि लवकरच ते त्यांची जगभर निर्यात करू लागले. कालांतरानं त्यांनी स्वतंत्रपणे या व्यवसायात उतरण्याचा निर्णय घेतला.

पिस्टन रिंग्ज बनवण्याचा कारखाना सुरू करण्याचा निर्णय त्यांनी घेतला, तेव्हा त्यांना या व्यवसायात खूप नफा असल्याचं दिसून आलं होतं. त्यांनी आपलं गॅरेज विकलं आणि आलेले सगळे पैसे या कारखान्यासाठी वापरले. दुर्दैवानं त्यांचा हा प्रयोग फसला आणि उत्तम दर्जाच्या पिस्टन रिंग्ज बनवण्यात ते अपयशी ठरले.

त्यांनी त्यांचं गॅरेज विकायला नको होतं आणि हवेत खूप उंच उडण्याची स्वप्नं पाहण्यापेक्षा त्यांनी लहान स्वप्नं पाहावीत, असं त्यांचे मित्र त्यांना सांगत राहिले. पण पिस्टन रिंग्ज बनवण्याचं असं काही वेड सोइशिरो होंडा यांच्या डोक्यात शिरलं होतं, की त्यांनी इंजिनिअरिंगचं शिक्षण घेण्याकरता महविद्यालयामध्ये प्रवेश घेतला. खूप अभ्यास आणि अथक परिश्रम, यांच्या साहाय्यानं अखेर त्यांनी पिस्टन रिंग्ज बनवण्याचं तंत्र शिकून घेतलं आणि त्यानंतर त्यांच्या कंपनीच्या पिस्टन रिंग्ज खूप लोकप्रिय झाल्या.

दुर्दैव पुन्हा होंडांच्या मार्गात आडवं आलं. दुसरं महायुद्ध सुरू झालं आणि त्यांनी बनवलेल्या योजनांवर पाणी फिरलं. एवढंच नव्हे, तर १९४५ सालच्या जून महिन्यामध्ये अमेरिकेनं जपानवर केलेल्या तुफानी बॉंबहल्ल्यांमध्ये होंडांचे कारखाने पूर्ण उद्‌ध्वस्त झाले. जपान या युद्धामध्ये पूर्णपणे बेचिराख झाला आणि सोइशिरो होंडा यांचंदेखील सर्व काही धुळीला मिळालं. त्यांच्याकडे उदरनिर्वाहाकरता काहीही साधन उरलं नाही. जपानची आर्थिक स्थिती पार खालावली आणि बॉंबफेकीमुळे सार्वजनिक वाहतूकव्यवस्थाही ठप्प झाली. काही रेल्वेगाड्या आणि काही बसेस, एवढंच काय ते शिल्लक राहिलं होतं. कार, पेट्रोल या गोष्टी मोजक्या आणि खूप महाग झाल्या होत्या, त्यामुळे जपानी लोक मोठ्या प्रमाणावर सायकल वापरू लागले. सायकल हे वाहतुकीचं एक सर्वांत लोकप्रिय साधन ठरलं. एक दिवस सोइशिरो होंडा यांच्या मनात विचार आला, की सायकलला एक छोटंसं इंजिन लावून स्वस्तातील मोटरसायकल बनवता येईल. प्रयोगशील होंडांनी मग भंगारामधून एक जी.आय. इंजिन शोधून काढलं आणि ते वापरायोग्य बनवून आपल्या सायकलला जोडून टाकलं. त्यांची ही आधुनिक 'मोटरबाईक' बघून त्यांच्या एका मित्रानं त्यालादेखील अशीच मोटरबाईक बनवून देण्याचा आग्रह होंडा यांच्याकडे धरला. मग आणखी एका मित्रानं तेच केलं आणि अशा प्रकारे वाढत वाढत २४ सप्टेंबर, १९४८ या दिवशी होंडा मोटर कंपनीचा जन्म झाला.

१९४८ साली होंडा यांनी जेव्हा आपला पहिला कारखाना उभा केला, तेव्हा लागणारे सुटे भाग घेण्याएवढे पैसेदेखील त्यांच्याजवळ नव्हते. पण सोइशिरो होंडा यांची मेहनत आणि त्यांच्या पत्नीचा त्याग, यांना फळ आलं आणि त्यांनी तयार केलेल्या कामचलाऊ मोटरसायकली लोकप्रिय झाल्या. पेट्रोल महाग असल्यामुळे होंडांनी चतुराईनं या गाड्या पेट्रोलमध्ये रेझिन मिसळून ते इंधन म्हणून वापरता येईल, या दृष्टीनं कार्ब्युरेटरमध्ये योग्य ते बदल केले होते. त्यामुळे पेट्रोलचा वापर आपोआपच कमी होत असे.

१९४९मध्ये ड्रीम या नावानं त्यांनी पहिली खरीखुरी मोटरसायकल बाजारामध्ये आणली. या मोटरसायकलच्या इंजिनाची क्षमता ९८ सीसी आणि शक्ती ३

हॉर्सपॉवर, एवढीच होती. पण मोटरसायकलींना फारशी बाजारपेठ नव्हती आणि त्या विकणारे डीलर्स दिवाळखोर होत होते; याचा होंडा कंपनीला इतका मोठा फटका बसला, की तीही दिवाळखोरीच्या उंबरठ्यावर येऊन ठेपली. पण होंडा यांनी नाउमेद न होता पहिल्यापेक्षा अधिक वेगानं चालणारं आणि कमी आवाज करणारं मॉडेल बाजारात आणलं. हे मॉडेल लोकप्रिय झालं आणि बँकांकडून कर्ज घेऊन सोइशिरोंनी पाच कारखाने खरेदी करून टाकले.

होंडानं मोटरसायकली बनवायला सुरुवात केली, तेव्हा त्यांच्या अनेक मित्रांनी त्यांना, 'त्याऐवजी तू गॅरेज किंवा सर्व्हिस स्टेशन का काढत नाहीस?' असं विचारून त्यांचा उत्साहभंग करण्याचा प्रयत्न केला होता. 'गॅरेज काढशील तर तू खूप श्रीमंत होशील. देशभर कार्सची संख्या खूप मोठी आहे आणि त्यांना दुरुस्ती आणि देखभाल ही लागतेच.' असं मित्र म्हणाले. सोइशिरोंनी मात्र त्यांच्या या नकारात्मक बोलण्याकडे दुर्लक्ष केलं. ते गरीब होते, पण कष्टाळू होते आणि आपण काय धोका पत्करतो आहोत, हे त्यांना चांगलं माहीत होतं. त्यावेळी जपानमधल्या उद्योगधंद्यांची आणि अर्थव्यवस्थेची अवस्था खूपच वाईट होती. देशातल्या बहुतेक लोकांची मोटरसायकल तर सोडाच, पण त्यासाठी लागणारं पेट्रोलदेखील खरेदी करण्याची ऐपत नव्हती, अशा काळात ते मोटरसायकलींचं उत्पादन करण्याचा धोका पत्करत होते. शिवाय देशाची आर्थिक परिस्थिती सुधारल्यावर लोक मोटरसायकलऐवजी कदाचित कारच घेणं पसंत करतील, हाही धोका होताच.

पण सोइशिरो होंडा आपल्या मोटरसायकलींमध्ये निरंतर सुधारणा करत गेले आणि त्यांनी एकीकडे त्या निर्यात करण्याच्या दृष्टीनं वितरकांचं एक जाळंही उभं केलं. याचा परिणाम म्हणजे वयाच्या ४८व्या वर्षी ते लखपती बनले. नित्य नवे प्रयोग करण्याच्या सवयीमुळे त्यांच्या नावावर १५० पेटंट्स जमा झाले आणि मोटरसायकलींच्या जगभराच्या बाजारपेठेच्या ६० टक्के बाजारपेठ त्यांच्या ताब्यात आली. एवढं झाल्यानंतर त्यांनी आपलं लक्ष कारकडे वळवलं आणि या क्षेत्रातही अफाट यश मिळवलं.

कमालीचं दारिद्र्य आणि अत्यंत प्रतिकूल परिस्थितीमध्येदेखील यशाला गवसणी घालता येते, हे सोइशिरो होंडा यांच्याकडून आपल्याला शिकता येईल.

विल्यम बोइंग (१८८१ - १९५६)

विल्यम बोइंग आठ वर्षांचे असतानाच त्यांच्या वडिलांचा मृत्यू झाला होता. त्यांचे वडील लाकडाचे व्यापारी होते, त्यामुळे मोठे झाल्यावर विल्यम बोइंग यांनीदेखील तेच काम सुरू केलं. एक दिवस त्यांनी एक विमान उडताना पाहिलं

आणि आपण विमानं बनवावी असा एक विचार त्यांच्या मनात येऊन गेला. त्यानंतर, हवाई उड्डाण वा व्यवसायाचा कुठलाही पूर्वानुभव वा परवाना जवळ नसताना त्यांनी १९१६मध्ये पॅसिफिक एअरो प्रॉडक्ट्स ही कंपनी स्थापन केली. तिथे त्यांनी बी अँड डब्लू या नावाची विमानं तयार करायला सुरुवात केली. या नव्या कामाच्या बाबतीत त्यांच्या मनात एक प्रकारची उत्तेजना होती. त्यावेळी पहिल्या महायुद्धाचे पडघम वाजत असल्यामुळे अमेरिकन सरकारला विमानांची गरज भासेल, असा त्यांचा कयास होता. त्यासाठी त्यांनी ब्लू बिल आणि मॅलार्ड अशा नावांनी सागरी विमानांच्या दोन प्रतिकृती तयार केल्या. अमेरिकन नौदलानं त्या पाहिल्या आणि नाकारल्या. पण विल्यम बोइंग निराश झाले नाहीत.

त्यांनी मॉडेल सी, या नावानं आणखी एक सुधारित प्रोटोटाईप तयार केला. १९१७ साली त्यांनी आपल्या कंपनीचं नाव बदलून बोइंग एअरप्लेन कंपनी, असं ठेवलं. पुढे अमेरिका युद्धात उतरल्यानंतर नौदलानं त्यांना ५० विमानं बनवण्यास सांगितलं. ही त्यांच्या कंपनीला मिळालेली पहिली मागणी होती.

महायुद्ध संपल्यानंतर नौदलाच्या मागण्या येणं बंद झालं. त्या काळी नागरी हवाई वाहतूक अस्तित्वात आलेली नव्हती, त्यामुळे बोइंग कंपनीचं अस्तित्वच धोक्यात आलं. मग कारखाना चालू ठेवण्याकरता बोइंग त्यात स्पीडबोट आणि फर्निचर बनवू लागले. त्यामध्ये अनेकदा कर्मचाऱ्यांचे पगार विल्यम बोइंग यांना स्वत:च्या खिशातून देण्याची वेळ आली, तर काही वेळा पगाराऐवजी कंपनीचे समभाग द्यावे लागले. कारखान्यामध्ये काम करणाऱ्या कामगारांना कंपनीच्या समभागांमध्ये काहीही रस नसल्यामुळे कंपनीचा एक रखवालदार त्यांच्याकडून ते स्वस्तात खरेदी करायचा, अशी एक कथा सांगितली जाते. नंतर जेव्हा बोइंग कंपनी उत्तम स्थितीत आली, तेव्हा हा रखवालदार गडगंज श्रीमंत झाला.

बोइंग एअरप्लेन कंपनीचं नशीब पालटण्याला कारणीभूत ठरला एडी हबार्ड नावाचा एक पायलट. त्यानंच त्या काळात कंपनीला हवाई टपालसेवा सुरू करण्याची कल्पना सुचवली. मग बोइंग यांनी या कामाकरता बोइंग एअर ट्रान्स्पोर्ट अशी वेगळी कंपनीच स्थापन केली आणि आपल्या बी-१ जातीच्या विमानांमध्ये सुधारणा करून ती विमानं या कामाकरता वापरण्यास सुरुवात केली.

त्यानंतर मग प्रवासी विमानांचं युग सुरू झालं. मॉडेल ८० बायप्लेन, हे विमान बोइंगचं पहिलं प्रवासी विमान होतं आणि त्यात १२ प्रवासी बसू शकत असत. जगातला पहिला नागरी विमानप्रवास बोइंग विमानामधूनच झाला आणि पहिला प्रवासी ठरण्याचा मान मिस जेन इड्स या महिलेनं मिळवला. ती त्यावेळी शिकागो हेराल्ड एक्झामिनेशन नावाच्या वृत्तपत्राची पत्रकार होती. १ जुलै, १९२७ रोजी मिस इड्स हिनं सॅन फ्रॅन्सिस्को ते शिकागो हा साडेबावीस तासांचा विमानप्रवास

केला. या प्रवासात ती ज्या केबिनमध्ये बसली होती, ती केबिन एका फ्रीजइतकी छोटी होती. एअर होस्टेस किंवा हवाईसुंदरीचं पदार्पणही बोइंगच्याच विमानामध्ये झालं. प्रवाशांची काळजी घेण्याकरता सुरुवातीच्या काळात नोंदणीकृत नर्स असलेल्या स्त्रियांना निवडलं जात असे.

बोइंग एअर ट्रान्स्पोर्ट कंपनीनं आपल्या पहिल्या वर्षात १,३०० टन टपाल आणि १,८६३ प्रवाशांची वाहतूक केली. फेब्रुवारी, १९२९पर्यंत ही कंपनी हवाई उद्योगातली सर्वांत मोठी कंपनी बनली होती. एकाधिकारशाही समाप्त करण्याच्या उद्देशानं अमेरिकन सरकारनं जेव्हा बोइंग कंपनीचं विभाजन केलं, तेव्हा- म्हणजे १९३४ साली वयाच्या ५०व्या वर्षी विल्यम बोइंग यांनी निवृत्ती पत्करली. पण तोवर निर्धार आणि धोके पत्करण्याच्या स्वभावामुळे त्यांनी यशाचं उत्तुंग शिखर गाठलं होतं.

ओपरा विन्फ्रे (१९५४ -)

ओपरा विन्फ्रे यांनी २००३ साली अब्जाधीश होणारी पहिली आफ्रिकन-अमेरिकन महिला ठरण्याचा बहुमान मिळवला. त्यांनी आपली संपत्ती ओपरा विन्फ्रे शो या आपल्या अफाट लोकप्रिय टीव्ही कार्यक्रमाद्वारे मिळवलेली आहे. हा कार्यक्रम १९८६मध्ये सुरू झाला होता. किंग वर्ल्ड प्रॉडक्शन्सची निर्मिती असलेला हा कार्यक्रम अल्पावधीतच अमेरिकेतील सर्वाधिक लोकप्रिय कार्यक्रम बनला. किंग वर्ल्ड या कंपनीचं भवितव्य या कार्यक्रमाशी अशा प्रकारे जोडलं गेलं होतं, की वॉल स्ट्रीट जर्नल या शेअरबाजाराशी संबंधित प्रतिष्ठित नियतकालिकामध्ये एकदा अशी बातमी आली, की ओपरा विन्फ्रे त्यांचा कार्यक्रम सोडण्याचा विचार करत आहेत, तेव्हा कंपनीच्या समभागांची किंमत कोसळण्यास सुरुवात झाली होती. अखेर ती एक अफवाच ठरली हा भाग अलाहिदा.

ओपरा विन्फ्रे या विवाहाशिवायच आई-बाप बनलेल्या जोडप्याच्या पोटी जन्मल्या. त्यांचा जन्म झाला तेव्हा त्यांचे आई-वडील एकमेकांपासून वेगळे राहत होते. लहानपणी त्यांचं पालन-पोषण त्यांच्या आजीनं (आईची आई) केलं. सहा वर्षांच्या झाल्यावर त्या आपल्या आईकडे राहू लागल्या. आईबरोबरचं हे जीवन त्यांच्यासाठी खूप दु:खद आणि गरिबीचं होतं. एवढंच नाही, तर त्या नऊ वर्षांच्या झाल्या, तेव्हा त्यांच्या विश्वासातल्या समजल्या जाणाऱ्या अनेक पुरुषांनी त्यांचं लैंगिक शोषणही केलं. या नरकमय जीवनाला कंटाळून ओपरा विन्फ्रे एक दिवस आपल्या आईच्या पर्समधून काही पैसे चोरून पळून गेल्या. नंतर मग त्यांना त्यांच्या वडिलांकडे पाठवण्याचा निर्णय त्यांच्या आईनं घेतला.

सुदैवानं त्यांचे वडील मात्र एक कडक पण भला माणूस होते. या गोष्टीचा ओपरा विन्फ्रे यांच्यावर चांगला परिणाम झाला आणि त्या शाळेमध्ये झपाट्यानं प्रगती करू लागल्या. त्यातही त्यांना अभिनय आणि वाद-विवाद स्पर्धांमध्ये जास्त रस होता. वयाच्या १६व्या वर्षी त्यांनी एक भाषणस्पर्धा जिंकली आणि त्याचं बक्षीस म्हणून त्यांना टेनेसी स्टेट युनिव्हर्सिटीची संपूर्ण स्कॉलरशिप मिळाली. हायस्कूलमध्ये शिकत असतानाच एका रेडिओ केंद्रावर संध्याकाळच्या बातम्या वाचण्याचं कामही त्यांना मिळालं.

टेनेसी स्टेट युनिव्हर्सिटीमध्ये असताना पहिल्याच वर्षी त्यांनी दोन सौंदर्यस्पर्धा जिंकल्या. त्या मिस ब्लॅक नॅशविल आणि मिस टेनेसी बनल्या. सौंदर्य आणि बुद्धिमत्ता यांचा हा समसमासंयोग क्वचितच आढळत असल्यामुळे सी.बी.एस. टेलिव्हिजननं त्यांना वृत्तनिवेदिका म्हणून काम करण्याचं आमंत्रण दिलं. या कामाकरता निवड होणाऱ्या नॅशविल गावातल्या त्या पहिल्या कृष्णवर्णीय महिला होत्या.

१९७७मध्ये त्यांच्या टीव्ही केंद्रानं त्यांना बातम्यांमधून काढून टॉक शो विभागात टाकलं. रिचर्ड नावाच्या एका टीव्ही कलाकाराबरोबर त्यांना सकाळच्या टॉक शोचं सूत्रसंचालन करायचं होतं. 'बाल्टिमोर इज टॉकिंग' नावाच्या या कार्यक्रमामध्ये ओपरा विन्फ्रे यांनी काम करायला सुरुवात केली आणि पहिल्याच दिवशी त्यांनी जाहीर करून टाकलं, की असा कार्यक्रम करणं माझ्याकरता श्वास घेण्याइतकं नैसर्गिक आणि सहजपणाचं आहे. मी अशा कार्यक्रमांकरताच जन्मले आहे.

रिचर्डबरोबर ओपरा विन्फ्रे यांनी सात वर्षं हा कार्यक्रम चालवला. एका अर्थी 'बाल्टिमोर इज टॉकिंग' ही ओपरा विन्फ्रे शोची पूर्वतयारीच होती. १९८४मध्ये कंपनीनं त्यांना एक महत्त्वपूर्ण कामगिरी देऊन शिकागोला पाठवलं. एएम शिकागो नावाच्या एका तद्दन कंटाळवाण्या कार्यक्रमाला रसभरित करण्याची जबाबदारी त्यांना देण्यात आली होती. इतर कुणी असल्या कामात हात घालायला टाळाटाळ केली असती, पण ओपरा विन्फ्रे यांनी एक आव्हान म्हणून ते स्वीकारलं. त्यांनी मग काही धाडसी पावलं उचलली आणि या कार्यक्रमामध्ये पाककृती, सौंदर्यप्रसाधनं यांसारख्या हलक्या-फुलक्या विषयांना फाटा देऊन वादग्रस्त आणि समकालीन विषयांचा समावेश केला. सुमारे महिन्याभरातच हा कंटाळवाणा ठरलेला कार्यक्रम लोकप्रिय ठरू लागला आणि तीन महिन्यांनी तो सर्वांत लोकप्रिय ठरला. नंतर याच कार्यक्रमाचं नाव बदलून ओपरा विन्फ्रे शो असं ठेवण्यात आलं.

ओपरा विन्फ्रे यांची कहाणी अडचणींवर मात करण्याची कथा आहे. कौटुंबिक गरिबीच्या पार्श्वभूमीतून आलेल्या लोकांकरता ओपरा विन्फ्रे या आशेचा एक किरण

आहेत. भेदभाव, दारिद्र्य आणि लैंगिक शोषण सोसावे लागूनही त्या एक जगप्रसिद्ध व्यक्ती बनल्या आहेत आणि अब्जाधीशही बनल्या आहेत. जगातल्या सर्वाधिक श्रीमंतांच्या यादीमध्ये त्यांचं नाव ६६४व्या स्थानावर आहे आणि त्यांच्याकडे १.५ अब्ज डॉलर्स एवढी संपत्ती आहे.

फ्रँक वूलवर्थ (१८५२ - १९१९)

फ्रँक वूलवर्थ ज्या गावात जन्मले, त्या गावाची लोकसंख्या होती फक्त १२५. साहजिकच तिथे शिक्षणाच्या सोयी जेमतेमच होत्या. त्यांचे आई-वडील खूप गरीब होते. न्यूयॉर्कजवळच्या वॉटरटाऊन इथे एका शेतात हे कुटुंब राहत असे. वर्षातले सहा महिने फ्रँक अनवाणी फिरत असत. गरम ओव्हरकोट घेण्यासाठी पैसे नसल्यामुळे थंडीच्या दिवसात ते कुडकुडत दिवस काढत असत. पण याच गरिबीमुळे त्यांना महान कार्य करण्यासाठी प्रेरित केलं, त्यांच्यामध्ये महत्त्वाकांक्षा निर्माण केली आणि श्रीमंत होण्यास त्यांना उद्युक्त केलं.

वयाच्या १६व्या वर्षी ते गावातून बाहेर पडले आणि शहरामध्ये जाऊन दुकानांमध्ये कामं करू लागले. सर्वांत पहिल्यांदा त्यांनी एका स्टेशन मास्तरच्या छोट्याशा दुकानामध्ये काम केलं आणि नंतर डॅन मॅक्नील जनरल स्टोअर्समध्ये कारकुनाची नोकरी केली. या दोन्ही दुकानांमध्ये त्यांना पगार मिळत नसे, कारण ते शिकाऊ उमेदवार होते. १८७३ साली ते ऑक्सबरी अँड मूर या सुक्या मेव्याच्या दुकानामध्ये काम करू लागले. तिथे ते फरशी साफ करणे, सामान जागच्याजागी लावणे, ते गिऱ्हाइकांच्या घरी पोहोचवणे आणि अशीच किरकोळ कामं करत असत. सकाळी सात ते रात्री नऊ, असे १४ तास ते तिथे राबत असत. दुकानाचे मालक त्यांचं काम एक वर्षभर पाहून मग पगारासंबंधी बोलणार होते. पण वूलवर्थ यांनी हा कालावधी तीन महिन्यांपर्यंत खाली आणण्यात आणि नंतरचे तीन महिने, महिना साडेतीन डॉलर्स पगार देण्यासंबंधी त्यांचं मन वळवण्यात यश मिळवलं.

त्यानंतर दोन वर्षांनी त्यांनी ती नोकरी सोडून दिली आणि ते बुशनेल डिपार्टमेंटल स्टोअरमध्ये काम करण्यास गेले. तिथे त्यांना पगार पूर्वीपेक्षा चांगला होता, पण मालक त्यांना अतिशय वाईट वागणूक देत होता. मालकाच्या सततच्या रागावण्यामुळे त्यांचं मन त्या ठिकाणी लागलं नाही. एक दिवस तर मालकानं त्यांना खूप झापलं आणि ते कामाला नालायक आणि निरुपयोगी आहेत, असं त्यांना सुनावलं. एवढंच नव्हे, तर त्यांनी त्यांचा पगारही कमी केला आणि पुढच्या वेळी कामावरून काढून टाकण्याची धमकी दिली. वूलवर्थ यांना या गोष्टीचा प्रचंड मानसिक धक्का बसला. ते आपल्या गावी परत आले. गावी आल्यावर त्यांना

नैराश्याचा झटका आला आणि त्यानंतर सुमारे वर्षभर ते काहीही काम करू शकले नाहीत. त्यातून ते थोडे सावरल्यानंतर त्यांचे एक जुने मालक विल्यम मूर यांनी त्यांना त्यांच्या नव्या, मूर अँड स्मिथ या दुकानात काम करण्याचा आग्रह केला. आठवड्याला दहा डॉलर्स पगारावर वूलवर्थ हे काम करण्यास राजी झाले. पण इथेही ते जास्त काळ टिकू शकले नाहीत, कारण तोपर्यंत त्यांच्या मनात आपलं स्वत:चं दुकान टाकण्याचा विचार प्रबळ होत होता.

स्वत:चं दुकान टाकण्याचा त्यांचा निर्णय जेव्हा पक्का झाला, तेव्हा भांडवलाचा खूप मोठा प्रश्न त्यांच्यासमोर होता. पण कसंबसं कर्ज काढून त्यांनी दुकान सुरू केलं. दुर्दैवानं हे दुकान लवकरच बंद पडलं. त्यांनी सुरू केलेल्या पहिल्या पाचपैकी तीन दुकानं चालली नाहीत. सुरुवातीलाच असं अपयश येत गेल्यामुळे एखादी व्यक्ती निराश झाली असती, पण वूलवर्थ मात्र एक बंद पडलं की दुसरं दुकान उघडतच राहिले आणि अखेर त्यांच्या चिकाटी आणि मेहनतीला यश आलं. ते अमेरिकेतले एक धनाढ्य व्यक्ती बनले.

वूलवर्थ यांच्या यशाची कहाणी वाचताना, सुरुवातीला त्यांनी पगाराविना किंवा खूप कमी पगारावरदेखील काम केलं होतं, बराच काळ आजारपणाशी सामना देत घालवला होता आणि त्यांनी सुरू केलेल्या पहिल्या पाचपैकी तीन दुकानं बंद पडली होती, हे विसरता कामा नये. इतक्या अडचणींना तोंड देता-देता ते त्यांना शरण जाऊन परिस्थितीशी समझोता करू शकले असते, पण ते चिकाटीनं आपलं स्वप्न पूर्ण करण्याकरता झटत राहिले. त्यामुळेच ते त्यांच्या काळातले सर्वांत यशस्वी किरकोळ विक्रेते ठरू शकले.

मिल्टन स्नेवली हर्शे (१८५७ - १९४५)

मिल्टन स्नेवली हर्शे हे पेन्सिलव्हेनिया राज्यातल्या हॉकर्सविल या छोट्याशा खेड्यात लहानाचे मोठे झाले. त्यांचे वडील शेतकरी होते आणि लहानपणापासूनच हर्शे यांना शेतीची कामं आणि गुरं सांभाळणं हे करावं लागत असे. अभ्यासामध्ये त्यांना फारशी गती नव्हती. वयाच्या १३व्या वर्षी त्यांनी शिक्षण अखेर सोडूनच दिलं. जर्मन भाषेतल्या एका वृत्तपत्रामध्ये त्यांनी उमेदवारी सुरू केली. पण पत्रकारितेच्या क्षेत्रामध्ये आपल्याला फारसं काही उमजत नाही, हे त्यांच्या लक्षात आलं आणि त्यांनी ते काम सोडून दिलं. त्यानंतर लँकेस्टर इथल्या जोसेफ एच. रॉयर यांच्याकडे चॉकलेट बनवण्याचं काम शिकायला सुरुवात केली.

हर्शे खूप महत्त्वाकांक्षी होते. वयाच्या १९व्या वर्षी त्यांनी आपली स्वत:ची कंपनी काढली आणि तिचं नाव एम.एस. हर्शे होलसेल अँड रिटेल कन्फेक्शनर,

असं ठेवलं. हा व्यवसाय फारसा चालला नाही आणि त्यांनी १८८२मध्ये तो विकून टाकला. पुढची काही वर्षं ते देशभर फिरत राहिले आणि विविध ठिकाणी चॉकलेटचा व्यवसाय करून पाहत राहिले. डेनव्हर, कोलोरॅडो इथे त्यांनी कॅरॅमेल कँडी बनवण्याची कला शिकून घेतली आणि मग न्यूयॉर्कमध्ये जाऊन रस्तोरस्ती फिरत स्वत: बनवलेल्या कँडीज विकण्याचा व्यवसाय केला. त्यातही जेव्हा त्यांना विशेष यश आलं नाही, तेव्हा ते लँकेस्टरला परत आले. आपल्याला यश इथे लँकेस्टरमध्येच मिळणार आहे, हे अर्थात त्यांना माहीत नव्हतं.

कॅरॅमेल कँडी बनवण्याच्या कलेचा लँकेस्टर इथे आल्यावर त्यांनी पुरेपूर फायदा करून घेतला. उत्तम दर्जा, हे त्यांनी आपल्या व्यवसायाचं मुख्य सूत्र ठरवलं. **उत्तम गुणवत्ता ही जगातली सर्वांत चांगली जाहिरात आहे** असं ते म्हणत. त्यांनी बनवलेली कॅरॅमेल कँडी जेव्हा इंग्लंडच्या एका कँडी आयातदाराच्या दृष्टीला पडली, तेव्हा हर्शे यांच्या व्यवसायाला एकदम चालना मिळाली. त्या आयातदारानं इंग्लंडमध्ये विकण्याकरता त्यांच्याकडून कँडीज खरेदी केल्या.

१८९३मध्ये शिकागोला गेले असता हर्शे यांनी तिथे सुरू असलेल्या शिकागो वर्ल्ड फेअरमध्ये जर्मन बनावटीचं एक चॉकलेट बनवण्याचं यंत्र पाहिलं. ते यंत्र खरेदी करूनच ते लँकेस्टरला परतले. या एका गोष्टीमुळे त्यांच्या भावी आयुष्याची दिशाच बदलून गेली. याच यंत्राचा वापर करून त्यांनी आपलं जगप्रसिद्ध हर्शे मिल्क चॉकलेट बनवलं. १९०० साली त्यांनी आपला कॅरॅमेल कँडीचा व्यवसाय फिलाडेल्फियाच्या अमेरिकन कॅरॅमेल कंपनीला १० लाख डॉलर्सना विकून टाकला. या पैशांतून त्यांनी चॉकलेटचा एक कारखाना सुरू केला.

चॉकलेट बनवताना हर्शे यांच्याकडे पाककलेचं कुठलंही पुस्तक नव्हतं किंवा एखादी जादुई कृती नव्हती. आपल्या काही विश्वासू सहकाऱ्यांसह त्यांनी एका खोलीत स्वत:ला कोंडून घेतलं आणि एक उत्तम मिल्क चॉकलेट तयार करण्याच्या दृष्टीनं प्रयोग करायला सुरुवात केली. 'मिल्क चॉकलेट कसं करायचं, हे हर्शेसाहेबांना कुणीही सांगितलं नव्हतं,' त्यांच्या एका कर्मचाऱ्यानं नंतर सांगितलं. अनेक अडचणींमधून मार्ग काढत त्यांनी ही कृती स्वत:च शोधून काढली. या कामामध्ये खूप कष्ट होते, पण एकदा ती कृती शोधून काढल्यानंतर हर्शे यांना जणू सोन्याची खाणच सापडल्यासारखं झालं. त्यांच्या या शोधातूनच हर्शे चॉकलेट बार तयार झाला आणि या बारनं चॉकलेटच्या दर्जाचा एक मापदंडच तयार झाला.

१९२० साली साखरेच्या फ्युचर्स (वायदेबाजार)मध्ये हर्शे यांना २५ लाख डॉलर्सचा तोटा झाला, तेव्हा तो त्यांच्यासाठी एक जोरदार झटकाच होता. त्यांना हा तोटा भरून काढण्यासाठी बँकेचं कर्ज काढावं लागलं आणि नंतरची दोन वर्षं ते कर्ज फेडण्यात गेली.

पण अशा अडचणींमुळे हर्शे यांनी आपली उमेद गमावली नाही. त्यांच्याशी संघर्ष करत त्यांनी यशस्वी लोकांच्या नामावलीत स्थान मिळवलं.

इंगवार काम्परेड (१९२६ -)

स्वीडनच्या ग्रामीण भागामधल्या एका फार्महाऊसमध्ये इंगवार काम्परेड लहानाचे मोठे झाले. वयाच्या पाचव्या वर्षी ते शेजार-पाजारच्या घरांमध्ये जाऊन आगपेट्या विकत असत. त्यानंतर त्यांनी मासे पकडून ते विकण्यास सुरुवात केली. मध्येच शेतीसाठी लागणारी बी-बियाणं विकूनदेखील त्यांनी काही पैसे कमवले. अशा विविध व्यवसायांमुळे लहान वयातच त्यांच्याकडे एवढे पैसे साठले, की त्यांनी एक रेसिंग बाईक आणि एक टाइपरायटर त्या पैशांमधून खरेदी केले.

इंगवार काम्परेड १७ वर्षांचे झाल्यावर त्यांनी आयकिआ ही स्वत:ची कंपनी सुरू केली. १९४५ सालापर्यंत या कंपनीमार्फत ते अनेक प्रकारच्या वस्तू विकायला लागले होते. त्यांचा हा व्यापार जेव्हा गावाच्या सीमा ओलांडून पुढे गेला, तेव्हा त्यांनी मेल ऑर्डर किंवा टपालाद्वारे मागणी नोंदवून घेऊन वस्तू बाहेरही पाठवायला सुरुवात केली. ते वर्तमानपत्रांगधून जाहिराती देत असत आणि सामान रेल्वे किंवा बसनं पाठवत असत. पेन, पेन्सिली, पर्स, चित्रांच्या फ्रेम अशा फुटकळ वस्तू विकण्यात जम बसल्यानंतर त्यांनी फर्निचरच्या व्यवसायामध्ये शिरायचं ठरवलं आणि १९४८मध्ये पहिल्यांदा आपल्या फर्निचरची जाहिरात दिली. स्थानिक सुतारांकडून स्वस्तात फर्निचर बनवून घेऊन ते गिऱ्हाइकांना कमी भावात देणे, असा हा व्यवसाय होता. फर्निचरचा हा व्यवसाय इतका चांगला चालू लागला, की चार वर्षांनंतर त्यांनी इतर सर्व वस्तू विकण्याचं थांबवलं आणि फक्त आपलं स्वस्त आणि आकर्षक फर्निचर विकण्यावरच लक्ष केंद्रित केलं.

१९५३ सालापर्यंत ते फक्त टपालाद्वारेच फर्निचर विकत असत. पण मग त्यांचे प्रतिस्पर्धी त्यांच्यापेक्षा कमी किंमत लावून तकलादू फर्निचर गिऱ्हाइकांच्या गळ्यात मारू लागले. त्यांच्या अशा वागण्यामुळे एकूणच मेल-ऑर्डर व्यवसाय बदनाम होत आहे, हे इंगवार काम्परेड यांच्या लक्षात आलं. त्यावर गिऱ्हाइकांना आधी आपलं फर्निचर प्रत्यक्ष दाखवण्याचा काहीतरी मार्ग शोधणं, हाच एक उपाय होता. ही कल्पना डोक्यात येताच त्यांनी वर्तमानपत्रामध्ये जाहिरात दिली, की आयकिआच्या कॅटॅलॉगमध्ये दाखवलेलं फर्निचर प्रत्यक्ष बघायचं असेल, तर ग्राहकांनी १८ मार्च, १९५३ पासून सुरू होणाऱ्या त्यांच्या खास प्रदर्शनाला भेट द्यावी. प्रत्यक्ष त्यादिवशी जेव्हा इंगवार काम्परेड यांनी आपल्या प्रदर्शनाची दारं उघडली, तेव्हा त्यांना दिसलं, की जवळजवळ १,००० लोक दार उघडण्याची

वाट पाहात बाहेर थांबले होते.

इंगवार काम्परेड यांचं फर्निचर इतरांच्या तुलनेत बऱ्यापैकी स्वस्त असे, कारण ते त्याविषयी खूप जागरूक असत आणि शक्य तिथे अनावश्यक खर्चामध्ये बचत करण्याचा प्रयत्न करत असत. आयकिआचा व्यवसाय उत्तम रितीनं चालला होता, पण त्यामुळे त्यांचे व्यावसायिक प्रतिस्पर्धी चिंतेत पडले होते. इंगवार काम्परेड यांचा सामना सरळ मार्गानं करता येण्याजोगा नसल्यामुळे त्या लोकांनी विपरीत मार्ग अवलंबण्यास सुरुवात केली. काम्परेड यांच्याकरता फर्निचर तयार करणाऱ्या लोकांना, ते फर्निचर काम्परेड यांना न विकण्यासाठी धमक्या मिळायला लागल्या. काम्परेड यांच्या कंपनीला व्यापार-मेळाव्यांमध्ये भाग घेण्यापासून रोखलं जाऊ लागलं. एकदा तर एका मेळाव्याला काम्परेड आपल्या मित्राच्या गाडीमध्ये गालिचामध्ये लपून आले होते. प्रतिस्पर्धी फर्निचर विक्रेत्यांच्या या कारवाया काम्परेड यांच्याकरता उलट हितकारकच ठरल्या. धमक्यांना घाबरून फर्निचर उत्पादकांनी त्यांना फर्निचर देणं बंद केल्यावर काम्परेड स्वत:च डिझाईन करुन फर्निचर बनवू लागले. व्यापार मेळाव्यांमध्ये भाग घेऊ दिला जात नाही म्हटल्यावर त्यांनी स्वत:चीच प्रदर्शनं करण्यास सुरुवात केली.

१९५६मध्ये त्यांनी फर्निचर गाडीत घालून पाठवताना ते चौकोनी खोक्यांमध्ये घालून पाठवण्याची पद्धत सुरू केली. त्यामुळे ते गाडीमध्ये घालून नेणं सुलभ झालं. या पॅकेजिंगमुळे फर्निचर विक्रीच्या क्षेत्रामध्ये क्रांती झाली आणि काम्परेड यांचा व्यवसाय आणखी जोरात होऊ लागला. १९७० साली आयकिआ एक आंतरराष्ट्रीय कंपनी बनली आणि त्यांची दुकानं संपूर्ण युरोपभर उघडली होती. १९९९ पर्यंत आयकिआची ३० देशांमध्ये १५० दुकानं झाली होती आणि त्यात ४४,००० कर्मचारी काम करत होते. कंपनीचं वार्षिक उत्पन्न ७ अब्ज डॉलर्सपेक्षाही जास्त झालं होतं. २००२मध्ये आयकिआ ब्रिटनमधली सर्वांत मोठी फर्निचर रिटेलिंग कंपनी बनली.

काम्परेड यांची कंपनी आज जगप्रसिद्ध आहे, याचं कारण त्यांनी अडचणींना शरण जाणं नाकारलं. जगभरातल्या श्रीमंतांच्या यादीत त्यांचं नाव चौथ्या स्थानावर आहे आणि त्यांच्याकडे ३३ अब्ज डॉलर्सची मालमत्ता आहे.

जॉर्ज ईस्टमन (१८५४ - १९३२)

जॉर्ज ईस्टमन आठ वर्षांचे असताना त्यांच्या वडिलांचं निधन झालं आणि ते कुटुंब उघड्यावर पडलं. सातव्या इयत्तेनंतर जॉर्ज यांनी शिक्षण सोडलं आणि कुटुंबाला हातभार लावण्याकरता ते नोकरी शोधायला लागले. आपली विधवा आई

आणि दोन बहिणी यांचा चरितार्थ त्यांनाच चालवावा लागणार होता आणि त्यातही त्यांची एक बहीण विकलांग होती.

वयाच्या १४व्या वर्षी एका विमा कंपनीमध्ये त्यांना चपराशाचं काम मिळालं. तिथे त्यांना आठवड्याला तीन डॉलर्स पगार म्हणून मिळत असत. चपराशाचं काम आयुष्यभर करावं, असं त्यांना अजिबात वाटत नसे. मग अधिक चांगलं काम मिळण्याच्या दृष्टीनं त्यांनी स्वत: होऊन कंपनीमध्ये विम्याचे फॉर्म्स भरून देण्याचं कामही शिकून घेतलं. परिणामत: त्यांचा पगार वाढून पाच डॉलर्स झाला. पण हा पगार सगळ्या कुटुंबाला पुरा पडणं कठीणच होतं, त्यामुळे ते अधिक चांगली नोकरी शोधू लागले. आपण आपली योग्यता वाढवल्याशिवाय आपल्याला अधिक चांगली नोकरी मिळणं अशक्य आहे, हे ते जाणून होते. मग विमा कंपनीत काम करता-करता संध्याकाळी ते घरीच अकाऊंटिंगचं ज्ञान घेऊ लागले. अशी पाच वर्षं गेल्यानंतर त्यांच्या अकाऊंटन्सीच्या अभ्यासाचा अखेर उपयोग झाला. १८७४ साली त्यांना एका बँकेत कनिष्ठ कारकुनाची नोकरी मिळाली. त्यांचा पगारही त्यामुळे घसघशीत १५ डॉलर्स झाला.

एकदा सुट्टीसाठी बाहेरगावी जाताना त्यांनी कॅमेरा विकत घेतला आणि त्यावेळी फोटोग्राफीचं काम किती जिकिरीचं आहे, हे त्यांच्या लक्षात आलं. मग ते काम अधिक सुलभ करण्याची कल्पना त्यांना सुचली आणि त्यांनी त्या दिशेनं प्रयोग करायला सुरुवात केली. दिवसभर बँकेचं काम आणि रात्री घरी कॅमेऱ्यासंबंधीचे प्रयोग अशी त्यांची दिनचर्या बनली. या परिश्रमांमुळे कधी-कधी तर ते थकून कपडेही न बदलता स्वयंपाकघरात थाटलेल्या प्रयोगशाळेतच झोपून जात असत. अशी तीन वर्षं उलटली आणि १८८० साली त्यांनी ड्राय प्लेट्सचा शोध तर लावलाच पण त्या मोठ्या प्रमाणावर बनवणाऱ्या एका यंत्राचं पेटंटही मिळवलं.

त्यानंतर त्यांनी बँकेची नोकरी सोडून दिली आणि रोचेस्टर इथल्या स्टेट स्ट्रीटवर एक इमारत भाड्यानं घेऊन तिथे ड्राय प्लेट्स बनवणं सुरू केलं. पण लवकरच त्यांच्यापुढे एक मोठंच संकट येऊन उभं राहिलं. त्यांनी पुरवलेल्या ड्राय प्लेट्स खराब निघाल्या. हे संकट मोठं यासाठी होतं, की त्यांच्याकडे आधीच भांडवलाची मारामार होती आणि या प्लेट्स बनवणं तसं खर्चीक काम होतं.

याबद्दल नंतर ते म्हणाले, **'त्या प्लेट्स बदलून देण्यात आमच्याजवळचा शेवटचा डॉलरही खर्च होऊन गेला, पण आमच्याजवळची सर्वांत महत्त्वाची गोष्ट मात्र सहीसलामत राहिली आणि ती म्हणजे आमची प्रतिष्ठा.'** अशा अनेक अडचणींचा सामना करूनच जॉर्ज ईस्टमन यशस्वी झाले.

अँड्र्यु कार्नेजी (१८३५ - १९१९)

स्कॉटलंडच्या डनफर्मलाईन भागात अँड्र्यु कार्नेजी यांचा जन्म झाला. त्यांचे वडील विणकर होते. अँड्र्यु कार्नेजी देखील मोठे होऊन आपलंच काम पुढे चालवतील अशी वडिलांना आशा होती. पण १८४७ साली वाफेवर चालणारे यंत्रमाग आले आणि हातमागांवर काम करणाऱ्या विणकरांच्या उदरनिर्वाहाचा प्रश्न निर्माण झाला. एका फटक्यात शेकडो विणकर बेकार झाले. अँड्र्यु कार्नेजी यांच्या आईनं मग कुटुंबाचा चरितार्थ चालवण्याकरता एक छोटं किराणा दुकान काढलं आणि त्याच्या जोडीनं चपला-बूट शिवून देण्याचाही धंदा सुरू केला. अँड्र्यु कार्नेजी यांनी एका ठिकाणी लिहिलं आहे, 'गरिबी ही काय चीज आहे, हे मी तेव्हाच शिकलो. माझ्या वडिलांना जेव्हा मी काम मिळवण्यासाठी लोकांच्या हाता-पाया पडताना पाहायचो, तेव्हा माझं हृदय शतशः विदीर्ण होत असे. त्याच वेळी मी शपथ घेतली, की ही परिस्थिती आपण बदलायची.'

अशा प्रकारे जीवन कंठणं कठीण झाल्यावर त्यांची आई आपला संसार घेऊन अमेरिकेला आली. कुणाकडून तरी २० पौंड उसने घेऊन तिनं सगळ्यांच्या प्रवासाची कशीबशी व्यवस्था केली होती. अमेरिकेला आल्यावर अँड्र्यु कार्नेजी यांच्या वडिलांना एका कापडगिरणीत काम मिळालं आणि अँड्र्युदेखील त्याच गिरणीमध्ये यंत्रांना बॉबिन बसवण्याचं काम करायला लागले. त्यांना या कामाचे आठवड्याला १.२ डॉलर्स मिळत असत. नंतर अँड्र्यु टेलिग्राफ कंपनीत संदेशवाहक बनले. हे काम त्यांनी खूप मन लावून केलं आणि कामाच्या बाबतीत शक्य ते सगळं शिकून घेण्यावर भर दिला. त्याशिवाय ते रात्रशाळेत जाऊन शिक्षणही घेत असत. बरोबरीची इतर मुलं खेळणं, दंगा-मस्ती इत्यादींमध्ये दंग होत असत, तेव्हा अँड्र्यु मात्र एक तर कामाला जात, शाळेत जात किंवा मग घरीच अभ्यास करत असत. एका खाजगी वाचनालयामध्ये जाऊन अभ्यास करण्याची संधी मिळताच त्यांनी तिचा पुरेपूर उपयोग करून घेतला. आठवड्याच्या सुट्टीच्या दिवशी ते इतिहासाचं अध्ययन करत असत आणि वाचनालयातले त्या विषयावरचे मौलिक ग्रंथ वाचत असत.

गरिबीमुळे त्यांचं शालेय शिक्षण काही खूप झालेलं नव्हतं, पण त्याची भरपाई ते सतत इतर गोष्टी शिकत राहून करत होते. कापडगिरणीतलं काम, नंतर ऑफिसात चपराशाचं काम, नंतर संदेशवाहकाचं काम. या सगळ्या कामांमध्ये त्यांनी कसून मेहनत केली. प्रावीण्य मिळवत राहिले. मिळालेल्या संधींचा पूर्ण उपयोग करून घेत राहिले आणि पुढच्या संधीची वाट ते पाहात राहिले. टेलिग्राफीमध्ये त्यांना असलेला रस आणि गती पाहून पेन्सिल्व्हेनिया रेल्वे कंपनीचे थॉमस ए.

स्कॉट हे गृहस्थ खूप प्रभावित झाले आणि त्यांनी अँड्र्यु कार्नेजींना आपला खाजगी मदतनीस आणि टेलिग्राफर म्हणून आपल्याकडे कामाला ठेवून घेतलं. इथे अँड्र्यु यांना दरमहा ३५ डॉलर्स मिळायला सुरुवात झाली. कष्ट आणि चिकाटीच्या जोरावर अँड्र्यु नंतर आपल्या साहेबाच्या पदावर जाऊन बसले. मग मिळणाऱ्या पैशांमध्ये बचत करून त्यांनी गुंतवणुकी करण्यास सुरुवात केली. त्यासाठी त्यांनी स्टील उद्योगाची निवड केली आणि पुढे जाऊन, अनेक अडचणींचा सामना करत-करत 'स्टीलचे बादशहा' होण्याचा बहुमान मिळवला. त्यानंतर ते अमेरिकेतील सर्वांत श्रीमंत व्यक्तींमध्ये गणले जाऊ लागले.

एन. आर. नारायण मूर्ती (१९४६ -)

संसाधनांचा अभाव असतानादेखील निव्वळ आपल्या ज्ञानाच्या जोरावर एखादी व्यक्ती एक आंतरराष्ट्रीय स्तरावरची कंपनी उभी करू शकते, हे नारायण मूर्ती यांच्या जागतिक पातळीवरच्या यशातून आपल्याला लक्षात येतं.

नारायण मूर्ती यांचा जन्म २० ऑगस्ट, १९४६ रोजी कर्नाटकातल्या एका शिक्षकाच्या घरात झाला. महिना रू. २५०/- पगार असणाऱ्या त्यांच्या वडिलांना तेवढ्या पगारामध्ये आपल्या आठ मुलांचं पालनपोषण करावं लागत असे.

त्यांची कौटुंबिक स्थिती इतकी ओढगस्तीची होती, की नंतर नारायण मूर्ती आय.आय.टी.ची प्रतिष्ठित प्रवेश परीक्षा पास झाले आणि तिथे त्यांनी शिष्यवृत्तीदेखील पटकावली, पण तरीही त्यांना आय.आय.टी.मध्ये प्रवेश घेता आला नाही, याचं कारण म्हणजे ही शिष्यवृत्ती वर्षाच्या शेवटी मिळत असे आणि ती हातात पडेपर्यंत महिन्याचा रू. १०० एवढा खर्च पेलणं त्यांच्या वडिलांना शक्य नव्हतं.

त्या वर्षी जरी त्यांना ते जमलं नाही, तरी नंतर काही वर्षांनी नारायण मूर्ती यांनी अशीच पूर्ण शिष्यवृत्ती मिळवून आय.आय.टी. कानपूरमध्ये एम.टेक. या पदव्युत्तर अभ्यासक्रमाला प्रवेश मिळवला आणि तो पूर्ण केला. आय.आय.टी.मध्ये असताना १९६८ साली त्यांनी एक दिवस एका अमेरिकन कॉम्प्युटर सायण्टिस्टचं भाषण ऐकलं. कॉम्प्युटर सायन्सच्या क्षेत्रात किती रोमांचक गोष्टी घडण्याची शक्यता आहे आणि त्यामुळे जग कसं बदलून जाईल, यासंबंधी ते तज्ज्ञ बोलत होते. त्यांचं भाषण ऐकून नारायण मूर्ती यांनी या विषयाचा अभ्यास करण्याचा आणि या क्षेत्रातच काहीतरी करून दाखवण्याचा निश्चय केला.

आय.आय.टी. मधून बाहेर पडताना टिस्को आणि टेल्कोसारख्या प्रतिष्ठित कंपन्यांमध्ये चांगली नोकरी करण्याऐवजी त्यांनी आय.आय.एम. अहमदाबाद या व्यवस्थापन शिक्षणसंस्थेत नोकरी करण्याचा निर्णय घेतला, जेणेकरून त्यांना

तिथल्या कॉम्प्युटर लॅबमध्ये संगणक वापरायला आणि शिकायला मिळेल. तिथे त्यांनी रात्री दोन-तीन वाजेपर्यंत काम करून प्रोग्रॅमिंगमधले बारकावे शिकून घेतले. मग एका प्रणालीच्या कामासंदर्भात त्यांना पॅरिसला जाण्याची संधी मिळाली. या परदेशयात्रेमुळे त्यांचं जीवनच बदलून जाणार होतं.

परदेशाला जाण्यापूर्वी नारायण मूर्ती साम्यवादी विचारसरणीचे होते, पण पॅरिसमध्ये काम करत असताना त्यांना असं जाणवलं, की भांडवलाची समान वाटणी करण्याकरता आधी भांडवल जमवणं महत्त्वाचं आहे. १९७४ साली आपलं काम संपवून नारायण मूर्ती भारतात परत येत होते. युगोस्लाव्हिया आणि बल्गेरियाच्या सीमेवरच्या निस या एका लहानशा खेड्यामध्ये ते सोफिया एक्सप्रेस या रेल्वेत बसले होते. त्यांच्याच कंपार्टमेंटमध्ये एक तरुण मुलगा आणि एक मुलगीदेखील होते. त्या मुलीशी नारायण मूर्तींनी फ्रेंच भाषेत संवाद साधला. बोलता-बोलता ती मुलगी त्यांना कम्युनिस्ट देशामध्ये राहणं किती कष्टमय असतं, याचं वर्णन करून सांगायला लागली. ते ऐकून शेजारी बसलेला तो तरुण उठला आणि त्यानं पोलिसांना बोलावून आणलं. बल्गेरियात तेव्हा कम्युनिस्टांचं शासन होतं आणि नारायण मूर्ती सरकारवर टीका करत आहेत, असं समजून पोलिसांनी त्यांना खाली उतरवलं आणि एका खोलीत थंडगार फरशीवर त्यांना बसवून, कोंडून ठेवलं. त्या थंडगार खोलीमध्ये ते तब्बल तीन दिवस अन्न-पाण्याविना राहिले. अखेर भारत बल्गेरियाचा मित्र देश असल्यामुळे २० तासांचा प्रवास करत तुर्कस्तानमधल्या इस्तंबूलमध्ये आणून त्यांना सोडलं गेलं. सतत १०८ तास उपाशी राहून आणि एका थंडगार खोलीमध्ये नजरकैदेत राहिल्यानंतर साम्यवादाचं भूत त्यांच्या मनावरून कायमचं उतरून गेलं. त्याऐवजी ते भांडवलशाहीचे पुरस्कर्ते बनले.

भारतात परत आल्यानंतर लवकरच सरकारी कार्यप्रणालीचाही त्यांना कंटाळा आला. अनेक अत्यंत महत्त्वपूर्ण सूचना आणि प्रस्ताव मंत्रालयात जाऊन फायलींमध्ये बंद होऊन पडताना जेव्हा त्यांनी पाहिले, तेव्हा या लालफितीच्या कारभाराबद्दल त्यांचं मन विटलं. त्यांनी मग त्या सरकारी नोकरीचा राजीनामा दिला आणि १९७७ साली पुण्याला येऊन पटणी कॉम्प्युटर सिस्टिम्समध्ये ते काम करायला लागले. काही काळ या कंपनीमध्ये घालवल्यानंतर आपल्या सहा सहकाऱ्यांबरोबर ते तिथून बाहेर पडले आणि २ जुलै, १९८१ या दिवशी त्या सर्वांनी मिळून 'इन्फोसिस टेक्नॉलॉजीज' ही कंपनी स्थापन केली. त्यावेळी कंपनीचं नाव होतं इन्फोसिस कन्सल्टंट्स प्रा. लि. आणि त्यांच्याबरोबर पटणीमधून बाहेर पडलेल्या सहकाऱ्यांची नावं होती: एन. राघवन, नंदन निलकेणी, गोपाल कृष्णन, के. दिनेश, शिबू लाल आणि अशोक अरोरा. यातले अशोक अरोरा १९८९ साली कंपनी सोडून परदेशात

गेले. कंपनीचं नोंदणीकृत कार्यालय म्हणून राघवन यांच्या घराचा पत्ता होता, पण सगळं काम मात्र नारायण मूर्तींच्याच घरातून चालत असे.

कंपनीच्या स्थापनेकरता प्रत्येक भागीदारानं १०-१० हजार रुपये घालायचे होते, पण त्या काळी ही रक्कमदेखील खूप मोठी होती. तेव्हा एक तर पगारही खूप कमी असत आणि वैयक्तिक कर्जदेखील सहजासहजी मिळत नसत. इन्फोसिसच्या सगळ्या प्रवर्तकांनी मग आपापल्या पत्नीकडून पैसे उधार घेतले आणि कंपनीची सुरुवात केली. त्यावेळी नारायण मूर्तींनी एच.डी.एफ.सी.चं कर्ज काढून एक फ्लॅट घेतला होता. त्याच फ्लॅटमध्ये एका कोपऱ्यात इन्फोसिसची सुरुवात झाली.

त्या काळी इंटरनेट तर अस्तित्वातच नव्हतं आणि भारतात तर टेलिफोन मिळण्यासाठीदेखील खूप यातायात करावी लागत असे. त्यामुळे इन्फोसिसला सुरुवातीला खूप अडचणी येत होत्या. संगणक त्यावेळी भारतात बनत वा मिळत नसल्यामुळे ते आयात करावे लागत आणि त्यासाठी देखील सरकारी परवानगी लागत असे. आपल्या कंपनीकरता संगणक आयात करण्यासाठी नारायण मूर्तींना स्वत: अमेरिकेची वारी करावी लागली. कंपनीची पहिली दहा वर्षं अशीच अत्यंत संघर्षमय होती. एक वेळ तर नारायण मूर्तींनी आपल्या पत्नीचे दागिने विकून कर्मचाऱ्यांचे पगार दिले होते.

या संघर्षमय पर्वात नारायण मूर्तींच्या पत्नी सुधा मूर्ती आपली मुलं अक्षता आणि रोहन, यांना घेऊन काही काळ माहेरी जाऊन राहिल्या होत्या. नारायण मूर्तींना घरच्या जबाबदारीमुळे त्रास होऊ नये आणि पूर्ण वेळ कंपनीच्या कामाला झोकून देता यावं, हा यामागचा उद्देश होता. ते एक मोठं कार्य करत आहेत आणि त्यासाठी तीन वर्षं त्यांना खूप कष्ट करावे लागणार आहेत, तसंच त्या काळात काहीही उत्पन्न मिळवणं त्यांना शक्य नाही, असं नारायण मूर्तींनी आपल्या पत्नीला सांगूनच टाकलं होता. सुधा मूर्तींनीदेखील त्यांच्या या निर्णयाला पाठिंबा दिला आणि तीनच काय, त्यानंतरची अनेक वर्षं त्यांनी सगळ्या कुटुंबाचा भार आपल्या खांद्यावर उचलला. नारायण मूर्ती संपूर्णपणे इन्फोसिसच्या कामामध्ये गुंतले होते.

याबाबतीत सुधा मूर्तींचं म्हणणं आहे की, **तुमचे पती आपल्या सहकाऱ्यांसमवेत इन्फोसिससारखी एखादी कंपनी उभी करत असतात, तेव्हा ती एक तपश्चर्याच असते. त्या कामाकरता त्यांना शंभर टक्के लक्ष आणि एकाग्रता पुरवावे लागतात. देवानं सगळ्यांना दिवसाचे २४ तास दिलेले आहेत आणि श्री. नारायण मूर्तींना त्या संपूर्ण वेळाचा एकाच ध्येयाकरता उपयोग करायचा आहे आणि ते ध्येय म्हणजे इन्फोसिस.**

साहजिकच या काळात नारायण मूर्तींना हेही माहीत नसायचं की आपली मुलं कोणत्या इयत्तेत शिकत आहेत किंवा ती अभ्यास करत आहेत वा नाही! इतर लोक

देतात तेवढं लक्ष नारायण मूर्ती आपल्या कुटुंबाकडे देऊ शकत नसत. इन्फोसिस सुरू झाल्यानंतरच्या २०-२५ वर्षांमध्ये ते एकदाही आपल्या कुटुंबीयांबरोबर सिनेमाला जाऊ शकले नाही.

पण नारायण मूर्तींच्या इतक्या समर्पण आणि त्यागानंतरही इन्फोसिसला ताबडतोब यश मिळालं, असं झालं नाही. त्यांचा संघर्ष अनेक वर्षं चालला. कंपनीच्या स्थापनेनंतर आठ वर्षांनी नारायण मूर्तींनी एका परदेशी बँकेकडे ४० लाख रुपयांचं कर्ज मागितलं, तेव्हा कंपनीचे संस्थापक नवशिके आहेत, त्यामुळे तुम्हाला कर्ज देणं धोकादायक आहे, असं सांगून बँकेनं त्यांना नकार दिला.

जवळजवळ नऊ वर्षांच्या कठोर परिश्रमांनंतर जेव्हा कंपनीला थोडंफार यश मिळायला सुरुवात झाली, तेव्हा एका परदेशी कंपनीनं १० लाख डॉलर्सना ती विकत घेण्याचा प्रस्ताव त्यांच्यापुढे ठेवला. बंगलोरच्या एका उपनगरातल्या एका छोट्याशा ऑफिसमध्ये बसून कंपनीचे पाच संचालक या प्रस्तावावर विचार-विनिमय करायला लागले. जवळजवळ प्रत्येकानं असं मत मांडलं की आत्तापर्यंत त्या सर्वांनी खूप कष्ट सोसले आहेत आणि पुढेही पुष्कळ आव्हानांना तोंड द्यावं लागणार आहे, मग त्यापेक्षा कंपनी विकून टाकावी आणि दुसरा काहीतरी कामधंदा सुरू करावा. जेव्हा नारायण मूर्तींची पाळी आली, तेव्हा ते म्हणाले की इतर सर्व भागीदारांना जर कंपनी विकण्याची इच्छा असेल, तर ते त्यांच्याकडून त्यांचे हिस्से खरेदी करायला तयार आहेत. काहीही झालं, तरी इन्फोसिस दुसऱ्या कुणाला विकण्याची त्यांची इच्छा नाही, हे त्यांनी सर्वांना स्पष्ट केलं. त्यांचं हे बोलणं त्यावेळी तसं धाडसाचंच होतं, कारण त्यावेळी त्यांच्या खिशामध्ये एक छदामही नव्हता. मग नारायण मूर्तींनी आपल्या सहकाऱ्यांना सकारात्मक दृष्टिकोन ठेवण्यास सांगितलं. यश आता फार दूर नाही, हे त्यांनी त्यांना पटवून दिलं.

त्या दिवशी नारायण मूर्तींनी हा धाडसी निर्णय घेऊन कंपनी वाचवली नसती, तर आज ते इतके श्रीमंत आणि प्रसिद्ध झाले असते का?

नंतरच्या काळात मूर्ती आणि त्यांच्या सहकाऱ्यांनी केलेल्या कष्टांचं चीज झालं आणि इन्फोसिसनं जगात आपलं एक वेगळं स्थान निर्माण केलं. नॅसडॅक या अमेरिकेतल्या तंत्रज्ञानविषयक शेअरबाजारात दाखल होणारी पहिली भारतीय संगणक कंपनी म्हणजे इन्फोसिस होय. फेब्रुवारी १९९३मध्ये ९५ रुपये किंमत ठरून इन्फोसिसचे समभाग शेअरबाजारात आले. त्यावेळी कुणी या समभागांमध्ये पन्नास हजार रुपये गुंतवले असते, तर आज तो मनुष्य कोट्यधीश झाला असता.

सध्या ही कंपनी भारतातली सर्वांत मोठी आयटी सेवा निर्यात करणारी कंपनी आहे आणि जगातल्या ३१५ कंपन्यांना ती या सेवा पुरवते आहे. कंपनीच्या एकूण उत्पन्नापैकी दोन-तृतीयांश उत्पन्न अमेरिकेतून येतं आहे. कंपनीमध्ये आज ५३,०००

कर्मचारी काम करतात. १९९२ साली ९.४६ कोटी रुपयांची उलाढाल असलेल्या या कंपनीची २००६-२००७ या वर्षाची उलाढाल १३,१४९ कोटी रुपये होती. इन्फोसिसनं या सुमारे १५ वर्षांच्या कालावधीमध्ये केवढी प्रचंड मोठी झेप घेतली आहे, हे यावरून सिद्ध होईल.

ब्रिजमोहनलाल मुंजाल (१९२३ -)

ब्रिजमोहनलाल मुंजाल आणि ओमप्रकाश मुंजाल या बंधुद्वयानं हिरो मोटर्स हा विशाल उद्योग उभा केला आहे, पण त्यांचा हा प्रवास अनेक अडचणींचा सामना करतच झालेला आहे.

या भावांचा जन्म फाळणीपूर्वीच्या अखंड पंजाबमध्ये, लालपूर जिल्ह्याच्या कामलिया तालुक्यात झाला. त्यांचं शिक्षण गावातल्याच सरकारी शाळेमध्ये झालं. मुंजाल कुटुंबाचा भाजीपाला विकण्याचा व्यवसाय होता, पण ब्रिजमोहनलाल आणि त्यांचे तीन भाऊ- दयानंद, सत्यानंद आणि ओमप्रकाश- या चौघांनाही या व्यवसायामध्ये रस वाटत नव्हता. त्यांची महत्त्वाकांक्षा आणि त्यांची स्वप्नं मोठी होती.

मग या भावांनी मिळून सायकलचे सुटे भाग विकण्याचा व्यवसाय सुरू केला. पुढे, १९४३मध्ये त्यांनी लाहोर सोडून अमृतसरला आपला व्यवसाय सुरू केला. त्या काळी सायकलचे सुटे भाग सहजासहजी उपलब्ध होत नसत. १९४७ साली देश स्वतंत्र झाला आणि फाळणी तसंच जातीय दंग्यांमध्ये मुंजाल बंधूंचा व्यवसाय थंडावला. पण त्यामुळे निराश न होता त्यांनी पुन्हा एकदा नव्यानं व्यवसायाला सुरुवात केली. त्या काळी प्रत्येक कामाकरता सरकारी परवाना लागत असल्यामुळे तो काळ खूप कठीण म्हणावा असा होता. काही काळानं त्यांना सायकली बनवण्याचा परवाना मिळाला आणि त्यांनी लुधियाना इथे आपला कारखाना उभारला. १९५६मध्ये हिरो या नावानं मुंजाल बंधूंच्या सायकली बाजारामध्ये आल्या.

बाजारात तेव्हा ॲटलस आणि रॅलेच्या सायकली लोकप्रिय होत्या. जागतिक दर्जाच्या सुटे भाग आणि निर्मिती यंत्रांच्या शोधार्थ मुंजालांनी परदेशाची वाट धरली. ब्रिजमोहनलाल सायकली बनवण्याची आधुनिक यंत्रं मिळवण्याकरता आधी जर्मनी आणि नंतर जपानला गेले. जर्मनीमध्ये त्यांनी सायकलीच्या चेन्स बनवण्याचा एक पूर्ण कारखानाच तीन लाख रुपये देऊन विकत घेऊन टाकला. त्याच वेळी मुंजाल परिवारात एक दु:खद घटना घडली- सर्वांत मोठे बंधू दयानंद यांचा मृत्यू झाला, पण बाकीच्या भावांनी यामुळे खचून न जाता आपलं स्वप्न साकार करण्याच्या कामात पुन्हा स्वत:ला झोकून दिलं. १९७५ साली हिरो सायकल भारतातली सर्वांत मोठी सायकल कंपनी झाली. आज जगभरातल्या ८८ देशांमध्ये हिरोच्या

सायकली विकल्या जातात आणि यात अमेरिका, इंग्लंड, जर्मनी आणि फ्रान्ससारखे मोठे देशही समाविष्ट आहेत. भारतामध्ये तर हिरोच्या सायकली सर्वांत जास्त विकल्या जातात आणि एकूण बाजारपेठेच्या पन्नास टक्के बाजारपेठ त्यांच्या ताब्यात आहे. गिनेस बुक ऑफ वर्ल्ड रेकॉर्ड्‌र्समध्ये हिरो सायकलची जगातली सर्वांत मोठी सायकल कंपनी म्हणून नोंद झालेली आहे.

१९७०च्या दशकाच्या शेवटी भारत सरकारनं विना गिअरच्या मोपेड गाड्यांचे परवाने देण्यास सुरुवात केली. ब्रिजमोहनलाल यांनी परदेशात अशा गाड्या रस्त्यांवरून फिरताना पाहिल्या होत्या. त्यांनी तात्काळ यातली संधी हेरली. या कामाकरता हिरो समूहानं परदेशी भागीदाराचा शोध घ्यायला सुरुवात केली आणि इटलीच्या पिआजिओ कंपनीशी संपर्क साधला. ही भागीदारी अखेर जुळली नाही, पण पिआजिओच्याच धर्तीवर त्यांनी स्वत:च एक मोपेड तयार केली आणि तिला हिरो मॅजेस्टिक असं नाव दिलं. १९८३ साल उजाडेतो मॅजेस्टिकनं भारतातली ३५ टक्के बाजारपेठ काबीज केली होती.

दुचाकी वाहनांच्या क्षेत्रातल्या या यशानंतर हिरो समूहानं जपानी कंपनी होंडाच्या सहकार्यानं मोटरसायकल उद्योगामध्ये पाऊल ठेवलं. त्या काळामध्ये भारतात स्कूटर हे वाहन जास्त लोकप्रिय होतं. बजाजच्या स्कूटर्सची त्यात एकाधिकारशाहीच जणू होती आणि स्कूटर घेण्यासाठी लोकांना बारा-बारा वर्षं प्रतीक्षा करावी लागत असे. हिरो होंडा उद्योगानं ही परिस्थिती बदलून टाकली. मुंजाल यांनाही खरं तर स्कूटरच बाजारामध्ये आणायची होती, पण नियतीनं त्यांना त्याऐवजी मोटरसायकल निर्माते बनवलं. भारतामध्ये आता मोटरसायकलचा झंझावात येणार आहे, हे मुंजाल यांना त्यावेळी माहीत नव्हतं.

१९९० साली पेट्रोलचे भाव अचानक वेगानं वाढत गेले आणि त्याचवेळी आयातशुल्क कमी झाल्यामुळे स्कूटर आणि मोटारसायकलच्या किमतीमधला फरक कमी होऊन रू. ७,०००/- झाला. याचा परिणाम म्हणून मोटरसायकलची मागणी वाढली. हिरो होंडाची पहिली १०० सीसी मोटरसायकल १९८५ साली बाजारामध्ये आली आणि त्यानंतर मग ही मालिका सुरूच राहिली. १९८५मध्येच हिरो समूहानं जपानच्याच शोवा कंपनीबरोबर करार करून मुंजाल शोवा ही शॉक अब्सॉर्बर बनवणारी कंपनी स्थापन केली. २००६ साली १०० सीसीची हिरो होंडा प्लेझर स्कूटर बाजारामध्ये आणून मुंजाल यांनी आपलं स्कूटरचं स्वप्नदेखील पूर्ण करून टाकलं.

हिरो होंडा २००१ साली जगातली सर्वांत मोठी मोटारसायकल उत्पादक कंपनी बनली आणि त्यांची स्प्लेंडर, ही जगातली सर्वाधिक लोकप्रिय बाईक बनली. देशभरामध्ये ५०००पेक्षा जास्त विक्रेते असणाऱ्या हिरो होंडाची वार्षिक उलाढाल

२००६-२००७ साली ११,५४२ कोटी रुपयांपर्यंत जाऊन पोहोचली. मुंजाल बंधूंच्या अफाट यशाची कल्पना यावरून येऊ शकेल.

सुनील भारती मित्तल

सुनील भारती मित्तल यांनी महाविद्यालयीन शिक्षण घेत असतानाच वयाच्या १८व्या वर्षी २०,००० रुपये एवढं भांडवल घेऊन सायकलींचे सुटे भाग तयार करण्याचा एक कारखाना लुधियाना इथे सुरू केला. त्यानंतर त्यांनी स्टीलच्या कोल्ड अँड हॉट रोलिंगचं एक युनिटदेखील सुरू केलं. त्यांची महत्त्वाकांक्षा खूप मोठी होती, त्यामुळे १९७८ साली त्यांनी आपलं बस्तान दिल्लीला हलवलं आणि तिथे त्यांनी डिझेल जनरेटर्स आयात करण्याचा व्यवसाय सुरू केला. जपानच्या होंडा आणि सुझुकी या दोन मोठ्या कंपन्यांचे जनरेटर्स ते आयात करत असत. लवकरच ते भारतातले सर्वांत मोठे डिझेल जनरेटर आयातदार बनले. सुझुकीनं त्यांना भारतातले एकमेव वितरक बनवलं. त्यानंतर मित्तल यांनी आर. के. गुप्ता नावाच्या एका उद्योजकाच्या साथीनं युनायटेड फार्मा ही औषधाच्या कॅप्सूल्स बनवणारी कंपनी सुरू केली. आज ही कंपनी भारती हेल्थकेअर या नावानं प्रसिद्ध आहे.

पुढे भारत सरकारनं अचानक डिझेल जनरेटर्स आयात करण्यावर बंदी आणली आणि सुनील भारती मित्तल जणू रातोरात बेकार झाले. त्यांचा मुख्य व्यवसायच त्यामुळे बंद पडला होता. मग नव्या उद्योगाच्या शोधात मित्तल परदेशाला गेले. तैवानच्या एका व्यापारमेळाव्यात त्यांनी पुश बटन टेलिफोन पाहिले. भारतात तेव्हा बोटांनी नंबर फिरवण्याचे काळ्या रंगाचे आणि जड, डायल फोन वापरले जात असत. त्यांच्या तुलनेत हे आधुनिक फोन आकर्षक होते. दुसऱ्याच दिवशी सुनील भारती मित्तल त्या फोन कंपनीच्या मालकाला भेटण्यासाठी गेले. देशात त्यावेळी फोनदेखील आयात करण्यावर बंदी होती. सुनील भारती मित्तल यांना हे माहीत होतं, पण त्याचवेळी, फोनचे सुटे भाग आयात करण्यावर बंदी नाही, हेदेखील त्यांना ठाऊक होतं. त्यांनी मग त्या कंपनीशी करार करून त्यांचे टेलिफोन सुट्या भागांच्या रूपात भारतात आणण्याचा करार केला आणि लुधियानामध्ये त्यांची जुळणी करण्याचा कारखाना सुरू केला. १९८४ साली टेलिफोन उत्पादन क्षेत्र सरकारनं खुलं केलं, तेव्हा जवळपास पन्नास उत्पादकांनी त्यासाठीचा परवाना मिळवण्याकरता अर्ज दाखल केले. हा परवाना आपल्याला मिळणारच, अशा खात्रीनं मित्तल यांनी आधीच सिमेन्स कंपनीला अनेक टेलिफोन्सची मागणी देऊन ठेवली. परिणामत: परवाने मिळाल्यानंतर सुनील भारती मित्तल यांचे टेलिफोन्स

बाजारामध्ये इतर कुणाहीपेक्षा आधी आले. १९८६ साली भारती उद्योगसमूहानं सिमेन्सच्या सहकार्यानं भारतातच पुश बटन टेलिफोन्स तयार करण्याचा कारखाना सुरू केला आणि 'भारती एंटरप्रायझेस' या नावाची ही कंपनी आज देशातली सर्वांत मोठी टेलिफोन उत्पादक कंपनी आहे.

१९९४ साली सरकारनं राष्ट्रीय दूरसंचार धोरण जाहीर केलं आणि मोबाईल, तसंच लँडलाईन टेलिफोन सेवा क्षेत्रामध्ये खाजगी कंपन्यांना प्रवेश दिला. अशा प्रकारची पहिली सेवा देशात मध्यप्रदेशामध्ये सुरू झाली आणि हा मान मिळवला सुनील भारती मित्तल यांच्या भारती समूहानं. या समूहाची लँडलाईन सेवा टच्टेल या नावानं आणि मोबाईल सेवा एअरटेल या नावानं आज देशभर लोकप्रिय आहे.

एके काळी रातोरात बेकार झालेल्या आणि 'आता काय व्यवसाय करावा,' या विचारात फिरणाऱ्या सुनील भारती मित्तल या व्यक्तीचं नाव आज अब्जाधीशांच्या यादीत आहे. सुनील भारती मित्तल जगातल्या श्रीमंतांच्या यादीमध्ये ६९व्या स्थानावर आहेत आणि त्यांची मालमत्ता ९.५ अब्ज डॉलर्स, एवढी आहे. त्यांची भारती एअरटेल ही कंपनी भारतातल्या सर्वांत यशस्वी कंपन्यांपैकी एक आहे. २००६-२००७ या आर्थिक वर्षामध्ये तिची वार्षिक उलाढाल १७,७९४ कोटी रुपये आणि करपूर्व नफा ४,६०१ कोटी रुपये होता.

के. एम. एम. माप्पिलाई (१९२२ - २००३)

माप्पिलाई यांनी एमआरएफ टायर्स ही कंपनी स्थापन करून एक इतिहास घडवला. अर्थातच, हे यश त्यांना सहजासहजी नव्हे, तर खूप संघर्षानंतर मिळालेलं आहे. आपल्या कारकिर्दीची सुरुवात माप्पिलाई यांनी फुगे बनवण्याच्या कुटिरोद्योगापासून केली होती. त्यांचे वडील माम्मेन यांनी भारताच्या स्वातंत्र्यसंग्रामामध्ये भाग घेतला आणि त्याची शिक्षा म्हणून त्रावणकोरच्या दिवाणानं त्यांची सगळी मालमत्ता जप्त केली आणि त्यांना तुरुंगात टाकलं.

माप्पिलाई उत्तम चित्रं काढत असत, त्यामुळे त्यांच्या आसपासच्या लोकांना ते व्यावसायिक चित्रकार बनतील अशी अपेक्षा होती. मात्र खुद्द माप्पिलाई यांचे मनसुबे काही वेगळेच होते. त्या काळात भारतामध्ये जपानी फुगे खूप लोकप्रिय होते. माप्पिलाई यांनी मग १९४६ साली लॅटेक्सचे रबरी फुगे बनवण्याचा छोटासा उद्योग सुरू केला. हा छोटा उद्योग चांगलाच यशस्वी ठरला. माप्पिलाई दिवसाला १,००० फुगे बनवत असत. त्यातूनच पुढे त्यांनी लॅटेक्सपासून रबरी खेळणी तयार करायला सुरुवात केली.

१९५१ साली रिट्रेडिंग कंपाऊंड नावाचं गाडीचे टायर पुन्हा वापरण्याजोगे

करण्यासाठी लागणारं रसायन तयार केलं आणि त्यांच्या आयुष्यानं एक नवं वळण घेतलं. तिथून सुरुवात होऊन त्यांनी पुढे मग टायरनिर्मितीच्या क्षेत्रात पाऊल ठेवलं. तेव्हा डनलॉपसारख्या बहुराष्ट्रीय कंपन्या या उद्योगात होत्या आणि त्यांना माप्पिलाई यांचं त्यांच्या प्रदेशामध्ये येणं आवडलं नाही. त्या कंपन्यांनी मग त्यांना हरतऱ्हेनं त्रास दिला. त्यामुळे माप्पिलाई त्रस्त तर झालेच होते, पण आपण एक दिवस डनलॉपच्या तोडीची कंपनी उभी करण्याचा निर्धारही त्यांनी मनाशी केला. हे काम मोठं होतं आणि त्यासाठी त्यांना खूप मोठ्या भांडवलाची गरज होती आणि तंत्रज्ञानाचीही. त्या क्षणी या दोन्ही गोष्टी त्यांच्यापाशी नसल्यामुळे ते संधीची प्रतीक्षा करत थांबले.

१९६१ साली अखेर त्यांना ती संधी मिळाली. मेन्सफिल्ड टायर अँड रबर कंपनीच्या मालकांशी त्यांची ओळख झाली आणि त्यांच्याच मदतीनं माप्पिलाई यांनी एमआरएफ टायर्स बनवायला सुरुवात केली. त्यावेळी भारतामध्ये वाहनं आणि वाहननिर्माते या दोन्हींची संख्या खूपच कमी होती. त्याचबरोबर, टायर उद्योगामध्ये बहुराष्ट्रीय कंपन्यांचंच राज्य होतं. एमआरएफला डनलॉप, गुडइयर, सिएट यांसारख्या मातब्बर कंपन्यांशी मुकाबला करायचा होता. एमआरएफनं सुरुवातीला ट्रकच्या टायर रिट्रेडिंग बाजारपेठेवर लक्ष केंद्रित केलं आणि त्याचबरोबर परदेशी बाजारपेठांमध्ये हातपाय मारायला सुरुवात केली आणि निर्यात उद्योगामध्ये नाव मिळवलं.

अनेक अडचणींचा सामना करत अखेर यश प्राप्त करणाऱ्या माप्पिलाई यांचं २००३ साली निधन झालं, तेव्हा आपला २,५०० कोटी रुपयांचा व्यवसाय ते मागे ठेवून गेले. २००६ साली एमआरएफची वार्षिक उलाढाल ४,२४८ कोटी रूपये होती आणि त्यातून कंपनीला ८० कोटी रुपयांचा नफा मिळाला होता.

करसनभाई पटेल (१९५५ -)

करसनभाई पटेल यांनी निरमा वॉशिंग पावडरची निर्मिती करून नाव आणि पैसा कमावला.

करसनभाई एका सरकारी प्रयोगशाळेमध्ये कामाला होते. निरमा पावडर त्यांनी आपल्या घरातच प्रयोग करून तयार केली होती. त्या वेळी त्यांची आर्थिक परिस्थिती बेतासबातच असल्यामुळे प्रयोगाकरता रसायनं विकत घेण्यासाठी त्यांच्याजवळ पैसे नसायचे. मग मित्रांकडून उधार-उसनवार करून त्यांनी एक हजार रुपये जमा केले. दिवसभर सरकारी नोकरी आणि रात्री घराच्या मागच्या भागात साबण बनवणे असा त्यांचा दिनक्रम होता. रविवारी मग सकाळीच आपल्या सायकलवर पिशव्या

टाकून ते निघत आणि घरोघर जाऊन आपलं डिटर्जंट विकत असत. अशी रात्रंदिवस मेहनत करून ते आपला व्यवसाय वाढवत होते.

त्या काळी हिंदुस्थान लीव्हर या बहुराष्ट्रीय कंपनीचं सर्फ हे डिटर्जंटच सगळीकडे विकलं जात असे. पण करसनभाई निरमा पावडर तुलनेनं खूपच स्वस्त दरात विकत असत. मध्यम वर्गातल्या घरोघरच्या महिलांना ते आपलं डिटर्जंट एकदा वापरून पाहण्याची गळ घालत असत आणि जर ते आवडलं नाही, तर पैसे परत करण्याची हमीही देत असत. अशा प्रकारे पुढे जात राहून त्यांनी देशातल्या डिटर्जंट पावडर बनवण्याच्या उद्योगामध्ये एक क्रांती घडवून आणली आणि त्यांच्या निरमा वॉशिंग पावडरनं हिंदुस्थान लीव्हरसारख्या बड्या कंपनीची धुलाई केली.

करसनभाईंची कहाणी म्हणजे एखादा छोटा मनुष्यदेखील पहाड फोडू शकतो आणि मोठ्या कंपन्यांना धूळ चारू शकतो, याचंच द्योतक आहे. २००६ साली निरमा कंपनीची वार्षिक उलाढाल २,२४४ कोटी रुपये, इतकी होती आणि त्यात कंपनीला ३७२ कोटींचा नफा झाला होता.

अनिल अग्रवाल

५२ वर्षांचे अनिल अग्रवाल हे भारतीय उद्योगपती आज लंडनमध्ये स्थायिक झालेले आहेत आणि बेंटले या आलिशान गाडीमध्ये बसून ते फिरतात. पण आपण बिहारमध्ये जन्मलेलो आहोत, हे ते विसरलेले नाहीत. अनिल अग्रवाल हेदेखील स्टील किंग लक्ष्मी मित्तल यांच्यासारखेच डबघाईला आलेल्या कंपन्या खरेदी करण्यामध्ये मशहूर आहेत. अशा कंपन्या ताब्यात घेऊन ते काही काळातच त्यांचा कायापालट करतात आणि त्यांना नफ्यात आणतात. फरक इतकाच की मित्तल लोखंड आणि स्टील उद्योगांमध्ये आहेत, तर अनिल अग्रवाल नॉन-फेरस मेटल्स म्हणजेच लोखंडाशिवाय इतर धातूंचे उद्योग चालवतात. अनिल अग्रवाल भारतात स्टरलाईट या नावानं तर लंडनमध्ये वेदांत रिसोर्सेस, या नावानं व्यवसाय करतात. स्टरलाईट उद्योगसमूहानं मद्रास ॲल्युमिनियम कंपनी, भारत ॲल्युमिनियम कंपनी (बाल्को) आणि हिंदुस्थान झिंक, यांसारख्या कंपन्या आपल्या ताब्यात घेतल्या आहेत. आपल्या उद्योगाचा विस्तार परदेशातही करणाऱ्या अनिल अग्रवाल यांनी २००० साली ऑस्ट्रेलियामध्ये तांब्याच्या खाणी विकत घेतल्या. वर्षाला तीन लाख टन ॲल्युमिनियमचं उत्पादन ते करतात.

लोखंडाव्यतिरिक्त इतर धातूंच्या उद्योगांमध्ये स्टरलाईट जगातली पहिल्या क्रमांकाची कंपनी ठरण्याच्या दृष्टीनं अनिल अग्रवाल धातू आणि खाण व्यवसायातल्या कंपन्या खरेदी करण्यामध्ये अब्जावधी डॉलर्सची गुंतवणूक करत असतात. जगातले

सर्वांत मोठे खाण आणि धातूनिर्माते बनण्याचं त्यांचं स्वप्न आहे. त्यासाठी त्यांनी स्वत:समोर एक कालबद्ध कार्यक्रम ठेवलेला आहे. नुकतीच त्यांच्या वेदांत रिसोर्सेस कंपनीनं जपानच्या मित्सुई कंपनीकडून भारतातल्या सेसा गोवा या प्रतिष्ठित खाणकंपनीची ५१ टक्के भागीदारी ९८१ दशलक्ष डॉलर्स किमतीला विकत घेतली आणि या कंपनीचे ते मालक बनले.

१९७५ साली वयाच्या १९व्या वर्षी अनिल अग्रवाल यांनी पाटणा इथे लोखंडी भंगाराचा व्यवसाय करण्यास सुरुवात केली होती. भारतातल्या इतर राज्यांमधून केबलचं भंगार गोळा करून ते मुंबईला आणून विकत असत. मुंबईला आल्यावर ओबेरॉय हॉटेलची शान पाहून त्यांना ते इतकं आवडलं, की त्यानंतर ते नेहमी तिथेच उतरू लागले. त्यावेळी त्यांची तेवढी ऐपत नसूनही दिवसाला दोनशे रुपये मोजून ते त्याच हॉटेलात राहात असत. पण पैसे वाचवण्याकरता जेवण मात्र ते बाहेर करत असत. त्यांना इंग्रजी भाषेचं फारसं ज्ञान नव्हतं, त्यामुळे पहिल्या वेळी ओबेरॉयमध्ये खोली अरक्षित करण्यासाठी त्यांनी आपल्या एका मित्राची मदत घेतली होती. आज अनिल अग्रवाल यांचं उत्पन्न वर्षाला ४.५ कोटी डॉलर्सपेक्षाही जास्त आहे आणि ते ब्रिटनमध्ये राहात आहेत. पण ही श्रीमंती त्यांच्या डोक्यात गेली नाही. 'मी बिहारी आहे, हे मी आजही गर्वानं सांगतो,' असं ते म्हणतात. आपण बिहार आणि झारखंड भागासाठी काहीही केलं नसल्याची खंतही त्यांच्या मनात आहे. 'पण सेसा गोवा कंपनीला झारखंडमध्ये काम करण्याचा परवाना मिळालेला असल्यामुळेदेखील मला ही कंपनी विकत घेण्यात रस होता,' असं ते सांगतात.

लोखंडी भंगार खरेदी आणि विक्री करण्याचा व्यवसाय दहा वर्षं केल्यानंतर त्यांनी सिंडिकेट बँकेकडून कर्ज काढलं आणि एक केबल कंपनी विकत घेतली. त्यांचं पहिलं ऑफिस मुंबईच्या काळबादेवी भागात, एका आठ फूट बाय दहा फूट जागेत होतं. त्या जागेत एका वेळी फक्त तीनच लोक बसू शकत असत. त्यावेळी त्यांच्याकडे फोन नसल्यामुळे वरच्या मजल्यावरच्या एका ऑफिसचा फोन नंबर ते लोकांना देत असत.

आपल्या स्टरलाइट कंपनीचा आयपीओ त्यांनी बाजारात आणला आणि त्यांचं यशपर्व सुरू झालं. १९८६ साली केबल व्यवसायात पदार्पण करून त्यांनी ७ कोटी रुपये खर्चून एक केबल कारखाना सुरू केला आणि स्टरलाईट उद्योगाचा जन्म झाला. या कारखान्यामध्ये सगळी वापरलेली (सेकंड हँड) यंत्रसामग्री होती. पण त्यांच्या साम्राज्याची ही फक्त सुरुवात होती.

लवकरच त्यांच्या लक्षात आलं, की केबल व्यवसाय चांगल्या पद्धतीनं चालवायचा असेल, तर तांबं या धातूच्या उत्पादनाच्या क्षेत्रामध्ये आपल्याला

शिरायला हवं. त्या काळी एमएमटीसी आणि हिंदुस्थान कॉपर या दोनच कंपन्या या उद्योगात होत्या आणि त्यांच्याकडून तांबं मिळवण्यात खूप अडचणी येत असत. १,००० टन तांब्याची मागणी नोंदवल्यावर मुश्किलीनं पाच टन तांबं हाती पडत असे. मग अनिल अग्रवाल यांनी परदेशामध्ये जाऊन तांब्याचं स्मेल्टिंग करणारा एक कारखाना पाहिला आणि तो विकत घेऊन त्यातली यंत्रसामग्री ते भारतात घेऊन आले. त्यानंतर त्यांची दृष्टी ॲल्युमिनियमकडे वळली. त्यांना खरं तर इंडियन ॲल्युमिनियम ही कंपनी विकत घेण्याची इच्छा होती, पण काही कारणांमुळे त्यांना त्यात अपयश आलं. मग त्यांनी १९९५मध्ये २५.५ कोटी रुपयांत मद्रास ॲल्युमिनियम, ही आजारी कंपनी विकत घेतली. ही कंपनी चार वर्षांपासून बंदच पडली होती आणि सुमारे ३३ कोटी रुपयांचा तोटा तिच्या नावावर होता. पण स्टरलाईटनं ही कंपनी खरेदी केल्यानंतर बरोबर सातव्या दिवशी कंपनीचं टाळं उघडलं आणि त्यानंतर तीन आठवड्यांमध्ये तिथे उत्पादनाला सुरुवात केली. पहिल्याच वर्षी कंपनीला २५ कोटी रुपयांचा नफा झाला. आज याच कंपनीमध्ये वर्षाला ४०,००० टन ॲल्युमिनियमचं उत्पादन होतं आहे आणि त्यातून कंपनीला ७५ कोटी रुपयांचा नफा होतो आहे.

आजारी कंपन्यांना नफ्यामध्ये आणण्याच्या अनिल अग्रवालांच्या या कौशल्यामुळे सगळेच आश्चर्यचकित झाले. यानंतर त्यांनी इंडिया फाईल्स ही कंपनी विकत घेतली. पण या वेळी मात्र त्यांना कंपनीचा कायापालट करण्यात अपयश आलं. ही कंपनी आजही आजारीच आहे. मात्र त्यांच्या बाबतीत हाच एकमेव अपवाद ठरला आहे. २००१ साली भारत ॲल्युमिनियम कंपनीचे समभाग सरकारनं विक्रीला काढले आणि स्टरलाईटनं ५५१ कोटी रुपयांमध्ये कंपनीचे ५१ टक्के मालकीहक्क विकत घेतले. बाल्कोनंतर २००२ साली स्टरलाईटनं ७८८ कोटी रुपये गुंतवून हिंदुस्थान झिंक ही कंपनीही विकत घेतली. त्यानंतर कच्चा माल कमी किमतीत मिळविण्यासाठी आणि त्यात कुणावर अवलंबून राहावं लागू नये, म्हणून त्यांनी ऑस्ट्रेलियामध्ये ॲल्युमिनियमच्या खाणी खरेदी केल्या.

पुढे मग स्टरलाईट इंडस्ट्रीजची होल्डिंग कंपनी असलेल्या वेदांत रिसोर्सेसचा ८७.५ कोटी डॉलर्सचा आयपीओ लंडनच्या शेअरबाजारात आला. लक्ष्मी मित्तल स्टील किंग असतील, तर अनिल अग्रवाल निःसंशयाने नॉन-फेरस मेटल्सचे किंग आहेत. महत्त्वाकांक्षी अनिल अग्रवाल आपल्या उद्योगाचे तीन स्तंभ: ॲल्युमिनियम, तांबं आणि झिंक, यांच्या एकत्रित उत्पादनक्षमतेमध्ये १० लाख टनांची पातळी गाठू इच्छितात. याशिवाय १०,००० मेगावॅट्स क्षमतेचा विद्युतनिर्मिती कारखानादेखील सुरू करण्याच्या प्रयत्नात ते आहेत. या सगळ्या महत्त्वाकांक्षा पूर्ण करण्याकरता त्यांनी एकूण १३ अब्ज डॉलर्सची गुंतवणूक करण्याचं उद्दिष्ट समोर ठेवलेलं आहे.

आपल्या या यशाबद्दल बोलताना अनिल अग्रवाल म्हणतात, 'भारताची क्षमता ओळखणं, भारताबद्दल प्रेम बाळगणं आणि सगळ्या जगाला भारताचं सामर्थ्य दाखवून देणं या दृष्टीनं माझे सगळे प्रयत्न सुरू आहेत. इतर देशांना अजून भारताच्या अंतरंगात दडलेल्या अफाट शक्यतांची जाणीवच झालेली नाही. आजही आपल्याला ते गारुडी आणि ताजमहालाचा देश असंच समजतात.'

भारताचं सामर्थ्य जगासमोर आणण्याचं काम अनिल अग्रवाल उत्तम रितीनं करत आहेत, हे तर आपण पाहतोच आहोत. गेल्या वीस वर्षांच्या कालावधीमध्ये त्यांनी आपल्या कंपनीची उलाढाल १५ कोटींवरून थेट २७,००० कोटी रुपयांपर्यंत नेलेली आहे आणि हे काम अजिबात छोटं म्हणता येणार नाही. अग्रवाल जगातल्या श्रीमंतांच्या यादीमध्ये २३०व्या स्थानावर आहेत आणि त्यांची मालमत्ता ३.८ अब्ज डॉलर्स एवढी आहे.

रिचडेवॉस (१९२६ -) आणि
जे. व्हॅन एण्डेल (१९२४ - २००४)

रिच डेवॉस आणि जे. व्हॅन एण्डेल या दोन बालमित्रांनी मिळून १९५९ साली एक कंपनी स्थापन केली आणि थेट विक्री क्षेत्रात एक नवा इतिहास रचला. या कंपनीचं नाव आहे ॲमवे. आज ही कंपनी जगभरातल्या ८० देशांमध्ये पसरलेली आहे आणि १०,०००हून जास्त कर्मचारी या कंपनीकरता काम करत आहेत. सुमारे ४५०पेक्षा जास्त उत्पादनं ही कंपनी विकते आणि त्यासाठी जगभरात ३० लाख स्वतंत्र उद्योजक कार्यरत आहेत.

ॲमवेच्या संस्थापकद्वयांची जीवनगाथा मोठी रंजक आहे. या दोन्ही मित्रांनी सुरुवातीला व्हॉल्व्हराईन एअर सर्व्हिस या कंपनीमार्फत लोकांना विमान चालवण्याचं प्रशिक्षण द्यायला सुरुवात केली. त्यानंतर त्यांनी एक ड्राईव्ह-इन, म्हणजे कार घेऊन थेट आतपर्यंत जाऊन खाद्यपदार्थ घेण्याची सोय असलेलं रेस्तराँ सुरू केलं. तेव्हा वाहन दुरुस्ती, बोटी भाड्यानं देणं, विमानांची चार्टर सर्व्हिस (खाजगी उड्डाण सेवा) देणं आणि वैमानिक प्रशिक्षण देणं असे अनेक उद्योग ते एकाच वेळी करत असत. नंतर तर त्यांनी ग्रँड रॅपिड्स टॉय ही खेळण्यांची निर्मिती करणारी कंपनीदेखील सुरू केली. इतकी सगळी कामं करण्यासाठी अर्थातच सकाळपासून मध्यरात्रीपर्यंत ते दोघे कामाला जुंपलेले असत. शिवाय दिवसा ते महाविद्यालयात जाऊन शिक्षणही घेत असत.

अशा अनेक उद्योगांमध्ये यश मिळवल्यानंतर त्यांनी न्युट्रीलाईट कंपनीचे वितरक बनून व्हिटॅमिनच्या गोळ्या विकण्याचा निर्णय घेतला. पहिले दोन आठवडे

त्यांच्याकडून गोळ्यांचा एक डबादेखील विकला गेला नाही म्हटल्यावर दोघे मित्र चिंतेत पडले. मग ते कंपनीच्या एका मेळाव्याला गेले, जिथे त्यांना यशस्वी होण्यासाठी प्रेरणा मिळाली. त्यांनी मग मिशिगनमधल्या लॅसिंग या ठिकाणी एक मोठी सभा आयोजित केली. तिथे ते लोकांना आपल्या उत्पादनांची वैशिष्ट्यं समजावून सांगणार होते. या सभेच्या प्रचारासाठी त्यांनी रेडिओ आणि वर्तमानपत्रांमध्ये जाहिराती दिल्या आणि रस्त्या-रस्त्यांवर पत्रकंही वाटली. सभा जिथे आयोजित केली होती, तिथे त्यांनी दोनशे खुर्च्यांची व्यवस्था करून ठेवली होती आणि तरीही ही व्यवस्था अपुरी पडेल, असं त्यांना वाटत होतं. गंमत म्हणजे प्रत्यक्ष सभेला फक्त दोन लोक आले. निराश होऊन क्षणभर त्यांनी हा व्यवसाय सोडून देण्याचाही विचार केला, पण मग डेवॉस म्हणाले की, फक्त एका अपयशामुळे आपण हे काम का सोडून द्यायचं?

मग अथक परिश्रम आणि चिकाटी यांच्या जोरावर त्या दोघांनी जवळजवळ पाच हजार वितरकांना हाताशी धरून एक मजबूत संघटना उभी केली. पण दुर्दैवानं १९५८ साली न्युट्रीलाईट कंपनीच्या व्यवस्थापनामध्ये अंतर्गत संघर्षाची ठिणगी पडली. त्यामुळे सगळे वितरक खूप नाराज झाले आणि कंपनीचे विक्रीचे आकडे एकदम कमी झाले. रिच डेवॉस आणि व्हॅन एण्डेल यांनी मग डायरेक्ट सेलिंग किंवा थेट विक्रीची एक स्वतंत्र कंपनीच स्थापन करण्याचा निर्णय घेतला. हा निर्णय धाडसीच होता, कारण त्यावेळी त्यांच्याकडे विकण्याकरता एकही उत्पादन नव्हतं. एवढंच नाही तर त्यांच्या पाच हजार वितरकांपैकी कुणी न्युट्रलाइट कंपनी सोडून त्यांच्याबरोबर काम करण्यास तयार होईल किंवा नाही, हेही त्यांना त्यावेळी ठाऊक नव्हतं. सुदैवाची गोष्ट म्हणजे सगळेच्या सगळे वितरक या गोष्टीला तयार झाले आणि अखेर १९५९मध्ये ॲमवे सेल्स कॉर्पोरेशन स्थापन झाली.

सुरुवातीच्या काळात रिच डेवॉस आणि व्हॅन एण्डेल यांना खूप संघर्ष करावा लागला. एण्डेल यांच्या घराचं तळघर म्हणजे कंपनीचं ऑफिस आणि डेवॉस यांच्या घराचं तळघर म्हणजे गोदाम होतं. प्रत्यक्ष कामाला सुरुवात झाली, ती एलओसी ऑल पर्पज क्लीनर, या उत्पादनापासून. त्या वेळी त्यांच्याकडे संशोधनासाठी प्रयोगशाळा वगैरे नसल्यामुळे ती दोघं आपल्या सामानावरच प्रयोग करत असत. कारचं पॉलिश तयार करताना त्यांनी एण्डेल यांच्या कारवरच त्याचा पहिला प्रयोग केला. वेगवेगळ्या फॉर्म्युल्यांच्या बाटल्या घेऊन ती दोघं एण्डेल यांच्या कारजवळ गेली आणि कारच्या वेगवेगळ्या भागांवर ती द्रव्यं लावून पाहिली. त्यातल्या एका द्रव्यामुळे कारचा पत्रा जास्त चमकला. हेच द्रव्य मग सिलिकॉन ग्लेझ या नावानं प्रसिद्ध झालं. मात्र या प्रयोगांमुळे एण्डेल यांची कार मात्र पुन्हा कधीच पहिल्यासारखी दिसू शकली नाही.

ॲमवेचा यशाच्या दिशेनं प्रवास सुरू झाला खरा, पण त्याचबरोबर त्यांच्यासमोर येणाऱ्या अडथळ्यांची मालिकाही सुरू झाली. १९६९ साली त्यांच्या कारखान्याला आग लागली आणि जवळजवळ १४,००० स्क्वेअरफुटांचं बांधकाम असलेल्या इमारती त्या आगीच्या भक्ष्यस्थानी पडल्या. त्यानंतर काही शासकीय अडचणींना त्यांना तोंड द्यावं लागलं. १९७५ साली अमेरिकन सरकारनं ॲमवे कंपनी पिरॅमिड प्रकारच्या फसव्या योजना चालवते, वितरकांना खोटी प्रलोभनं दाखवते आणि ॲमवेची उत्पादनं त्यांना साध्या दुकानांमार्फत विकू देत नाही, असे आरोप लावून कंपनीवर खटला दाखल केला. १९७९ साली या खटल्याचा निकाल कंपनीच्या बाजूनं लागला आणि ॲमवेच्या योजना पिरॅमिड पद्धतीच्या नाहीत, असं न्यायालयानं जाहीर केलं.

१९८०च्या दशकात एका जपानी कंपनीनं रिच डेवॉस आणि व्हॅन एण्डेल यांच्यापुढे ॲमवे विकत देण्याचा प्रस्ताव मांडला. आर्थिकदृष्ट्या प्रस्ताव नक्कीच आकर्षक होता. या व्यवहारात त्या दोघांना प्रत्येकी एक अब्ज डॉलर्स मिळाले असते. पण रिच डेवॉस आणि व्हॅन एण्डेल यांनी हा प्रस्ताव नाकारला. हा निर्णय योग्यच ठरला कारण त्यानंतर कंपनीनं अक्षरशः प्रचंड वेगानं प्रगती केली. आज ॲमवे जगातल्या सर्वांत मोठ्या थेट विक्री कंपन्यांपैकी एक बनली आहे. त्यामुळेच रिचर्ड डेवॉस जगातल्या सर्वांत श्रीमंत लोकांच्या यादीमध्ये २४९व्या स्थानावर आहेत. त्यांची मालमत्ता ३.५ अब्ज डॉलर्स, एवढी आहे.

अडचणींना न घाबरण्यासंबंधीची पाच सूत्रं

१. अडचणींच्या मागे संधी दडलेल्या असतात.

प्रत्येक समस्येमध्ये तिचं समाधानही लपलेलं असतं आणि प्रत्येक अडचणीमागे एक संधी. तुमचा जन्म एखाद्या गरीब कुटुंबामध्ये झालेला असेल, तर त्यात तुम्ही श्रीमंत होण्याची संधी लपलेली असते. तुम्ही अशिक्षित असलात, तर यश मिळवण्याची जास्त मोठी प्रेरणा आणि आव्हानं त्यात असतात. याचाच अर्थ, तुमच्यासमोरच्या अडचणी जेवढ्या जास्त, तेवढ्याच तुम्हाला मिळणाऱ्या संधीही जास्त असतात. सोप्या वाटेनं चालण्यानं मोठं यश मिळवणं अशक्य असतं.

वॉल्ट डिस्ने यांचं नाव आज अजरामर बनलं आहे, पण यश प्राप्त करण्याकरता त्यांनी आयुष्यभर अडचणींशी सामना केला होता, हे विसरता येणार नाही; कारण त्यामुळेच त्यांना एवढं मोठं यश मिळालं. त्याचप्रमाणे हर्लेन सँडर्स यांनीदेखील अडचणींच्या मागे दडलेली संधी ओळखली. नवा हायवे सुरू झाल्यामुळे त्यांचं सर्व्हिस स्टेशन बंद पडलं, तेव्हाच त्यांनी केंटुकी फ्राईड चिकनच्या फ्रँचायझीज

उघडल्या आणि ते श्रीमंत झाले.

२. अडचणींना तोंड देण्यास सज्ज राहा.

तुम्ही जर प्रगतीच्या मार्गावर वाटचाल करत असाल, तर तुम्हाला अडचणी येणार हे निश्चित. श्रीमंतीच्या शिखरावर पाऊल ठेवण्याआधी तुम्हाला जीवघेणे चढ, खोल दऱ्या आणि पहाडांशी झुंज द्यावी लागेल. त्यामुळे अडचणींचा सामना करण्यास सदैव सज्ज राहा. शक्य तेव्हा आपल्या मार्गात कुठल्या प्रकारच्या अडचणी उभ्या राहू शकतात, याचा अंदाज घेत राहा आणि त्या येण्याअगोदरच त्यांचं निवारण कसं करता येईल किंवा त्या प्रत्यक्ष येतील तेव्हा तुम्ही त्यांना कसे तोंड द्याल, याचा विचार करून ठेवा. अडचणींचं पूर्वानुमान लावण्यात गैर काहीही नाही. उलट त्यामुळे तुम्ही त्या समोर आल्यावर निराश होणं टळू शकेल.

रे क्रॉक यांनी मॅक्डोनल्ड्स साखळी सुरू केली, तेव्हा आपल्यासमोर अनंत अडचणी येणार आहेत, हे त्यांना ठाऊक होतं. ॲरिस्टॉटल् ओनॅसिस यांनी समुद्री वाहतुकीचा व्यवसाय सुरू केला तेव्हा त्यांनाही त्यासंबंधीची कल्पना होती आणि ते त्याच वेळी तंबाखू आयातीचा व्यवसायही करत असल्यामुळे समुद्री वाहतुकीच्या व्यवसायामध्ये बसलेले झटके त्यांना बुडवून टाकू शकले नाहीत. अडचणींचं पूर्वानुमान लावल्यानंतर सकारात्मक मानसिकतेनं कामाला जुंपून घेणं, हीच नीती सर्वांत योग्य ठरते.

३. विरोध झाल्यास त्याची पर्वा करू नका.

यशस्वी लोक विरोधाला घाबरत नाहीत. ते टीकेकडे दुर्लक्ष करतात आणि आपल्या ध्येयाच्या दिशेनं शांतपणे वाटचाल करत राहतात. आपलं स्वप्न साकार होणार आहे, याचा त्यांना पूर्ण विश्वास वाटत असतो.

स्टीव्ह जॉब्ज आणि स्टीफन वोस्नियॅक विरोधाची पर्वा करत बसले असते, तर पर्सनल कॉम्प्युटर जन्माला आला नसता. टेड टर्नरनी सीएनएन सुरू करताना आपल्या टीकाकारांकडे लक्ष दिलं असतं, तर ही वाहिनी कधीच सुरू झाली नसती. डिस्नेलँड उभारताना आपल्या कंपनीचं संचालक मंडळ आणि आपले टीकाकार, यांच्याकडे वॉल्ट डिस्ने यांनी दुर्लक्ष केलं नसतं, तर डिस्नेलँड उभंच राहिलं नसतं. प्रत्येक मोठ्या कार्याला विरोध होतोच; हा जगाचा नियमच आहे. त्यामुळे विरोध झाल्यास त्याची पर्वा करू नका, आपल्या स्वप्नाबद्दल विश्वास बाळगा आणि सकारात्मक मानसिकतेनं आपल्या ध्येयाकडे वाटचाल करत राहा.

४. वय, आर्थिक परिस्थिती, शिक्षण किंवा आरोग्य यांना सबब बनवू नका.

अडचणींचा सामना करताना हार कधीही पत्करू नका. अपयशाची कारणं देत बसू नका. तुमचं वय झालं होतं, तुम्ही गरीब होतात, तुमचं शिक्षण कमी पडलं, तुमचं आरोग्य चांगलं नव्हतं, अशा सबबी सांगू नका. सबबी सांगणं हेच अपयशाचं द्योतक असतं.

हर्लेन सँडर्स यांना त्यांच्या उतारवयात यश मिळालं होतं. रे क्रॉक यांना यश मिळालं तेव्हा ते अनेक रोगांशी झगडत होते. वॉल्ट डिस्ने यांच्याकडे त्यांचे फाटलेले बूट शिवून घेण्याइतकेही पैसे नव्हते. जे. के. रोलिंग सरकारी मदतीवर जगत होत्या. फ्रँक वूलवर्थ वर्षातले सहा महिने अनवाणी पायांनी फिरत असत. हे लोक जर एवढ्या अडचणींचा सामना करून यशस्वी ठरू शकत असतील, तर आपण का नाही ठरू शकत? त्यामुळेच कारणं वा सबबी न सांगता अडचणींचा सामना करा. अंतिम यश तुमचंच आहे.

५. आपल्या स्वप्नावर दृढ विश्वास बाळगा.

यशाच्या मार्गामध्ये अनेक अडचणी येणार, हे पक्कं लक्षात ठेवा. मात्र तुम्हाला तुमच्या स्वप्नाबद्दल विश्वास वाटत असेल, तर तुम्ही नक्की यशस्वी व्हाल.

सीएनएन सुरू करताना टेड टर्नर यांनी आपलं लक्ष मार्गातल्या अडथळ्यांवर नाही, तर २४ तास चालणारी बातम्यांना वाहिलेली आंतरराष्ट्रीय वाहिनी सुरू करण्याच्या आपल्या स्वप्नावर केंद्रित केलं होतं. फ्रेड स्मिथ यांना प्रत्येक महिन्याला तोटाच होत होता आणि आपल्या कर्मचाऱ्यांचे पगार देणंही त्यांना अवघड होत होतं, पण त्यांचा आपल्या स्वप्नावर पूर्ण विश्वास होता, त्यामुळे मैदान सोडून पळून न जाता त्यांनी अडचणींचा सामना केला. तुम्ही जेव्हा आपल्या स्वप्नाबद्दल विश्वास बाळगता, तेव्हा तुम्हाला अडचणी छोट्या वाटतात. तुम्हाला समोर अडचणी नाही, तर फक्त आपलं स्वप्नच दिसत असतं. अर्जुनाला ज्याप्रमाणे फक्त माशाचा डोळा दिसत होता, तशीच तुमची अवस्था व्हायला हवी.

◆◆

श्रीमंत लोकांचा चौथा नियम

मोठी स्वप्नं पाहणे

मोठी स्वप्नं पाहणं, ही महान लोकांची एक खूपच महत्त्वाची सवय असते. स्वप्नं सगळेच पाहात असतात, पण जे लोक त्यांना साकार करण्यासाठी कष्ट घेतात, तेच लोक जीवनात यशस्वी होतात. स्वप्नं आणि यशस्विता यांच्यामध्ये थेट संबंध असतो. याचं कारण म्हणजे स्वप्न हे एखाद्या ध्येयासारखं सतत आपल्या डोळ्यांपुढे असतं आणि आपली सगळी शक्ती त्यासाठीच खर्च होत असते. स्वप्नांमुळेच आपल्यामध्ये महत्त्वाकांक्षा, उत्साह आणि प्रेरणा उत्पन्न होतात. एवढंच नाही तर आपलं स्वप्न जेव्हा स्पष्टपणे आपल्या सुप्त मनामध्ये रुजतं, तेव्हा त्यात यश मिळवण्याचा मार्ग आपलं मन आपोआपच शोधून काढतं. त्या कामामध्ये तुमचं शरीरदेखील उत्साहानं तुम्हाला साथ देतं. **आवडीचं काम असल्यामुळे दिवसरात्र कष्ट करूनही तुम्हाला अजिबात थकवा जाणवत नाही. कदाचित त्यामुळेच एखाद्या स्वप्नानं पछाडलेले लोक अठरा-अठरा तास काम करूनही थकत नाहीत, तर सामान्य लोक सात-आठ तासांच्या नोकरीमुळेही दमून जातात.** स्वप्नं पाहणाऱ्या लोकांना त्यांच्या स्वप्नांपासून शक्ती मिळत असल्यामुळे त्यांच्यात ऊर्जा आणि उत्साह जास्त असतात.

व्यक्ती यशस्वी असो की अयशस्वी, ती स्वप्नं पाहात असतेच. फक्त दोन्ही प्रकारच्या लोकांच्या स्वप्नांच्या आकारांमध्ये मात्र फरक असतो. यशस्वी व्यक्ती मोठी स्वप्नं पाहतात, तर अयशस्वी लोक छोटी. याशिवाय, अयशस्वी व्यक्ती त्यांच्या स्वप्नांच्या बाबतीत एक नकारात्मक दृष्टिकोन बाळगत असतात. 'स्वप्नरंजन ही चांगली गोष्ट नव्हे आणि स्वप्नं कधी खरी होत नाहीत,' असा काहीसा त्यांचा ग्रह असतो. आसपासच्या नकारात्मक वातावरणाचादेखील अयशस्वी व्यक्तींवर

खूप प्रभाव पडत असतो. मित्र, नातेवाईक, शेजार-पाजारचे लोक जेव्हा त्यांना त्यांचं स्वप्न पूर्ण होणं शक्य नाही असं सांगतात वा मार्गातल्या अडचणींविषयी त्यांना भीती घालतात, तेव्हा अयशस्वी लोक त्यावर लगेच विश्वास ठेवतात.

कल्पना करा की दोन व्यक्ती दहा लाख रुपये मिळवण्याचं स्वप्न पाहात आहेत... आपलं स्वप्न पूर्ण करण्यासाठी दोघेही आपल्या नोकरीमध्ये खूप कष्ट करायला सुरुवात करतात. त्याचबरोबर उत्पन्न वाढवण्याकरता दोघेही आणखी एक अर्धवेळ नोकरीही करायला लागतात आणि खर्चामध्ये बचतही करण्याचे प्रयत्न करतात. पण प्रत्येक चांगल्या कामामध्ये खोडा घालू पाहणारे काही विघ्नसंतोषी लोक या दोघांनाही आडवे येतात. त्यांची मित्रमंडळी त्यांना पटवून देऊ लागतात, की दहा लाख ही रक्कम थोडी नाही आणि एवढे पैसे जमा करण्यात सगळं आयुष्य संपून जाईल आणि समजा म्हातारपणापर्यंत तेवढे पैसे कमावले, तरी तेव्हा खाणं-पिणं किंवा हिंडणं-फिरणं शक्य नसणार, त्यामुळे त्या पैशांचा काय उपयोग? आयुष्य हे क्षणभंगुर आहे आणि परमेश्वरानं आपल्याला ते मजेत घालवण्याकरताच दिलेलं आहे, असाही युक्तिवाद ती मंडळी करतात. मग बचत करण्यासाठी आपलं मन कशाला मारा? चार दिवसांचं तारुण्य आहे, तेव्हा बचत करत बसण्याऐवजी उधार घेऊन तूप-रोटी खावी. त्या दोघांच्या कुटुंबातल्या व्यक्तीदेखील अनेकदा त्यांना सोपा मार्ग धरण्याचा आग्रह करतात, कारण पैशांची बचत करायची, तर त्यांनाही त्याची तोशीस लागतेच.

आता त्या दोघांवरही आपल्या दहा लाख रुपयांच्या स्वप्नाबाबत पुनर्विचार करण्यासाठी दबाव येतो. त्या दोघांपैकी अयशस्वी ठरणारी व्यक्ती, एवढे पैसे मिळवण्याची तीव्र इच्छा असतानादेखील आसपासच्या लोकांच्या या दबावाला बळी पडते आणि आपल्या स्वप्नावर पाणी सोडून देऊन पूर्वीप्रमाणे सुखासीन आयुष्य जगण्यास सुरुवात करते. पण यशस्वी व्यक्ती मात्र आपल्यावरच्या नकारात्मक दबावाकडे दुर्लक्ष करते आणि आपल्या प्रबळ इच्छाशक्तीच्या जोरावर आपल्या स्वप्नाचा पाठपुरावा करत राहते. परिणामत: ती व्यक्ती तिचं स्वप्न अखेर पूर्ण करते.

आपल्या स्वप्नावर विश्वास असणं ही गोष्ट साधी वाटली, तरी ती खूप महत्त्वाची आहे. असा विश्वास नसेल, मनात काही शंका असेल, तर तुमचं मन एकाग्र होणार नाही. अशा परिस्थितीत तुमच्या सुप्त मनामध्ये तुमचं स्वप्न रुजणार नाही आणि तुम्ही चिकाटी आणि उत्साहानं ते साकार करण्यासाठी कष्ट करू शकणार नाही. सर्वांत महत्त्वाची गोष्ट म्हणजे, तुमचा तुमच्या स्वप्नावर विश्वास नसेल, तर तुम्ही लोकांची टीका सहन करू शकणार नाही. आपल्यावर होणारी टीका झेलूनही समर्थपणे उभे राहणारे लोकच यशस्वी होतात.

आपल्या स्वप्नावर विश्वास नसता, तर टॉम मोनाहन दिवाळखोरीच्या उंबरठ्यावरून परतून यशाच्या उत्तुंग शिखरावर पोहोचले नसते. आपल्या स्वप्नावर विश्वास नसता, तर फ्रेड स्मिथ यांनी नुकसान सोसत राहूनही फेडरल एक्सप्रेस चालू ठेवली नसती. तसंच आपल्या स्वप्नावर विश्वास नसता, तर दर महिन्याला तोटा होत असूनही टेड टर्नर यांनी सीएनएन वाहिनी चालू ठेवली नसती. आपल्या स्वप्नांवर विश्वास नसेल, तर इतरांच्या विरोधासमोर तुम्ही लगेच गुडघे टेकता आणि स्वत:चेच शत्रू बनता. सामान्य लोकांना नवीन काहीतरी करण्यापेक्षा आहे ते टिकवून ठेवण्यातच समाधान वाटत असतं, कारण अपरिचित गोष्टी वा वातावरणाची त्यांना भीती वाटते. असे लोक नवं कार्य करणाऱ्या लोकांना विरोध करतात. त्याचमुळे चेस्टर कार्लसन यांच्यापासून ते टेड टर्नरपर्यंत सगळ्याच नवं काम करणाऱ्या लोकांना प्रखर विरोधाला तोंड द्यावं लागलं होतं. मात्र त्या सर्वांचाच आपल्या स्वप्नांवर विश्वास असल्यामुळेच ते यशस्वी होऊ शकले.

निव्वळ स्वप्नं पाहणं पुरेसं नसतं. ती साकार करण्याकरता कष्ट घ्यावे लागतात. सुदैवाची गोष्ट म्हणजे कष्ट करण्यासाठी शारीरिक नव्हे, तर मानसिक बळ आवश्यक असतं. तुमचं काम तुमच्या आवडीचं असेल, तर तुम्ही ते करताना थकत नाही.

आता हेच पाहा, की वर्गातल्या चाळीस मिनिटांच्या तासिकेदरम्यान अनेक विद्यार्थ्यांना जांभया आवरत नाहीत, पण तीन तास चालणारा सिनेमा मात्र ते आवडीनं पाहतात. का? कारण अभ्यास हे त्यांच्या आवडीचं काम नसतं.

यशस्वी लोक अयशस्वी लोकांपेक्षा जास्त कष्ट करतात. दररोज चौदा ते अठरा तास काम करूनही त्यांना थकवा जाणवत नाही, याचं कारण ते काम त्यांच्या आवडीचं असतं. ही अतिरिक्त शक्ती त्यांना त्यांच्या स्वप्नामुळे मिळते. आपल्या स्वप्नपूर्तीच्या दिशेनं रोज एक-एक पाऊल टाकण्यात त्यांना समाधान वाटत असतं. कामाची टाळाटाळ करणारी व्यक्ती कधीच यशस्वी होऊ शकत नाही. अशी व्यक्ती आपले कष्ट वाचवत असली, तरी स्वप्न मात्र साकार करू शकत नाही. कामामधली तत्परता, हाच यशाचा मूलमंत्र आहे.

यशस्वी व्यक्ती सद्य परिस्थितीऐवजी सोनेरी भविष्याची स्वप्नं पाहात असतात. 'काय आहे,' यापेक्षा त्यांचं लक्ष 'काय होऊ शकतं,' याकडे असतं. मोठे वास्तुविशारद शहरातल्या झोपडपट्टया पाहून त्या जागी गगनचुंबी इमारतींची कल्पना करत असतात. **प्रत्येक महान कार्य, कुणीतरी त्याचं स्वप्न पाहिल्यामुळेच प्रत्यक्षात अवतरलेलं असतं. यशाची सुरुवात एका स्वप्नापासूनच होत असते आणि हे स्वप्न जितकं मोठं, भव्य तितकंच त्यापासून मिळणारं यशही मोठं आणि भव्य असतं.**

जग बदलणाऱ्या लोकांनी जग बदलण्याचं स्वप्न पाहिलेलं असतं. बिल गेट्स यांनी घरा-घरांत आपलं सॉफ्टवेअर पोहोचवण्याचं स्वप्न पाहिलं होतं आणि आज ते स्वप्न प्रत्यक्षात उतरलेलं आहे. त्यामुळेच आज ते जगातले सर्वांत श्रीमंत गृहस्थ आहेत. लक्ष्मी मित्तल यांनीदेखील असंच आपल्या स्टील-साम्राज्याचं स्वप्न पाहिलं होतं आणि त्यामुळे आज ते यशाच्या अत्युच्च शिखरावर आहेत.

स्वप्नं सगळेच पाहतात, पण ती बहुतांशी छोटी असतात. शिवाय लोकांना आपलं स्वप्न साकार होऊ शकतं, याबद्दल विश्वासच वाटत नसतो. त्यातच, बहुतेक लोक आपलं स्वप्न साकार करण्यासाठी कष्ट घेण्याची तयारीही दाखवत नाहीत. स्वप्नच नसेल, तर ते साकार कसं करणार? आणि स्वप्नापासूनच ऊर्जा, उत्साह आणि शक्ती मिळत असल्यामुळे तुम्ही स्वप्नाअभावी जोमानं कष्ट तरी कसे करू शकणार? स्वप्न हे यशाचं बीज आहे आणि बीज पेरल्यानंतर काही काळ त्याची खूप मशागत करावी लागते. शंका-कुशंकांची कीड, टीकेचे कीटक यांच्यापासून त्याचं रक्षण करावं लागतं; त्याला मेहनतीचं पाणी आणि विश्वासाचं खत टाकून त्याचं पोषण करावं लागतं; तेव्हा कुठे ते स्वप्न रुजतं आणि त्यातूनच एक दिवस यशाचा एक विशाल वृक्ष उभा राहतो.

जीवनात मोठं होण्यासाठी तुम्हाला स्वप्नं पाहावी लागतील, ती साकार होऊ शकतात, असा विश्वास मनाशी बाळगावा लागेल, टीकेकडे दुर्लक्ष करावं लागेल आणि दीर्घ काळ कष्ट करावे लागतील. मग तुमची आर्थिक स्थिती, तुमचं शिक्षण, तुमचं वय किंवा तुमचं पद या गोष्टींना फारसं महत्त्व उरत नाही. तुमचं स्वप्न किती मोठं आहे, हीच गोष्ट फक्त महत्त्वाची असते. डेक्स्टर यीगर एकेकाळी ट्रकड्रायव्हर होते, पण त्यांनी यशाचं स्वप्न पाहिलं आणि पुढे जाऊन कोट्यवधी डॉलर्सचा नेटवर्क मार्केटिंग व्यवसाय उभा केला. त्यांनी एक अतिशय मोलाची गोष्ट सांगून ठेवली आहे आणि ती प्रत्येकानं लक्षात ठेवायला हवी. ते म्हणाले होते: **'तुमचं स्वप्न पुरेसं मोठं असेल, तर सद्य परिस्थिती कशीही असली, तरी त्यामुळे काहीही फरक पडत नाही.'**

स्वप्नाच्या जोडीला दृढविश्वास, निश्चय आणि चिकाटी असेल, तर ते स्वप्न प्रत्यक्षात उतरतं. तुम्हाला तुमच्या क्षमतेबद्दल विश्वास असायला हवा. मनुष्याला त्याच्या मानसिक आणि शारीरिक क्षमतेची जाण नसते. मानवप्राणी आपल्या क्षमतेच्या फक्त १५ टक्के क्षमतेचाच उपयोग करून घेत असतो, असं शास्त्रज्ञांचं प्रतिपादन आहे. स्वप्न मोठं असेल, तर क्षमता आपोआपच त्यानुसार वाढते. स्वप्नं अतिरिक्त मानसिक क्षमतेची कवाडं उघडून टाकतात.

आपल्या स्वप्नपूर्तीच्या दिशेनं वाटचाल सुरू करण्यापूर्वी मार्गात येऊ शकणाऱ्या अडथळ्यांचा सामना करण्याची तयारी करा. सर्वांत मोठा अडथळा म्हणजे लोकांची

टीका. तुमचं स्वप्न पूर्ण होणं अशक्य आहे, तुमच्यात तेवढी क्षमता नाही, हे स्वप्नच चुकीचं आहे, अशा अनेक प्रकारच्या टीका तुमच्यावर होऊ शकतात आणि त्यामागचे तर्कदेखील सशक्त असतात. त्यामुळे तुम्ही मार्गभ्रष्ट होणं सहज शक्य असतं. पण असं होऊ देता कामा नये. पहिलं विमान बनवताना राईट बंधूंवर, डिस्नेलँड उभं करताना वॉल्ट डिस्ने यांच्यावर आणि पहिला पर्सनल कॉम्प्युटर निर्माण करताना स्टीव्ह जॉब्ज आणि स्टीफन वोस्नियॅक यांच्यावर अशीच खूप टीका झाली होती.

तुम्ही जर यशाच्या मार्गावर चालू पाहात असलात, तर तुमच्यावर टीका होणार हे नक्की. तुम्ही ती टीका कशी स्वीकारता आणि तिचा तुमच्यावर काय परिणाम होतो, हे सर्वस्वी तुमच्यावर अवलंबून आहे. यशस्वी लोकांच्या पंगतीत तुम्हाला बसायचं असेल, तर टीका सहन करणं आणि तिच्याकडे दुर्लक्ष करणं तुम्हाला शिकावंच लागेल. यशस्वी लोक टीका एका कानानं ऐकून दुसऱ्यानं ती सोडून देतात आणि शांतपणे आपलं काम करत राहतात. अयशस्वी लोक मात्र आपल्यावर झालेली टीका मनाला लावून घेतात आणि रात्रंदिवस त्याचाच विचार करत राहतात. त्यामुळे मग त्यांच्या स्वत:च्याच मनात शंका निर्माण होते आणि आपण हे काम करू शकणार नाही, असं त्यांना वाटायला लागतं. आपण जर ठरवलं, तर लोकांची टीका आपल्यावर काहीही परिणाम करू शकणार नाही. आपण जोवर स्वत:च स्वत:चे शत्रू बनत नाही, तोवर बाह्य शत्रू आपली स्वप्नं मोडू शकत नाहीत. टीका झेलण्याकरता हिंमत लागते आणि ही हिंमत आपला आपल्या स्वप्नांवर विश्वास असेल, तरच आपल्यामध्ये निर्माण होते.

आपली स्वप्नं नकारात्मक आणि छोटे विचार असलेल्या लोकांसमोर व्यक्त करण्यात अर्थ नसतो. असे लोक स्थितिप्रिय असल्यामुळे भव्य विचार आणि स्वप्नं त्यांच्या पचनी पडत नाहीत. आपलं तत्त्वज्ञान हिरिरीनं मांडणं आणि समोरच्याच्या विचारांचं खंडन करण्यातच या लोकांना जास्त आनंद मिळतो. **असे लोक स्वत: काहीही करत नाहीतच, पण इतरांनाही काही करू देत नाहीत. तुम्ही यशस्वी का होऊ शकता, याची जर दहा कारणं तुम्ही त्यांच्यासमोर मांडली, तर तुमच्या अपयशाची वीस कारणं त्यांच्याकडे तयार असतात.** त्यामुळे छोटे विचार आणि नकारात्मक मानसिकता असलेल्या लोकांशी कमीतकमी संपर्क ठेवा आणि आपली स्वप्नं त्यांच्यासमोर सांगून त्यांना तुमचा आत्मविश्वास खच्ची करण्याची संधी देऊ नका.

अपयशाच्या भीतीमुळे देखील काही लोक आपली स्वप्नं साकार करण्याचे प्रयत्न करत नाहीत. आपल्याला अपयश आलं, तर लोक काय म्हणतील, आपल्याला किती दु:ख होईल, असे विचार त्यांच्या मनामध्ये येत राहतात. पण

हा निव्वळ मूर्खपणा आहे. हे म्हणजे घटस्फोट होण्याच्या भीतीनं जन्मभर लग्न न करण्यासारखं आहे. आपण जर यश मिळवण्याचे प्रयत्नच केले नाहीत, तर नंतर आपल्याला किती पश्चात्ताप होईल, याचीच खरं म्हणजे आपल्याला भीती वाटायला हवी.

अपयशाच्या भीतीनं जेफ बेजोस यांनी इंटरनेटवरून पुस्तकं विकण्याचा व्यवसाय सुरूच केला नसता, तर ते एवढे श्रीमंत झाले नसते. पर्सनल कॉम्प्युटर निर्माण करताना स्टीव्ह जॉब्ज आणि स्टीफन वोस्नियॅक यांनी अपयशाची भीती बाळगली असती, तर ते अब्जाधीश बनू शकले नसते.

मोठी स्वप्नं पाहून अनेक महान लोकांनी कसं यश मिळवलं, ते आता पाहू.

जेफ बेजोस (१९६४ -)

जगातला सर्वांत मोठा ऑनलाइन (इंटरनेटद्वारे) पुस्तक विक्रेता होण्याचं स्वप्न जेफ बेजोस यांनी पाहिलं होतं. त्यांचं हे स्वप्न इतकं प्रबळ होतं, की त्यांनी त्यासाठी आपली नोकरी सोडून दिली आणि सोयीचं शहर म्हणून एका नव्या ठिकाणी आपलं बस्तान हलवलं- तेव्हा त्यांचं नुकतंच लग्न झालेलं होतं. त्या नव्या शहरात गेल्यावर त्यांनी कर्ज काढलं आणि तीन कर्मचाऱ्यांच्या मदतीनं आपल्या घराच्या गॅरेजमध्ये आपलं काम सुरू केलं.

जुलै, १९९५मध्ये झालेली ॲमेझॉन डॉट कॉम २००० साली, म्हणजे पाचच वर्षांमध्ये एक अब्ज डॉलर्स मिळवू लागली होती. आपल्या स्वप्नामुळे जेफ बेजोस यांना, त्यांनी कल्पनाही केली नसेल इतकं भरपूर सगळं काही मिळालं. त्यांना आज नव्या अर्थव्यवस्थेचे प्रणेते मानलं जातं, कारण इंटरनेट हे निव्वळ ज्ञान आणि माहितीची देवाण-घेवाण करण्याचं साधन नाही, तर व्यापार आणि व्यवसायाचंही ते एक उत्तम साधन आहे, हे त्यांनी सिद्ध करून दाखवलं. असा विचार कुणी करत नव्हतं वा लोकांना अशा कल्पनेबद्दल शंका होती, त्या काळात त्यांनी आपलं स्वप्न साकार करण्याकरता हा धोका पत्करला होता.

अखेर जेफ बेजोस यांचं स्वप्न साकार झालं आणि ॲमेझॉन डॉट कॉम जगातली सर्वांत लोकप्रिय पुस्तकविक्रीची वेबसाइट बनली.

वॉरन बफेट (१९३० -)

एक यशस्वी गुंतवणूकदार बनणं, हे वॉरन बफेट यांचं स्वप्न होतं. पैसे मिळवण्याकरता वॉरन बफेट लहानपणी वर्तमानपत्रं वाटण्याचं काम करत असत,

पण त्याचबरोबर ते इतरही नाना धंदे करून पैसे मिळवत असत. अशा या उद्यमशील मुलानं वयाच्या फक्त १४व्या वर्षीच, चाळीस एकर शेती विकत घेण्याएवढा पैसा जमा केला होता. ही जमीन त्यांनी भाडेतत्त्वावर दिली आणि त्यापोटी दर वर्षी बरेच पैसे मिळवले. पण त्याहीपूर्वी, म्हणजे वयाच्या ११व्या वर्षी, त्यांनी शेअरबाजारात एक यशस्वी गुंतवणूकदेखील केली होती आणि संयमाचा धडा शिकून घेतला होता.

वॉरन बफेट यांचे वडील शेअरब्रोकर होते आणि कदाचित त्यामुळेच वॉरन यांना लहानपणापासूनच या व्यवसायाचं आकर्षण असावं. वयाच्या ११व्या वर्षी त्यांनी सिटी सर्व्हिस नावाच्या एका कंपनीचे तीन समभाग प्रत्येकी ३८ डॉलर्सना खरेदी केले. योगायोग असा, की त्यांनी हा व्यवहार केल्यानंतर अचानक या कंपनीच्या शेअरचे भाव गडगडले आणि थेट २७ डॉलर्सवर जाऊन पोहोचले. वॉरन बफेट यांचं कागदोपत्री जवळपास ३० टक्के नुकसान झालं होतं आणि त्यामुळे ते चिंतेत पडले. पण लवकरच या समभागाचे भाव वधारायला सुरुवात झाली. वाढत-वाढत ते जेव्हा ४० डॉलर्स झाले, तेव्हा खुशीत येऊन वॉरन बफेट यांनी आपले तिन्ही शेअर विकून टाकले आणि पाच टक्के नफा कमावला. पण त्यांचा हा आनंद अल्पायुषी ठरला, कारण या समभागांचे भाव वाढण्याची प्रक्रिया पुढेही सुरूच राहिली आणि एका क्षणी ती तब्बल २०० डॉलर्सना जाऊन ठेपली. वॉरन बफेट यांना आपण आपले शेअर्स लवकर का विकले, असा पश्चात्ताप होऊ लागला. थोडा संयम पाळला असता, तर पाच टक्क्यांऐवजी त्यांना पाचपट नफा मिळाला असता. पण हा धडा नंतर आयुष्यभर त्यांच्या कामाला आला. दीर्घकालीन गुंतवणुकीचं महत्त्व त्यांच्या लक्षात आलं आणि एक यशस्वी गुंतवणूकदार बनण्याचं स्वप्न ते पाहू लागले.

पण त्यांनी निव्वळ स्वप्नच पाहिलं असं नाही, तर ते साकार करण्याकरता कामही करायला सुरुवात केली. बेंजामिन ग्रॅहॅम यांच्याकडून त्यांनी मूल्याधारित गुंतवणुकीचे धडे घेतले. शेअरबाजारामध्ये गुंतवणूक करण्यासंबंधीचे बारकावे आणि तंत्र परिश्रमपूर्वक शिकून आत्मसात केले. कंपन्यांचे ताळेबंद (बॅलन्सशीट) आणि वार्षिक अहवाल वाचणं हा त्यांचा एक छंदच बनला. १९५१ ते १९५६, या कालावधीत त्यांनी ९,८०० डॉलर्सची गुंतवणूक करून १,४०,००० डॉलर्स मिळवले. त्यांची ही कामगिरी इतकी विलक्षण होती, की लवकरच लोक गुंतवणुकीच्या सल्ल्यासाठी त्यांच्याकडे यायला लागले. आपला सल्ला फुकट वाटण्याऐवजी वॉरन बफेट यांनी लोकांशी भागीदारी करायला सुरुवात केली. यात लोक आपले पैसे त्यांच्याकडे आणून देत असत आणि बफेट हे सगळे पैसे त्यांनी स्वत: निवडलेल्या कंपन्यांमध्ये गुंतवत असत. या व्यवहारात ४ टक्क्यांच्या वर जेवढा

जास्त नफा होत असे, त्याच्या २५ टक्के भाग आपली फी म्हणून वॉरन बफेट ठेवून घेत आणि उरलेले पैसे गुंतवणूकदारांना देत असत. आधी असे व्यवहार फक्त ते आपल्या मित्रपरिवाराशी करत, पण हळूहळू अपरिचित लोकही त्यांच्या गुंतवणूककलेचा लाभ घेण्यासाठी त्यांच्याकडे यायला लागले.

१९५७ ते १९६६ या काळात भागीदारीच्या माध्यमातून वॉरन बफेट यांनी जी काही गुंतवणूक केली, त्यावर त्यांना ११५६ टक्के परतावा मिळाला. याचा अर्थ त्यांची २५ टक्के फी बाजूला काढल्यानंतरही गुंतवणूक करणाऱ्यांना त्यांच्या १०,००० डॉलर्सच्या बदल्यात ८०,४२० डॉलर्स मिळाले होते. या कालावधीत अमेरिकन शेअर बाजाराचा निर्देशांक डाऊ जोन्स, हा फक्त १२२.९ टक्क्यांनी वाढला होता, हे इथे लक्षात घेण्यासारखं आहे. अशा प्रकारे वॉरन बफेट दर वर्षी भरपूर नफा मिळवत राहिले आणि अखेर एक दिवस इतके श्रीमंत झाले, की मोठ्या प्रमाणावर गुंतवणूक करणं किंवा एखादी कंपनी विकतच घेणंही त्यांना शक्य झालं. १९६५ साली जर कुणी बर्कशायर हॅथवे कंपनीमध्ये १०,००० डॉलर्स गुंतवले असते, तर २००० साली त्याच्या गुंतवणुकीची किंमत पाच कोटी डॉलर्स झाली असती. चांगल्या कंपन्यांचे समभाग वॉरन बफेट यांनी स्वस्त असताना घेतले आणि ते आपल्याकडे जपून ठेवले.

या धोरणाचा अवलंब केल्यामुळे आज ते जगातले दुसऱ्या क्रमांकाचे श्रीमंत व्यक्ती आहेत.

हेन्री फोर्ड (१८६३ - १९४७)

सामान्य जनतेकरता स्वस्तातील कार बनवणं, हे हेन्री फोर्ड यांचं स्वप्न होतं. आपलं हे स्वप्न पूर्ण करण्याकरता ते रात्रंदिवस प्रयोग करत राहिले. त्यांचं स्वप्न इतकं प्रबळ होतं, की अनेकानेक अडचणी येत राहिल्या, तरी त्यांनी आपले प्रयत्न सोडले नाही.

स्वप्नामुळे मोठं यश मिळतं. प्रत्येक यशस्वी व्यक्तीचं एक स्वप्न असतं. राइट बंधूंनी विमानाचं, एडिसननी विजेच्या बल्बचं, तसं हेन्री फोर्ड यांनी स्वस्तातल्या कारचं स्वप्न पाहिलं. या लोकांना त्यांच्या स्वप्नांनीच ती साकार करण्याचं बळ दिलं. मोठ्या प्रमाणावर उत्पादन आणि उपयोग करता येईल आणि सामान्य माणूसही जी खरेदी करू शकेल, अशी कार बनवण्याच्या स्वप्नाचा पाठपुरावा फोर्ड यांनी केला आणि अखेर त्यात यशही मिळवलं.

हेन्री फोर्ड एका शेतकरी कुटुंबामध्ये जन्मले होते; त्यांना लहानपणापासूनच यंत्रांमध्ये रस होता. पण प्राथमिक शिक्षण पूर्ण होताच त्यांच्या वडिलांनी त्यांना

शाळेतून काढून शेतीकामामध्ये गुंतवलं. कुठलीही गोष्ट अधिक चांगल्या पद्धतीनं करण्याचे मार्ग शोधण्याचं त्यांना लहानपणापासूनच वेड होतं. आपल्या मित्रांच्या घड्याळांचे सगळे भाग वेगळे करून ते ते पुन्हा जोडून देत असत. शाळेत असतानाच भंगार सामान वापरून एक चालणारं इंजिन तयार करून त्यांनी लोकांना आश्चर्य वाटायला लावलं होतं. **बालपणी ते इतर सवंगड्यांप्रमाणे खेळण्यांशी नाही, तर विविध हत्यारांशी खेळत असत. त्यांच्या वयाची मुलं शेतं किंवा मैदानांमध्ये खेळत असताना हेन्री फोर्ड मात्र खूपशी हत्यारं आणि अवजारं असलेल्या एका छोट्याशा वर्कशॉपमध्येच जास्तीतजास्त वेळ व्यतीत करत असत.**

१८७९ साली वयाच्या १६व्या वर्षी आपलं घर सोडून ते डेट्रॉईटला गेले. तिथे दिवसा ते एका वाफेची इंजिनं दुरुस्त करणाऱ्या गॅरेजमध्ये शिकाऊ उमेदवारी करत असत, तर रात्री एका घड्याळजीच्या दुकानामध्ये काम करत. पैशांच्या रूपात फारसा मोबदला मिळत नसूनही आठवड्याला ८० तास ते कामच करत असत. त्यांच्या शिकाऊ उमेदवारीच्या कामाचे त्यांना आठवड्याला अडीच डॉलर्स मिळत असत, तर घड्याळजी त्यांना आठवड्याला दोन डॉलर्स देत असे.

अशीच अनेक कामं करता-करता एक दिवस ते डेट्रॉईट एडिसन कंपनीमध्ये काम करायला लागले आणि १८९६मध्ये त्या कंपनीत ते मुख्य अभियंता बनले. या पदावर काम करताना त्यांना महिन्याला १२५ डॉलर्स मिळत असत. हा पगार तसा चांगला होता, पण त्यातला बराचसा भाग हेन्री फोर्ड आपल्या, कारशी संबंधित प्रयोगांवरच खर्च करून टाकत असत. हे प्रयोग करणं खर्चीक होतं, त्यामुळे जास्तीच्या उत्पन्नाकरता ते एका रात्रशाळेत शिकवायला लागले. पण एडिसन कंपनीला त्यांची प्रयोगशीलता फारशी रुचली नाही. १८९९ साली कंपनीनं त्यांना सुपरिंटेंडंट म्हणून बढती देऊ केली, पण त्या बदल्यात त्यांनी आपले गॅसोलिन इंजिन आणि कारसंबंधीचे प्रयोग बंद करावेत, अशी अट घातली. हेन्री फोर्ड यांनी या गोष्टीला नकार दिला आणि नोकरीचा राजीनामा दिला. आपल्या स्वप्नाकरता त्यांनी बढतीची जागा आणि चांगला पगार, या दोन्हींवर पाणी सोडलं आणि आर्थिक सुरक्षिततेऐवजी अनिश्चितता स्वीकारली.

एडिसन कंपनीतली नोकरी सोडल्यानंतर त्यांनी डेट्रॉईट ऑटोमोटिव्ह कंपनी स्थापन केली. या कंपनीनं पंचवीस कार्स निर्माण केल्या, पण भांडवलाअभावी या कंपनीचं लवकरच दिवाळं वाजलं. पण फोर्ड डगमगले नाहीत आणि काही श्रीमंत माणसांच्या भागीदारीत १९०१मध्ये त्यांनी हेन्री फोर्ड मोटार कंपनी सुरू केली. मात्र थोड्या दिवसांनी त्यांच्यात मतभेद निर्माण झाले. इतर भागीदार श्रीमंत लोकांकरता महागड्या मोटारी बनवू इच्छित होते, तर हेन्री फोर्डना सामान्य लोकांकरता मोटारी

बनवायच्या होत्या. या टोकाच्या विरोधी भूमिकांमुळे फोर्ड यांनी ही कंपनीदेखील सोडून दिली.

यावेळी त्यांचं वय चाळिशीला येऊन पोहोचलं होतं आणि एव्हाना व्यवसायामध्ये दोन फटके त्यांना सोसावे लागलेले होते. पण अपयश म्हणजे अधिक हुशारीनं पुन्हा नव्यानं सुरुवात करण्याची संधी, अशी त्यांची धारणा होती. १९०३ साली त्यांनी नव्या उमेदीनं आपली तिसरी कंपनी- फोर्ड मोटर कंपनी सुरू केली. या कंपनीत त्यांनी प्रथम शर्यतीच्या गाड्या बनवल्या आणि या गाड्या शर्यतींमध्ये जिंकल्यामुळे त्यांची ही कंपनी चालायला लागली. १९०४ साली कमी किंमत आणि उच्च गुणवत्ता असलेल्या १,७४५ फोर्ड गाड्या विकल्या गेल्या. सगळ्यात पहिल्यांदा त्यांनी बनवलेलं मॉडेल एन खूप लोकप्रिय झालं. १९०६-१९०७ साली फोर्ड मोटर कंपनीनं ९,००० गाड्या विकल्या आणि त्यातून ५८ लाख डॉलर्स कमावले.

स्वस्त गाड्या बनवण्याकरता गाड्यांचा उत्पादनखर्च कमी करणं आवश्यक होतं. त्यासाठी गाड्या वजनाला हलक्या असायल्या हव्या होत्या. फोर्ड यांच्या प्रतिस्पर्धी कंपन्यांना या गोष्टीची चिंता नव्हती, कारण जास्त वजनदार गाड्या जास्त किमतीला विकल्या जाणार, असं त्यांचं साधं गणित होतं.

गाड्यांचं वजन कमी करण्याचे हेन्री फोर्ड यांचे सगळे प्रयत्न फोल ठरले, कारण त्या काळी हलक्या वजनाचं स्टील मिळत नसे. पण एक दिवस योगायोगानं त्यांची ही समस्या दूर झाली. असं म्हणतात, की एकदा हेन्री फोर्ड एका कार शर्यतीत सहभागी झाले होते. त्या शर्यतीदरम्यान एका फ्रेंच बनावटीच्या गाडीला अपघात झाला. शर्यतीत ती गाडी सगळ्यात वेगानं धावत होती, त्यामुळे शर्यत संपल्यानंतर कुतूहलापोटी हेन्री फोर्ड यांनी त्या अपघातग्रस्त गाडीच्या पत्र्याचे काही तुकडे उचलले. तेव्हा त्यांच्या लक्षात आलं, की हा धातू हलकाही आहे आणि मजबूतही. काही तज्ज्ञांकडून विश्लेषण करून घेतल्यावर त्यांना कळलं, की हे व्हेनेडियन स्टील आहे आणि अमेरिकेमध्ये कुठल्याही फाऊंड्रीकडे या प्रकारचं स्टील तयार करण्याचं तंत्रज्ञान नसल्यामुळे ते अमेरिकेत उपलब्ध नव्हतं. मग हेन्री फोर्ड यांनी इंग्लंडहून एका तज्ज्ञ व्यक्तीला त्यासाठी पाचारण केलं आणि त्याच्या मदतीनं ओहायो इथे एका छोट्या कारखान्यात व्हेनेडियन स्टीलचं उत्पादन सुरू केलं.

त्यांच्या स्वप्नातली स्वस्त कार तयार करण्याची वेळ आता आली होती. १९०७ साली फोर्ड यांनी आपल्या स्वप्नातली कार बनवायला घेतली. १ ऑक्टोबर, १९०८ या दिवशी फोर्ड मॉडेल टी तयार झालं आणि या गाडीनं जगात एकच हंगामा केला.

मॉडेल टीच्या आगमनामुळे जग बदलून गेलं. ही गाडी स्वस्त असल्यामुळे शेतकरी लोकांना ती घेऊन शहरामध्ये येऊन जाणं सोपं झालं आणि शहरी लोकांनाही आसपास फिरायला गाडी घेऊन जाणं स्वस्त आणि शक्य झालं. त्यामुळे अमेरिकेत हायवेचा विकास वेगानं झाला आणि इंधनाचा वापरही वाढला. अमेरिकेची आर्थिक प्रगती आणि मध्यम वर्गाचा उदय, या दोन गोष्टींमध्ये हेन्री फोर्ड यांच्या मॉडेल टीचं योगदान खूप महत्त्वाचं आहे.

पहिल्या दोन वेळी अपयश आल्यानंतर हेन्री फोर्ड यांनी उमेद गमावली असती, तर मॉडेल टी कदाचित कधीच तयार झालं नसतं. आपल्या भागीदारांच्या आग्रहापुढे ते झुकले असते, तर हेन्री फोर्ड ही क्रांतिकारी गाडी बनवण्याऐवजी श्रीमंतांकरता आलिशान, विलासी गाड्या बनवत राहिले असते. याशिवाय, त्यांनी आपल्या कंपनीच्या समभागधारकांचं म्हणणं ऐकलं असतं, तर आपल्या गाडीची किंमत आणि नफ्याची टक्केवारी, जास्त ठेवली असती.

पण हेन्री फोर्ड यांनी असं काहीही न करता आपलं स्वप्न अखेर पूर्ण केलं.

जॉर्ज ईस्टमन (१८५४ - १९३२)

जॉर्ज ईस्टमन तरुण असतानाच फोटोग्राफीविषयक संशोधनामध्ये गुंतलेले होते. दिवसा बँकेतली नोकरी आणि रात्री स्वयंपाकघरामध्ये बसून ते प्रयोग करत असत. फोटोग्राफी जनसामान्यांपर्यंत पोहोचवणं, हे त्यांचं स्वप्न होतं. या अर्थानं जॉर्ज ईस्टमन, हेन्री फोर्ड आणि बिल गेट्स, या तिघांचीही क्षेत्रं वेगळी असली, तरी स्वप्न मात्र जणू एकच होतं.

जॉर्ज ईस्टमन यांनी सुरुवातीला काचेच्या ओल्या प्लेट्सऐवजी कोरड्या, म्हणजे ड्राय प्लेट्स वापरू शकण्यासंबंधी प्रयोग केले. चार वर्षांच्या अथक प्रयत्नांती त्यांनी हे तंत्र विकसित केलं आणि त्याचं पेटंटही मिळवलं. मग त्यांनी त्या प्लेट्स मोठ्या प्रमाणावर तयार करण्यासाठी एक यंत्रही बनवलं. मात्र पेन्सिलीनं काहीतरी लिहावं, इतकं फोटोग्राफीचं तंत्र सुलभ आणि सोपं करण्याचं त्यांचं स्वप्न अजून प्रत्यक्षात अवतरलं नव्हतं.

त्यांचा दुसरा शोध होता फिल्म रोल आणि कॅमेऱ्यामध्ये रोल ठेवण्याकरता रोल होल्डर, यांचा पण व्यावसायिक छायाचित्रकारांनी या गोष्टींमध्ये फारसा रस दाखवला नाही. जॉर्ज ईस्टमन त्यामुळे निराश झाले नाहीत आणि त्यांनी आपल्या या उत्पादनांना न्याय मिळवून देण्याकरता थेट सामान्य जनतेलाच आवाहन केलं. मासिकं आणि वर्तमानपत्रांमध्ये त्यांनी कोडॅक कॅमेरे आणि फिल्म्सच्या जाहिराती दिल्या. त्यामुळे त्यांची लोकप्रियता आणि विक्री, दोन्ही वाढल्या. भल्यामोठ्या

काचेच्या प्लेट्स, हात खराब करणारी रसायनं आणि फोटो ताबडतोब डेव्हलप करण्यासाठी तंबू, असलं काहीही बाळगण्याची गरज आता उरली नव्हती. सगळं काही एका कॅमेऱ्यामध्येच होत होतं.

१८८८मध्ये कोडॅकचा कॅमेरा बाजारामध्ये आला, तेव्हा त्याची किंमत २५ डॉलर्स होती आणि फिल्मचा रोल आत असल्यामुळे एका वेळी १०० फोटो काढण्याची सोय त्यात होती. सगळे फोटो काढून झाल्यावर ते कॅमेऱ्यासह कंपनीकडे रोचेस्टरला पाठवावे लागत, कंपनी मग ते फोटो डेव्हलप करून त्याच्या प्रिंट्स काढत असे आणि दुसरा रोल कॅमेऱ्यामध्ये भरून देत असे. या कामासाठी कंपनी दहा डॉलर्स घेत असे. आता फोटोग्राफी जास्त लोकांपर्यंत पोहोचली होती, पण कॅमेरे अजून स्वस्तात देता आले, तर बहुसंख्य लोक त्याचा उपयोग करायला लागतील ही गोष्ट जॉर्ज ईस्टमन जाणून होते. जास्तीतजास्त लोक आपण लावलेल्या शोधाचा फायदा घेऊ शकतील, या हेतूनं हेन्री फोर्ड यांच्याप्रमाणेच जॉर्ज ईस्टमनदेखील त्यांच्या उत्पादनाची विक्री वाढत गेली, तसतशी त्याची किंमत कमी करत गेले. १९०० साली त्यांनी ब्राऊनी नावाचा कॅमेरा तयार केला आणि तो फक्त एक डॉलरला विकायला सुरुवात केली. या कॅमेऱ्यानं विक्रीचे सगळे उच्चांक मोडले. वर्षभरातच अडीच लाखांपेक्षा जास्त ब्राऊनी कॅमेरे विकले गेले.

जॉर्ज ईस्टमन यांचं सर्वसामान्य लोकांपर्यंत फोटोग्राफी पोहोचवण्याचं स्वप्न साकार झालं.

वॉल्ट डिस्ने (१९०१ - १९६६)

वॉल्ट डिस्ने यांनी हास्यचित्रं आणि ॲनिमेशन चित्रपटांचे निर्माते होण्याचं स्वप्न पाहिलं होतं. त्यासाठी १९२३ साली ते कॅन्सस सिटी हे आपलं शहर सोडून हॉलिवूड या चित्रनगरीत जाऊन पोहोचले. त्यावेळी त्यांच्या खिशात चाळीस डॉलर्स आणि हातातल्या ब्रीफकेसमध्ये ॲलिसस ॲडव्हेंचर या चित्रपटाची अर्धवट प्रिंट होती. रेल्वेच्या प्रवासात शेजारच्या माणसानं त्यांना जेव्हा विचारलं की 'तुम्ही हॉलिवूडला कशासाठी चालला आहात,' तेव्हा ते उत्तरले, 'मी तिथे जाऊन मोठे चित्रपट दिग्दर्शित करणार आहे.'

त्यांचं स्वप्न एका अर्थी योग्यच होतं. तेव्हा तिथला चित्रपट उद्योग विकास पावत होता आणि तिथे गुणी लोकांची गरजच होती. विशेषत: ॲनिमेशनच्या क्षेत्रामध्ये तर गुणवान लोकांची खूपच कमतरता जाणवत होती, कारण त्यात प्रचंड प्रमाणात कल्पकता लागते. मात्र वॉल्ट डिस्ने यांच्यातली प्रतिभा हॉलिवूडची चित्रपटसृष्टी लवकर ओळखू शकली नाही. तिथे त्यांना कुणीही उभं करत नसे.

वॉल्ट डिस्ने यांचं जोडे झिजवणं खूप दिवस चाललं. अखेर खूप प्रयत्न करूनही नोकरी मिळत नाही म्हटल्यावर त्यांनी स्वत:चाच फिल्म स्टुडिओ सुरू केला.

ऑक्टोबर, १९२७मध्ये जगातला पहिला बोलपट, द जॅझ सिंगर प्रदर्शित झाला. वॉल्ट डिस्ने यांनादेखील आपल्या स्टीमबोट विली, या पहिल्या मिकी माऊस चित्रपटामध्ये संवाद घालायचे होते. त्यावेळी ॲनिमेशन चित्रपटामध्ये संवाद असण्याची कल्पना जरा धाडसाचीच ठरली असती, शिवाय बोलपट काढणं हा एक खर्चीक प्रकार होता, पण आपल्या स्वप्नाखातर वॉल्ट डिस्ने हा जुगार खेळण्यास तयार होते. त्यांनी त्यासाठी आपली आवडती स्पोर्ट्‌र्स कारदेखील आनंदानं विकून टाकली. या गोष्टीकडे त्यांनी आर्थिक संकट म्हणून नव्हे, तर आपलं दार ठोठावणारी संधी म्हणून पाहिलं आणि त्या संधीचा लाभ घेण्यासाठी गाडीच काय, आपली सगळी संपत्तीदेखील पणाला लावण्याची तयारी केली होती. स्टीमबोट विली बनवण्याकरता त्यांना त्या काळी १५,००० डॉलर्स खर्च आला होता. पण १८ नोव्हेंबर, १९२८ रोजी हा चित्रपट प्रदर्शित झाला आणि त्यानं अफाट यश मिळवलं.

१९३४ साली वॉल्ट डिस्ने यांनी तोपर्यंत कुणीही जे केलं नव्हतं, ते करण्याचा प्रयत्न केला. त्यांनी एक पूर्ण लांबीचा ॲनिमेशनपट बनवण्याचा निर्णय घेतला. त्यासाठी त्यांनी स्नोव्हाईट आणि सात बुटक्यांची कथा निवडली होती. मूळ अंदाजपत्रकानुसार हा चित्रपट काढण्यासाठी अडीच लाख डॉलर्स एवढा खर्च होणार होता, पण वॉल्ट डिस्ने यांच्या परिपूर्णतेच्या ध्यासापायी प्रत्यक्षात हे अंदाजपत्रक दहा लाखांवर जाऊन पोहोचलं. हा ॲनिमेशनपट प्रदर्शित होण्यापूर्वी समीक्षकांनी वॉल्ट डिस्ने यांच्यावर सडकून टीका केली. ॲनिमेशनपट पाहण्यासाठी पूर्ण दीड तास घालवायला कुणीही तयार होणार नाही, असं या समिक्षकांचं मत होतं. खुद्द वॉल्ट डिस्ने यांचे भाऊ रॉय डिस्ने यांनीदेखील त्यांना समजावण्याचा प्रयत्न केला, की हा खर्च खूप मोठा आहे आणि जर हा चित्रपट चालला नाही, तर कंपनी गाळात जाईल. पण वॉल्ट डिस्ने यांचा स्वत:वर पूर्ण विश्वास होता आणि त्यांनी सगळ्या टीकाकारांकडे दुर्लक्ष करून हा चित्रपट तयार पूर्ण केला.

स्नोव्हाईट अँड सेव्हन ड्वार्व्हज २१ डिसेंबर, १९३७ साली पडद्यावर झळकला आणि त्यानं प्रेक्षकांना जणू मोहिनीच घातली. त्याला लोकांचा इतका काही प्रतिसाद मिळाला, की काही आठवड्यांमध्येच बॉक्स ऑफिसवर या ॲनिमेशनपटानं ८५ लाख डॉलर्सचा गल्ला जमा केला. सगळ्यांचा अपेक्षाभंग करत वॉल्ट डिस्ने यशस्वी ठरले.

चित्रपटक्षेत्रामध्ये भरपूर लोकप्रियता आणि यश मिळवल्यानंतर वॉल्ट डिस्ने यांच्या कल्पक डोक्यामध्ये एक नवंच स्वप्न आकार घेऊ लागलं. लहान मुलं

आणि त्यांचे आई-वडील जिथे एकत्र मौज-मजा करू शकतील, अशी एक कौटुंबिक मनोरंजननगरी निर्माण करण्याची कल्पना त्यांना सुचली. हे स्वप्न डिस्नेलँडच्या रूपात प्रत्यक्षात अवतरलं खरं, पण त्यासाठी वॉल्ट डिस्ने यांना अक्षरश: अग्निदिव्य करावं लागलं होतं. त्यांच्या कंपनीचे इतर संचालक आणि कंपनीच्या सामान्य समभागधारकांनीदेखील डिस्नेलँडला विरोध केला होता आणि त्यासाठी कंपनीचं भांडवल वापरण्यास त्यांना मनाई केली होती. रॉय डिस्ने यांनी तर त्यांना, 'तुझं डोकं आता पूर्णपणे कामातून गेलं आहे,' असं स्पष्ट सुनावून टाकलं होतं. पण वॉल्ट डिस्ने यांनी या प्रखर विरोधापुढे शरणागती पत्करली नाही. त्यांनी 'एकला चालो रे,' हा मंत्र जपत वॉल्ट डिस्ने इन्कॉर्पोरेटेड, ही स्वत:ची एक नवी कंपनी स्थापन केली आणि तिच्याद्वारे ते डिस्नेलँड प्रकल्पावर काम करू लागले.

डिस्नेलँडकरता जागा खरेदी करण्यासाठी पहिल्याप्रथम त्यांनी आपलं घर आणि आपल्या विम्याच्या पॉलिसीज विकून टाकल्या. त्यानंतर एबीसी टेलिव्हिजन चॅनलला आपल्या चित्रपटांच्या प्रसारणाचे हक्क विकून त्यांनी आणखी दीड कोटी डॉलर्स उभे केले. ते अशा प्रकारे आपलं स्वप्न साकार करण्याच्या प्रयत्नांमध्ये गुंतले असताना दुसरीकडे त्यांचे टीकाकार त्यांच्यावर टीका करण्यामध्ये मशगूल होते. प्रसारमाध्यमांमध्ये, 'ही एक मूर्खपणाची कल्पना आहे आणि ती कधीच यशस्वी ठरणं शक्य नाही,' अशा अर्थाची वक्तव्यं प्रसिद्ध होत होती. पण वॉल्ट डिस्ने अर्थातच तिकडे संपूर्ण दुर्लक्ष करून आपल्या कामामध्ये मग्न राहिले. नंतर एकदा ते म्हणाले की माझ्यावर टीका यासाठी होत होती, की लोकांना माझ्या डोक्यातल्या कल्पनेची जाणच नव्हती.

डिस्नेलँड उभं करण्यात वॉल्ट डिस्ने यांनी त्यांची उभ्या आयुष्याची कमाई पणाला लावून टाकली होती. १७ जुलै, १९५५, या दिवशी जेव्हा डिस्नेलँडचं उद्घाटन झालं, तेव्हा ते तात्काळ यशस्वी ठरलं. या अभूतपूर्व मनोरंजननगरीमध्ये प्रवेशशुल्क होतं प्रौढांसाठी एक डॉलर आणि लहान मुलांसाठी पन्नास सेंट्स. उद्घाटनाच्या पहिल्याच आठवड्यामध्ये तब्बल १,७०,००० लोक या नगरीला भेट देऊन आले. ३१ डिसेंबर, १९५७ म्हणजे जेमतेम दीड वर्षांच्या कालावधीत हीच संख्या एक कोटीवर गेली.

वॉल्ट डिस्ने यांची गोष्ट एका अशा माणसाची गोष्ट आहे, ज्यानं तज्ज्ञ मंडळी, कुटुंबीय आणि हितचिंतक अशा सगळ्यांच्या विरोधाला न जुमानता आपल्या स्वप्नावर अढळ श्रद्धा ठेवली आणि आपल्या अंतरात्म्याच्या आवाजाव्यतिरिक्त इतर कुणाचाही आवाज ऐकण्यास नकार दिला. त्यांचा स्वत:वर आणि आपल्या स्वप्नावर संपूर्ण विश्वास होता. वॉल्ट डिस्ने एकदा म्हणाले होते, **'तुम्ही जर**

एखादं स्वप्न पाहू शकत असाल, तर तुम्ही ते पूर्णही करू शकता.' त्यांचं स्वत:चं जीवनही याच तत्त्वाचं प्रतीक आहे.

आपल्या स्वप्नांच्या बळावरच त्यांनी ३२ ऑस्कर आणि ५ एम्मी पुरस्कार पटकावले आणि पाच सन्माननीय डॉक्टरेट्‌सही मिळवल्या. स्वप्नांच्याच बळावर ते ॲनिमेशनपटांचे जनक आणि अफाट श्रीमंतही बनले.

किरण मजुमदार शॉ (१९५३ -)

किरण मजुमदार शॉ यांनी बायोकॉन ही जगद्विख्यात कंपनी स्थापन करून यश आणि श्रीमंतीचं शिखर गाठलेलं आहे. लहानपणी किरण मजुमदार शॉ यांना डॉक्टर व्हायचं होतं, पण मोठेपणी मात्र त्यांनी भारतात एक आंतरराष्ट्रीय दर्जाची जैवतंत्रज्ञान (बायोटेक्नॉलॉजी) कंपनी स्थापन करण्याचं स्वप्न पाहिलं.

किरण मजुमदार शॉ म्हणतात, 'त्यांच्यापाशी जर एक स्वप्न नसतं, तर त्या आयुष्यात काहीही विशेष करू शकल्या नसत्या.' त्या म्हणाल्या होत्या, 'बायोकॉनसारखी कंपनी जर मी उभी करू शकते, तर हे काम कुणीही करू शकतं... मात्र या दिशेनं जाण्याचं पहिलं पाऊल म्हणजे- छोटं असो वा मोठं, पण तुमच्याजवळ एक स्वप्न हवं. तुमच्याकडे स्वप्न असेल, अर्धवट का होईना, पण एखादी योजना असेल आणि एक झपाटलेपण, तसंच श्रद्धा असेल, तर तुम्ही निश्चित यशस्वी होता.'

त्यांनी जे काही साध्य केलं आहे त्याबद्दल त्या म्हणतात, हे काम अवघड तर नक्कीच होतं, कारण ज्यावेळी त्यांनी बायोकॉन सुरू केली होती, तेव्हा लोकांना बायोटेक्नॉलॉजी किंवा जैवतंत्रज्ञान हा शब्ददेखील माहिती नव्हता. शिवाय पुरेशा भांडवलाअभावी सुरुवातीचं दीड वर्ष त्यांना आपल्या गॅरेजमध्ये ही कंपनी चालवावी लागली होती. या व्यवसायाचं कुठलंही खास प्रशिक्षण त्यांनी घेतलेलं नव्हतं, एवढंच नव्हे तर व्यवस्थापन या विषयातली पदवीदेखील त्यांनी घेतलेली नव्हती. भारतातल्या पुरुषप्रधान संस्कृतीमध्ये त्या काळी स्त्रियांना शिक्षिका, नर्स, स्वागतिका किंवा खाजगी सचिव असल्याच कामांकरता उपयुक्त समजलं जात असे. त्या फार तर एखादा कुटिरोद्योग चालवू शकतात, असं तेव्हा समजलं जात असे.

असे अडथळे मार्गामध्ये खूप होते, पण आपल्या स्वप्नावर श्रद्धा ठेवून किरण मजुमदार शॉ वाटचाल करत राहिल्या. आपल्या या यशाचं श्रेय मात्र त्या आपल्या वडिलांना देतात. त्यांच्या वडिलांनी त्यांना चूल आणि मूल, या चाकोरीबद्ध जीवनाऐवजी एक उत्तम करिअर घडवण्याचा सल्ला दिला होता. ते म्हणाले होते, 'हे बघ बेटी, इतर मुलींसारखं तू एखादा चांगला नवरा शोधण्यामध्ये वेळ घालवावास, असं मला वाटत नाही. तू आपलं शिक्षण पूर्ण करावंस आणि एक

चांगली कारकीर्द घडवावीस, असं मला वाटतं. चांगला पती तुला त्यानंतर आपोआप मिळेलच.'

किरण मजुमदार शॉ यांची बायोकॉन आज भारतातली सर्वांत मोठी जैवतंत्रज्ञान कंपनी बनली आहे आणि एका अर्थी त्यांचं स्वप्न आता पूर्ण झालेलं आहे. पण कंपनीबरोबरच त्यांचं स्वप्नदेखील मोठं झालं आहे. सध्या त्यांचं स्वप्न आपल्या कंपनीला जगातल्या पाच सर्वोत्तम जैवतंत्रज्ञान कंपन्यांपैकी एक बनवण्याचं आहे. पपईमधील एक रसायन (एन्झाईम) वेगळं काढण्यापासून सुरू झालेली 'बायोकॉन' आज एक खूप मोठी औषधी कंपनी बनली आहे. इन्शुलिनपासून ते विशिष्ट रोगनाशक पदार्थ (अँटीबॉडी) बनवण्यापर्यंत, या कंपनीची अनेक उत्पादनं आज बाजारामध्ये आहेत आणि कंपनीची वार्षिक उलाढाल ६८७ कोटी रुपये, एवढी आहे.

किरण मजुमदार शॉ उद्योजकांना सल्ला देताना म्हणतात, 'मी तर सांगेन की एखादा उद्योग उभा करणं ही एक रोमहर्षक यात्रा आहे, फक्त पहिलं पाऊल उचलणं खूप महत्त्वाचं असतं. उद्योजकतेच्या बाबतीत माझ्यामते तर पहिलं पाऊल उचलणं, हीच सर्वांत महत्त्वाची गोष्ट असते. तुम्ही कितीही विचार करा, विश्लेषण करा; त्याचा तुम्हाला कंपनी उभी करण्यामध्ये काहीही उपयोग होत नाही. मला काहीतरी करायचं आहे, असं मनाशी ठरवणं महत्त्वाचं आहे आणि एकदा आपल्याला काय करायचं आहे, हे लक्षात आलं, की मग ताबडतोब त्या दिशेनं पहिलं पाऊल उचलायला हवं. तुमचं हे पहिलं पाऊल कुठपर्यंत पडणार आहे, हे तुम्हाला ठाऊक नसतं. आता माझंच पाहा: मी पपईतला एक एन्झाईम शोधण्यापासून सुरुवात केली आणि आज मी कर्करोगावरची औषधं बनवते आहे. तुम्ही जर मला विचारलंत, की सुरुवात करताना मी एवढ्या लांबवर येऊन पोहोचेन असं मला वाटलं होतं का? तर मी म्हणेन अजिबात नाही. मी तेव्हा एवढा लांबचा विचार केला नव्हता. तुम्ही जेव्हा एखाद्या मार्गावरून चालायला सुरुवात करता, तेव्हा तुमच्यासमोर अनेक अद्‌भुत वाटा आपोआप उलगडत राहतात.'

स्वप्न असेल आणि कष्ट करण्याची तयारी असेल, तर यशप्राप्तीच्या दिशेचा प्रवास फारसा कठीण नसतो, असं किरण मजुमदार शॉ म्हणतात.

रुपर्ट मर्‌डॉक (१९३१ -)

रुपर्ट मर्‌डॉक यांचे वडील कीथ मर्‌डॉक, ऑस्ट्रेलियामध्ये वृत्तपत्रं प्रकाशित करत असत. वडिलांच्या मृत्यूनंतर रुपर्ट मर्‌डॉक यांना दोन छोट्या वृत्तपत्रांचा वारसा मिळाला. या छोट्याशा पायावर त्यांनी आपल्या स्वप्नाच्या आधारे आंतरराष्ट्रीय

पातळीवरचं अफाट यशस्वी माध्यम-साम्राज्य उभं केलं.

वयाच्या २१व्या वर्षी जेव्हा रुपर्ट मर्डॉक यांनी वडिलांच्या व्यवसायाची धुरा आपल्या खांद्यावर घेतली, तेव्हापासूनच त्यांच्या मनात एक प्रबळ महत्त्वाकांक्षा होती. त्यांना फक्त ऑस्ट्रेलिया नाही, तर सबंध जगामध्ये कीर्ती मिळवायची होती. १९६४ साली त्यांनी द ऑस्ट्रेलियन, हे त्या देशातलं पहिलं राष्ट्रीय पातळीवरचं वृत्तपत्र सुरू केलं. त्याबरोबरच ते ऑस्ट्रेलियात राष्ट्रीय पातळीवर ओळखले जाऊ लागले. त्यानंतर त्यांची लोकप्रियता इतकी वाढत गेली, की ऑस्ट्रेलियातले राजकारणी आणि इतर अनेक बडे-बडे लोक त्यांच्याशी ओळख आणि संबंध स्थापन करण्याकरता धडपड करायला लागले, तसंच त्यांच्याशी ओळख असण्यामध्ये धन्यता मानायला लागले.

मात्र रुपर्ट मर्डॉक यांना फक्त ऑस्ट्रेलियामध्येच नाव कमावण्यात समाधान मानायचं नव्हतं. त्यांना आंतरराष्ट्रीय पातळीवर यश मिळवायचं होतं. मग त्यांनी अमेरिका आणि ब्रिटनमधली तोट्यात चालणारी वृत्तपत्रं विकत घेण्याचं ठरवलं. आपलं स्वप्न पूर्ण करण्यासाठी या दोन देशांमध्ये आपली उपस्थिती आवश्यक आहे, हे ते जाणून होते. अशी वृत्तपत्रं खरेदी करण्याबरोबरच हार्पर कॉलिन्स ही पुस्तक प्रकाशनसंस्थाही विकत घेऊन त्यांनी तिला आपल्या साम्राज्यात दाखल करून घेतलं. त्यानंतर त्यांनी टीव्ही वाहिन्यांकडे आपला मोर्चा वळवला.

आपल्या प्रतिस्पर्ध्यांवर मात करण्याकरता रुपर्ट मर्डॉक अनेक डावपेच लढवत असतात- त्यांपैकी एक म्हणजे आपल्या वृत्तपत्रांची किंमत इतरांपेक्षा कमी ठेवणं. १९९४ साली त्यांनी ब्रिटनमधल्या द टाइम्स या आपल्या वृत्तपत्राची किंमत ४५ पेन्सवरून एकदम ३० पेन्सवर आणली. त्यांची ही युक्ती यशस्वी ठरली आणि त्यांचं प्रतिस्पर्धी वृत्तपत्र, द इंडिपेंडंट, याच्या तुलनेत टाइम्सची वाचकसंख्या तब्बल चाळीस टक्क्यांनी वाढली. अर्थातच इतर सगळ्या वृत्तपत्रांचे तेवढे वाचक कमी झाले.

रुपर्ट मर्डॉक न थकता तासन्तास काम करत असतात. ते रोज फक्त तीन तास झोप घेतात. आपल्या दूरदृष्टीमुळे ते खूप पुढचा विचार करून काम करत असतात. भविष्यात नफा मिळवण्याकरता आत्ता थोडा तोटा सहन करण्याची त्यांची तयारी असते. उदाहरणार्थ, 'द ऑस्ट्रेलियन,' हे आपलं वृत्तपत्र ते वीस वर्षं कमी किमतीत विकत राहिले. पत्रकारितेच्या क्षेत्रामध्ये ते नावाजलेले असले, तरी व्यवसायाच्या बाबतीत नीतिमत्तेच्या जंजाळात गुरफटण्याऐवजी लोकांना हवं ते देण्याकडे त्यांचा कल असतो. लोकांना सनसनाटी बातम्या, चटपटीत मजकूर, सुंदर युवतींची उत्तान छायाचित्रं, असं जे काही हवं असेल, ते रुपर्ट मर्डॉक पुरवत असतात. आपल्या या नीतीचं समर्थन करताना ते म्हणतात, 'शेक्सपिअरनंदेखील

लोकांसाठीच लिखाण केलं होतं की!'

व्यवसायाच्या बाबतीत रुपर्ट मर्डॉक 'ऐकावे जनाचे आणि करावे मनाचे,' अशा वृत्तीचे आहेत. त्यांचे निर्णय हे त्यांच्या मनाचे कौल ऐकूनच घेतलेले असतात. स्काय टीव्हीसारख्या महत्त्वाकांक्षी योजनेमध्ये हात घालताना सगळ्यांनीच त्यांना त्यात आपला पैसा गुंतवणं मूर्खपणाचं ठरेल असं सांगितलं होतं, पण त्यांनी कुणाचंही न ऐकता निर्णय घेतला आणि कालांतरानं तो यशस्वीही ठरला.

प्रसारमाध्यमाच्या प्रत्येक क्षेत्रामध्ये रुपर्ट मर्डॉक यांनी यश मिळवलं. वृत्तपत्रं, नियतकालिकं, पुस्तकं, रेडिओ, टीव्ही, उपग्रह वाहिन्या, अशी सर्वच क्षेत्रं त्यांनी पादाक्रांत केली.

आंतरराष्ट्रीय पातळीवर कीर्ती मिळवण्याचं त्यांचं स्वप्न आज पूर्ण झालं आहे. त्यांच्या न्यूज कॉर्पोरेशन या साम्राज्यामध्ये जगभरातल्या ५२ देशांमधल्या ७८० कंपन्या आहेत. विसाव्या शतकातले ते माध्यमसम्राट आहेत. त्यांची वैयक्तिक मालमत्ता ९ अब्ज डॉलर्स असून न्यूज कॉर्पोरेशन या त्यांच्या कंपनीची मालमत्ता ६२ अब्ज डॉलर्स आहे.

बिल गेट्स (१९५५ -)

कुणीही उठून कार विकत घ्यावी आणि ती चालवायला लागावं अशी कार बनवून हेन्री फोर्ड यांनी एक सामाजिक क्रांती केली; तशीच काहीशी गोष्ट बिल गेट्स यांची आहे. त्यांनी सॉफ्टवेअर तंत्रज्ञानाचा असा काही आविष्कार केला, की कॉम्प्युटर वापरणं अगदी सुलभ, सोपं झालं. त्यांच्या विण्डोज ऑपरेटिंग सिस्टीम सॉफ्टवेअरमुळे प्रत्येक कार्यालय, शाळा आणि घरा-घरांत पर्सनल कॉम्प्युटर पोहोचला, एवढंच नव्हे, तर एक अत्यावश्यक बाबही होऊन बसला. या प्रक्रियेत स्वत: बिल गेट्स जगातले सर्वांत श्रीमंत व्यक्ती बनले.

प्रत्येक कार्यालय आणि घरात पर्सनल कॉम्प्युटर पोहोचायला हवा आणि या पर्सनल कॉम्प्युटरमध्ये मायक्रोसॉफ्टचंच सॉफ्टवेअर असायला हवं, हे बिल गेट्स यांचं सुरुवातीपासूनच स्वप्न होतं- या स्वप्नामुळेच त्यांनी एवढं अफाट यश मिळवलं आहे.

बिल गेट्स यांना कॉम्प्युटर क्षेत्रात क्रांती घडवून आणायची होती. स्टीव्ह जॉब्ज आणि स्टीफन वोस्नियॅक यांच्याप्रमाणेच बिल गेट्स यांचंदेखील हे स्वप्न होतं, फक्त त्या दोघांनी हार्डवेअरवर लक्ष दिलं, तर बिल गेट्स यांनी सॉफ्टवेअर आणि ऑपरेटिंग सिस्टीमवर.

नव्या युगाची पावलं गेट्स यांनी लवकर ओळखली. हार्डवेअर बनवणाऱ्या

कंपन्या पैसे कमावण्यात दंग होत्या आणि सॉफ्टवेअर मात्र फुकटात मिळत होतं, अशा काळात त्यांनी सॉफ्टवेअरचं महत्त्व आणि त्यात दडलेल्या कल्पनातीत शक्यता जाणल्या. वेगवेगळ्या हार्डवेअर कंपन्यांनी बनवलेल्या कॉम्प्युटर्सवर सहज चालू शकेल, असं सॉफ्टवेअर बनवण्याचा त्यांचा प्रयत्न चालू होता. कॉम्प्युटर कुठल्याही कंपनीनं बनवलेला असला, तरी तो वापरण्याकरता ऑपरेटिंग सिस्टीम आणि इतर सॉफ्टवेअर लागणारच, हे त्यांनी ताडलं आणि मग फक्त सॉफ्टवेअरवरच आपलं लक्ष केंद्रित केलं. त्यांनी इतकी उपयुक्त आणि वापरायला सोपी सॉफ्टवेअर्स बनवली, की ती प्रचंड लोकप्रिय ठरली.

बिल गेट्स स्वतः सॉफ्टवेअर तयार करतातच, पण इतर कुणी जर कुठलं महत्त्वाचं आणि उपयुक्त सॉफ्टवेअर बनवलं, तर ती कंपनी वा ते सॉफ्टवेअर, ते लगेच विकत घेऊन टाकतात. आयबीएम जेव्हा आपले पर्सनल कॉम्प्युटर बनवण्याच्या तयारीत होती, तेव्हा त्यासाठी लागणाऱ्या ऑपरेटिंग सिस्टीमकरता त्यांनी मायक्रोसॉफ्टला पाचारण केलं. बिल गेट्स यांनी स्वामित्वहक्क किंवा रॉयल्टी तत्त्वावर आयबीएमला ऑपरेटिंग सिस्टीम देण्याचा करार केला. पण मजेची गोष्ट म्हणजे त्या वेळी त्यांच्याकडे ऑपरेटिंग सिस्टीम तयारच नव्हती, पण नवं काम कोण करतं, याला बिल गेट्स यांच्या लेखी काहीही महत्त्व नव्हतं. त्यांना फक्त आलेली संधी सोडायची नव्हती. आयबीएमशी करार केल्यानंतर त्यांनी सिटल कॉम्प्युटर प्रॉडक्ट्स नावाच्या कंपनीकडून क्यू-डॉस नावाची ऑपरेटिंग सिस्टीम ५०,००० डॉलर्स देऊन विकतच घेऊन टाकली. त्यात थोडेफार बदल करून त्यांनी मग ही ऑपरेटिंग सिस्टीम एमएस-डॉस या नावानं आयबीएमला पुरवायला सुरुवात केली. आयबीएमचे कॉम्प्युटर्स १२ ऑगस्ट, १९८१ला बाजारात आले. १,२६५ डॉलर्स किमतीचे हे कॉम्प्युटर्स पहिल्या वर्षी दोन लाख लोकांनी विकत घेतले. यातल्या प्रत्येक कॉम्प्युटरवर एमएस-डॉस ही ऑपरेटिंग सिस्टीम होती आणि आयबीएमनं मायक्रोसॉफ्टला त्या वर्षी रॉयल्टीपोटी दोन लाख डॉलर्स दिले.

आयबीएमच्या यशानंतर इतर हार्डवेअर कंपन्यादेखील तसेच कॉम्प्युटर बनवण्याची तयारी करायला लागल्या आणि ऑपरेटिंग सिस्टीमसाठी साहजिकच मायक्रोसॉफ्टकडेच आल्या. काही काळातच बिल गेट्स यांची ऑपरेटिंग सिस्टीम बाजारात येणाऱ्या ८० टक्के कॉम्प्युटर्समध्ये वापरली जाऊ लागली. १९८४ साली मायक्रोसॉफ्टची वार्षिक विक्री ९.७ कोटी डॉलर्स झाली.

त्यानंतर १९९५ साली कंपनीनं 'विण्डोज' ही नवी ऑपरेटिंग सिस्टीम तयार करून कॉम्प्युटर वापरणं अगदी लहान मुलांनाही शक्य करून टाकलं. २३ ऑगस्ट, १९९५च्या मध्यरात्रीपासूनच लोक कॉम्प्युटरच्या दुकानांसमोर रांगा लावून उभे होते, कारण दुसऱ्या दिवशी विण्डोज ९५ बाजारात येणार होती. या नव्या

ऑपरेटिंग सिस्टीमच्या प्रसिद्धीकरता मायक्रोसॉफ्टनं पाण्यासारखा पैसा खर्च केला होता.

मायक्रोसॉफ्ट ऑफिस या वर्ड प्रोसेसिंग, स्प्रेडशीट, आऊटलुक इत्यादी सॉफ्टवेअर्सच्या संचाचं जगभर कॉम्प्युटर क्रांती घडून येण्यामध्ये मोठंच योगदान आहे.

त्यानंतर माहितीच्या साठ्यासाठी सीडी-रॉम या नव्या माध्यमाची क्षमताही बिल गेट्स यांनी लवकर ओळखली. हार्डवेअर निर्माते फ्लॉपी डिस्कवर संतुष्ट असताना त्यांना सीडीचं महत्त्व पटवून देण्याकरता गेट्स यांनी एन्कार्टा, हा मल्टिमिडिया एन्सायक्लोपिडिआ (विश्वकोश) सीडीच्या माध्यमातून बाजारात आणला. मग मात्र सगळ्या कंपन्यांनी आपल्या कॉम्प्युटर्समध्ये सीडी वाचणारे ड्राईव्ह बसवून घ्यायला सुरुवात केली.

मायक्रोसॉफ्ट स्वत: कुठल्याही नव्या तंत्रज्ञानाचा शोध लावत नाही, इतरांनी शोधलेलं तंत्रज्ञान विकून दलालीचा व्यवसाय करते, अशी टीका बिल गेट्स यांच्यावर होत असते. अनेक वेळा भविष्याची पावलं ओळखण्यामध्ये ते कमीही पडलेले आहेत. जसं, 'इंटरनेटचं युग येऊ घातलं आहे,' हे त्यांच्या लक्षात आलं नव्हतं. १९९०च्या दशकात इंटरनेट क्रांती सुरू झाली, तेव्हा मायक्रोसॉफ्ट त्यात मागे राहिली. नेटस्केप नावाच्या कंपनीचा ब्राऊझर तेव्हा सगळीकडे वापरला जायला लागला. नंतर मात्र मायोक्रोसॉफ्ट खडबडून जागी झाली आणि स्पायग्लास नावाच्या कंपनीकडून बिल गेट्स यांनी मोझॅक ब्राऊझर तंत्रज्ञान खरेदी केलं आणि त्या आधारे आपला स्वत:चा इंटरनेट एक्प्लोरर हा ब्राऊझर बाजारात आणला. त्याशिवाय त्यांनी वेब टीव्ही, ई-शॉप्स, हॉटमेल आणि फ्रंटपेज एचटीएमएल एडिटर अशा गोष्टींच्या जनक असलेल्या अनेक छोट्या कंपन्या विकत घेऊन टाकल्या. अशा प्रकारे एमएस-डॉसपासून ते हॉटमेलपर्यंत, मायक्रोसॉफ्टच्या नावावर असलेली अनेक उत्पादनं स्वत: मायक्रोसॉफ्टनं बनवलेलीच नाहीत. कंपनीनं ही उत्पादनं त्यांच्या मूळ निर्मात्यांकडून विकत घेऊन पुढे स्वत:च्या नावानं विकली आणि बाजारात आपलं स्थान बळकट केलं.

पण हे जरी सत्य असलं, तरी इतर कुठल्याही सॉफ्टवेअर कंपनीनं मायक्रोसॉफ्टइतका दूरदर्शीपणा दाखवला नाही आणि काळाची पावलं ओळखून एवढं अफाट यश मिळवलेलं नाही, हेही तितकंच सत्य आहे. त्यामुळेच आज विण्डोज ही ऑपरेटिंग सिस्टीम जगातल्या ९० टक्के कॉम्प्युटर्सवर चालते आहे आणि २००७मध्ये कंपनीनं व्हिस्टा नावानं नवी ऑपरेटिंग सिस्टीमदेखील बाजारात आणली आहे.

बिल गेट्स यांच्या यशाचं रहस्य त्यांनी पर्सनल कॉम्प्युटरमध्ये दडलेल्या

शक्यता इतर लोकांपेक्षा लवकर ओळखल्या आणि हार्डवेअर तयार करणाऱ्या कंपन्यांच्या रांगेत जाऊन उभं राहण्यापेक्षा ऑपरेटिंग सिस्टीम आणि सॉफ्टवेअर बनवणं जास्त फायदेशीर ठरेल हे ओळखलं, हे आहे. प्रत्येक टेबल आणि प्रत्येक घरात एक पर्सनल कॉम्प्युटर आणि त्या सगळ्यांवर मायक्रोसॉफ्टनं तयार केलेलं सॉफ्टवेअर, हे त्यांनी वयाच्या २०व्या वर्षी आपली कंपनी सुरू करतानाच ठरवून टाकलेलं ब्रीदवाक्य होतं. मायक्रोसॉफ्टची नेत्रदीपक कामगिरी, हे बिल गेट्स यांनी पाहिलेल्या एका स्वप्नाचंच प्रतीक आहे.

धीरूभाई अंबानी (१९३८ - २००२)

धीरूभाई अंबानी एवढे मोठे झाले, कारण त्यांनी मोठी स्वप्नं पाहिली. एडन इथे ते शेल कंपनीच्या एका पेट्रोलपंपावर गाड्यांमध्ये पेट्रोल भरण्याचं काम करत असत, तेव्हाच भारतात शेलसारखी एखादी मोठी कंपनी सुरू करण्याचं स्वप्न त्यांच्या मनात मूळ धरत होतं. **ते ज्या पेट्रोलपंपावर काम करत होते, त्या पेट्रोलपंपाचा मालक बनण्याचं स्वप्न त्यांनी पाहिलं नव्हतं, ही गोष्ट लक्षात घेण्यासारखी आहे. त्यांचं स्वप्न मोठं असल्यामुळेच, फक्त पेट्रोलपंपाऐवजी शेलसारख्या मोठ्या कंपनीचाच मालक होण्याचा विचार त्यांनी केला. धीरूभाईंचं जीवन म्हणजे जे लोक मोठी स्वप्नं पाहतात त्यांनाच मोठं यश मिळतं, या गोष्टीचं ठळक उदाहरण आहे.**

मुकेश अंबानी यांच्याकडे आज २०.१ अब्ज डॉलर्सची संपत्ती आहे आणि जगातल्या श्रीमंतांच्या यादीमध्ये ते १४व्या स्थानावर आहेत, तर अनिल अंबानी यांच्याकडे १८.२ अब्ज डॉलर्सची संपत्ती असून ते १८व्या स्थानावर आहेत. हे दोन्ही बंधू आज पैसा आणि प्रसिद्धीच्या शिखरावर आहेत, पण एके काळी ते मुंबईतल्याच एका चाळीमध्ये, एका खोलीच्या घरात राहात असत आणि कपडेदेखील एकमेकांचे वापरत असत. अर्थात, ही गोष्ट त्यांचे वडील धीरूभाई यश मिळवण्याच्या प्रयत्नात संघर्ष करत असतानाची आहे. आज खाजगी क्षेत्रामध्ये भारतात सर्वांत मोठ्या असलेल्या कंपनीची सुरुवात करण्याचं श्रेय सर्वस्वी धीरूभाईंना जातं.

धीरूभाई अंबानींच्या यशाची गाथा जितकी प्रेरणादायक आहे, तितकी फार थोड्या लोकांची असेल. त्यांचं महानपण आणि त्यांच्या दूरदृष्टीचं दुसरं उदाहरण क्वचितच आढळेल. १९५९ साली फक्त १५,००० रुपयांच्या भांडवलावर सुरू झालेली रिलायन्स २००२ साली धीरूभाईंचा मृत्यू झाला, तेव्हा ६०,००० कोटी रुपयांची झाली होती, यावरून तिच्या यशस्वितेचा अंदाज येईल. आज रिलायन्स इंडस्ट्रीजची वार्षिक उलाढाल ८९,१२४ कोटी रुपये आहे. धीरूभाई भारतीय

जनमानसामध्ये एक महानायक बनून राहिले आहेत आणि त्यांच्या जीवनावर आधारलेला गुरु हा चित्रपटही अशातच येऊन गेला आहे.

धीरूभाईंचा जन्म एका कनिष्ठ मध्यमवर्गीय कुटुंबामध्ये झाला. त्यांचे वडील एका शाळेमध्ये शिक्षक होते आणि त्यांची आर्थिक स्थिती फारशी चांगली नव्हती. २८ डिसेंबर, १९३२ रोजी गुजरातमधल्या छोरवाड इथे जन्मलेले धीरूभाई, तीन भावांपैकी मधले होते आणि शिवाय त्यांना दोन बहिणीदेखील होत्या. धीरूभाई लहानपणापासूनच पैसे कमावण्याचे मार्ग शोधत असत. शाळेत असतानाच ते महाशिवरात्रीसारख्या सणांच्या दिवशी गावच्या जत्रेमध्ये खाण्या-पिण्याचे पदार्थ विकून पैसे मिळवत असत. वडिलांना पुढचं शिक्षण झेपत नसल्यामुळे मॅट्रीकनंतर त्यांनी शिक्षणाला रामराम ठोकला.

आता त्यांच्या मनामध्ये पैसा कमावण्याची तीव्र इच्छा जागृत होत होती. त्यांचे मोठे बंधू काही वर्षांपूर्वीपासून आफ्रिकेतल्या एडन इथे जाऊन राहिले होते. इथे नोकऱ्या भरपूर आहेत, त्यामुळे त्यांनी तिथे यावं, अशा आशयाचं पत्र त्यांनी धीरूभाईंना पाठवलं. वयाच्या अवघ्या १७व्या वर्षी ते एडनला जाऊन पोहोचले आणि तिथे बर्मा शेल कंपनीच्या एका पेट्रोलपंपावर गाड्यांमध्ये पेट्रोल भरण्याचं काम त्यांना मिळालं. कष्ट आणि कामातलं प्रावीण्य यांच्या जोरावर त्यांना कंपनीनं विक्री व्यवस्थापक पदावर बढती दिली. त्या वेळी त्यांचा पगार बऱ्यापैकी होता आणि एवढ्या लहान वयात विक्री व्यवस्थापक बनणं, ही तशी लहान गोष्ट नव्हती. पण धीरूभाईंना मोठं यश मिळवायची इच्छा होती आणि आपलं स्वप्न साकार करण्याची तळमळ होती. **श्रीमंत व्हायचं असेल, तर नोकरी नव्हे, तर व्यवसाय करायला हवा, हाच एक विचार त्यांच्या मनामध्ये वारंवार येत असे. कारण नोकरीमुळे पोट-पाणी चालतं, ऐश्वर्य प्राप्त होत नाही.**

मग स्वतःचा व्यवसाय सुरू करण्याचा संकल्प मनाशी धरून ते १९५८ साली भारतात परत आले. त्या वेळी त्यांनी थोडीफार बचत करून काही पैसे जमवले होते आणि स्वतःच्या हिमतीवर काहीतरी करून दाखवण्याचा त्यांचा निश्चय होता. भारतात परत आल्यावर आपल्या गावाऐवजी ते मुंबईला येऊन राहिले, कारण १९५१ साली त्यांच्या वडिलांच्या मृत्यूनंतर त्यांचं सगळं कुटुंबच मुंबईला येऊन स्थायिक झालं होतं.

मुंबईला त्यांनी रिलायन्स कमर्शियल कॉर्पोरेशन, ही ट्रेडिंग कंपनी सुरू केली आणि १५,००० रुपयांच्या भांडवलावर, मसाले, सुका मेवा अशा गोष्टींचा व्यापार करायला सुरुवात केली. जवळच्या पैशांमधून एक टेबल, दोन खुर्च्या आणि एक संपर्क दूरध्वनी क्रमांक (पीपी नंबर) घेऊन त्यांनी एडन आणि आखाती देशांमध्ये मसाले निर्यात करण्याचा व्यवसाय सुरू केला. त्या दिवसात त्यांचं कुटुंब चाळीतल्या

एका खोलीत राहत असे. वेगळं ऑफिस घेण्याची ऐपत नसल्यामुळे ते रोज दोन तासांकरता टेबल भाड्यानं घेत असत आणि तेवढ्या वेळात आपला व्यवसाय चालवत असत. पैसा, शिक्षण आणि कौटुंबिक ओळखी नसतानादेखील त्यांनी यश मिळवलं, याचा त्यांना अभिमान होता.

त्या वेळी सरकारी नियमानुसार निर्यात करून मिळणाऱ्या परदेशी चलनाचा उपयोग इतर काहीतरी वस्तू आयात करण्याकरताच केला जाणं आवश्यक होतं. त्यामुळे धीरूभाई मसाल्यांच्या निर्यातीच्या बदल्यात रेयॉन या कृत्रिम धाग्याची आयात करत असत. नंतर रेयॉन जेव्हा भारतातदेखील तयार होऊ लागलं, तेव्हा त्यांनी रेयॉनची निर्यात करून नायलॉनची आयात करायला सुरुवात केली. पुढे नायलॉनदेखील भारतात तयार होऊ लागलं, म्हणून त्यांनी त्याची निर्यात सुरू केली आणि त्या बदल्यात पॉलिएस्टर धाग्याची आयात ते करू लागले. व्यवसायामध्ये ते कायम आपल्या प्रतिस्पर्ध्यांच्या एक पाऊल पुढे चालत राहिले आणि दूरचा विचार करत राहिले. या सगळ्या उद्योगांमध्ये त्यांना खूप पैसा मिळाला. तेव्हा आयात-निर्यात व्यवसायावर बंधनं असल्यामुळे रिलायन्सला नफा भरपूर मिळत होता. त्यांच्या व्यवहारांमध्ये त्यांना सहसा ३०० टक्के नफा मिळत असे आणि काही बाबतीत तर अगदी ६०० टक्केसुद्धा.

काही वेळा नायलॉन आयात करण्याचा परवाना मिळवण्याकरता ते नुकसान सोसूनही रेयॉन निर्यात करत असत, कारण त्या आयातीमध्ये त्यांना दाबून फायदा मिळत होता. इतर व्यापारी लायसेन्स-राजमुळे मोकळेपणे व्यवसाय करू शकत नसत, पण धीरूभाईंनी आपल्या बुद्धिचातुर्याच्या साहाय्यानं या परवाना पद्धतीचा पुरेपूर फायदा उठवला. परवाना-राज्यामध्ये राहूनही मुक्त अर्थव्यवस्थेच्या सिद्धांतांचं पालन करून धीरूभाईंनी खूप प्रगती केली आणि लवकरच ते पॉलिएस्टरचे राजे म्हणून ओळखले जाऊ लागले.

१९६०च्या दशकात निर्यातीला चालना देण्यासाठी भारत सरकारनं काही योजना जाहीर केल्या. त्यांचा फायदा घेत धीरूभाई वस्त्रोद्योगात उतरले. १९६६ साली अहमदाबादनजीक नरोडा इथे त्यांनी आपली पहिली सूतगिरणी सुरू केली. कृत्रिम धाग्यांचं भविष्य उज्ज्वल आहे, हे त्यांनी तेव्हाच हेरलं होतं. सुरुवातीला त्यांच्याकडे चार यंत्रं आणि फक्त सत्तर कामगार कामाला होते.

१९७१ साली सरकारनं आणखी एक योजना सुरू केली, ज्यात नायलॉनच्या निर्यातीतून मिळालेल्या पैशांमध्ये पॉलिएस्टर फिलामेंट यार्न (पीएफएल) आयात करण्याची परवानगी मिळत असे. या योजनेचा रिलायन्स कमर्शियल कॉर्पोरेशनला खूप फायदा झाला. त्यांचा विमल हा कपड्यांचा ब्रँड लोकप्रिय होऊ लागला होता. जाहिरातींच्या माध्यमातून त्यांनी विमल हे नाव घरा-घरांत नेऊन पोहोचवलं.

त्यानंतर रिलायन्सनं किरकोळ विक्रीची दालनं सुरू केली आणि घाऊक विक्रेते तसंच वितरकांना आधार देऊन खूष ठेवलं.

कापडाच्या बाजारपेठेमध्ये सुरुवातीला त्यांना अनेक अडचणींना तोंड द्यावं लागलं. घाऊक विक्रेत्यांचा कल त्यांच्याकडे रिलायन्सऐवजी इतर नामांकित कंपन्यांचं कापड ठेवण्याकडे होता. पण त्यामुळे हताश न होता, धीरूभाईंनी फ्रँचायझी तंत्राचा वापर केला आणि देशभर आपल्या किरकोळ विक्री दुकानांची साखळी उभी केली. आज विमल ब्रँडचं कापड विकणारी भारतभर हजारो दुकानं आहेत. १९६६ साली रिलायन्सची वार्षिक उलाढाल ६६ लाख रुपये होती, जी १९९१ साली १५५ कोटी रुपये झाली आणि २००७ साली ती ११,८३,५४० कोटी रुपये इतकी अवाढव्य झाली.

रिलायन्स पॉलिएस्टरचा कारखाना देशातला पहिला आंतरराष्ट्रीय दर्जाचा कारखाना होता. देशातली पॉलिएस्टरची मागणी एकूण जेवढी होती, त्यापेक्षा या कारखान्याची उत्पादनक्षमता जास्त होती. परिणामत: भारतातून पॉलिएस्टर निर्यात करण्याचं काम रिलायन्सनं केलं. 'मेड इन इंडिया' हा छाप त्या काळी जगभर चेष्टेचाच विषय होता, हे विशेष.

निव्वळ सुती कापडामुळे देशाची कपड्याची गरज पूर्ण होणं शक्य नाही, हे धीरूभाईंनी १९७०च्या दशकातच ओळखलं होतं. सुती कपड्याला स्वस्त, टिकाऊ आणि सोपा पर्याय पॉलिएस्टरच ठरू शकलं असतं.

धीरूभाईंच्या मार्गामध्ये अनेक अडचणी आल्या, पण त्यांनी वेळोवेळी त्यावर उपायही शोधून काढले. व्यवसायविस्ताराकरता भांडवलाची चणचण भासायला लागल्यानंतर बँका किंवा सावकारांकडून कर्ज काढण्याऐवजी १९७७ साली त्यांनी आपल्या कंपनीचा आयपीओ शेअरबाजारात आणला. नोव्हेंबर १९७७मध्ये रिलायन्सचे २८.२ लाख समभाग दहा रुपये दर्शनी मूल्यासह बाजारात आले आणि या आयपीओनं भारतीय शेअरबाजाराचा चेहरा-मोहरा पार बदलून टाकला. याआधी कुठल्याही उद्योगपतीनं इतक्या मोठ्या प्रमाणावर जनतेकडून पैसा उभा करण्याची जोखीम उचलली नव्हती. १९८३ साली जेव्हा आणखी भांडवलाची गरज निर्माण झाली, तेव्हा त्यांनी समभागांमध्ये रूपांतरणीय म्हणजेच कन्व्हर्टिबल डिबेंचर्स जारी केले आणि नंतर त्यांचं समभागांमध्ये रूपांतर केलं.

शेअरबाजाराचा इतका पुरेपूर उपयोग धीरूभाईंच्या आधी कुणीही केला नव्हता. शेअरबाजाराचं महत्त्व ओळखणारी पहिली मोठी कंपनी म्हणजे रिलायन्स. या माध्यमातून धीरूभाईंनी मध्यमवर्गीयांकडून भांडवल गोळा केलं आणि त्या बदल्यात त्यांना भरपूर लाभांशही (डिव्हिडंड) दिले. तोवर कुणाचंही लक्ष नसलेली गुंतवणुकदारांची एक अखखी पिढीच

धीरूभाईंनी निर्माण केली. आपले गुंतवणूकदार त्यांनी लहान-लहान शहरांमधून मिळवले आणि त्यांना चांगला लाभांश आणि बोनस समभाग देऊन त्यांच्या गुंतवणुकीवर चांगला लाभ मिळवून दिला. या गुंतवणूकदारांचा धीरूभाई अंबानींवर विश्वास होताच, पण रिलायन्सवरही होता, कारण या कंपनीच्या समभागांची बाजारातली किंमत सतत वाढतच होती. धीरूभाईंनी शेअरबाजाराचा इतका सखोल अभ्यास केला नसता, तर त्यांना इतकं मोठं यश मिळालं नसतं.

बॅकवर्ड इंटिग्रेशन (एका उत्पादनाचा कच्चा माल म्हणून दुसरं उत्पादन निर्माण करणं) तत्त्वाचा अवलंब करून धीरूभाईंनी, कृत्रिम वस्त्रोद्योगासाठी पेट्रोकेमिकल्स उद्योगामध्ये गुंतवणूक केली. त्यासाठी १९८३ साली त्यांनी रिलायन्स पेट्रोकेमिकल्सची स्थापना केली. मग पेट्रोकेमिकल्सच्या उत्पादनासाठी आवश्यक असणाऱ्या नैसर्गिक वायू आणि तेलाच्या उत्पादनाकडे आपला मोर्चा वळवला. तोपर्यंत बहुतेक भारतीय उद्योगपती पारंपरिक पद्धतीनं व्यवसाय करत असत. आपल्या उद्योगाला सरकारी संरक्षण मिळावं आणि त्यातून एकाधिकारशाही प्रस्थापित करून भरपूर नफा कमवावा, असा त्यांचा प्रयत्न असे. पण परवाना-राज्य असूनही धीरूभाई मुक्त अर्थव्यवस्थेचे पुरस्कर्ते होते. त्यामुळेच, १९९०च्या दशकाच्या सुरुवातीला जेव्हा भारतात मुक्त बाजारपेठ अस्तित्वात आली, तेव्हा अनेक कंपन्या अडचणीत आल्या तरी धीरूभाई अंबानींच्या कंपनीची घोडदौड मात्र सुरूच राहिली.

नवीन तंत्रज्ञानाचा वापर करण्याची जी उत्कट इच्छा धीरूभाईंनी दाखवून दिली होती, तिला फक्त जपानी उद्योगांमध्येच तोड होती. नवनव्या तंत्रज्ञानाचे त्यांचे प्रयोग सतत चालू असत; त्याद्वारे ते बाजारपेठेच्या मागणीपेक्षा जास्त उत्पादनक्षमता बाळगून असत.

धीरूभाईंचं आणखी एक वैशिष्ट्य म्हणजे ते आपले प्रकल्प कधीच रेंगाळू देत नसत. कुठल्याही प्रकल्पाला एकदा सरकारी अनुमती मिळाल्यानंतर ते लवकरात लवकर तिथे उत्पादन सुरू करण्याचा प्रयत्न करत असत. आपला पॉलिएस्टर फिलामेंट यार्न (पीएफवाय) प्रकल्प त्यांनी विक्रमी वेळेत, म्हणजे जेमतेम १८ महिन्यांमध्ये कार्यान्वित केला होता. आंतरराष्ट्रीय पातळीवरदेखील अशा प्रकल्पाला तेव्हा कमीतकमी २६ महिने लागत असत. वेळेवर नव्हे, तर वेळेच्याही आधीच काम करणं, हेदेखील त्यांच्या यशाचं एक गमक होतं. त्यासाठी ते प्रत्येक गोष्टीचं पूर्वानुमान बांधत असत आणि प्रत्यक्ष काम सुरू करण्याच्या आधीपासूनच सगळी तयारी करून ठेवत असत. त्यामुळे योग्य वेळ येताच त्यांचं काम तात्काळ सुरू होऊ शकत असे.

एकदा अमेरिकेमध्ये १०० वर्षं मुदतीचे रोखे जारी करण्याकरता रिलायन्सनं सरकारकडे प्रस्ताव पाठवला होता. अर्थमंत्र्यांनी त्या दिवशी दुपारी चार वाजता,

कंपनीच्या प्रस्तावावर सही केली आणि त्याच दिवशी संध्याकाळी सात वाजता धीरूभाईंनी अमेरिकेमध्ये रोखेविषयक जाहिराती झळकवल्या.

धीरूभाईंनी आपल्या स्वप्नाच्या रूपानं हे सिद्ध करून दाखवलं, की यश मिळवण्याकरता ऑक्सफर्ड किंवा येल विद्यापीठांच्या पदव्यांची गरज नसते, तुमची कौटुंबिक स्थिती समृद्ध असण्याची गरज नसते आणि तुमच्याकडे वडिलोपार्जित संपत्ती असण्याचीही आवश्यकता नसते. आपली बुद्धी आणि कठोर परिश्रमांच्या बळावर त्यांनी भारतात आंतरराष्ट्रीय दर्जाची कंपनी उभी केली आणि देशाचं नाव उज्ज्वल केलं.

अझीम प्रेमजी (१९४५ -)

१९६६ साली अझीम हाशम प्रेमजी अमेरिकेतल्या कॅलिफोर्निया राज्यामध्ये स्टॅनफर्ड विद्यापीठात कॉम्प्युटर सायन्स शिकत होते, तेव्हाच हृदयविकाराच्या झटक्यानं त्यांच्या वडिलांचं निधन झालं. त्यामुळे शिक्षण तिथेच थांबवून प्रेमजींना भारतात परत यावं लागलं आणि आपल्या वडिलांच्या उद्योगाची धुरा सांभाळावी लागली. तेव्हा अर्धवट राहिलेलं शिक्षण त्यांनी नंतर पत्राद्वारा पूर्ण केलं आणि १९९९ साली पदवी मिळवली.

विप्रोसारख्या जगप्रसिद्ध कंपनीचे उद्गाते अझीम प्रेमजी यांना वयाच्या २१व्या वर्षी अचानक वडिलांची सात कोटी रुपयांची कंपनी चालवावी लागली होती. ही कंपनी वनस्पती तूप, खाद्यतेल आणि कपडे धुण्याचं साबण, अशा वस्तू बनवत आणि विकत असे. त्यावेळी प्रेमजींना उद्योग चालवण्याचा कुठलाही अनुभव नव्हता. 'माझी त्या दृष्टीनं अजिबात काही तयारी झालेली नव्हती,' त्या घटनेबद्दल बोलताना ते म्हणतात. 'त्यावेळी माझ्या डोळ्यात फक्त एक स्वप्न होतं; एक मोठी कंपनी उभारायचं स्वप्न.'

प्रेमजींचे मूळ स्वप्न तर आज पूर्ण झालं आहे, पण कंपनीच्या विस्ताराबरोबरच त्यांचं स्वप्नदेखील वाढत गेलं आहे. आज विप्रो जगातल्या माहिती आणि तंत्रज्ञानविषयक सेवा पुरवणाऱ्या पहिल्या दहा कंपन्यांमध्ये असावी, असं त्यांचं स्वप्न आहे.

प्रेमजींनी आधी आपल्या वडिलांचा तूप, तेल आणि साबणाचा व्यवसाय वाढवला आणि विप्रो हा ब्रँड लोकप्रिय केला. त्यानंतर मग त्यांनी आपलं स्वप्न साकार करण्यासाठी कंपनीला नवी दिशा दिली. हायड्रॉलिक यंत्रं, विजेची उपकरणं, लहान मुलांच्या उपयोगाच्या वस्तू आणि वित्तपुरवठा, अशा विविध क्षेत्रांमध्ये त्यांनी प्रवेश केला. फक्त तूप, तेल, साबण आणि विजेचे बल्ब बनवत राहून त्यांना एवढं

मोठं यश मिळालं नसतं.

१९७९मध्ये अचानक त्यांच्यासमोर एक सुवर्णसंधी आली. तेव्हाच्या सरकारनं आयबीएमसह सगळ्याच अमेरिकन कंपन्यांची भारतात व्यवसाय करण्याची परवानगी काढून घेतली. कॉम्प्युटरच्या व्यवसायात खूप प्रगती करणं शक्य आहे, हे प्रेमजी यांनी ओळखलं होतं, त्या वेळी या क्षेत्रामध्ये जगभर फक्त आयबीएमचंच साम्राज्य होतं. ओरॅकल किंवा ॲमेझॉन डॉट कॉम सारख्या कंपन्या तेव्हा अस्तित्वात यायच्या होत्या. आयबीएमच्या भारतातून निघून जाण्यामुळे इथे जी पोकळी निर्माण होणार होती, ती भरून काढणं खूप फायदेशीर ठरेल, हे प्रेमजींच्या लक्षात आलं होतं. विप्रो कंपनीनं जेव्हा कॉम्प्युटर हार्डवेअर आणि सॉफ्टवेअर निर्मिती करायला सुरुवात केली, तेव्हा भारतात मोजक्याच कंपन्या या क्षेत्रामध्ये होत्या. भारतातल्या माहिती आणि तंत्रज्ञान क्षेत्रामध्ये अझीम प्रेमजी अगदी सुरुवातीपासूनच उपस्थित होते. विप्रोनं कॉम्प्युटर बनवायला सुरुवात केली, तो काळ संगणकयुगाचा उदयकाल होता, त्यामुळे विप्रोचा व्यवसाय झपाट्यानं वाढत गेला, पण १९८४ साली जेव्हा कंपनीनं सॉफ्टवेअर तयार करायला सुरुवात केली, तेव्हा तिची प्रगती खऱ्या अर्थानं सुरू झाली.

विप्रो इन्फोटेक विभागाचा सुरुवातीचा काळ तसा खडतरच होता. त्या वेळी भारतामध्ये परदेशी चलनाचा खूप गंभीर तुटवडा होता. १९९१ साली भारतात आर्थिक उदारीकरणाची सुरुवात झाली आणि सॉफ्टवेअर-निर्यात उद्योगानं एकदम उसळी मारली. हे क्षेत्र अफाट वेगानं वाढायला सुरुवात झाली आणि त्याबरोबर विप्रोचीसुद्धा घोडदौड सुरू झाली. नंतर एका वर्षी तर अझीम प्रेमजी हे बिल गेट्स यांच्या खालोखाल जगातले दुसऱ्या क्रमांकाचे श्रीमंत व्यक्ती ठरले होते, कारण विप्रोच्या समभागांची किंमत तेव्हा गगनाला भिडली होती.

आर्थिक उदारीकरणानंतर विप्रोला तीव्र स्पर्धा आणि परदेशी ग्राहक मिळवणं, या दोन मोठ्या आव्हानांना तोंड द्यावं लागलं होतं. प्रेमजी यांनी जागतिकीकरणाची कास धरत इतर कंपन्या खरेदी करून आपला व्यवसाय विस्तारला. पहिल्याप्रथम त्यांनी अमेरिकन मॅनेजमेंट सिस्टिम्स ही अमेरिकन कंपनी २.६ कोटी डॉलर्सना विकत घेतली. त्यानंतर, बिझनेस प्रोसेस आऊटसोर्सिंग (बीपीओ) क्षेत्रामध्ये असलेल्या शक्यता ओळखून त्यांनी स्पेक्ट्रामाईंड ही एक भारतीय कॉल सेंटर कंपनी १०.२ कोटी डॉलर्सना विकत घेतली आणि तिला आपल्या विप्रो साम्राज्यात सामील करून घेतलं.

आज विप्रो उद्योगसमूहात २७,२०० कर्मचारी काम करतात. अनेक अमेरिकन आणि युरोपियन कंपन्या आपल्या माहिती आणि तंत्रज्ञानविषयक गरजांकरता विप्रोवरच अवलंबून आहेत. विप्रो जगातल्या सर्वोत्तम आऊटसोर्सिंग कंपन्यांपैकी एक बनली

आहे. जगभरच्या अनेक मोठ्या कंपन्यांचे माहितीचे साठे (डेटाबेस) सांभाळणं आणि त्यांच्या कॉम्प्युटर नेटवर्कची देखभाल करणं ही कामं विप्रो करते आहे.

कंपनीचं मुख्य कार्यालय बंगलोरमध्ये आहे आणि अमेरिका, कॅनडा, इंग्लंड, फिनलंड, फ्रान्स, तैवान इत्यादी २१ देशांमध्ये त्यांची कार्यालयं आहेत. जनरल मोटर्स, सोनी, कॉम्पॅक, मेरिल लिंच, बोइंग अशा अनेक नामांकित कंपन्या त्यांच्या ग्राहकांच्या यादीत आहेत आणि कंपनीचे सॉफ्टवेअर तज्ज्ञ नोकिया, सन मायक्रोसिस्टिम्स आणि सिस्कोसारख्या बहुराष्ट्रीय कंपन्यांकरता सॉफ्टवेअर विकसित करत आहेत.

प्रेमजींच्या हातात आली, तेव्हा ७ कोटींची असलेली विप्रो आज १३, ६८० कोटी रुपयांची झालेली आहे. त्यांच्याबद्दल बोलताना, त्यांचे एके काळचे सहकारी विवेक पॉल म्हणतात, 'महाराष्ट्रातल्या अंमळनेर इथे वडिलांकडून वारशाच्या स्वरूपात मिळालेल्या एका कारखान्यापासून सुरुवात करून अझीम प्रेमजी आज जागतिक उद्योगविश्वामध्ये भारताचे एक सन्माननीय राजदूत बनले आहेत. त्यांच्या या कार्याबद्दल मला त्यांचं खूप कौतुक वाटतं.'

नारायण मूर्तींनी इन्फोसिस स्थापन करताना शून्यापासून सुरुवात केली होती. अझीम प्रेमजींची सुरुवात शून्यापासून झालेली नसली, तरी जुन्या काळच्या एका कंपनीला आधुनिक स्वरूप देऊन तिला जागतिक दर्जा मिळवून देण्याचं त्यांचं कार्य तितकंच महान आहे.

भविष्याची पावलं ओळखता येणं किती महत्त्वाचं असतं, हे आपल्याला अझीम प्रेमजींच्या उदाहरणावरून लक्षात येतं. परंपरांना चिकटून राहणं आवश्यक नसतं. परिस्थिती कशीही असो, मनुष्य ती बदलू शकतो. आपल्या भविष्याची पटकथा त्यांनी स्वत:च लिहिली नसती, तर अझीम प्रेमजींना एवढी संपत्ती आणि एवढा नावलौकिक कमावणं शक्य झालं नसतं. येणारं युग हे कॉम्प्युटरचं युग आहे, हे त्यांनी ओळखलं होतं. त्याचबरोबर नव्या सहस्रकामध्ये बीपीओला महत्त्व येणार आहे, हेही त्यांनी ओळखलं होतं. मोठ्या-मोठ्या कंपन्यांना आपली कामं इतर कंपन्यांकडून स्वस्तात करवून घेण्याची गरज पडणार आहे, हे त्यांना कळलं होतं. त्यांच्यामुळेच बंगलोरला आजची प्रतिष्ठा प्राप्त होण्यात मदत मिळाली आहे.

खाद्यतेलांपासून सुरुवात करून त्यांनी कॉम्प्युटर हार्डवेअर, मग सॉफ्टवेअर, मग बीपीओ आणि अखेर माहिती-तंत्रज्ञान विषयक सेवा, अशी अनेक नवी कामं केली.

आजच्या युगात यश मिळवण्याकरता जागतिक दर्जा खूप आवश्यक आहे. आधुनिकीकरणाच्या या काळामध्ये कूपमंडूक वृत्ती उपयोगाची नाही. **आपण फक्त आपल्याच देशामध्ये सर्वश्रेष्ठ असून उपयोग नाही, तर आपण जगात**

सर्वश्रेष्ठ असायला हवं, असं प्रेमजी म्हणतात. सर्वोत्कृष्टता हे अझीम प्रेमजींचं ब्रीद आहे. त्यामुळेच, १९९७ सालीच त्यांनी सिक्स सिग्मा हे दर्जाशी संबंधित प्रमाणपत्र मिळवलं.

त्यांच्या मते उत्कृष्टता म्हणजे इतरांच्या तसंच स्वत:च्याही अपेक्षेपेक्षा जास्त चांगलं काम करणं. जागतिकीकरणामुळे आज उत्कृष्टता आवश्यक नव्हे, तर एक गरज बनली आहे. उत्तम गुणवत्तेशिवाय ग्राहकांना आपल्याकडे आकृष्ट करणं आणि त्यांचं समाधान करणं अवघड आहे. ही एक लढाई आहे आणि ती आपली स्वत:शीच आहे.

मनुष्याकडे स्वप्न असेल, कष्ट करण्याची त्याची तयारी असेल, आपल्या चुकांपासून शिकण्याची सवय त्याला असेल, तर तो नाव आणि पैसा दोन्हीही कमावू शकतो. याचं उत्तम उदाहरण म्हणजे अझीम प्रेमजी. आज याच गुणांमुळे त्यांच्याकडे १७.१ अब्ज डॉलर्सची मालमत्ता आहे आणि जगातल्या श्रीमंतांच्या यादीमध्ये ते २१व्या स्थानावर आहेत.

टाय वॉर्नर (१९४४ -)

टाय वॉर्नर यांचा खेळण्याचा व्यवसाय होता. आपण असं एखादं खेळणं बनवावं, जे लहान मुलं आपल्या पॉकेटमनीमधूनही खरेदी करू शकतील आणि शिवाय ते खेळणं त्यांच्या सदैव खिशातच राहील, असं त्यांचं स्वप्न होतं. बीनी बेबीच्या रूपात त्यांनी आपलं हे स्वप्न पूर्ण केलं आणि ते स्वत: त्यामुळे अब्जाधीश बनले.

किशोरावस्थेत टाय वॉर्नर यांना चित्रपटांचे हिरो बनायची इच्छा होती. त्याकरता त्यांनी हॉलिवूडला जाऊन आपलं नशीब अजमावूनही पाहिलं, पण कॅलिफोर्नियातल्या एका पेट्रोलपंपावर काम करणं आणि घरोघर कॅमेरे विकत फिरणं, यापलीकडे फारसं काही त्यांना जमलं नाही. हॉलिवूडमध्ये आपल्याला स्थान मिळणार नाही, हे लक्षात आल्यावर ते शिकागोला परत गेले आणि तिथे त्यांनी खेळणी विकायला सुरुवात केली.

१९६२ साली डॅकिन नावाच्या एका कंपनीमध्ये प्राण्यांची खेळणी विकण्याचं काम त्यांना मिळालं. पुढची अठरा वर्षं ते त्याच कंपनीमध्ये काम करत राहिले आणि नंतर ती नोकरी सोडून ते इटलीला गेले. तिथेच त्यांना स्वत:ची कंपनी सुरू करण्याची प्रेरणा मिळाली. इटलीत त्यांनी मुलायम आणि सुंदर अशा खेळण्यातल्या मांजरी पाहिल्या. त्या त्यांना खूप आवडल्या. अशी खेळणी त्यांनी अमेरिकेत कधीच पाहिली नव्हती. १९८३मध्ये ते अमेरिकेला परतले आणि त्यांनी आपलं घर

गहाण टाकलं. ते पैसे, त्यांना वडिलोपार्जित मिळालेले ५०,००० डॉलर्स आणि स्वत:ची थोडीफार बचत, असं सगळं मिळून त्यांनी १९८६मध्ये टाय इन्कॉर्पोरेटेड, या कंपनीची स्थापना केली. सुरुवातीला ते आपल्या भाड्याच्या घरातूनच दुकानदारांना मांजरी पुरवत असत, पण नंतर त्यांचा व्यवसाय वाढला, तसं घराच्या मालकाला या गोष्टीचा त्रास होऊ लागला.

मांजरी बनवण्याकरता चांगला कारागीर अमेरिकेत मिळत नाही म्हटल्यावर टाय वॉर्नर कोरियाला गेले. तिथे त्यांना त्यांच्या मनाप्रमाणे वस्तू बनवून देऊ शकणारा कुशल कारागीर मिळाला. पहिल्यांदा त्यांनी दहा वेगवेगळ्या प्रकारच्या मांजरी तयार केल्या आणि त्यांना वेगवेगळी नावंही दिली. त्यांच्या या मांजरी लोकांना इतक्या आवडल्या, की अटलांटा टॉय फेअर (खेळण्यांची जत्रा)मध्ये एका तासातच त्यांच्या ३०,००० मांजरी विकल्या गेल्या.

१९९२ पर्यंत टाय वॉर्नर यांच्या कॅटॅलॉगमध्ये डझनांनी जनावरं जमा झाली. पण अजूनही त्यांचं स्वप्न मात्र पूर्ण झालं नव्हतं. त्यांना एक छोटं, सुंदर आणि पाच डॉलर्सपेक्षा कमी किमतीचं खेळणं बनवायचं होतं. त्यातूनच मग त्यांना बीनी बेबीची कल्पना सुचली.

१९९३मध्ये पहिली बीनी बेबी तयार झाली. हे खेळणं लगेच लोकप्रिय झालं नाही. सुरुवातीला आपण बनवलेली या प्रकारची खेळणी संख्येनं कमी असल्यामुळे त्यांना उठाव नसावा, असं वाटून टाय वॉर्नर यांनी दर सहा महिन्यांना ९ ते १२ नव्या प्रकारच्या बीनी बेबी बाजारात आणायला सुरुवात केली. हे खेळणं लोकप्रिय होण्याकरता अखेर १९९५ साल उजाडावं लागलं आणि मग मुलं बीनी बेबीसाठी वेडी झाली आणि त्यानंतर मात्र दर वर्षी कोट्यवधी डॉलर्सच्या बीनी बेबीज विकल्या जायला लागल्या.

टाय वॉर्नर यांनी या खेळण्याची जाहिरात कधीच केली नाही. हे उत्पादन तसंही एवढं लोकप्रिय झालं, की त्याला जाहिरात करून विकण्याची गरजच कधी भासली नाही. अनेक वेळा तर उद्या नवीन बीनी बेबी बाजारात येणार आहे, हे कळल्यावर लोक आदल्या रात्रीपासूनच दुकानांसमोर रांग लावून उभे राहिले होते. काही वर्षांपूर्वी मॅक्डोनल्ड्सनं त्यांच्या हॅपी मिल्ससोबत टीनी बेबी मोफत देण्याची योजना सुरू केली होती. या योजनेसाठी त्यांनी या टीनी बेबीजचा जो साठा करून ठेवला होता, तो सहाच आठवड्यांऐवजी तीनच दिवसांमध्ये संपून गेला. या बाहुल्याचं वेड इतकं होतं, की कितीतरी लोक केवळ टीनी बेबी मिळवण्याकरता हॅपी मील घेत असत आणि बेबी मिळाल्यावर हॅपी मील कचऱ्याच्या डब्यामध्ये टाकून देत असत.

बीनी बेबीमुळे टाय वॉर्नर यशाच्या शिखरावर जाऊन पोहोचले आहेत. आज

त्यांच्याकडे ४.५ अब्ज डॉलर्सची संपत्ती आहे आणि जगातल्या श्रीमंतांच्या यादीत त्यांचं नाव १७७व्या स्थानावर आहे.

डोनाल्ड ट्रम्प (१९४६ -)

डोनाल्ड ट्रम्प जमीन खरेदी-विक्रीमध्ये (रियल इस्टेट) पैसे गुंतवून श्रीमंत झाले. जगातल्या श्रीमंतांच्या यादीत त्यांचं नाव ३१४व्या स्थानावर आहे आणि त्यांची एकूण मालमत्ता आहे २.९ अब्ज डॉलर्स. पण हे यश त्यांना मोठी स्वप्नं पाहिल्यामुळेच मिळालेलं आहे. त्यांनी एका ठिकाणी म्हटलं आहे, की 'मला मोठी स्वप्नं पाहणं आवडतं, कारण स्वप्नंच पाहायची तर ती मोठी का नको, असं मला वाटतं... आणि या गोष्टीचा मला फायदाच झालेला आहे.'

डोनाल्ड जॉन ट्रम्प यांचा जन्म १४ जून, १९४६ रोजी क्वीन्स, न्यूयॉर्कमध्ये झाला. त्यांचे वडील एक अत्यंत यशस्वी बांधकाम व्यावसायिक व जमीन विकसक होते. कुटुंबात अशा प्रकारे बांधकाम आणि जमिनीचे व्यवहार, असंच वातावरण असल्यामुळे डोनाल्ड यांना लहानपणापासूनच या व्यवसायातले बारकावे शिकायला मिळाले. हे शिक्षण त्यांना मोठेपणी उपयुक्त ठरलं.

१९७०च्या दशकात न्यूयॉर्क हा भाग भुकेकंगाल झाला होता आणि तिथल्या जमिनींच्या किमती पाताळात जाऊन पोहोचल्या होत्या. ज्याला त्याला आपली जमीन विकून टाकण्याची घाई झाली होती. अशा वेळी डोनाल्ड ट्रम्प मात्र जमीन खरेदी करण्याच्या मागे होते. न्यूयॉर्कसारख्या ठिकाणी इतकी स्वस्तात जमीन मिळते आहे, तर ती खरेदी करून ठेवण्यात खूप फायदा आहे, हे त्यांच्या ध्यानात आलं होतं. ते म्हणतात,

'प्रवाहाच्या विरुद्ध पोहणं, ही सहसा एक चतुर नीती असते. यात धोका नक्कीच जास्त असतो आणि यश प्राप्त करण्यासाठीची ही एक अट आहे असं मला म्हणायचं नाही, पण असं करण्यामुळे बहुतेक वेळा खूप मोठं यश मिळतं.'

स्वस्त भावामध्ये त्यांनी बरीच जमीन खरेदी करून ठेवली. 'सगळ्यात चांगल्या संधी नेहमी सर्वांत वाईट परिस्थितीमध्ये येत असतात,' हे त्यांचं लाडकं मत आहे.

त्या सुमारासच त्यांनी न्यूयॉर्कमधलं ग्रँड हयात हॉटेल विकत घेतलं आणि फिफ्थ अव्हेन्यू इथे ६८ मजली ट्रम्प टॉवर उभं केलं. त्यानंतर त्यांनी जुगाराचा अड्डा चालवण्याचा परवाना मिळवला आणि अटलांटिक शहरामध्ये ट्रम्प कॅसल आणि ताजमहाल कॅसिनो उभे केले. मंदी ओसरल्यानंतर डोनाल्ड ट्रम्प अफाट

श्रीमंत झाले. आर्थिक कारणांमुळे मग ते मॅनहॅटन सोडून अटलांटिक शहरामध्ये जाऊन स्थायिक झाले. एक दिवस त्यांना असं कळलं, की हिल्टन समूहाच्या लास वेगास इथल्या फक्त दोनच कॅसिनोंमधून मिळणारा नफा त्या समूहाच्या १५० हॉटेलांमधून मिळणाऱ्या नफ्याएवढा आहे. मग जगातल्या सर्वांत मोठ्या शहरामध्ये सर्वांत मोठं हॉटेल सुरू केलं आणि समजा ते यशस्वी ठरलं, तरी एखाद्या छोट्या शहरातला कॅसिनो जेवढा चालेल तेवढं त्या हॉटेलचं यश मोठं नसणार आहे, हे तात्काळ त्यांच्या लक्षात आलं. त्यानंतर लगेच ट्रम्प प्लाझा हॉटेल अँड कॅसिनो बनून तयार झालं. अमुक काम होऊ शकत नाही, असं न सांगता ते कशा प्रकारे होऊ शकेल, एवढंच मला सांगा, असं त्यांनी त्यांच्या वास्तुविशारदांना सांगूनच ठेवलं होतं.

लांबचा विचार करण्यामुळे डोनाल्ड ट्रम्प यांना मोठं यश मिळालं होतं. ट्रम्प टॉवरच्या कामाला सुरुवात करतानाच त्यांनी त्याची एवढी जाहिरात केली, की तिथल्या बुकिंगपोटी त्यांना २४ कोटी डॉलर्स मिळाले. तेव्हा टॉवर बांधून पूर्ण झालादेखील नव्हता आणि त्या प्रकल्पाचा एकूण खर्च होता १९ कोटी डॉलर्स. याचा अर्थ, ट्रम्प टॉवर पूर्ण होण्याआधीच त्यांना पाच कोटी डॉलर्सचा नफा झाला होता आणि विशेष म्हणजे यात दुकानं आणि कार्यालयांना देण्यात आलेल्या जागांचा समावेश नव्हता.

पण १९९० सालच्या अखेरीला मात्र त्यांच्यावर अडचणींचा पहाड कोसळला आणि ते कर्जामध्ये गळ्यापर्यंत बुडाले. त्यांच्या मालकीच्या जमिनींच्या किमती कमी होऊ लागल्या, त्यांच्या हॉटेलांचं उत्पन्न घटायला सुरुवात झाली आणि भरीस भर म्हणून त्यांची पत्नी इव्हाना, हिनं त्यांना घटस्फोट देऊन पोटगीसाठी २ अब्ज डॉलर्सची मागणी त्यांच्याकडे केली. त्या वेळी त्यांचे ग्रह फिरले होते आणि ते दिवाळखोरीच्या उंबरठ्यावर येऊन पोहोचले होते. व्यक्तिशः त्यांच्या डोक्यावर त्यावेळी ९० कोटी डॉलर्सचं कर्ज होतं.

एवढं होऊनही डोनाल्ड ट्रम्प यांनी धीर सोडला नाही. त्यांनी त्यांच्या कर्जपुरवठादारांकडून थोडी मुदत मागून घेतली, आपल्या सगळ्या कंपन्या एकत्र करून ट्रम्प हॉटेल्स अँड कॅसिनो रिसॉर्ट्स ही कंपनी स्थापन केली आणि या कंपनीचा आयपीओ बाजारात आणला. या आयपीओतून त्यांना दोन अब्ज डॉलर्स मिळाले आणि त्यातून त्यांनी आपली कर्जं चुकती केली. त्यानंतर त्यांनी आपल्या एकंदर व्यवसायाची घडी नीट बसवली आणि २००१ साली ते पुन्हा अब्जाधीश बनले.

ते म्हणतात, **'तीव्र इच्छाशक्ती, हा जीवनाचा मूलमंत्र आहे आणि हाच यशाचाही मूलमंत्र आहे हे निःसंशय. तीव्र इच्छाशक्तीविना जर तुम्ही काम**

करत असाल, तर तुमची खूपशी ऊर्जा ही वायाच जात असते.'

टॉम मोनाहन (१९३७ -)

वयाच्या चौथ्याच वर्षी वडिलांचं निधन झाल्यामुळे टॉम मोनाहन यांना एका अनाथाश्रमामध्ये ठेवण्यात आलं होतं. तिथे राहून त्यांनी उच्च माध्यमिक (हायस्कूल) शिक्षण कसंबसं पूर्ण केलं. महाविद्यालयातून मात्र पहिल्याच सत्रानंतर ते बाहेर पडले. पण अशी पार्श्वभूमी लाभल्यानंतरदेखील पुढे जाऊन पिझ्झ्याची घरपोच सेवा देणारी डॉमिनोज पिझ्झा ही दुकानांची साखळी स्थापन करण्याद्वारे त्यांनी भरपूर नाव आणि पैसा कमावला.

डॉमिनोज पिझ्झा आणि पर्यायानं टॉम मोनाहन यांना सुरुवातीची तब्बल वीस वर्षं अनेक अडचणींचा सामना करावा लागला. एकदा भयंकर आग लागल्यामुळे त्यांचं दुकान आणि सगळी कागदपत्रे जळून खाक झाले. तीन वेळा ते दिवाळखोरी जाहीर करण्याच्या परिस्थितीत सापडले. पण जेव्हा ते १५ लाख डॉलर्सच्या कर्जामध्ये बुडाले होते आणि त्यांच्यावर त्या संदर्भात शंभर-एक खटले न्यायालयात चालू होते, तो त्यांचा सर्वांत वाईट काळ होता.

पण हे सगळे अडथळे पार करून टॉम मोनाहन यांनी आपल्या गिऱ्हाइकांना तीस मिनिटात पिझ्झा घरपोच देण्याची योजना यशस्वीरीत्या राबवली आणि यशाचं शिखर गाठलं. घरपोच सेवेमध्ये आपला पहिला क्रमांक असावा, हे त्यांचं स्वप्न होतं. तीस मिनिटांमध्ये पिझ्झा घरी पोहोचला नाही, तर गिऱ्हाइकांना ते तोच पिझ्झा कमी किमतीत देतील, अशी हमी त्यांनी लोकांना दिली.

टॉम मोनाहन यांचं बालपण वाईट होतं, त्यांच्याकडे भांडवल अजिबात नव्हतं आणि त्यांचं महाविद्यालयीन शिक्षणही झालेलं नव्हतं. त्यामुळे त्यांना यश मिळण्याच्या बाबतीत एक मोठं प्रश्नचिन्हच होतं. पण त्यांनी अत्यंत प्रतिकूल परिस्थितीमध्ये आपली कारकीर्द सुरू केली आणि अखेर डॉमिनोज पिझ्झा कंपनीला जगातली सर्वांत मोठी घरपोच सेवा देणारी कंपनी बनवलं. हे यश त्यांना एक स्वप्न पाहण्यामुळेच मिळालं. 'लोकांना गरम आणि स्वादिष्ट पिझ्झा घरपोच मिळालेला आवडेल,' या एकाच कल्पनेवर त्यांनी आपलं सर्वस्व पणाला लावलं होतं. अशी सेवा फारशी यशस्वी ठरणार नाही आणि व्यावसायिकदृष्ट्या ही आत्महत्याच आहे, असं त्यांच्या प्रतिस्पर्ध्यांचं मत होतं.

टॉम मोनाहन यांनी पिझ्झा घरपोच देण्याची सेवा जेव्हा सुरू केली, तेव्हा पिझ्झा हट ही कंपनी बाजारात प्रस्थापित झालेली होती आणि लोकांची घरपोच सेवेची गरज ती कंपनी जास्त चांगल्या प्रकारे ओळखू शकली असती, कारण

१९७०च्या दशकात लोकांची जीवनशैली इन्स्टंटपणाकडे झुकत चालली होती. पण पिझ्झा हट किंवा तत्सम मोठ्या कंपन्यांनी ही जोखीम पत्करली नाही. अशी सेवा देण्याकरता राष्ट्रीय स्तरावर डिलिव्हरीच्या गाड्या, त्यांचे ड्रायव्हर, त्यांचा खर्च वेळ पाळण्याचं बंधन इत्यादी गोष्टी सांभाळणं खूप जिकिरीचं असल्यामुळे त्यांना त्यात आपण पडावं, असं वाटलं नाही. त्यात त्यांच्याकडे गमावण्यासारखं खूप काही असल्यामुळे त्यांनी 'जैसे थे' राहण्यात समाधान मानलं, तर दुसरीकडे टॉम मोनाहन यांच्याकडे मात्र गमावण्यासारखं काही नव्हतंच. त्यांच्याकडे फक्त एक स्वप्न होतं आणि त्या स्वप्नाकरताच त्यांनी एका अनोळखी क्षेत्रामध्ये उडी घेतली होती.

मायकेल डेल (१९६५ -)

वयाच्या अवघ्या १९व्या वर्षी मायकेल डेल यांनी आयबीएमपेक्षा मोठी कंपनी उभी करण्याचं स्वप्न पाहिलं. त्यानंतरच्या दोनच दशकांपेक्षाही कमी कालावधीत त्यांनी महाकाय डेल कॉर्पोरेशन उभी केली. या कंपनीची मालमत्ता ३० अब्ज डॉलर्स आहे. फक्त १,००० डॉलर्सच्या भांडवलावर आपला व्यवसाय सुरू करणारे मायकेल डेल आज अब्जाधीश आहेत, यावरून त्यांच्या यशस्वितेची कल्पना येऊ शकेल. जगातल्या श्रीमंतांच्या यादीमध्ये त्यांचं नाव ३०व्या स्थानावर आहे आणि त्यांची वैयक्तिक मालमत्ता १५.८ अब्ज डॉलर्स एवढी आहे.

लहानपणी निव्वळ एक उद्योग म्हणून ते वर्तमानपत्रं विकण्याचं काम करत असत. घरोघर जाऊन वर्तमानपत्रं वाटण्याचं काम पारंपरिक पद्धतीनं करून त्यांना बऱ्यापैकी उत्पन्न मिळत होतं. पण त्यावर ते समाधानी नव्हते. नवीन गिऱ्हाइकं मिळवण्यासाठी काहीतरी युक्ती शोधण्यामध्ये त्यांनी कित्येक आठवडे घालवले. **त्यांच्या दृष्टीनं फक्त वर्तमानपत्रं विकणं महत्त्वाचं नव्हतं, तर जास्तीत जास्त वर्तमानपत्रं विकणं महत्त्वाचं होतं.** नवविवाहित जोडपी आणि त्या भागात नव्यानं राहण्यास आलेली कुटुंबं, हेच लोक आपले गिऱ्हाईक असल्याचं त्यांच्या लक्षात आलं. मग त्यांनी कोर्टात जाऊन नवविवाहित लोकांचे पत्ते मिळवले आणि ह्यूस्टनच्या आसपास असलेल्या नोंदणी कार्यालयांमध्ये जाऊन नव्यानं बांधल्या जाणाऱ्या घरांबद्दल माहिती मिळवली. त्यांची ही युक्ती इतकी यशस्वी ठरली, की १९८२ साली हायस्कूलमध्ये शिकत असतानाच त्यांनी द ह्यूस्टन पोस्ट हे वर्तमानपत्र विकण्याचं काम करून १८,००० डॉलर्स कमावले.

त्यांच्या शाळेतल्या अर्थशास्त्राच्या शिक्षकांनी जेव्हा विद्यार्थ्यांना आपल्या इन्कम टॅक्सचे रिटर्न्स तयार करण्याचा प्रकल्प दिला, तेव्हा मायकेल यांनी आपलं खरं

उत्पन्न त्यात लिहिलं. शिक्षकांना वाटलं त्यांनी चुकून जास्त शून्यं लिहिली आहेत, पण जेव्हा त्यांना कळलं की मायकेल यांचं उत्पन्न खरोखरच त्यांच्यापेक्षाही जास्त आहे, तेव्हा ते थक्कच झाले.

१९९३ साली मायकेल डेल यांनी शालेय शिक्षण पूर्ण केलं आणि ते टेक्सास विद्यापीठात पुढचं शिक्षण घेण्याकरता दाखल झाले. तोपर्यंत त्यांच्या डोक्यात कॉम्प्युटरनं घर केलेलं होतं. विद्यापीठात पहिल्या दिवशी जाताना त्यांच्या कारमध्ये मागे तीन पर्सनल कॉम्प्युटर्स होते आणि एका हातात एक पुस्तक, तर दुसऱ्या हातात मेमरी चिप्स (रॅम) होत्या. स्वत:चा व्यवसाय करण्याच्या नादात आपल्या मुलाचं त्याच्या अभ्यासाकडे दुर्लक्ष होत असावं, या अंदाजानं त्यांचे आई-वडील एकदा अचानक त्यांना भेटायला आले आणि आपली भीती खरी असल्याचं त्यांना कळलं. त्यांच्या वडिलांनी मग मायकेलची खरडपट्टी काढली आणि कॉम्प्युटर सोडून अभ्यासावर लक्ष केंद्रित करायला त्यांना सांगितलं. ‘शेवटी तुला जीवनात करायचं आहे तरी काय?’ असं वडिलांनी विचारताच मायकेल डेल म्हणाले, ‘मला आयबीएमशी स्पर्धा करायची आहे.’

कॉम्प्युटरचा व्यवसाय सुरू करताना, ते विकण्यामध्ये खूप फायदा आहे, हे त्यांनी जाणलं होतं. कॉलेजात शिकता-शिकता कॉम्प्युटर विकून ते दरमहा ५०,००० ते ८०,००० डॉलर्स कमवत होते. नवे कॉम्प्युटर्स बनवून विकण्याखेरीज ते लोकांच्या जुन्या कॉम्प्युटरला विविध सुटे भाग लावून देऊन अधिक सुधारित (अपग्रेड) करण्याचं कामही करत असत. वितरकांमार्फत कॉम्प्युटर्स विकण्याऐवजी ते थेट ग्राहकालाच विकत असत, त्यामुळे त्यांचे कॉम्प्युटर ग्राहकांना खूप स्वस्तात पडत असत.

काही दिवसांतच आई-वडिलांना न सांगता त्यांनी कॉलेज सोडून दिलं आणि परिणामांची पर्वा न करता पूर्ण वेळ व्यवसायामध्ये उडी घेतली. त्यांनी स्वत:ची एक कंपनी स्थापन केली आणि एक ऑफिसही त्यासाठी भाड्यानं घेतलं. वयाच्या अवघ्या २१व्या वर्षी, १९८६ सालच्या कॉमडेक्स या संगणकविषयक उत्पादनांच्या प्रदर्शनामध्ये १२ मेगाहर्ट्झ पर्सनल कॉम्प्युटर त्यांनी सादर केला, त्या वेळचा तो सर्वांत जलद कॉम्प्युटर होता.

१२ मेगाहर्ट्झच्या या पर्सनल कॉम्प्युटरमुळे मायकेल डेल एक आघाडीचे कॉम्प्युटर निर्माते बनले. त्या वर्षी त्यांनी कॉम्प्युटर्स विकून सहा कोटी पॉलर्स मिळवले. मग त्यांनी नोटबुक कॉम्प्युटर हा छोटा संगणक तयार केला. पुढे जेव्हा इंटरनेटचा उदय झाला, तेव्हा मायकेल यांनी या गोष्टीमध्ये दडलेल्या शक्यता त्वरित ओळखल्या आणि आपली स्वत:ची वेबसाइट सुरू केली. त्यानंतर दोनच वर्षांत दररोज दहा लाख डॉलर्स आणि २००० साली तर दररोज पाच कोटी

डॉलर्सची विक्री ते करायला लागले.

वयाच्या २७व्या वर्षी मायकेल डेल फॉर्च्यून ५०० कंपन्यांपैकी सगळ्यात तरुण मुख्य कार्यकारी अधिकारी (सीईओ) बनले. १९९६ सालपर्यंत ते अब्जाधीश बनले होते, पण त्याहीपेक्षा महत्त्वाची गोष्ट म्हणजे व्यवसायामध्ये आयबीएमला मागे टाकण्याचं त्यांचं स्वप्न तोवर पूर्ण झालं होतं.

एस्टी लॉडर (१९१० - २००४)

जोसेफाईन इस्थर मेट्झर ऊर्फ एस्टी लॉडर, यांचा जन्म १९१०मध्ये झाला. त्या जन्मानं ज्यू होत्या आणि त्यांच्या वडिलांचं हार्डवेअरचं दुकान होतं. वयाच्या २२व्या वर्षी त्यांचं लग्न झालं. त्यांचे काका जॉन शूट्झ केमिस्ट होते आणि त्यांनी त्वचेला लावण्याच्या क्रीम्स बनवण्याचे काही फॉर्म्युले तयार केले होते. एस्टी लहानपणापासूनच महत्त्वाकांक्षी होत्या आणि त्यांना श्रीमंत बनायचं होतं. त्या खूप श्रीमंत नाहीत, याची तेव्हा त्यांना वारंवार आठवण करून दिली जात असे. एकदा वयाच्या २५व्या वर्षी एका सौंदर्यप्रसाधनालयात त्या गेल्या असताना तिथे एका स्त्रीनं घातलेलं ब्लाऊज त्यांना खूप आवडलं. एस्टींनी तिला ते ब्लाऊज कुठून घेतलं असं विचारलं, तेव्हा ती छद्मीपणे हसत म्हणाली, 'तुला सांगून काय उपयोग? तुला ते परवडणार नाही.' तेव्हा एस्टींचा चेहरा पडला. त्या अपमानाच्या क्षणीच त्यांनी प्रतिज्ञा केली, की आपण आयुष्यात खूप श्रीमंत व्हायचं आणि राहायला अलिशान घर आणि वापरायला सगळ्या चैनीच्या वस्तू मिळवायच्या.

नंतर त्यांनी काकांपासून प्रेरणा घेऊन सौंदर्यप्रसाधन उद्योगामध्ये यशाचं शिखर गाठण्याचं स्वप्न पाहिलं. महत्त्वाकांक्षा आणि कष्ट करण्याच्या वृत्तीबरोबरच व्यावसायिक बुद्धिमत्ता असेल, तर काय होऊ शकतं, हे त्यांना जगाला दाखवून द्यायचं होतं.

सुरुवातीला त्यांनी आपल्या काकांनी बनवलेल्या क्रीम्स आणि सौंदर्यप्रसाधनं विकायला सुरुवात केली. हॉटेलं, रेल्वे, दुकानं, इमारतींच्या लिफ्ट्स अशा सगळ्या ठिकाणी त्या आपल्या उत्पादनांची जाहिरात करत असत. आपल्या क्रीमच्या डब्या त्या नेहमी बरोबर बाळगत असत. त्यांना जेव्हा कुणी महिला भेटत, तेव्हा त्या लगेच त्यांना सांगत असत की त्यांच्या चेहऱ्यावर सुरकुत्या दिसायला लागल्या आहेत आणि त्यांनी जर वेळीच योग्य काळजी घेतली नाही, तर परिस्थिती आणखी बिघडू शकते. फक्त पाच मिनिटांमध्ये त्या त्यांच्या चेहऱ्याचा कायापालट करू शकतील, असा विश्वास त्या समोरच्या स्त्रीला देऊ शकत.

ग्राहक महिला जेव्हा त्यांनी केलेल्या सौंदर्य उपचारांबद्दल खूष होत, तेव्हा एस्टी लॉडर त्यांना एखाद्या क्रीमची डबी मोफत देत असत आणि आपल्या एखाद्या

खास मैत्रिणीला त्यांचं नाव सुचवायची विनंती करत. अशा प्रकारे त्यांची तोंडी प्रसिद्धी होत गेली. पण अर्थात प्रगतीचा हा वेग खूप कमी होता. त्यांच्या मैत्रिणी आणि कुटुंबीयांच्या मते त्या आपला वेळ वाया घालवत होत्या.

१९४८ साली फिफ्थ अॅव्हेन्यू कॉस्मेटिक्सचे मालक बॉब फिस्के यांना त्या भेटल्या आणि त्यांच्या साक्स, या दुकानामध्ये त्यांनी एस्टींची क्रीम्स ठेवावीत, अशी विनंती त्यांना केली. पण फिस्के यांनी त्याला नकार दिला. इतर कुणी असतं, तर निराश झाला असता, पण एस्टी लॉडर यांची इच्छाशक्ती दांडगी होती. साक्सचं नाव त्यांच्या उत्पादनांशी जोडलं गेलं, तर त्यांना प्रतिष्ठा मिळेल, हे त्यांना पक्कं माहीत होतं.

मग एक दिवस त्यांनी एका समारंभामध्ये बोलताना आपल्या लिपस्टिकची अफाट स्तुती केली. झालं, त्यांचं भाषण संपल्यानंतर उपस्थितांपैकी अनेक महिला बॉब फिस्केंच्या (साक्स) दुकानामध्ये गेल्या आणि तिथे त्यांनी एस्टी लॉडर यांनी बनवलेल्या लिपस्टिकची मागणी केली. एवढी मोठी मागणी पाहून बॉबनी ताबडतोब ८०० डॉलर्सच्या लिपस्टिक्स एस्टी लॉडर यांच्याकडून मागवल्या.

ही मागणी पूर्ण करण्याकरता एस्टी आणि त्यांचे पती जोसेफ लगेच कामाला लागले. सहा महिन्यांचं भाडं आगाऊ देऊन त्यांनी एक जुनी खाणावळ ताब्यात घेतली आणि तिथे एका जुन्या गॅस शेगडीच्या साहाय्यानं आपलं उत्पादन सुरू केलं. या दांपत्याचा मुलगा आणि कंपनीचा भावी मुख्य कार्यकारी अधिकारी लिओनार्ड (जन्म: १९ मार्च, १९३३) यानं माल डब्यांमध्ये भरणं, ते सायकलवर वाहून नेणं अशी कामं केली. साक्सच्या दुकानांमध्ये लॉडर यांनी करून दिलेल्या लिपस्टिक्स चांगल्या खपल्या. त्यानंतर मात्र लवकरच उच्चभ्रू लोकांसाठीच्या इतरही दुकानांमधून एस्टी लॉडर यांची सौंदर्यप्रसाधनं ठेवली आणि विकली जायला लागली.

अशा प्रकारे हळूहळू कमाई करत एस्टींनी ५०,००० डॉलर्स बाजूला ठेवले आणि बीबीडी अँड ओ जाहिरात संस्थेशी संपर्क साधला. रेव्हलॉन या प्रसिद्ध सौंदर्यप्रसाधन कंपनीच्या वर्तमानपत्रं आणि नियतकालिकांमधल्या जाहिराती ही संस्था तयार करत असे. ५०,००० डॉलर्समध्ये लाईफ मासिकामध्ये फक्त एक पानाची जाहिरात होईल, असं त्या लोकांनी हसत त्यांना सांगितलं. ते ऐकून एस्टींनी ठरवलं की आपल्या उत्पादनांची कधीच जाहिरात करायची नाही. त्याऐवजी मोफत सॅंपल देऊन आपल्या कंपनीचा प्रचार करण्याचा निर्णय त्यांनी घेतला; त्यानुसार त्यांनी त्यांच्या क्रीम बेस्ड पावडरची सॅंपल्स द्यायला सुरुवात केली. तीन महिने जो कुणी ही पावडर वापरेल, त्याला या उत्पादनाची नक्कीच आवड लागेल आणि मग मात्र तो ते पैसे देऊन विकत घेईल, अशी त्यांना खात्री होती. त्यांचा

हा विश्वास अनाठायी ठरला नाही.

एस्टी लॉडरनी मग मोफत सँपल देण्याचा सपाटाच लावला. सौंदर्यप्रसाधनक्षेत्रातल्या इतर कंपन्या यामुळे त्रस्त झाल्या आणि त्यांनी एस्टींबद्दल अपप्रचार करायला सुरुवात केली. अशा प्रकारे मोफत सँपल देण्यानं एक दिवस त्यांचं दिवाळं वाजेल, असं लोक म्हणू लागले. एकदा लॉस एन्जल्स इथे त्या कॉम्पॅक्ट पावडरचे सँपल वाटत होत्या तेव्हा ५०० लोक त्यांच्यासमोर रांग लावून उभे राहिले. आधी मोफत सँपल वाटणाऱ्या एस्टींनी मग काहीतरी खरेदी करणाऱ्या लोकांनाच ती द्यायला सुरुवात केली. एव्हाना लोकांना त्यांच्या सँपल्सची सवय लागली होती, त्यामुळे त्यांचा हा प्रयोगही यशस्वी झाला. जाहिरात करण्याच्या या अभिनव तंत्रामुळे एस्टी लॉडर कॉस्मेटिक्स कंपनी वेगानं प्रगती करायला लागली.

१९५३ साली त्यांनी सुगंधी द्रव्यांच्या फवाऱ्यांच्या उत्पादनाला सुरुवात केली. त्यात त्यांनी यूथ ड्यू नावाचं सुवासिक तेल बाजारात आणलं, त्या तेलाचा सुवास दिवसभर अंगावर रेंगाळत असे. तोपर्यंत बहुतेक पुरुषच महिलांसाठी सुगंधी द्रव्यं खरेदी करत असत. एस्टी लॉडर यांनी थेट महिलांनाच आपलं लक्ष्य केलं आणि त्यांना मोफत सँपल्स द्यायला सुरुवात केली. १९६० सालापर्यंत त्यांनी सौंदर्यप्रसाधनक्षेत्रात इतकी प्रगती केली, की त्यांनी एक बहुराष्ट्रीय कंपनी स्थापन केली आणि त्यांचा उद्योग विविध देशांमध्ये पसरला. त्यानंतर त्यांच्या कंपनीची वार्षिक उलाढाल ६० लाख डॉलर्सवर जाऊन पोहोचली.

१९७२ साली एस्टींनी त्यांचा मुलगा लिओनार्ड याला कंपनीचा अध्यक्ष बनवलं. मात्र २००४ साली त्यांचा मृत्यू होईपर्यंत त्या आपल्या कंपनीचा व्यवसाय वाढवण्याचे प्रयत्न करतच राहिल्या. त्यांच्या या प्रयत्नांमुळे एस्टी लॉडर कंपनी व्यक्तिगत सौंदर्यप्रसाधनांची जगातली सर्वांत मोठी कंपनी बनली आणि जगातल्या ११८पेक्षा जास्त देशांमध्ये ती व्यवसाय करायला लागली. दर वर्षी कंपनीची अब्जावधी डॉलर्स किमतीची उत्पादनं विकली जातात. एस्टींनी उभ्या केलेल्या कंपनीमुळे त्यांचा मुलगा आज श्रीमंतांच्या यादीमध्ये २४९व्या स्थानावर आहे आणि त्यांच्याकडे एकूण ३.५ अब्ज डॉलर्सची मालमत्ता आहे.

एके काळी आपल्या कंपनीमध्ये कर्मचारीच नाहीत हे लोकांना कळू नये, यासाठी एस्टी लॉडर स्वत:च फोनवर वेगवेगळ्या आवाजांमध्ये बोलत असत आणि वेगवेगळ्या खात्याचं नाव सांगत असत. पण अखेर आपल्या स्वप्नाच्या आणि महत्त्वाकांक्षेच्या बळावर त्यांनी सौंदर्यप्रसाधनांच्या क्षेत्रावर कब्जा केला आणि त्या श्रीमंत बनल्या.

ल्युसियानो बेनेटन (१९३५ -)

इटलीमध्ये जन्मलेले ल्युसियानो बेनेटन १५ वर्षांचे असतानाच त्यांच्या वडिलांचं निधन झालं. त्यामुळे मग त्यांना शिक्षण सोडून देऊन पुरुषांचे तयार कपडे विकणाऱ्या एका दुकानामध्ये नोकरी करणं भाग पडलं. तिथे काम करताना 'आपणही असं एखादं दुकान टाकावं आणि ते जगप्रसिद्ध असावं,' असं त्यांना वाटायला लागलं. हळूहळू ते त्यांचं एक आवडतं स्वप्न बनलं आणि ते त्या दृष्टीनं विचार करायला लागले. त्यांच्याकडे भांडवल नव्हतंच, पण स्वप्न असेल, तर भांडवलामुळे काम अडून राहात नसतं.

ल्युसियानो २० वर्षांचे असताना त्यांच्या डोक्यात एक कल्पना आली. त्यांची बहीण गिलायना हिला त्यांनी तिनं विणलेले स्वेटर्स चांगले असतात आणि ते बाजारामध्ये चांगले खपतील, असं सांगितलं. बहीण जास्त संख्येनं स्वेटर्स विणायला तयार झाली आणि ल्युसियानो नोकरी सोडून व्यवसायामध्ये उतरले. भांडवलाकरता त्यांनी आपलं ॲकॉर्डियन हे आवडतं वाद्य विकलं आणि त्यांचे भाऊ कार्लो यांनी आपली सायकल विकली. त्यातून त्यांना ३०,००० लिरा मिळाल्या. त्या पैशांमधून त्यांनी एक विणकामाचं यंत्र विकत घेतलं. त्या यंत्राच्या साह्यानं गिलायनानं त्यांना काही दिवसात १८ स्वेटर्स विणून दिले. ल्युसियानो यांनी ती स्वेटर्स स्थानिक दुकानदारांना विकण्यात यश मिळालं. अशीच त्यांची विक्री हळूहळू वाढत गेली आणि काही वर्षांत त्यांच्याकडे अनेक महिला विणकाम करण्यासाठी यायला लागल्या. त्यांना नंतर घरी पोहोचवण्यासाठी ल्युसियानो यांनी एक मिनी बसदेखील विकत घेऊन टाकली.

ल्युसियानो बेनेटनना या व्यवसायात यश मिळण्याची अनेक कारणं होती. त्यांपैकी पहिलं म्हणजे त्यांनी आपली स्वेटर्स फक्त लोकरीचे कपडे विकणाऱ्या दुकानांमध्ये ठेवली. डिपार्टमेंटल स्टोअर्स किंवा बुटीक्समध्ये त्यांनी ती ठेवली नाहीत, कारण इतर भारंभार कपड्यांमध्ये त्यांची स्वेटर्स कदाचित हरवून गेली असती; त्या काळी त्यांच्या स्वेटर्सवर त्यांचं स्वत:चं नव्हे, तर परदेशी नावं असत. मात्र त्यांची स्वेटर्स मध्यम ते उच्च दर्जाची असत, त्यांची डिझाईन्स ऐटदार असत आणि त्यांच्या किमती वाजवी असत.

एकदा ल्युसियानोंनी स्कॉटलंडच्या कारखान्यांमध्ये लोकर मऊ करण्याचं एक तंत्र पाहिलं. त्यामुळे अशा लोकरीपासून विणलेले कपडे अधिक मुलायम आणि चांगले होत असत. त्यांनी मग हेच तंत्र वापरायचं आणि मोठ्या प्रमाणावर कपडे निर्माण करायचे, असा निर्णय घेऊन टाकला. त्यासाठी त्यांना अनेक विणकाम यंत्रांची गरज पडली असती. पण नवी यंत्रं घेण्यापेक्षा त्यांनी स्वस्तात मिळणारी

सेकंड हँड किंवा वापरलेली यंत्रं घेण्याचं ठरवलं आणि कमी भांडवलामध्ये जास्त उत्पादन करण्याचा मार्ग शोधून काढला.

नंतर त्यांनी एक अत्याधुनिक कारखाना टाकला. आता त्यांना इतर दुकानांमधून आपला माल विकण्यामध्ये रस उरला नव्हता. त्यांना थेट ग्राहकांशीच संपर्क साधायचा होता आणि मुख्य म्हणजे जगभर आपला उद्योग वाढवण्याचं आपलं स्वप्न पूर्ण करायचं होतं. त्यासाठी मग त्यांनी स्वत:चीच दुकानं काढायचं ठरवलं.

१९६८ साली व्हेनिस शहराजवळच्या डोंगराळ भागातल्या बेलुनो नावाच्या एका गावात त्यांनी आपलं पहिलं दुकान सुरू केलं. हे दुकान चांगलं चालायला लागलं. तिथे फक्त बेनेटन हा छाप असलेलेच कपडे मिळत असत. त्यानंतर १९७८ पर्यंत त्यांनी आपलं लक्ष फक्त इटलीच्याच बाजारपेठेवर केंद्रित केलं; तोपर्यंत स्वेटरसारख्या वस्तू विकणाऱ्या दुकानांची साखळी इटलीमध्ये कुणीही सुरू केली नव्हती. पण बेनेटन यांनी पाच वर्षांतच २०० दुकानं उघडली. १९७९ साली कंपनीनं ८ कोटी पौंडांची विक्री केली आणि त्यातली ९८ टक्के विक्री इटलीच्याच बाजारपेठेमध्ये झाली होती.

एव्हाना इटलीमध्ये ल्युसियानो बेनेटन यांनी आपलं बस्तान उत्तम बसवलं होतं आणि देशाच्या सीमेबाहेर आपले हात-पाय पसरण्याची घडी येऊन ठेपली होती. त्यांनी हे काम झटपट केलं आणि तीनच वर्षांमध्ये सबंध युरोपभर तब्बल २००० दुकानं उघडली. १९८६ सालच्या अखेरपर्यंत जगातल्या ५७ देशांमध्ये बेनेटनची ४००० दुकानं सुरू झाली होती. त्यांपैकी एकट्या अमेरिकेतच त्यांची ८०० दुकानं होती. २००६ साली कंपनीची एकूण विक्री होती १.९ अब्ज युरो. आज बेनेटनची १२०पेक्षा जास्त देशांमध्ये ५०००हून अधिक दुकानं चालू आहेत आणि या दुकानांमधून दर वर्षी जवळजवळ १३ कोटी कपडे विकले जातात.

एके काळी सायकलवर फिरून बहिणीनं विणून दिलेले कपडे विकणाऱ्या ल्युसियानो बेनेटन यांना इतकं अफाट यश मिळालं, की त्यांच्या दुकानांना फॅशनच्या क्षेत्रातलं मॅक्डोनल्ड्स म्हटलं जातं. आज त्यांच्याकडे २.८ अब्ज डॉलर्सची संपत्ती आहे आणि जगातल्या श्रीमंतांच्या यादीत ते ३२३व्या स्थानावर आहेत. हे सगळं त्यांना शक्य झालं, ते त्यांच्या स्वप्नामुळे. त्या स्वप्नानंच त्यांना सतत पुढे जात राहण्याची प्रेरणा दिली.

लिओनार्दो डेल वेशियो (१९३५ -)

इटलीतलेच आणखी एक अब्जाधीश लिओनार्दो डेल वेशियो, त्यांना हवं ते नेहमी साध्य करतात. दुसऱ्या महायुद्धानंतर वाताहत झालेल्या इटलीतल्या मिलान

शहरात अत्यंत गरिबीमध्ये त्यांचं बालपण गेलं. त्यांच्या आईला एकटीला आपल्या पाच मुलांचं पोट भरणं शक्य नसल्यामुळे तिनं लिओनार्दो यांना वयाच्या सातव्या वर्षी एका अनाथाश्रमामध्ये दाखल केलं. त्या अनाथाश्रमात लहानाचे मोठे होत असताना त्यांनी आपलं भविष्य सुधारण्याचा संकल्प केला. ते नंतर एकदा म्हणाले, 'माझ्यासाठी कामाला नेहमीच पहिलं प्राधान्य आहे. बाकी सगळ्या गोष्टी नंतर येतात. मी उद्या फळं विकायला लागलो, तर त्यानंही मी झपाटून जाईन.'

शिक्षणाचा खर्च भागवण्याकरता त्यांनी एका कारखान्यात शिकाऊ कामगार म्हणून उमेदवारी सुरू केली. तिथे एकदा त्यांच्या हाताचं एक बोटही तुटलं. ते काम करत असत, तो चष्मे तयार करण्याचा कारखाना होता. १९५८ साली २३व्या वर्षी त्यांनी आपलं स्वत:चं एक मोल्डिंग शॉप सुरू केलं आणि तिथे ते चष्म्यांच्या फ्रेम्स बनवायला लागले. आपले चष्मे आणि फ्रेम्स सगळ्या जगभर जावेत, असं त्यांचं स्वप्न होतं. हे काम अवघड आहे, पण आपण मेहनत केली आणि आपल्या स्वप्नाचा पाठपुरावा केला, तर ते होऊ शकेल, अशी त्यांची धारणा होती.

१९८२ सालापर्यंत त्यांची कंपनी बऱ्यापैकी मोठी झाली होती. मग त्यांनी अमेरिकन बाजारपेठेत पाऊल ठेवलं आणि काही काळानं न्यूयॉर्क शेअरबाजारात आपल्या कंपनीचे समभाग विक्रीला काढले. त्याहीनंतर त्यांनी १.४ अब्ज डॉलर्सना यूएस शू कंपनी विकत घेतली. चष्म्यांच्या बाजारपेठेत आपलं साम्राज्य उभं करण्याचं स्वप्न पाहणाऱ्या लिओनार्दो डेल वेशियो यांनी बुटांची कंपनी खरेदी करण्यामागे एक खास कारण होतं. यूएस शू कंपनीकडे लेन्सक्राफ्टर्स या चष्म्यांच्या किरकोळ विक्री दुकानांच्या साखळीची मालकी होती, हे ते कारण होतं. त्यांना बूट विकण्यामध्ये अजिबात रस नव्हता. त्यांना या चष्म्याच्या दुकान-साखळीचं मालक व्हायचं होतं. मग त्यांनी नाईन वेस्ट कंपनीला आपला बुटांचा उद्योग ६० कोटी डॉलर्सना विकून टाकला आणि लेन्सक्राफ्टर्सच्या दुकानांमधून आपल्या लक्झॉटिका कंपनीचे चष्मे विकायला सुरुवात केली.

लिओनार्दो डेल वेशियो सुरुवातीला फक्त नंबरचे चष्मे विकत असत, पण कॉण्टॅक्ट लेन्स आणि डोळ्यांवरच्या शस्त्रक्रिया लोकप्रिय झाल्यानंतर, १९९९ साली त्यांनी ६४ कोटी डॉलर्स मोजून बॉश्च अँड लॉम्ब सनग्लासेस ग्रुप ही कंपनी विकत घेतली. त्यामुळे रे-बॅन, रेव्हो आणि किलर लूप असे ब्रॅंड्स आपोआपच त्यांच्या ताब्यात आले. सनग्लास हट कंपनी विकत घेतल्यानंतर त्यांना उत्तर अमेरिकेतली १,७३० दुकानं मिळाली. त्या काळी रे-बॅन चष्मे हे कॅमेऱ्यांची दुकानं, स्वस्त वस्तूंची दुकानं आणि असे कुठेही मिळत असत. लिओनार्दो डेल वेशियो यांनी ताबडतोब अशा १३,००० दुकानांमधून आपला माल परत मागवला

आणि तो फक्त चष्म्यांची दुकानं आणि डिपार्टमेंटल स्टोअर्समधून आणि तेही जास्त भावानं विकायला सुरुवात केली.

ताब्यात आलेल्या कंपन्यांच्या चार कारखान्यांमध्ये त्यांनी आपल्या लक्झॉटिका चष्म्यांचं उत्पादन सुरू केलं. या सगळ्याचा परिणाम म्हणजे जेमतेम वर्षभरातच रे-बॅन चष्म्याचा उत्पादनखर्च १८ डॉलर्सवरून १० डॉलर्सवर आला. किंमत वाढवल्यामुळे रे-बॅन चष्म्यांची विक्री कमी झाली, पण प्रत्येक चष्म्यामागे त्यांना मिळणारा नफा वाढून २४ टक्के झाला.

लिओनार्दो डेल वेशियो चष्म्यासारख्या लहानशा वस्तूमुळे श्रीमंत बनले. आज त्यांच्याकडे ११.५ अब्ज डॉलर्सची संपत्ती आहे आणि जगातल्या श्रीमंतांच्या यादीत त्यांचं स्थान ५२वं आहे.

ॲण्टोनिओ मॉंटेगाझा

स्वित्झर्लंडचे रहिवासी असणाऱ्या ॲण्टोनिओंनी एकदा एक नाव खरेदी केली. लुगानो तलावातून माल एका टोकाकडून दुसरीकडे वाहून नेण्याचा व्यवसाय करण्याची त्यांची मनीषा होती. ही नाव पुढे जाऊन एका आघाडीच्या प्रवासी कंपनीचा पाया ठरेल, हे तेव्हा कुणालाच ठाऊक नव्हतं.

नावेतून मालवाहतूक करण्याचा व्यवसाय उत्तम चालायला लागला, पण त्यातूनच ॲण्टोनिओंना पर्यटनक्षेत्रातली संधी खुणावू लागली. या संधीचा फायदा घेण्याकरता त्यांनी एक मोटरकोच खरेदी केली आणि तीतून पर्यटकांना लुगानो तलावाची सफर ते घडवू लागले. त्यातूनच मग त्यांना पर्यटनक्षेत्रात आपलं साम्राज्य उभं करण्याचं स्वप्न मिळालं.

मग १९२८ साली त्यांनी 'ग्लोबस व्हियागी' नावाची पर्यटन कंपनी स्थापन केली. सुरुवातीला त्यांच्याकडे १२ मोटरकोच होत्या आणि त्यातून ते युरोपियन पर्यटकांना स्वित्झर्लंडदर्शन करून आणायला लागले. हळूहळू जसा व्यवसाय वाढला, तसं त्यांनी लोकांना परदेशपर्यटनाला न्यायला सुरुवात केली. त्यांनी विमानातून फिरण्याची एअर हॉलिडे पॅकेज योजना सुरू केली. १९६८ साल उजाडेतो कंपनीच्या कॉसमॉस शाखेच्या एअर हॉलिडे योजना इतक्या लोकप्रिय झाल्या, की कंपनीनं मोनार्क एअरलाईन्स या नावानं स्वत:चीच विमानकंपनी सुरू केली.

आज आफ्रिका, अंटार्क्टिका, उत्तर आणि दक्षिण अमेरिका, युरोप, दक्षिण प्रशांत महासागर आणि आशिया खंडातही ही कंपनी आपल्या पर्यटन सेवा पुरवते. ग्लोबस आणि कॉसमॉस कंपन्या मिळून आज दर वर्षी पाच लाख पर्यटकांना सहली

घडवत असतात. ॲण्टोनिओ मॉंटेगाझा यांचं स्वप्न आज पूर्ण झालं आहे.

ॲलन लेन (१९०२ - १९७०)

ॲलन लेन यांनी पेंग्विन प्रकाशन समूह स्थापन करून जगाला पुस्तकं वाचण्याची सवय लावली. २१ सप्टेंबर, १९०२ रोजी ब्रिस्टॉलमध्ये जन्मलेले ॲलन लेन वयाच्या १७व्या वर्षी बोडली हेड पब्लिशिंग हाऊसमध्ये काम करायला लागले. ही संस्था त्यांच्या काकांच्या मालकीची होती आणि काकांच्या मृत्यूनंतर, म्हणजे १९२४ साली ते कंपनीचे मालक बनले.

त्या काळी पुस्तकं खूप महाग असत. पुस्तकांच्या किमती कमी करून जनसामान्यांना वाचनाची सवय लावणं, हे ॲलन लेन यांचं स्वप्न होतं. स्वप्न तर चांगलं होतं, पण त्या दिशेनं त्यांनी केलेली सुरुवात मात्र फारशी चांगली ठरली नाही. एक मित्र त्यांच्याकडे एका प्रख्यात धुरंधराच्या आठवणी प्रसिद्ध करण्यासाठी घेऊन आला. या आठवणींमध्ये लैंगिक संबंध आणि प्रकरणांची मसालेदार रेलचेल होती. ॲलन लेन हे पुस्तक छापायला तयार झाले आणि त्यांनी त्याच्या संपादनाची जबाबदारी याच मित्रावर सोपवली. त्यासाठी त्यांनी मित्राला १०० पौंड आगाऊही दिले. पुस्तक जेव्हा प्रसिद्ध झालं, तेव्हा एकच हलकल्लोळ झाला. ज्या प्रसिद्ध व्यक्तीच्या नावानं हे पुस्तक प्रसिद्ध झालं, तिनं प्रत्यक्षात ते लिहिलंच नव्हतं. खरं तर ॲलन लेन यांच्या मित्रानं त्यांना फसवून हे पुस्तक त्यांच्याकडून प्रसिद्ध करवून घेतलं होतं. पण या चुकीमुळे ॲलन लेन यांना अब्रूनुकसानीच्या अनेक खटल्यांना तोंड द्यावं लागलं आणि संबंधित व्यक्तींची जाहीर माफीदेखील मागावी लागली. मात्र अशा सनसनाटी सुरुवातीनंतरही ॲलन लेन यांना आपल्या स्वप्नाचा विसर पडला नाही.

स्वस्त आणि चांगली पुस्तकं लोकप्रिय करण्याची मोहीम सुरू करण्याचा संकल्प त्यांनी सोडला. वूलवर्थ किरकोळ विक्रीदुकानांच्या साखळीचे संस्थापक फ्रँक वूलवर्थ, यांचा व्यापक प्रमाणावर उत्पादन आणि वितरण करण्याचा सिद्धांत ते प्रकाशनक्षेत्रात आणू इच्छित आहेत, असं त्यांनी तोपर्यंत बोडली हेडच्या संचालकमंडळामध्ये दाखल झालेल्या आपल्या भावांना सांगितलं.

असं केल्यास बाजारामध्ये पुस्तकं लोकप्रिय होतील, हे त्यांनी आणि त्यांच्या भावंडांनी ओळखलं होतं, पण मंडळातल्या इतर संचालकांनी मात्र त्यांच्या या कल्पनेला विरोध केला. मग सामान्य वाचकांकरता पुस्तकं छापण्यासाठी त्यांनी एका नव्या प्रकाशनमालेची योजना केली. त्यासाठी डॉल्फिन, पॉरपॉईज आणि पेंग्विन, अशी तीन नावंही त्यांनी ठरवली. पण पहिली दोन नावं आरक्षित झालेली

असल्यामुळे पेंग्विन हेच नाव ठरलं. या मालेमध्ये लोकप्रिय ठरलेल्या कादंबऱ्यांच्या पुनर्मुद्रित आवृत्त्या छापण्याचा ॲलन लेन यांचा मानस होता. आकारानं छोट्या आणि वजनानं कमी असलेली पेपरबॅक प्रकारची पुस्तकं छापून ती सहा पेन्स किमतीत विकण्याचा त्यांचा प्रयत्न होता.

ही योजना तर खूप चांगली होती, पण सामान्य वाचकांपर्यंत पुस्तकं पोहोचवण्याचं काम अवघड होतं, कारण वितरक लोक या पुस्तकांना हात लावायला तयार नव्हते. त्यांना त्यामध्ये आपला नफा खूपच कमी दिसत होता. पुठ्ठ्याचं वेष्टण असलेल्या पुस्तकांमध्ये त्यांना नफा जास्त मिळत असल्यामुळे त्यांना या पातळ वेष्टणं असलेल्या स्वस्तातल्या पुस्तकांच्या विक्रीमध्ये फारसा रस नव्हता. पण ॲलन लेननी हार मानली नाही. त्यांनी वूलवर्थ साखळीशी बोलणी केली आणि त्यांना त्यांच्या दुकानांमध्ये ही पुस्तकं ठेवण्याचा प्रस्ताव दिला. वूलवर्थ कंपनीनं ताबडतोब ६३,००० पुस्तकांची मागणी नोंदवून टाकली. अशा प्रकारे जुलै, १९३५मध्ये पेंग्विनचं प्रकाशन सुरू झालं. पहिल्या संचामध्ये पेंग्विननं १० पेपरबॅक पुस्तकं प्रकाशित केली. त्यात अगाथा क्रिस्ती आणि अर्नेस्ट हेमिंग्वेसारख्या लेखकांची पुस्तकं समाविष्ट होती. लोकांचं लक्ष वेधून घेण्याकरता सुरुवातीला पेंग्विननं पुस्तकांची मुखपृष्ठं भडक रंगांची बनवून घेतली होती.

१९३६ सालापर्यंत, म्हणजेच फक्त वर्षभरातच ॲलन लेन यांना आपलं स्वप्न साकार होऊ घातल्याचा अंदाज आला होता. त्यांनी मग बोडली हेड संस्थेचा राजीनामा देऊन 'पेंग्विन बुक्स लिमिटेड' या कंपनीची स्थापना केली. त्यावेळी खरं तर त्यांच्या खिशामध्ये फक्त १०० पौंड्स होते, पण तरीही त्यांनी हे साहस केलं होतं. पण पेंग्विन पेपरबॅक पुस्तकं खूप लोकप्रिय ठरली आणि फक्त सहा महिन्यांमध्येच त्याची १० लाखांपेक्षा जास्त पुस्तकं विकली गेली. १९३६च्या अखेरपर्यंत पेंग्विनच्या प्रकाशनयादीमध्ये ७० पुस्तकं जमा झाली होती. मग लेन यांनी आणखी एक प्रकाशनमाला सुरू करण्याचा निर्णय घेतला आणि १९३७ साली, पेलिकन माला सुरू केली.

पेलिकन मालिकेतली पुस्तकं शैक्षणिक स्वरूपाची होती. पुढे मग त्यांनी करंट अफेअर्स किंवा ताज्या घडामोडींवर आधारित पेंग्विन विशेष मालिका प्रकाशित केली, जी खूपच यशस्वी ठरली. केवळ काही आठवड्यांच्या कालावधीत या मालेतली २.५ लाख पुस्तकं विकली गेली.

त्याच सुमारास दुसऱ्या महायुद्धाला तोंड फुटलं. पण पेंग्विनकरता एका अर्थी ही इष्टापत्तीच ठरली, कारण सैनिकांमध्ये त्यांची पुस्तकं खूपच लोकप्रिय ठरली. एव्हाना पेंग्विनचं नाव जगभर गाजायला लागलं होतं.

ॲलन लेन यांनी आपल्या स्वप्नाच्या आधारे पेपरबॅक पुस्तकांचा जगभर प्रसार

केला आणि पुस्तकं जनसामान्यांपर्यंत नेली.

विल्यम लेविट (१९०६ - १९९४)

विल्यम लेविट यांचा जन्म न्यूयॉर्क इथे एका वकिलाच्या पोटी झाला. ते जेव्हा महाविद्यालयात होते, तेव्हा त्यांच्या वडिलांना एका दिवाळखोर अशिलाकडून १०० भूखंड मिळाले. हे भूखंड त्यांनी एका बांधकाम व्यावसायिकाला बांधायला दिले. त्या बांधकाम व्यावसायिकाचाही व्यवसाय ठप्प झाला, तेव्हा त्यानं अर्धवट बांधून झालेली ४० घरं विल्यम लेविटच्या वडिलांना परत केली. परिणामत: त्यांना ती घरं पूर्ण करणं भाग पडलं. साहजिकच विल्यम लेविट आणि त्यांच्या भावाला बांधकाम व्यवसायात उतरावंच लागलं. पुढे या दोघा भावांना या व्यवसायात रस वाटायला लागल्यामुळे वडिलांनी लेविट अँड सन्स कंपनीची स्थापना केली आणि उर्वरित भूखंडांवरही बांधकाम सुरू केलं.

वयाच्या अवघ्या २२व्या वर्षी विल्यम कंपनीचे अध्यक्ष बनले. तेव्हा सगळीकडे मंदीचंच वातावरण होतं, पण विल्यम यांच्या प्रभावी, आग्रही आणि जोमदार बोलण्यामुळे उच्च मध्यमवर्गीय लोकांनी त्यांच्याकडून घरं घेतली. अशाप्रकारे १८ घरं विकल्यानंतर कंपनीनं चार वर्षांमध्ये ६०० घरं बांधण्याचा संकल्प केला. विल्यम यांना हा व्यवसाय एवढा आवडला, की त्यांनी त्यात झपाट्यानं प्रगती केली. हळूहळू त्यांनी आधी २०० आणि नंतर १,२०० घरं बांधली. ही सगळी घरं एका प्रकारची होती आणि त्यांची किंमतही एकच ठेवली गेली. विल्यम यांच्या १८,००० डॉलर्स किमतीच्या घराकरता श्रीमंत लोक अक्षरश: रांग लावून उभे राहायला लागले.

विल्यम लेविट खोऱ्यानं ओढण्याएवढा पैसा कमवत होते. पण फक्त श्रीमंत लोकांकरता घरं बांधून श्रीमंत होणं, हे विल्यम यांचं स्वप्न नव्हतं. त्यांना सर्वसामान्य लोकांकरता स्वस्तातील खूप घरं बांधायची होती. त्या काळी एक अमेरिकन बांधकाम व्यावसायिक सामान्यत: वर्षाला तीन किंवा चार घरं बांधत असे. विल्यम यांनी मात्र दिवसाला चाळीस घरं बांधण्याची योजना तयार केली. ही योजना क्रांतिकारी म्हणावी अशी होती. हेन्री फोर्ड यांनी जन्माला घातलेली असेंब्ली लाईन पद्धत त्यांनी त्यासाठी उपयोगात आणली. त्यात त्यांनी बांधकाम प्रक्रियेचे २७ विविध विभाग पाडले आणि प्रत्येक विभाग एकेका तज्ज्ञ गटाकडे सोपवला. उदाहरणार्थ, सुतारकाम, छताचं काम, रंगारी इ. या पद्धतीनं त्यांनी पहिलं काम केलं, ते म्हणजे व्हर्जिनिया राज्यातल्या नॉरफोक इथे अमेरिकन नौदलासाठी २,३५० घरं बांधून दिली.

दुसऱ्या महायुद्धादरम्यान गृहबांधणी व्यवसाय थंडावला, पण युद्ध संपताच हा व्यवसाय तेजीत येणार, हे विल्यम जाणून होते. त्यांचा हा होरा बरोबर ठरला, कारण युद्धानंतर सैनिक जेव्हा आपापल्या घरी परतले, तेव्हा घरांची मागणी एकदमच वाढली. युद्धामध्ये स्वत: विल्यम अमेरिकन नौदलात भरती झाले होते, पण इकडे त्यांचे वडील आणि भाऊ मात्र लाँग आयलंड इथल्या नासाउ काऊंटीमध्ये बटाट्याची शेती करणाऱ्या शेतकऱ्यांकडून जमिनी खरेदी करत होते. तिथे ६,००० घरं बांधण्याची त्यांची योजना होती; तोपर्यंत अमेरिकेमध्ये एवढ्या मोठ्या प्रमाणावर घरबांधणी योजना कुणीही राबवली नव्हती. आपल्या जिभेवरच्या साखरेच्या जोरावर विल्यम यांनी राजकारण्यांकडून नियोजनविषयक नियमांमध्ये बदल करवून घेतले आणि १९४७ साली नासाउ काऊंटीच्या ७.३ वर्ग मैलांच्या टापूमध्ये बांधकामाला सुरुवात केली. १९५१ साली १७,४०० घरं बांधून तयार झाली आणि हेच विल्यम लेविट यांचं सर्वांत मोठं आणि प्रसिद्ध कार्य ठरलं.

१९५४मध्ये विल्यम आणि त्यांच्या भावादरम्यान वितुष्ट आलं आणि ते वेगळे झाले. हा काळ कंपनीकरताही खडतरच होता, कारण घरांची मागणी कमी झाली होती आणि नवी घरं बांधण्याकरता चांगली जमीनही मिळण्यात त्रास होत होता; त्यातही विल्यम यांना त्यांच्या योजना अवाढव्य असल्यामुळे जास्तच जमीन लागत असल्यामुळे त्यांना हा त्रास जास्त होत होता.

१९६१ साली कंपनीला १४ लाख डॉलर्सचा तोटा झाला. पण त्यामुळे निराश न होता विल्यम यांनी आपलं काम चालूच ठेवलं. आता त्यांनी अमेरिकेव्यतिरिक्त इतर देशांमध्येही आपल्या कामाचा विस्तार केला होता. प्युअर्टो रिको इथे त्यांनी १२,००० घरांची एक योजना पूर्ण केली आणि १९६०च्या दशकाअखेर आपली कंपनी पुन्हा एकदा नफ्यामध्ये आणली.

१९६७ साली विल्यम लेविट यांनी त्यांची कंपनी आयटीटी ९.२ कोटी डॉलर्सना विकून टाकली आणि ते कोट्यधीश बनले.

विल्यम लेविट यांचं यश म्हणजे त्यांनी हजारो अमेरिकन लोकांना त्यांचं स्वत:चं घर असण्याचं स्वप्न विकलं. मोठ्या प्रमाणावर घरं बांधण्याची सुरुवातही त्यांनीच केली. कमी खर्चामध्ये चांगली घरं बांधून त्यांनी मध्यम आणि कनिष्ठ मध्यमवर्गीयांचं स्वत:च्या घराचं स्वप्न साकार करण्यात त्यांना मदत केली.

हेन्री रॉबिन्सन ल्यूस (१८९८ - १९६७)

हेन्री रॉबिन्सन ल्यूस त्यांचा मित्र ब्रिटन हेडन याच्या साथीनं येल विद्यापीठाच्या डेली न्यूज या वृत्तपत्राचं संपादन करत असत; तेव्हापासूनच त्यांच्या मनात वृत्तपत्र

उद्योगामध्ये नाव मिळवण्याचं स्वप्न निर्माण झालं. या क्षेत्राचा अनुभव मिळवण्याकरता शिक्षण संपल्यानंतर ल्यूस यांनी विविध वृत्तपत्रांमध्ये नोकरी केली. आधी शिकागो डेली न्यूज आणि नंतर बाल्टिमोर न्यूज या वृत्तपत्रांमध्ये त्यांनी काम केलं आणि पत्रकारितेचा अनुभव मिळवला.

बाल्टिमोर न्यूजमध्ये काम करत असतानाच त्यांनी जुना मित्र ब्रिटन हेडन याच्याबरोबर मिळून एक साप्ताहिक सुरू करण्याचा निर्णय घेतला. त्यावेळी पहिल्यांदा प्रकाशित झालेल्या या साप्ताहिकाचं नाव होतं टाईम. आज टाईम हे जगातल्या अत्यंत प्रतिष्ठित मासिकांपैकी एक आहे. पण 'टाईम'च्या प्रकाशनाला सुरुवात करताना ल्यूस यांच्याकडे ना भांडवल होतं, ना वार्ताहर आणि ना कुणाचं प्रोत्साहन! फक्त तीव्र इच्छा आणि एक स्वप्न, यापलीकडे त्यांच्याकडे इतर काहीही नव्हतं.

मार्च, १९२३मध्ये टाईमचा पहिला अंक प्रकाशित झाला, तेव्हा त्यांची किंमत होती १५ सेंट्स. टाईम साप्ताहिक यशस्वी ठरल्यानंतर १९२९ साली ल्यूस यांनी फॉर्च्यून या नावाचं आणखी एक नियतकालिक सुरू केलं. दुर्दैवानं त्याच सुमाराला अमेरिकेत मंदीची लाट आली. मात्र पूर्णपणे उद्योग जगताला वाहिलेलं फॉर्च्यून यशस्वी ठरलं.

१९२९ साली ब्रिटन हेडन यांच्या अकाली निधनामुळे ल्यूस यांना जबरदस्त धक्का बसला. आता प्रकाशनाची संपूर्ण जबाबदारी त्यांच्या खांद्यावर येऊन पडली होती. पुढची ३० वर्षं ल्यूस टाईम, फॉर्च्यून आणि इतरही अनेक नियतकालिकं प्रकाशित करत राहिले. या सर्वांच्या मिळून १०३ कोटी प्रती खपत असत. टाईम आणि फॉर्च्यूननंतर १९३६ साली त्यांनी लाईफ हे मासिक सुरू केलं आणि १९५४ साली स्पोर्ट्स इलस्ट्रेटेड. त्यांची ही सगळी नियतकालिकं इतकी लोकप्रिय झाली, की ती जगभर गाजली आणि त्यांचा खप कोट्यवधी प्रतींच्या घरात गेला. ल्यूस यांनी सुरू केलेली सगळी नियतकालिकं आजही अस्तित्वात आहेत आणि ती सर्वच प्रतिष्ठित समजली जातात.

मोठी स्वप्नं पाहण्यासंबंधीची पाच तत्त्वं

१. मोठी स्वप्नं पाहणं.

मोठं यश मिळवणारे लोक मोठी स्वप्नं पाहत असतात. त्यांचं स्वप्न त्यांना अडचणींमधून मार्ग काढण्याकरता प्रेरणा देत असतं. स्वप्नातल्या या शक्तीमुळेच ते लोक अडचणींशी सामना करू शकतात.

धीरूभाई अंबानींनी गरीब कुटुंबामध्ये जन्म घेऊनदेखील मोठी स्वप्नं पाहिली.

एडनमध्ये पेट्रोलपंपावर पेट्रोल भरण्याचं काम करता-करता त्यांनी भारतामध्ये बर्मा शेलसारखी महाकाय कंपनी स्थापन करण्याचं स्वप्न पाहिलं. छोटी स्वप्नं पाहणाऱ्या मनुष्यानं फार तर त्या पेट्रोलपंपाचा मालक होण्याचं स्वप्न पाहिलं असतं. पण धीरूभाईंनी मोठी स्वप्नं पाहिली आणि मोठं यश मिळवलं. त्यांनी 'रिलायन्स इंडस्ट्रीज'सारखी विशाल कंपनी स्थापन केली.

२. स्वप्न साकार करण्यासाठी कठोर परिश्रम घेणं.

स्वप्नं अनेक जण पाहतात, पण त्यासाठी कठोर परिश्रम मात्र थोडेच लोक घेत असतात. त्यामुळेच मोठी कार्यंही थोडेच लोक करू शकत असतात.

एस्टी लॉडर यांनी आपल्या सौंदर्यप्रसाधन कंपनीला जागतिक पातळीवर लोकप्रिय करण्याचं स्वप्न पाहिलं होतं. त्यांचं हे स्वप्न साकारही झालं, पण त्याकरता त्यांना अफाट मेहनत करावी लागली होती हे विसरता कामा नये. त्यांनी दिवस-रात्र एक करून कष्ट केल्यानंतरच त्यांचं स्वप्न पूर्ण झालं. मेरी के ॲश यांनीदेखील अशीच दिवसरात्र मेहनत केली आणि त्या जोडीला आपल्याजवळ होता-नव्हता तो सगळा पैसाही पणाला लावला, कारण त्यांचा त्यांच्या स्वप्नावर विश्वास होता.

यशस्वी लोकांच्या जीवनाकडे पाहिलं, तर असं दिसून येतं की सामान्य माणसांपेक्षा ते लोक जास्त कष्ट करतात आणि तेही पूर्णपणे झोकून देऊन. आरामाऐवजी काम करण्याला त्यांच्या जीवनात जास्त महत्त्व असतं. त्यांना काम करण्यामध्ये जास्त आनंद मिळतो. यशस्वी होण्याचं स्वप्न आपोआप नव्हे, तर कष्ट, धोके पत्करणं आणि दीर्घ काळ स्वप्न जोपासण्यामुळे पूर्ण होत असतं.

३. स्वप्न जोपासणं.

मोठं स्वप्न पाहणारे लोक आपल्या स्वप्नाचा सांभाळ करतात. टीकेच्या शरवर्षावामुळे ते घाबरून जात नाहीत, कारण टीका करणाऱ्या लोकांची मानसिकता आणि दूरदृष्टी आपल्याएवढी व्यापक नाही, हे ते जाणून असतात. छोटी स्वप्नं पाहणाऱ्या लोकांपासून ते दूर राहतात आणि आपलं स्वप्न धूसर किंवा कमकुवत होऊ देत नाहीत. सर्वसामान्य लोकांची वृत्ती सुरक्षित राहण्याची आणि नकारात्मक असते दूरगामी लाभांपेक्षा तात्कालिक समाधानाला ते जास्त महत्त्व देतात. हे लोक आपली स्वप्नं आपल्यामध्ये गाडून टाकतात आणि इतरांच्या स्वप्नांचाही गळा घोटू पाहात असतात.

लोकांच्या या वृत्तीमुळेच वॉल्ट डिस्नेंपासून टेड टर्नर यांच्यापर्यंत प्रत्येक यशस्वी मनुष्याला टीका सहन करावी लागलेली आहे. पण या सगळ्यांनी आपल्या

स्वप्नांची जोपासना केली, त्यांचं रक्षण केलं. त्यामुळे आज इतिहासात त्यांची नावं अजरामर झाली आहेत, त्यांच्या टीकाकारांची नाहीत.

४. भविष्यावरची नजर स्पष्ट असणं.

यशस्वी लोकांच्या मनामध्ये त्यांचं स्वप्न स्पष्ट असतं. ते कुठे चालले आहेत आणि त्यांना काय करायचं आहे, हे त्यांना नेमकं माहीत असतं. आपल्या स्वप्नाची सुस्पष्ट प्रतिमा मनात असल्यामुळेच त्यांचं स्वप्न साकार होतं.

चेस्टर कार्लसन यांच्या मनामध्ये फोटोकॉपिअर यंत्रांची कल्पना इतकी स्पष्ट होती, की प्रयोगांना अनेक वर्षं लागूनदेखील अखेर ती प्रत्यक्षात आलीच.

५. अडचणींमुळे डगमगून न जाणं.

स्वप्न जितकं मोठं, तितक्या मार्गातल्या अडचणी जास्त. पण ध्येय स्पष्ट असल्यामुळे यशस्वी लोक त्यापासून ढळत नाहीत. मार्गामध्ये कितीही अडचणी आल्या, तरी त्यामुळे घाबरून जाऊन आपला मार्ग बदलण्याऐवजी हे लोक आपल्या स्वप्नाच्याच दिशेनं वाटचाल करत राहतात.

दर वर्षी लाखो डॉलर्सचा तोटा होऊनही टेड टर्नर किंवा फ्रेड स्मिथ यांनी धैर्य सोडलं नाही.

◆◆

श्रीमंत लोकांचा पाचवा नियम

दीर्घ पल्ल्याचा विचार करणे

निव्वळ वर्तमानाची चिंता करणारे लोक दूरगामी प्रगती करू शकत नाहीत. पीक चांगलं निघेल की नाही, याची खात्री न वाटून एखाद्या शेतकऱ्यानं जर पेरणीच केली नाही, तर भविष्यात त्याला कुठलंही पीक हाती लागणार नाही. सृष्टी ही गुंतवणूक आणि भविष्यकाळातल्या लाभाच्या तत्त्वावर चालू असते. **तुम्ही आज एक बीज पेराल आणि त्याची जोपासना कराल, तर त्या बदल्यात निसर्ग तुम्हाला शंभरपट फळं देईल. हा कर्मफल सिद्धांत आहे, कार्यकारणभावाचा सिद्धांत आहे.** दुर्दैवानं यशप्राप्तीच्या बाबतीत लोक या तत्त्वांकडे दुर्लक्ष करत असतात. यशासाठी वाट पाहणं, यशासाठी गुंतवणूक करणं, हे सगळं त्यांना नको असतं. त्यांना ताबडतोब फळ, तात्काळ यश हवं असतं. त्यामुळे पदरी अपयश आणि निराशा आली, तर त्यात नवल ते काय? दीर्घकालीन विचार हा यशस्वितेचा पाया असतो.

दीर्घ पल्ल्याचा विचार करणं कुठल्याही क्षेत्रामध्ये यश मिळवण्याकरता आवश्यक असतं. एखाद्या क्षेत्रामध्ये प्रवेश करण्यापूर्वी त्यातल्या संधी आणि धोक्यांचा अभ्यास केला, तर यशस्वी ठरण्याची शक्यता वाढते. इतिहासामध्ये दूरदृष्टीच्या अभावाची अनेक मनोरंजक उदाहरणं सापडतात आणि या चुका ऐतिहासिक घोडचुका ठरल्या आहेत.

१८९७मध्ये अमेरिकन पेटंट कार्यालयाचे प्रमुख चार्ल्स ड्युएल म्हणाले होते, की हे कार्यालय आता बंद करायला हवं, कारण जेवढे काही शोध लागायचे होते, ते आता लागलेले आहेत. त्यांचं हे विधान एकोणिसाव्या शतकाच्या अखेरचं आहे ही गोष्ट गमतीची आहे. त्यानंतर सुरू झालेलं विसावं शतक हे शोधांचं शतक

होतं. त्या शतकातच विमानं, कॉम्प्युटर असे एकाहून एक महान शोध लागले, पण दूरदृष्टीच्या चार्ल्स ड्युएल यांना मात्र त्यापूर्वीच शोध लागणं संपलं आहे असं वाटलं होतं.

दूरदृष्टीच्या याच अभावामुळे ह्युलेट-पॅकार्डसारख्या मातब्बर कंपनीनं स्टीव्ह जॉब्ज आणि स्टीफन वोस्नियॅक यांनी तयार केलेल्या पर्सनल कॉम्प्युटरमध्ये अजिबात रस दाखवला नव्हता. या दोघांनी कंपनीपुढे या शोधाचे पूर्ण हक्क विकत घेणं किंवा मग रॉयल्टीच्या स्वरूपात विकल्या जाणाऱ्या प्रत्येक कॉम्प्युटरमागे त्यांना काही पैसे देणं, असे दोन्ही प्रस्ताव ठेवले होते.

व्हिडिओ गेमचे प्रणेते आणि अतारी कंपनीचे मालक नोलन बुशनेल यांनीदेखील ॲपल कॉम्प्युटर कंपनी विकत घेण्याची संधी अशीच दूरदृष्टीच्या अभावामुळे गमावली. पर्सनल कॉम्प्युटर कधीच यशस्वी ठरणार नाहीत, या मताचे ते होते.

चेस्टर कार्लसन यांनी शोध लावलेल्या फोटोकॉपिंग यंत्राचीही हीच गत झाली. या यंत्राची उपयुक्तता आणि यशस्विता आयबीएम सारख्या अनेक दिग्गज कंपन्या ओळखू शकल्या नाही आणि त्यांनी ही कल्पना विकायला आलेल्या चेस्टर कार्लसन यांना वाटाण्याच्या अक्षता लावल्या.

दूरदृष्टीचा अभाव कंपन्या आणि सामान्य माणसांपुरताच मर्यादित नाही. अनेक तज्ज्ञ म्हणवणाऱ्या लोकांमध्येही तो वारंवार दिसून आलेला आहे. थॉमस अल्वा एडिसन विजेच्या बल्बचा शोध लावण्याच्या प्रयत्नात असताना अनेक शास्त्रज्ञांनीदेखील त्यांची टिंगल केली होती. स्टीव्हन्स इन्स्टिट्यूटचे डॉ. हेन्री मॉर्टेन तर एडिसन यांच्यावर एवढे नाराज झाले होते, की त्यांनी वर्तमानपत्रांना मुलाखत देऊन विजेचा बल्ब बनवण्याचा हा प्रयत्न म्हणजे अज्ञान आणि लोकांना फसवण्याचा प्रकार असल्याचं जाहीर केलं होतं. या बाबतीत शास्त्रज्ञ मंडळींचं असं मत होतं, की एक तर विजेचा जास्त काळ चालणारा बल्ब बनवणं अशक्य आहे आणि समजा तसा तो बनलाच, तर त्याला व्यावसायिकदृष्ट्या काहीही अर्थ नसणार आहे. आज हे बोलणं मूर्खपणाचं वाटतं कारण आज वीज हा प्रगतीचा पाया बनला आहे. एडिसन यांच्याकडे दूरदृष्टी असल्यामुळे त्यांनी विजेचा बल्ब तर तयार केलाच, पण घराघरांमध्ये वीज पोहोचवण्यासाठीच्या यंत्रांचाही शोध लावला.

हाच अनुभव टेलिफोनच्या शोधाच्या वेळीही आला. अलेक्झांडर ग्रॅहॅम बेल यांनी टेलिफोनचा शोध लावला आणि एका विज्ञानविषयक प्रदर्शनामध्ये टेलिफोन ठेवला, तेव्हा लोकांना हा शोध आवडला, 'पण याचा उपयोग काय?' असाही प्रश्न पडला. प्रसिद्ध भांडवलदार आणि गुंतवणूकतज्ज्ञ जे.पी. मॉर्गन यांनी बेल यांना स्पष्ट सुनावलं की 'तुमचा हा शोध व्यवसायदृष्ट्या अत्यंत निरुपयोगी आहे.' त्यावेळी मॉर्गन यांच्यासारखे दिग्गज, तसंच सामान्य लोक टेलिफोनमध्ये दडलेल्या

शक्यता ओळखू शकले नव्हते हे यावरून दिसून येतं. आज दूरसंचार क्षेत्रामधली क्रांती त्यावेळच्या त्या टेलिफोनच्या शोधामुळेच झाली आहे आणि अजूनही त्यात नित्य नवे शोध लावले जात आहेत.

विमानाचा शोध लावण्याचे प्रयत्न चालू असताना तज्ज्ञ मंडळींनी 'असं काही बनवणं अशक्य आहे; मनुष्य हवेमध्ये उडू शकत नाही,' असा निर्वाळा दिला होता. देवानं पृथ्वी मानवाकरता आणि आकाश पक्ष्यांकरता बनवलेले आहेत, अशी तेव्हा लोकांची श्रद्धा होती. राइट बंधू विमानासंबंधी प्रयोग करत होते, तेव्हा खुद्द त्यांचे वडीलदेखील त्यांना आकाशात उडणारं यंत्र बनवणं अशक्य आहे, असं सांगत होते. पण त्या बंधुद्वयानं अशक्य ते शक्य करून दाखवलं.

अशीच आणखी काही उदाहरणं पाहा-

टेड टर्नर यांनी सीएनएन वाहिनी सुरू केली, तेव्हा चोवीस तास बातम्या दाखवणारी वाहिनी यशस्वी होणार नाही, असं टीकाकार म्हणत होते.

वॉल्ट डिस्ने डिस्नेलँड उभारत होते तेव्हा अनेकांनी त्यांना वेड्यात काढलं होतं. त्यांच्या कंपनीच्या संचालक मंडळानं त्यांना यासाठी पैसा देण्याचं नाकारलं आणि त्यांचा भाऊ देखील त्यांच्या विरोधात गेला.

आयबीएमनं एसक्यूएल या संगणकीय भाषेवर आधारित डेटाबेस सॉफ्टवेअर तयार केलं होतं, पण या तंत्रावर आधारित डेटाबेस चालणार नाही, या विचारानं त्यांनी तो शोध डब्यामध्ये ठेवून दिला. नंतर लॅरी एलिसन यांनी तेच तंत्र वापरून ओरॅकल डेटाबेस तयार केला आणि त्याच्या बळावर अब्जाधीशांच्या यादीत स्थान मिळवलं.

अमेरिकन टपाल खातं अनेक वर्षांपासून टपाल वाटपाचं काम करत असूनही रातोरात पत्रं किंवा पार्सलं पोहोचवण्याच्या (ओव्हरनाईट डिलिव्हरी) संकल्पनेतल्या शक्यता त्यांना ओळखता आल्या नाहीत. फ्रेड स्मिथ यांनी त्या ओळखून आपलं साम्राज्य उभं केलं.

घरपोच पिझ्झा देण्याची कल्पना 'पिझ्झा हट' सारख्या मोठ्या कंपनीला सुचली नाही. टॉम मोनाहन यांच्या दूरदृष्टीला त्यातल्या शक्यता दिसल्या आणि त्यांच्या 'डॉमिनोज पिझ्झा'नं बाजारपेठेचा एक मोठा हिस्सा मिळवला.

आयबीएम मोठे, मेनफ्रेम कॉम्प्युटर बनवत असे, पण पर्सनल कॉम्प्युटरच्या शक्यता त्यांना ओळखता आल्या नाहीत. त्यांच्या विक्री विभागातल्या अधिकाऱ्यांना या प्रकारामध्ये फारसा दम नसल्याची खात्री होती. पुढे जाऊन 'ॲपल'नं या क्षेत्रात इतिहास घडवला.

पर्सनल कॉम्प्युटरच्या बाबतीत फक्त आयबीएमच नाही, तर झेरॉक्स

कॉर्पोरेशननंदेखील हीच चूक केली. त्यांच्या संशोधन विभागानं पर्सनल कॉम्प्युटरचा एक नमुनासुद्धा तयार केला होता, पण विक्री विभागातल्या लोकांना त्यात अर्थ वाटला नाही.

खुद्द इंटेललादेखील पर्सनल कॉम्प्युटरचं भविष्य कळलं नव्हतं. हे कॉम्प्युटर्स त्यांनीच बनवलेल्या मायक्रोप्रोसेसरवर चालत असूनही त्यांना त्यात फारसं काही भवितव्य दिसलं नाही आणि त्यांनी त्या बाबतीत पुढाकार घेतला नाही.

या सगळ्या उदाहरणांवरून, दूरदर्शीपणा आणि दीर्घ पल्ल्याचा विचार करू शकणं किती दुर्लभ आहे, हे आपल्याला कळेल.

दीर्घ पल्ल्याचा विचार करू शकणं हा यशस्वी लोकांचा एक महत्त्वाचा गुण आहे आणि तोच त्यांना इतर लोकांपासून वेगळं ठरवतो. अशा काही लोकांची उदाहरणं आता पाहू-

लॉरेन्स (लॅरी) जे. एलिसन (१९४४ -)

आज लॅरी एलिसन यांच्याकडे २१.५ अब्ज डॉलर्सची संपत्ती आहे आणि श्रीमंतांच्या यादीमध्ये ते ११व्या स्थानावर आहेत. त्यांनी भविष्यातल्या डेटाबेसमधल्या शक्यता ओळखल्या आणि ओरॅकल डेटाबेस तयार केला, हे त्यांच्या यशाचं कारण आहे.

एलिसन लहानपणापासून गणित आणि विज्ञान या विषयांमध्ये हुशार होते. त्यांनी महाविद्यालयीन शिक्षण अर्धवट सोडलं, पण तोवर त्यांनी कॉम्प्युटर प्रोग्रॅमिंग शिकून घेतलेलं होतं. नोकरीच्या शोधात ते जेव्हा कॅलिफोर्नियातल्या बर्कले इथे आले, तेव्हा त्यांच्याकडे फक्त खाण्या-पिण्यापुरते पैसे होते. पुढची आठ वर्षं त्यांनी अनेक नोकऱ्या केल्या. सुरुवातीला फायरमेन फंड आणि नंतर वेल्स फार्गो बँकेत तंत्रज्ञ म्हणून त्यांनी काम केलं. काही काळानं एम्पेक्स नावाच्या कंपनीमध्ये त्यांना प्रोग्रामर म्हणून संधी मिळाली आणि इथे ते डेटाबेस तयार करण्याचं काम करायला लागले. याच ठिकाणी त्यांनी सीआयए या गुप्तचर खात्याकरता एक मोठा डेटाबेस तयार केला. या कामाचं सांकेतिक नाव होतं ओरॅकल. नंतर जेव्हा त्यांनी स्वत:ची कंपनी सुरू केली, तेव्हा त्यांनी हेच नाव निवडलं.

१९७६ साली आयबीएमनं डेटाबेसच्या कामाकरता एसक्यूएल (स्ट्रक्चर्ड क्वेरी लँग्वेज) नावाची एक संगणकीय भाषा विकसित केली. पण त्यांना त्यात व्यवसायाच्या दृष्टीनं फारशा शक्यता दिसल्या नाहीत. मात्र एलिसन यांच्या दूरदृष्टीला त्या दिसल्या. तसंच डेटाबेस या गोष्टीला भविष्यात खूप महत्त्व येणार आहे, हेही

त्यांच्या ध्यानात आलं. त्यामुळे त्यांनी डेटाबेस विकसित करण्याच्या कामाला वाहून घेण्याचा निर्णय घेतला. आपण वेगानं काम केलं, तर आयबीएमला या कामात मागे टाकू शकू आणि आपला डेटाबेस त्यांच्याआधी बाजारामध्ये आणू शकू असं त्यांना वाटलं. मग ताबडतोब ते मोठ्या (मेनफ्रेम) आणि छोट्या (पर्सनल कॉम्प्युटर) अशा दोन्ही प्रकारच्या संगणकांवर चालू शकेल, असा डेटाबेस लिहिण्याच्या कामाला लागले. अखेर त्यांनी असा डेटाबेस तयार करण्यात यश मिळवलं आणि त्याला ओरॅकल हे नाव दिलं. आज ओरॅकल जगात खूप प्रसिद्ध आहे, पण हा डेटाबेस पहिल्यांदा बाहेर आला तेव्हा त्याच्या यशाविषयी फारशी खात्री कुणी देऊ शकत नव्हतं.

एलिसन यांचा मात्र स्वत:वर पुरेपूर विश्वास होता आणि ते धोके पत्करायला घाबरतही नसत. पण त्यांना भविष्यामध्ये जे काही दिसतं आहे, ते इतर कुणाला दिसू शकत नाही याचं त्यांना खूप दु:ख झालं. त्यांच्याकडे भांडवल नव्हतं त्यामुळे ते वित्तपुरवठादारांना भेटून या कंपनीत गुंतवणूक करण्याविषयी त्यांना पटवून देण्याचा प्रयत्न करायला लागले. पण त्या वित्तपुरवठादारांपैकी कुणालाच एलिसन यांच्या प्रकल्पाच्या यशाबद्दल खात्री वाटेना. त्यामुळे अनेकांनी तर त्यांना भेटायलाही नकार दिला.

'हे लोक तुम्हाला भेटतच नाहीत. त्यांच्या स्वागतकक्षात पाऊण तास थांबल्यानंतर तुमच्या लक्षात येतं की त्यांना मुळात तुम्हाला भेटायचंच नाही आणि अखेर कंटाळून तुम्ही जेव्हा त्यांच्या कार्यालयातून बाहेर पडायला लागता तेव्हा उलट त्यांची स्वागतिका तुमची ब्रीफकेस उघडून तपासून पाहते. तुम्ही त्यांच्या स्वागतकक्षात ठेवलेली बिझनेस वीक मासिकाची प्रत चोरून तर नेत नाही ना, अशी त्यांना भीती वाटत असते,' हे स्वत: लॅरी एलिसन यांनी वित्तपुरवठादारांनी त्यांना दिलेल्या वागणुकीबद्दल लिहिलेलं आहे.

अखेर वित्तपुरवठादारांच्या वाईट वर्तणूक आणि अदूरदृष्टीला कंटाळून एलिसन आणि त्यांचे दोन भागीदार बॉब मायनर आणि एड ओट्स यांनी आपल्या स्वप्नाला पुढची वाट स्वत:च दाखवण्याचा निर्णय घेतला. या तिघांनी प्रत्येकी दोन हजार डॉलर्स गुंतवून १९७७ साली एक नवी कंपनी स्थापन केली. सुरुवातीला या कंपनीचं नाव सिस्टीम डेव्हलपमेंट लॅबोरेटरीज असं होतं, पण नंतर ते बदलून ओरॅकल कॉर्पोरेशन असं नाव देण्यात आलं. डेटाबेस तयार करण्याचं काम वाटत होतं तेवढं सोपं नव्हतं. त्याला वेळ लागणार होता. कंपनीला आपलं पहिलं उत्पादन तयार करण्यासाठी दोन वर्षं लागली. त्या काळात तिघा भागीदारांनी कॉम्प्युटर कंपन्यांना सल्ला देण्याचं काम करून उदरनिर्वाह चालवला.

दोन वर्षांनंतर जेव्हा डेटाबेस तयार झाला, तेव्हाही लगेच त्यांच्याकडे ग्राहक

यायला लागले, असं झालं नाही. सुरुवातीला त्यांना फक्त दोन मोठे ग्राहक मिळाले: राईट पॅटर्सन एअर फोर्स बेस आणि सीआयए. आता हे वाचून आश्चर्य वाटेल, की १९८० साली ओरॅकलमध्ये फक्त ८ कर्मचारी होते आणि कंपनीचं उत्पन्न दहा लाख डॉलर्सही नव्हतं. पण पुढच्या सात वर्षांत मात्र कंपनीची विक्री दरवर्षी दुप्पट होत गेली आणि ही मिलियन डॉलर कंपनी बिलियन डॉलर कंपनी होण्याकडे मार्गक्रमण करायला लागली होती.

१९९०च्या दशकात ओरॅकलचे ग्रह उच्चीचे होत गेले. दूरसंचार क्षेत्रातल्या क्रांतीमुळे अमेरिकेतल्या बँका, विमानकंपन्या, वाहन निर्माते आणि मोठ्या किरकोळ विक्री दुकानांच्या साखळ्या ओरॅकलच्या डेटाबेसवर अवलंबून राहायला लागल्या. इलेक्ट्रॉनिक कॉमर्स, म्हणजेच इंटरनेटवरून खरेदी-विक्री करण्याच्या तंत्राचा विकास झाला, या गोष्टीचा ओरॅकलला खूपच फायदा झाला आणि २००० साली फक्त तीनच महिन्यांमध्ये कंपनीचा नफा ७६ टक्क्यांनी वाढला. शेअरबाजारामध्ये इतर संगणक कंपन्यांचे समभाग पडत चालले होते, तेव्हा ओरॅकलच्या समभागांची किंमत मात्र वाढतच होती. परिणामत: कंपनीचे सर्वांत जास्त समभाग ज्यांच्याकडे होते, ते कंपनीचे संस्थापक आणि मुख्य कार्यकारी अधिकारी लॅरी एलिसन खूप श्रीमंत झाले. त्या काळात ते जगात सर्वांत श्रीमंत ठरण्याच्या अगदी जवळ जाऊन पोहोचले होते.

जगातले सर्वांत श्रीमंत व्यक्ती ते होऊ शकले नसले, तरी लॅरी एलिसन आपल्या दूरदृष्टीच्या बळावर त्या यादीत ११व्या स्थानावर जाऊन पोहोचले आहेत.

फ्रेड स्मिथ (१९४४ -)

आज फेडरल एक्सप्रेसचे संस्थापक फ्रेड स्मिथ जगातल्या श्रीमंतांच्या यादीत ३९०व्या स्थानावर आहेत आणि त्यांची मालमत्ता २.४ अब्ज डॉलर्स आहे.

ते एवढे यशस्वी आणि श्रीमंत आहेत, याचं कारण इतर कुणालाही जी संधी दिसली नव्हती, ती त्यांच्या दूरदृष्टीला दिसली. जलद गतीनं पत्रं आणि पार्सलं पोहोचवण्याच्या कामात खूप यश मिळू शकतं, हे त्यांनी ओळखलं आणि रातोरात बटवडा (ओव्हरनाईट डिलिव्हरी) करण्याचं काम सुरू केलं.

अमेरिकन टपाल खात्याला टपाल वाटपाचा ऐंशी वर्षांचा अनुभव असूनही त्यांना मात्र ही संधी दिसली नव्हती आणि जेव्हा ते जागे झाले, तेव्हा फेडरल एक्स्प्रेस ही खाजगी कंपनी त्यांचे असंख्य ग्राहक आपल्याकडे वळवत असल्याचं त्यांना दिसलं. अर्थात, तोपर्यंत फेडेक्सचा व्यवसायामध्ये जम बसलेला होता.

आज फेडेक्स ही फ्रेड स्मिथ यांची कंपनी २१.४ अब्ज डॉलर्सपेक्षाही जास्त

व्यवसाय करते आहे.

स्टीव्ह जॉब्ज (१९५५ -)

स्टीव्ह जॉब्ज आणि स्टीफन वोस्नियॅक यांनी ॲपल कॉम्प्युटर तयार करून संगणक क्षेत्रामध्ये क्रांती घडवून आणली. आयबीएम आणि झेरॉक्ससारख्या कंपन्यांना न ओळखता आलेली संधी या दोघांच्या दूरदृष्टीमुळे यांना दिसली. पर्सनल कॉम्प्युटर लोकप्रिय होऊ शकतो हे त्यांनी ओळखलं आणि त्यामुळेच ते अब्जाधीश बनले.

ॲपलनं पर्सनल कॉम्प्युटर बनवला, पण त्यांना रातोरात यश मिळालं असं झालं नाही. सुरुवातीला कंपनीची स्थिती खूपच वाईट होती. १९७५ ते १९७७ ही दोन वर्षं तर दिवाळखोरी कधीही जाहीर करावी लागेल, अशी परिस्थिती होती. आयबीएम, एचपीसारख्या कंपन्यांकडे असलेलं मनुष्यबळ आणि आर्थिक ताकद ॲपलकडे नव्हती. एक वेळ तर स्टीव्ह जॉब्ज आणि स्टीफन वोस्नियॅक यांनी कंपनी विकून टाकण्याचा निर्णय घेतला होता. १९७६ साली त्यांनी कमोडोर, अतारी आणि एचपी यांसारख्या मोठ्या कंपन्यांना असा प्रस्ताव दिला की एक लाख डॉलर्स आणि कंपनीच्या संचालकांना प्रत्येकी ३६,००० डॉलर्स पगाराची नोकरी जर त्या कंपन्यांनी दिली, तर ॲपल त्यांच्या मालकीची होऊ शकेल. या तीनही कंपन्यांनी हा प्रस्ताव नाकारला. दूरदृष्टीच्या अभावाचं हे एक ठळक उदाहरण म्हणता येईल, कारण त्यानंतर चारच वर्षांनी एकट्या स्टीव्ह जॉब्ज यांच्या ॲपलमधील भागीदारीचं बाजारातलं मूल्य २६ कोटी डॉलर्स झालं.

१९८० साली ॲपलनं प्रत्येक समभागाला २२ डॉलर, या किमतीवर आपला आयपीओ बाजारात आणला. तोपर्यंत पर्सनल कॉम्प्युटरमध्ये ॲपलचीच मक्तेदारी असल्यामुळे कंपनीच्या समभागांचे भाव वेगानं वाढत गेले. फॉर्च्यून ५०० कंपन्यांच्या यादीत सर्वांत कमी वेळात स्थान मिळवणारी ॲपल ही पहिली कंपनी ठरली. ही कामगिरी कंपनीनं तिच्या स्थापनेनंतर साडेचार वर्षांमध्येच करून दाखवली होती. १९९२ साल उजाडेतो कंपनीची वार्षिक विक्री तब्बल सात अब्ज डॉलर्सवर जाऊन पोहोचली होती.

जेफ बेजोस (१९६४ -)

जून, १९९५मध्ये जेफ बेजोस यांनी ॲमेझॉन डॉट कॉम ही पुस्तकविक्रीची वेबसाइट सुरू करून एक इतिहास घडवला. जगातल्या सर्वांत मोठ्या नदीचं नाव धारण करणाऱ्या या कंपनीचं लक्ष्य होतं जगातली सर्वांत मोठी पुस्तकविक्रेती

कंपनी बनणं. जेफ बेजोस यांचं हे स्वप्न लवकरच पूर्ण झालं आणि स्थापनेनंतर फक्त चारच वर्षांत, म्हणजे १९९९ साली ॲमेझॉन डॉट कॉमचं बाजारमूल्य सहा अब्ज डॉलर्स झालं. जेफ बेजोस यांनी दूरदृष्टीनं इंटरनेटवर पुस्तकं विकायला सुरुवात केली आणि स्वप्नवत यश मिळवलं.

एकविसाव्या शतकामध्ये क्रेडिट कार्डाचा वापर करून इंटरनेटवर वस्तू खरेदी करणं रूढ होईल, हे जेफ बेजोस यांचं अनुमान योग्य ठरलं. पुस्तकांचा व्यवसाय करणारे इतर लोक ही संधी ओळखू शकले नाहीत आणि या व्यवसायाची काहीही जाण नसलेल्या एका युवकानं त्याच्यापेक्षा जाणकार आणि अनुभवी लोकांना मागे टाकून एक इतिहास घडवला.

ॲमेझॉन डॉट कॉम सुरू करण्यापूर्वी जेफ बेजोस डी. ई. शॉ अँड कंपनीमध्ये वरिष्ठ उपाध्यक्ष होते. एके दिवशी आपल्या ऑफिसमध्ये बसून इंटरनेटवर सर्फिंग करत असताना त्यांना एक आश्चर्यजनक गोष्ट कळली- ती गोष्ट म्हणजे, इंटरनेटचा वापर करणाऱ्या लोकांची संख्या वर्षाला २३०० टक्क्यांनी वाढते आहे. ही माहिती वाचून जेफ बेजोस यांना त्यात दडलेली जबरदस्त संधी जाणवली. इंटरनेटचा वापर दर वर्षी २३ पटींनी वाढत असेल, तर त्यातून खूप पैसा मिळवता येईल आणि व्यवसाय करण्याचा हा एक नवाच मार्ग ठरू शकेल, असं त्यांच्या मनात आलं.

मग त्यांनी तात्काळ २० उत्पादनांची एक यादी तयार केली. ही सगळी उत्पादनं इंटरनेटच्या माध्यमातून विकता येण्याजोगी होती. त्यात सीडी, मासिकं, कॉम्प्युटर सॉफ्टवेअर आणि हार्डवेअर, पुस्तकं इत्यादी गोष्टींचा समावेश होता. लवकरच या यादीतली एकेक वस्तू गळत जाऊन फक्त पुस्तकं आणि संगीताच्या सीडी, या दोन गोष्टी उरल्या. त्यातून बेजोस यांनी पुस्तकांची निवड पक्की केली. त्यांना पुस्तकांच्या बाबतीत फार कळत होतं असं नव्हतं, पण ऑनलाइन व्यवसाय मात्र त्यांना खूप आशादायक वाटत होता. आपल्या कामाकरता एका वित्तपुरवठादाराला ते जेव्हा भेटले, तेव्हा त्याला त्यांनी एका वाक्यात सांगितलं की 'मला पुस्तकांच्या व्यवसायातलं काहीही कळत नाही, पण मी या उद्योगाचं अर्थशास्त्र बदलून टाकणार आहे.'

पुस्तक उद्योगाचा कायापालट करण्याच्या ध्येयासाठी त्यांनी आपली नोकरी सोडून दिली आणि सिएटल शहराकडे कूच केलं. जुलै, १९९५मध्ये ॲमेझॉन डॉट कॉम सुरू झाली आणि त्यामुळे खरोखरच पुस्तक व्यवसायाचं अर्थशास्त्र बदलून गेलं. २००० साल उजाडेतो ॲमेझॉनची विक्री एक अब्ज डॉलर्स झाली.

एक सामान्य माणूस ऑनलाइन व्यवसायातली संधी ओळखून एवढा मोठा झाला, की त्यानं स्वतःही याची कल्पना केली नसेल.

बिल गेट्स (१९५५ -)

बिल गेट्स आज जगातले सर्वांत श्रीमंत गृहस्थ आहेत. त्यांची संपत्ती ५६ अब्ज डॉलर्स आहे आणि एवढं अफाट यश त्यांना मिळण्याचं कारण म्हणजे त्यांनी दीर्घ पल्ल्याचा विचार करून भविष्यातील शक्यतांच्या दिशेनं पावलं टाकली.

गेट्स यांनी आपल्या कारकिर्दीला सुरुवात केली तेव्हा स्टीव्ह जॉब्ज आणि स्टीफन वोस्नियॅक संगणकाच्या हार्डवेअरचे बादशहा होते. म्हणून बिल गेट्स यांनी मग सॉफ्टवेअरचे बादशहा होण्याचा निर्णय घेतला. त्या दिवसात सॉफ्टवेअरला फारसं महत्त्व नव्हतं. संगणक बनवणाऱ्या कंपन्या त्यांच्या संगणकाबरोबर सॉफ्टवेअर मोफत देत असत. हार्डवेअरमध्ये जास्त कमाई आहे, असं तेव्हा समजलं जात असे. बिल गेट्स यांनी मात्र सॉफ्टवेअरचं भविष्य ओळखलं. आपण चांगलं सॉफ्टवेअर तयार केलं, तर हार्डवेअर बनवणारी कंपनी कोणतीही असली, तरी तिला सॉफ्टवेअर आपल्याचकडून घेणं भाग पडेल, हे त्यांनी ताडलं होतं. त्या दृष्टीनं त्यांनी आकर्षक, सोपी आणि उपयुक्त सॉफ्टवेअर्स बनवण्यावर आपलं लक्ष केंद्रित केलं.

पॉल ॲलन आणि बिल गेट्स यांनी १९७५मध्ये मायक्रोसॉफ्टची स्थापना केली. लवकरच ते इतर कंपन्यांना आपली सॉफ्टवेअर उत्पादनं विकू लागले. आयबीएमनं जेव्हा त्यांच्या नव्या संगणकांकरता ऑपरेटिंग सिस्टीम मायक्रोसॉफ्टकडून विकत घेतली, तेव्हा त्यांचं नशीब खऱ्या अर्थानं उजळलं. आयबीएमनं त्या संबंधीच्या करारावर स्वाक्षरी करेपर्यंत मायक्रोसॉफ्टकडे ऑपरेटिंग सिस्टीम नव्हतीच. एक तर ती स्वत: विकसित करायची किंवा मग कुठूनतरी ती विकत घ्यायची असे दोन पर्याय तेव्हा बिल गेट्स यांच्याकडे होते. त्यांनी यातला दुसरा पर्याय निवडला, कारण त्यात वेळेची खूप बचत झाली असती. त्यांनी मग सिएटल कॉम्प्युटर प्रॉडक्ट्स नावाच्या कंपनीकडून त्यांची क्यू-डॉस ही ऑपरेटिंग सिस्टीम ५०,००० डॉलर्सना विकत घेतली. त्यानंतर त्यांनी आयबीएमच्या गरजेनुसार त्यात आवश्यक ते फेरफार केले आणि तिला एमएस-डॉस असं स्वत:चं नाव दिलं. १९८१ साली आयबीएमचे संगणक एमएस-डॉस या ऑपरेटिंग सिस्टीमसह बाजारात आले आणि त्यानंतर मात्र मायक्रोसॉफ्ट आणि बिल गेट्स यांनी कधीही मागे वळून पाहिलं नाही.

आयबीएमला ऑपरेटिंग सिस्टीम देताना बिल गेट्स यांच्यापुढे दोन पर्याय होते. एक तर एकरकमी पैसे घेऊन मोकळं होणं, जी आयबीएमच्या अधिकाऱ्यांचीदेखील इच्छा होती, किंवा मग रॉयल्टीच्या स्वरूपात, विकल्या जाणाऱ्या प्रत्येक संगणकामागे एक ठरावीक रक्कम आयबीएमकडून घेणं. रॉयल्टीचा मार्ग त्यातल्यात्यात जास्त

फायदेशीर होता कारण मग बिल गेट्स हीच ऑपरेटिंग सिस्टीम इतर हार्डवेअर कंपन्यांनादेखील त्याच तत्त्वावर देऊ शकले असते. ते दूरचा, दीर्घ पल्ल्याचा विचार करत असल्यामुळेच त्यांनी आयबीएमच्या प्रचंड विरोधाला न जुमानता रॉयल्टीचा प्रस्ताव धरून ठेवला. इथे आयबीएमच्या अधिकाऱ्यांना दूरदृष्टी नव्हती असंच म्हणावं लागेल, कारण अन्यथा त्यांनी हा प्रस्ताव कधीच मंजूर केला नसता. मायक्रोसॉफ्ट तेव्हा एक छोटी आणि नगण्य कंपनी होती, तर आयबीएमचा या क्षेत्रातला दरारा खूप मोठा होता. मनात आलं असतं, तर आयबीएम मायक्रोसॉफ्टला दूर करून इतर कुठल्यातरी कंपनीकडून ऑपरेटिंग सिस्टीम विकत घेऊ शकली असती. पण या गोष्टीचं महत्त्व तेव्हा आयबीएमच्या लक्षात आलं नाही आणि जेव्हा ते आलं, तेव्हा खूप उशीर झाला होता.

याचं आणखी एक कारण म्हणजे आयबीएम तेव्हा फक्त ॲपल कॉम्प्युटर्सलाच आपला मुख्य प्रतिस्पर्धी मानत होती. इतर कंपन्या त्यांच्या खिजगणतीत नव्हत्या. आयबीएमला या चुकीची खूप मोठी किंमत चुकवावी लागली. मायक्रोसॉफ्टला रॉयल्टीपोटी दर वर्षी कोट्यवधी डॉलर्स देत राहिल्यानंतर त्यांना हे कळलं. मायक्रोसॉफ्ट मोठी बनण्यामध्ये आयबीएमच्या अदूरदृष्टीचा मोठा हात होता.

बिल गेट्स यांचा दबदबा वाढण्यामध्ये ॲपलच्या अदूरदृष्टीचाही हात होता. ॲपल कॉम्प्युटर्सनं आपलं सॉफ्टवेअर आणि ऑपरेटिंग सिस्टीम फक्त आपल्या संगणकांपुरतेच मर्यादित ठेवले. इतर हार्डवेअर निर्मात्यांना त्यांचा उपयोग करण्याची परवानगी त्यांनी दिली नाही. परिणामत: ॲपलचे सॉफ्टवेअर आणि ऑपरेटिंग सिस्टीम उत्तम प्रतीचे असूनही ते ॲपलचा संगणक घेणाऱ्या लोकांपुरतेच मर्यादित राहिले. त्याउलट मायक्रोसॉफ्टनं मात्र आपली ऑपरेटिंग सिस्टीम एमएस-डॉस सगळ्याच हार्डवेअर निर्मात्यांना मुक्तहस्ते, पण रॉयल्टी तत्त्वावर दिली. त्यामुळे बाजारपेठेमध्ये मायक्रोसॉफ्टच्या उत्पादनाची संख्या खूप मोठी झाली. १९८२ पर्यंत ॲपल कॉम्प्युटर्स संगणकक्षेत्रातले अनभिषिक्त सम्राट होते आणि त्यांनी आपले सॉफ्टवेअर आणि ऑपरेटिंग सिस्टीम इतर निर्मात्यांना दिले असते, तर त्यांची बाजारपेठेवरची पकड पक्की झाली असती. एवढंच नव्हे, तर तसं झालं असतं तर मायक्रोसॉफ्टला आपले पाय इथे कधीच रोवता आले नसते. ही एक चूक ॲपलनं केली नसती तर आजही ते पर्सनल कॉम्प्युटरचे सर्वेसर्वा होऊन राहिले असते.

आयबीएम आणि ॲपलच्या उलट बिल गेट्स यांनी मात्र दूरचा विचार केला. १९९० सालापर्यंत मायक्रोसॉफ्टनं पाच कोटी एमएस-डॉस ऑपरेटिंग सिस्टिमचे लायसेन्स विकले. १९९३ पर्यंत जगातल्या ९० टक्के संगणकांमध्ये ही ऑपरेटिंग सिस्टीम कार्यरत होती.

निव्वळ दीर्घ पल्ल्याचा विचार करण्याच्या जोरावर बिल गेट्स यांनी आयबीएमसारख्या मातब्बर कंपनीला मागे टाकलं आणि अफाट यशच कमावलं नाही, तर ते जगातले सर्वांत श्रीमंत व्यक्तीही बनले.

करसनभाई पटेल (१९४४ -)

करसनभाई पटेलांचं नाव भारतीय उद्योगक्षेत्राच्या इतिहासात सुवर्णाक्षरांनी लिहिलं जाईल. याचं कारण म्हणजे ते शून्यातून यशाच्या शिखरावर जाऊन पोहोचले एवढंच नसून, त्यांनी भारतामध्ये कपडे धुण्याच्या साबणाऐवजी डिटर्जंट पावडरला लोकमान्यता मिळवून दिली, हे आहे. करसनभाईंची यशोगाथा खूप प्रेरणादायी आहे. अनेक वर्षांचे कष्ट, संधी ओळखणं आणि त्या संधीचं सोनं करणं, याचं उदाहरण म्हणजे करसनभाई पटेल.

स्वस्तातली डिटर्जंट पावडर नक्की लोकप्रिय होईल, हे करसनभाईंच्या दूरान्वेषी नजरेला दिसलं. याच कल्पनेला मूर्त स्वरूप देत त्यांनी निरमा या नावानं पिवळ्या रंगाची डिटर्जंट पावडर तयार करून बाजारात आणली. निरमा पावडर स्वस्त असल्यामुळे मध्यम आणि कनिष्ठ-मध्यम वर्गातल्या गृहिणी साबणाऐवजी डिटर्जंट पावडर वापरण्यास उद्युक्त झाल्या आणि कमी किंमत हे निरमाच्या यशाचं एक मोठं कारण ठरलं. हिंदुस्थान लीव्हर जेव्हा सर्फ पावडर पंधरा रुपये किलो दरानं विकत असे, तेव्हा निरमाची किंमत किलोला फक्त साडे तीन रुपये होती. सर्फचा दर्जा चांगला असला, तरी किमतीतली तफावत निरमाच्या बाजूनं पारडं झुकवणारी ठरली.

१९७७ साली करसनभाईंनी रेडिओवर जाहिराती द्यायला सुरुवात केली. तसंच, देशभरच्या चित्रपटगृहांमध्ये त्यांनी निरमाच्या जाहिरातींच्या स्लाईड्सही दाखवायला सुरुवात केली. पुढे जाऊन टेलिव्हिजनच्या माध्यमाचाही त्यांनी जाहिरातींसाठी भरपूर उपयोग केला. या सर्वांमुळे लवकरच निरमा हा ब्रँड राष्ट्रीय पातळीवर प्रसिद्ध झाला. कमी किमतीच्या जोरावर निरमानं सर्फला विक्रीच्या बाबतीत अनेक ठिकाणच्या बाजारपेठांमध्ये मागे टाकलं.

गंमत म्हणजे हे सगळं साध्य करणाऱ्या करसनभाई पटेलांनी उद्योगव्यवस्थापन विषयातली कुठलीही पदवी वा औपचारिक शिक्षण घेतलेले नव्हते. त्यांचं यश हे निव्वळ त्यांची दूरदृष्टी आणि त्यांची व्यापारदृष्टी, यांचं आहे. बारा बाय बारा आकाराच्या एका खोलीपासून सुरुवात करून त्यांची कंपनी आज ४७,००० वर्ग फुटांच्या कित्येक कारखान्यांमध्ये पसरली आहे.

१९६९ साली व्यवसाय सुरू करतेवेळी करसनभाईंना त्यांच्या सरकारी

नोकरीमध्ये ४०० रुपये दरमहा पगार मिळत असे. काळाचा महिमा असा, की आज निरमा केमिकल्स कंपनीमध्ये १४,००० लोक काम करत आहेत. स्वत: करसनभाई इतके श्रीमंत झाले आहेत, की २००६ साली निरमा लिमिटेड या त्यांच्या उद्योगसमूहाची वार्षिक उलाढाल २,२४३ कोटी रुपये होती.

हेन्री फोर्ड (१८६३ - १९४७)

स्वस्तातली मोटार तयार करून हेन्री फोर्ड यांनी एक इतिहास घडवला आणि अमेरिकेतल्या सर्वाधिक श्रीमंत लोकांच्या नामावळीत स्थान मिळवलं. हे यश त्यांना त्यांच्या दूरदृष्टीमुळेच मिळालेलं आहे. ती नसती, तर त्यांना हे कधीच शक्य झालं नसतं.

हेन्री फोर्ड यांच्या दूरदृष्टीचं एक उदाहरण म्हणजे, १८९९मध्ये ते एडिसन यांच्या कंपनीमध्ये दिवसभर नोकरी करत असत आणि रात्री कारच्या इंजिनासंबंधी संशोधन करत असत. एकदा कंपनीनं त्यांच्यापुढे एक प्रस्ताव ठेवला, की कंपनी त्यांना बढती देईल आणि त्यांचा पगारही वाढवेल, पण त्या बदल्यात त्यांनी आपले पेट्रोलवर चालणाऱ्या इंजिनासंबंधीचे प्रयोग बंद करावेत आणि आपली सगळी शक्ती विद्युत ऊर्जेवर केंद्रित करावी. त्यावेळी विद्युत ऊर्जेलाच भविष्यातला ऊर्जेचा एकमेव स्रोत मानलं जात होतं, हे इथे लक्षात घ्यायला हवं. थोडक्यात म्हणजे हेन्री फोर्ड यांना कंपनी त्यांचं स्वप्न विकून आत्ता, तसंच भविष्यातली आर्थिक सुरक्षितता स्वीकारायला सांगत होती.

इतर अनेक लोकांनी अशी संधी झडप घालून घेतली असती, कारण पूर्ण भाकरी मिळवण्याकरता हातातली अर्धी भाकरी सोडण्यात त्यांना शहाणपण वाटलं नसतं.

हेन्री फोर्ड यांना एका बाजूला चांगली नोकरी आणि चांगला पगार, तर दुसऱ्या बाजूला आपलं स्वप्न, अनिश्चितता आणि जोखीम, यांच्यापैकी एक निवड करायची होती. त्यांनी सामान्य माणसांप्रमाणे आर्थिक सुरक्षिततेला प्राधान्य न देता आणि जवळ भरपूर पैसे वा यशाची खात्री नसतानादेखील, नोकरी सोडून दिली.

त्यानंतर त्यांनी कारच्या इंजिनासंबंधीचे आपले प्रयोग सुरूच ठेवले आणि एक दिवस मनाजोगती कार बनवण्यात यशही मिळवलं. याच कारनं मग त्यांना पैसा आणि प्रसिद्धीच्या शिखरावर नेऊन पोहोचवलं.

गॉर्डन मूर (१९२९ -)

गॉर्डन मूर आणि रॉबर्ट नॉईस फेअरचाईल्ड सेमिकंडक्टर कंपनीत काम करत होते. ही कंपनी संगणक क्रांतीचा पाळणा म्हणून ओळखली जाते. सेमिकंडक्टर तंत्रज्ञानाचा उपयोग करून नव्या प्रकारची मेमरी तयार करण्याची कल्पना त्यांना तिथेच सुचली. असं काही केलं जाऊ शकतं, हे सगळ्यांनाच माहिती होतं, पण हे उत्पादन खूप महागडं ठरेल आणि त्यामुळे ते कुणी फारसं विकत घेणार नाही असं बहुतेक तज्ज्ञ मंडळींचं मत होतं, त्यामुळे त्या बाबत पुढे कुणी हालचाल केली नाही. पण मूर आणि नॉईस यांच्या दूरदृष्टीला मात्र असं दिसलं, की मोठ्या प्रमाणावर उत्पादन केलं, तर उत्पादनखर्च कमी होऊ शकतो आणि पर्यायानं अशा उत्पादनाची किंमतही कमी होऊ शकते. या कल्पनेच्या आधारे या दोघा मित्रांनी १९६८ साली नोकरी सोडून दिली आणि इंटेलची स्थापना केली.

दोघांकडे दूरदृष्टी होती, नवी कल्पना होती, पण भांडवलाचा मात्र प्रश्न होता. मूर आणि नॉईस मग त्यांच्या ओळखीच्या व्हेंचर कॅपिटलिस्टकडे (नव्या उद्योगांना भांडवल पुरवणारे वित्तपुरवठादार)- आर्थर रॉक यांच्याकडे- आर्थिक मदतीसाठी गेले. त्यावेळी नेमकं काय करायचं, याची स्पष्ट कल्पना त्यांना नव्हती. सेमिकंडक्टर तंत्रज्ञानाचा उपयोग करून नव्या प्रकारची मेमरी तयार करायची, एवढंच त्यांच्या डोक्यात होतं. त्या आधारे त्यांनी तयार केलेली व्यवसाय योजना (बिझनेस प्लॅन) फक्त दीड पानाची होती. पण तेवढ्याच योजनेच्या आधारे रॉक यांनी स्वतः या नव्या कंपनीमध्ये तीन लाख डॉलर्स गुंतवले आणि दोनच दिवसात आणखी २५ गुंतवणूकदारांना त्या दृष्टीनं तयार करून आणखी बावीस लाख डॉलर्स जमा करून एकूण २५ लाख डॉलर्सचं भांडवल मूर आणि नॉईस यांना मिळवून दिलं. अशा प्रकारे जगातली सर्वांत मोठी मायक्रोप्रोसेसर कंपनी इंटेल कॉर्पोरेशन सुरू झाली.

१९७० साली कंपनीनं व्यावसायिक उपयुक्ततेची पहिली डायनॅमिक रँडम ॲक्सेस मेमरी (डी रॅम) तयार केली- त्याच सुमारास एका जपानी कंपनीनं आपल्या कॅल्क्युलेटरसाठी एक लॅजिक चिप बनवण्याचं काम इंटेलवर सोपवलं. इंटेलमध्ये काम करणाऱ्या टेड हॉफ या तंत्रज्ञाच्या मनात एक कल्पना आली आणि एक नवी लॅजिक चिप नव्यानं तयार करण्याऐवजी त्यानं चार तयार चिपांना मध्ये एक पाचवी चिप जोडून एक सेंट्रल प्रोसेसिंग युनिट (सीपीयू) बनवले. एका खास ग्राहकासाठी तयार झालेली हीच चीप पुढे इंटेल ४००४ मायक्रोप्रोसेसर म्हणून नावारूपाला आली.

मायक्रोप्रोसेसर या प्रकारात दडलेल्या अफाट शक्यता पाहून टेड हॉफ यांनी कंपनीला अशी सूचना केली, की असे मायक्रोप्रोसेसर्स विकण्याकरता जपानी

कंपनीला देण्याऐवजी इंटेलनं तो हक्क आपल्याचकडे ठेवावा. परंपरेनुसार एखाद्या कंपनीकरता कुठलंही उत्पादन तयार केलं गेलं असेल, तर त्या उत्पादनाचे हक्क त्या कंपनीलाच दिले जात असत. पण हॉफनं असा युक्तिवाद केला, की मेमरी चिप्स बनवताना विविध प्रकारच्या मागण्या पूर्ण करण्याकरता वेगवेगळ्या चिप्स बनवाव्या लागतात. त्याउलट एकच मायक्रोप्रोसेसर मात्र अनेक कामांकरता उपयुक्त ठरू शकतो. शिवाय हे मायक्रोप्रोसेसर विशिष्ट उपयोगांकरता बनत नसल्यामुळे इतर कंपन्यांनादेखील विकले जाऊ शकतात. हॉफच्या सूचनेनुसार घेतलेल्या निर्णयामुळेच इंटेल मायक्रोप्रोसेसर क्षेत्रामध्ये अग्रेसर बनू शकली.

हॉफ यांची कल्पना दमदार होती आणि त्यामागची त्यांची दूरदृष्टी आज कुणाच्याही लक्षात येईल, पण त्या वेळची परिस्थिती वेगळी होती. मेमरी चिप्स विकण्याचा धंदा चांगला चालू आहे, तर कंपनीनं मायक्रोप्रोसेसरचं नवं झेंगट मागे लावून घेण्यापेक्षा चिप्सवरच आपलं लक्ष केंद्रित करायला हवं, असं इंटेलमध्ये काम करणाऱ्या जवळजवळ सगळ्याच कर्मचाऱ्यांचं मत होतं. पण कंपनीच्या विक्री व्यवस्थापकांनाही दूरदृष्टीची देणगी लाभलेली असल्यामुळे त्यांनी आपलं वजन मायक्रोप्रोसेसरच्या पारड्यात टाकलं आणि पुढचा इतिहास सर्वज्ञातच आहे.

इंटेलनं आपल्या दूरदृष्टीचा प्रत्यय मेमरी चिप्सचा व्यवसायच बंद करतानादेखील दिला. त्याची गोष्ट मोठी मनोरंजक आहे. १९८५मध्ये मेमरी चिप बनवण्याच्या व्यवसायामध्ये स्पर्धा खूप वाढली होती आणि पर्यायानं कंपनीचा नफा कमी होत चालला होता. त्यावेळी गॉर्डन मूर हे कंपनीचे मुख्य कार्यकारी अधिकारी होते. एक दिवस कंपनीमध्ये काम करणारे अँडी ग्रोव्ह हे अधिकारी मूर यांच्याकडे गेले आणि म्हणाले, 'काही कारणानं कंपनीनं आपल्या सगळ्यांना नोकरीवरून काढून टाकलं आणि एक नवा मुख्य कार्यकारी अधिकारी नेमला, तर तो नवा मनुष्य पहिला निर्णय कोणता घेईल?' त्यावर मूर म्हणाले, 'मेमरी चिपचा व्यवसाय बंद करण्याचा.' मग ग्रोव्ह म्हणाले, 'असं असेल तर हे काम आपणच का करू नये?' मूर यांच्या ते लक्षात आलं आणि त्यांनी मेमरी चिपचा व्यवसाय बंद करून मायक्रोप्रोसेसर बनवण्यावर लक्ष केंद्रित केलं. हा एक धाडसीच निर्णय होता कारण त्यामुळे इंटेलचे हजारो कर्मचारी नोकरी गमावून बसले.

इंटेलच्या दूरदृष्टीचं आणखी एक उदाहरण सांगण्यासारखं आहे. कंपनीनं जेव्हा पेंटियम प्रोसेसर्स बाजारात आणला, तेव्हा त्यात एक छोटीशी तांत्रिक चूक राहून गेली होती. ही चूक खरं तर इतकी बारीकशी होती, की फक्त त्या विषयातील तज्ज्ञांच्याच ती लक्षात आली, पण त्यामुळे सामान्य जनता मात्र धास्तावून गेली होती. इंटेलला वाटलं असतं, तर हा प्रोसेसर बदलून देण्याचा खर्च ती विक्रेते आणि ग्राहकांच्या डोक्यावर टाकू शकली असती, पण तसं करण्याऐवजी कंपनीनं

स्वखर्चानं सगळे प्रोसेसर मोफत बदलून दिले. त्यात कंपनीचे ४७.५ कोटी डॉलर्स खर्च झाले, पण कंपनीची प्रतिष्ठा मात्र शाबूत राहिली आणि तिचं अग्रेसर स्थानही.

रे क्रॉक (१९०२ - १९८४)

रे क्रॉक यांनी मॅक्डोनल्ड्स हॅम्बर्गर फ्रँचायझी साखळी बनवण्यामध्ये दूरदृष्टी दाखवली. स्वतः मॅक्डोनल्ड्स बंधूंनादेखील जी दिसली नाही, ती भविष्यातली संधी रे क्रॉक यांना दिसली. त्यामुळेच आज त्यांना फास्ट फूडचे पितामह म्हणून संबोधलं जातं. दुसऱ्या कुणाच्या तरी कामामध्ये दडलेली संधी त्यांनी ओळखली आणि एवढं प्रचंड यश मिळवलं.

वयाच्या ५२व्या वर्षी मॅक्डोनल्ड्स बंधूंचं फास्ट फूड रेस्तराँ पाहून त्यांनी त्यांना देशभर आपल्या रेस्तराँची साखळी सुरू करण्याचा सल्ला दिला. पण मॅक्डोनल्ड्स बंधूंनी जेव्हा त्यात रस दाखवला नाही, तेव्हा त्यांनी स्वतःच ती जबाबदारी स्वीकारली आणि कर्ज काढून मॅक्डोनल्ड्स बंधूंकडून त्यांच्या रेस्तराँचे सगळे हक्क विकत घेतले आणि जगभर तसे रेस्तराँ उघडले.

सगळ्या जगाचीच खाण्या-पिण्याची सवय बदलू टाकणाऱ्या मोजक्या लोकांमध्ये रे क्रॉक यांची गणना होते. धावपळीत व्यस्त असणाऱ्या जगाला त्यांनी स्वस्त, आरामदायक आणि विश्वसनीय फास्ट फूडची भेट दिली. मॅक्डोनल्ड्सच्या रूपात त्यांनी अमेरिकेतच नव्हे तर संपूर्ण जगात एक आहार क्रांती घडवून आणली आणि 'फास्ट फूडचे पितामह' ही उपाधी मिळवली.

कॉनरॅड हिल्टन (१८८७ - १९७९)

हिल्टन हॉटेलसमूहाचे संस्थापक कॉनरॅड हिल्टन यांनी आपलं पहिलं हॉटेल १९१९ साली खरेदी केलं आणि त्यानंतर ते या व्यवसायाचा विस्तार करतच गेले. १९४६ सालापर्यंत हिल्टन हॉटेल्स कॉर्पोरेशननं हॉटेल उद्योगात स्वतःचं एक वेगळं स्थान निर्माण केलं होतं.

मात्र त्यांना हे यश सहजासहजी मिळालं नाही. १९०७ साली हिल्टन कुटुंब हलाखीचं जीवन जगत होतं. त्यांचं एक दुकान होतं, पण मंदीमुळे ते फारसं चालत नव्हतं. एक दिवस कॉनरॅड यांनी आपल्या कुटुंबीयांसमोर एक कल्पना मांडली. त्यांच्या भल्यामोठ्या घरातल्या काही खोल्यांना हॉटेलचं स्वरूप देऊन त्यात उतारूंच्या राहण्याची व्यवस्था केल्यास त्यातून त्यांना जास्तीचं उत्पन्न मिळवता येईल, अशी ही कल्पना होती. ही कल्पना चांगली असली, तरी त्यात कष्ट खूप

होते. दिवसभर दुकानामध्ये काम करून कॉनरॅड रात्री एक वाजता रेल्वेनं येणाऱ्या उतारूंना घ्यायला जात असत. सकाळी उठून ग्राहकांना हवं-नको ते पाहून आणि देऊन ते पुन्हा दुकानात जात असत.

काही आठवड्यांतच हिल्टन कुटुंबीयांचं हे कामचलाऊ हॉटेल प्रसिद्ध आणि लोकप्रिय झालं. आर्थिक स्थिती जरा सुधारल्यानंतर कॉनरॅड यांनी हॉटेल व्यवसाय बंद करून बँकिंगच्या क्षेत्रात पाऊल टाकलं. या क्षेत्रातल्या संधींच्या शोधात एकदा ते टेक्सास राज्यामध्ये गेले होते. तिथे त्यांनी ४० खोल्या असलेलं मोबली हॉटेल पाहिलं आणि त्यांना ते क्षणार्धात खूप आवडलं. त्या हॉटेलच्या मालकांशी प्राथमिक चर्चा केल्यानंतर ते बँकिंगपेक्षा हॉटेल व्यवसायातच जास्त फायदा असल्याच्या निष्कर्षाला आले आणि २४ तासात त्यांनी ते हॉटेल विकत घेऊन टाकलं. याच दूरदर्शी निर्णयामुळे पुढे ते हॉटेल व्यवसायाचे राजे बनले.

हिल्टन यांनी फक्त ५,००० डॉलर्स गुंतवून हॉटेलच्या व्यवसायाची सुरुवात केली होती. त्यांपैकी ३,००० डॉलर्स त्यांना वारसाहक्काद्वारे मिळाले होते आणि २,००० डॉलर्स त्यांची स्वत:ची बचत होती. मोबली हॉटेल खरेदी करण्याचा त्यांचा निर्णय मात्र धाडसाचाच होता, कारण त्यात त्यांनी आपल्याजवळ असले-नसलेले सगळे पैसे पणाला लावले होते. पण त्यांनीच नंतर सांगितल्याप्रमाणे, त्यांनी ते हॉटेल त्याच्या सद्यपरिस्थितीकडे बघून नाही, तर भविष्यातल्या शक्यतांकडे पाहून विकत घेतलं होतं. या हॉटेलमधून भविष्यात किती पैसा मिळवता येईल, याचंच चित्र त्यांच्या मनात होतं.

त्यांच्या याच दूरदृष्टीमुळे हिल्टन यांनी त्यांच्या मृत्यूपर्यंत अमेरिकेत १८५ आणि परदेशात ७५ हॉटेल्स उभी केली होती. आज त्यांचा मुलगा विल्यम हिल्टन यांच्याकडे या उद्योगाची धुरा आहे आणि ते जगातल्या श्रीमंतांच्या यादीत ७५४व्या स्थानावर आहेत. त्यांच्याकडे १.३ अब्ज डॉलर्सची मालमत्ता आहे.

वॉरन बफेट (१९३० -)

वॉरन बफेट ही जगातली दुसऱ्या क्रमांकाची श्रीमंत व्यक्ती आहे. त्यांच्याकडे ५२ अब्ज डॉलर्सची मालमत्ता आहे आणि ती त्यांनी शेअरबाजारातून मिळवलेली आहे.

त्यांच्या या यशामागचं इंगित काय आहे? तर दूरदृष्टी. कुठलेही समभाग विकत घेताना ते पुढच्या १० मिनिटांचा नव्हे, तर दहा वर्षांचा विचार करतात. तात्कालिक फायद्यापेक्षा ते नेहमी दीर्घ पल्ल्याच्या फायद्याचा विचार करत असतात. एकदा कुणीतरी त्यांना विचारलं, 'एखाद्या कंपनीचे समभाग विकण्यापूर्वी तुम्ही

किती काळ वाट पाहाल?' 'कंपनी चांगली असेल, तर अनंत काळपर्यंत,' वॉरन बफेट क्षणाचाही विलंब न लावता उद्‌गारले.

वॉरन बफेट यांच्या मते शेअरबाजारात यश मिळवायचं असेल, तर घाई करून उपयोग नाही. तिथे तुमच्याकडे दूरदृष्टी हवी. समभाग खरेदी करण्यातही घाई करायला नको आणि विकण्यातही. एका दिवसात दहा व्यवहार करण्यापेक्षा दीर्घ पल्ल्याचा विचार करून दहा महिन्यांत एकदाच व्यवहार करा. ते म्हणतात, 'मी शेअरबाजारात ताबडतोब पैसे कमावण्याचा प्रयत्न कधीच करत नाही. मी जेव्हा समभाग खरेदी करतो, तेव्हा शेअरबाजार उद्या बंद होणार आहे आणि पुढची पाच वर्षं तो उघडणारच नाही, असा विचार करून खरेदी करतो.'

भविष्याचा विचार करण्याचा धडा ते फार लवकर शिकले. वयाच्या ११व्या वर्षी त्यांनी सिटी सर्व्हिस नावाच्या एका कंपनीचे तीन समभाग प्रत्येकी ३८ डॉलर्सना खरेदी केले. त्यांनी हा व्यवहार केल्यानंतर अचानक या कंपनीच्या शेअरचे भाव गडगडले आणि थेट २७ डॉलर्सवर जाऊन पोहोचले आणि त्यामुळे ते चिंतेत पडले. पण लवकरच या समभागाचे भाव वधारायला सुरुवात झाली. वाढत-वाढत ते जेव्हा ४० डॉलर्स झाले, तेव्हा खुशीत येऊन वॉरन बफेट यांनी थोड्याशा नफ्यावर आपले तिन्ही शेअर्स विकून टाकले. पण काही दिवसातच या समभागांची किंमत २०० डॉलर्सवर जाऊन ठेपली. वॉरन बफेट यांना आपण आपले शेअर्स लवकर का विकले, असा पश्चात्ताप होऊ लागला. त्याक्षणी त्यांनी इथून पुढे दीर्घकालीन गुंतवणूक करण्याचा निर्णय घेऊन टाकला. दीर्घ पल्ल्याचा विचार आणि दूरदृष्टी या गुणांमुळेच वॉरन बफेट आज जगातले सर्वोत्तम गुंतवणूकदार म्हणून प्रसिद्ध झाले आहेत.

जॉन रॉकफेलर (१८३९ - १९३७)

जॉन डेव्हिसन रॉकफेलर हे लहानपणापासूनच दूरचा विचार करत असत. आपला पॉकेटमनी मिळवण्याकरता ते आपल्या मित्रांना छोटी-छोटी रॉक पेंटिंग्ज विकत असत. पण त्या बदल्यात मिळालेले पैसे खर्चून न टाकता एका डब्यात ठेवून देत असत. हळूहळू त्यांच्याकडे ५० डॉलर्स जमा झाले. एका शेजाऱ्याला एक दिवस ताबडतोब ५० डॉलर्स हवे होते, तेव्हा जॉन रॉकफेलर यांनी सात टक्के व्याजदरानं आपले ५० डॉलर्स त्याला देऊन टाकले. एक वर्षानंतर त्यांना व्याजापोटी साडे तीन डॉलर्स मिळाले. पैशानं पैसा मिळवता येतो. हे त्यांना अशा प्रकारे लहान वयातच उमगलं होतं.

शालेय शिक्षण पूर्ण झाल्यानंतर १८५५ साली ते ह्युएट अँड टर्टल या

दलाली करणाऱ्या कंपनीमध्ये नोकरीला लागले. ही कंपनी धान्य आणि भाज्यांचा व्यवसाय करत असे. जॉन रॉकफेलर रोज सकाळी साडे सहा वाजता कामाला लागत आणि रात्री उशिरापर्यंत त्यांचं काम चालत असे. १८५८ सालापर्यंत त्यांचं उत्पन्न वर्षाला ६०० डॉलर्स झालं होतं. या कष्टाळू कर्मचाऱ्यावर कंपनीचे मालक खूष होते. मात्र आपण आपल्या पगारापेक्षा जास्त काम करतो, हे जॉन रॉकफेलर यांना माहिती होतं त्यामुळे त्यांनी आपला पगार २०० डॉलर्सनी वाढवण्याची मागणी मालकांकडे केली. मालकांनी या गोष्टीला नकार दिला, तेव्हा त्यांनी नोकरी सोडून आपला स्वत:चा काहीतरी उद्योग-धंदा सुरू करण्याचा निर्णय घेतला.

आपल्या ओळखीच्या मॉरिस क्लार्क यांच्याबरोबर मिळून त्यांनी एक कंपनी स्थापन करण्याचं ठरवलं. बचतीची सवय असल्यामुळे त्यांच्याकडे तेव्हा स्वत:चे ८०० डॉलर्स होते, पण कंपनी सुरू करण्याकरता त्यांना गरज होती १,००० डॉलर्सची. मग त्यांनी वडिलांकडे पैसे मागितले. त्यांच्या वडिलांनी त्यांना पैशाचं महत्त्व समजावं याकरता पैसे दिले, पण ते दहा टक्के व्याजानं. वडील आपल्या मुलाकडून व्याज घेतात, हे जॉन रॉकफेलर यांना तेव्हा अजिबात आवडलं नव्हतं. पण नंतर त्यामागचा वडिलांचा उद्देश त्यांच्या लक्षात आला. शेवटी, रॉकफेलर यांच्या कष्टाला फळ आलं आणि पहिल्याच वर्षी कंपनीला ४,००० डॉलर्सचा नफा झाला, तर दुसऱ्या वर्षी तो १७,००० डॉलर्सपर्यंत पोहोचला.

एक दिवस सॅम्युएल अँड्र्युज नावाच्या एका व्यक्तीनं जॉन रॉकफेलर यांना कच्च्या तेलाच्या (क्रूड ऑईल) व्यवसायामध्ये खूप नफा कसा आहे, हे समजावून सांगितलं. त्यावेळी २३ वर्षांचं वय असलेल्या रॉकफेलर यांनी क्लार्क, अँड्र्युज अँड कंपनीमध्ये ४,००० डॉलर्स गुंतवले. त्या काळी क्लीव्हलँडमध्ये तेल शुद्धीकरण कारखाने कुत्र्याच्या छत्र्यांसारखे जागोजाग उभे राहात होते आणि ते अमेरिकेतलं एक प्रमुख तेल उत्पादन केंद्र बनू पाहात होतं. हळूहळू जॉन रॉकफेलर तेल-उद्योगामध्ये जास्त रस घेऊ लागले.

लवकरच त्यांच्या लक्षात आलं, की छोट्या प्रमाणावर काम करण्यामध्ये जास्त फायदा होत नाही. त्यासाठी त्यांनी कंपनीचा विस्तार करायचं ठरवलं, पण त्यांचे भागीदार क्लार्क यांना जास्त धोका पत्करण्याची इच्छा नव्हती- त्यावरून त्या दोघांमध्ये वितुष्ट निर्माण झालं आणि अखेर त्यांची भागीदारी संपुष्टात आली. २ फेब्रुवारी, १८६५ रोजी क्लार्क आणि जॉन रॉकफेलर यांच्यामध्ये कंपनी कुणाकडे राहील, यासाठी लिलाव झाला, त्यात क्लार्क यांनी ७२,००० डॉलर्सची अंतिम बोली लावली, तर रॉकफेलर यांनी ७२,५०० डॉलर्सची. क्लार्क यांनी मग माघार घेतली आणि क्लार्क, अँड्र्युज अँड कंपनी आता रॉकफेलर अँड अँड्र्युज कंपनी बनली. त्यानंतर काही काळातच ही कंपनी क्लीव्हलँडमधली सर्वांत मोठी तेलशुद्धीकरण

कंपनी बनली. दररोज ५०० पिंपं तेलशुद्धी करणाऱ्या या कंपनीचं वार्षिक उत्पन्न दहा लाख डॉलर्स होतं. जॉन रॉकफेलर यांची नजर भविष्यावर होती, त्यामुळे त्यांना एवढ्यावर समाधान नव्हतं. त्यांनी अधिकाधिक प्रगती करण्याच्या विविध योजनांवर काम करायला सुरुवात केली.

त्या काळामध्ये नियमित स्वरूपात मालवाहतुकीचं काम न मिळणं, ही रेल्वेकंपन्यांपुढची एक प्रमुख समस्या होती. कधी त्यांना खूप मोठ्या प्रमाणावर माल वाहावा लागत असे, तर कधी अजिबातच काम नसे. या समस्येवर रेल्वेकंपन्यांना काहीतरी तोडगा काढण्याची इच्छा होती आणि रॉकफेलर यांची कंपनी सर्वांत मोठी असल्यामुळे तीच आपल्याला नियमित काम देऊ शकेल असं त्यांना वाटत होतं. जॉन रॉकफेलर यांना कच्च्या तेलाचा नुसता व्यापार करायचा नव्हता, त्यांना या व्यवसायावर आपली एकाधिकारशाही स्थापन करायची होती. तेलविहिरींपासून तेल क्लीव्हलँडपर्यंत आणण्याकरता प्रति पिंप ४० सेंट्स आणि शुद्ध केलेलं तेल न्यूयॉर्कला पोहोचवण्याकरता प्रति पिंप दोन डॉलर्स, असे रेल्वेकंपन्यांचे दर होते. रॉकफेलर यांनी त्यांना बोलावून असा प्रस्ताव दिला, की हे दर त्यांनी अनुक्रमे ३५ सेंट्स आणि दीड डॉलर केले, तर रोज किमान ६० पिंपं वाहून नेण्याच्या कामाची हमी ते त्यांना देऊ शकतील. अशी हमी तेव्हा संपूर्ण क्लीव्हलँडमध्ये फक्त जॉन रॉकफेलरच देऊ शकत होते. रेल्वेकंपन्यांनी त्यांचा हा प्रस्ताव आनंदानं स्वीकारला. परिणामतः जॉन रॉकफेलर यांचा मालवाहतुकीचा खर्च त्यांच्या प्रतिस्पर्ध्यांच्या तुलनेत कमी झाला आणि त्यांचा नफा वाढला.

१० जानेवारी, १८७० या दिवशी रॉकफेलर यांनी स्टँडर्ड ऑईल या नावाची एक नवी कंपनी सुरू केली. त्या नंतरच्या तीनच महिन्यांमध्ये त्यांनी क्लीव्हलँडमधल्या २३ पैकी २२ रिफायनरीज (तेलशुद्धीकरण कारखाने) विकत घेऊन टाकल्या. स्टँडर्ड ऑईल जेव्हा सुरू झाली होती, तेव्हा तिला न्यूयॉर्कमध्ये १५, फिलाडेल्फियामध्ये १२, पिट्सबर्गमध्ये २२ आणि इतर राज्यांमध्ये मिळून २७ प्रतिस्पर्धी कंपन्या होत्या. पण जॉन रॉकफेलर यांच्या दूरदृष्टी आणि बुद्धिमत्तेमुळे अखेर अमेरिकेमध्ये एकच तेल कंपनी उरली आणि ती म्हणजे स्टँडर्ड ऑईल.

तेलव्यवसायावर जॉन रॉकफेलर यांची पकड कशी मजबूत होती हे पुढील गोष्टीवरुन सिद्ध होईल - १८७८ साली अमेरिकेत दररोज ३.६ कोटी पिंपं तेलाचं शुद्धीकरण होत असे आणि त्यांपैकी ३.३ कोटी पिंपं तेलाचं शुद्धीकरण एकट्या स्टँडर्ड ऑईल कंपनीच्या कारखान्यांमध्ये होत असे. १८८० सालापर्यंत स्टँडर्ड ऑईल कंपनी अमेरिकेतलं ९५ टक्के तेल शुद्ध करण्याचं काम करायला लागली.

दूरचा विचार करण्यामुळे जॉन रॉकफेलर भांडवलशाहीचे सम्राट आणि अब्जाधीश बनले. त्यांच्या दूरदृष्टीचा एक किस्सा खूप प्रसिद्ध आहे. एकदा कुणीतरी जॉन

रॉकफेलर यांच्या भागीदारांपैकी एकाला त्यांचं वय विचारलं. ते म्हणाले, **'माझ्यामते त्यांचं वय १४० वर्षं असावं कारण ते जन्मले, तेव्हाच ते १०० वर्षांचे होते हे नक्की.'**

लाय का-शिंग (१९२८ -)

लाय का-शिंग हे फेब्रुवारी, २००४मध्ये आशिया खंडातले सर्वांत श्रीमंत व्यक्ती होते. जगभरच्या श्रीमंत लोकांच्या यादीमध्ये त्यांचे स्थान नववं आहे आणि त्यांची एकूण मालमत्ता आहे २३ अब्ज डॉलर्स. एके काळी ते फरशी पुसण्याचं काम करत असत आणि प्लॅस्टिकची खेळणी विकत असत. खेळण्यांनंतर त्यांनी प्लॅस्टिकची फुलं बनवायला सुरुवात केली आणि शेवटी जमिनींच्या व्यवहारांमध्ये गुंतवणूक करून पैसा कमावला आणि मग कंपन्या खरेदी आणि विक्री करू लागले. आज त्यांचा व्यवसाय ४१पेक्षा जास्त देशांमध्ये पसरलेला आहे.

लाय का-शिंग याचा जन्म १९२८ साली चीनच्या गॉन्गडॉन्ग प्रांतातल्या चाओझाऊ इथे झाला. १९४० साली जपाननं चीनवर आक्रमण केलं तेव्हा लाय का-शिंग यांचं कुटुंब हाँगकाँग इथे जाऊन स्थायिक झालं. वयाच्या १५व्या वर्षी त्यांच्या वडिलांनी मृत्युसमयी लाय का-शिंग यांच्याकडून कुटुंबाचा सांभाळ करण्याचं आणि मोठा उद्योगपती बनून दाखवण्याचं वचन घेतलं. लाय का-शिंग यांनी वडिलांना दिलेलं वचन पूर्ण केलं.

युद्धकाळात त्यांनी कुटुंबाचा चरितार्थ चालवण्याकरता कारखान्यांमध्ये झाडण्या-पुसण्याची कामं केली आणि रात्रशाळेमध्ये शिक्षणही घेतलं. काही काळानं त्यांनी शाळा सोडून दिली आणि ते प्लॅस्टिकची खेळणी, कमरेचे पट्टे इत्यादी विकू लागले. भविष्यात कामाला येतील म्हणून कमावलेल्या पैशांमधून ते पै-पै वाचवत गेले. इतर समवयस्क मुलांप्रमाणे न जगता ते एक संघर्षपूर्ण आणि काटकसरीचं जीवन जगत होते. काटकसर आणि दूरदृष्टी, यांच्या साहाय्यानं वयाच्या २२व्या वर्षापर्यंत त्यांनी प्लॅस्टिकची साबणाची डबी आणि खेळणी बनवण्याचा कारखाना सुरू करण्याइतके पैसे जमवले होते.

त्यांची महत्त्वाकांक्षा किती मोठी होती, हे त्यांनी आपल्या कारखान्याला च्यॉंग कॉंग या चीनच्या सर्वांत मोठ्या नदीचं नाव दिलं, यावरून लक्षात येतं. जेफ बेजोस यांनीदेखील ॲमेझॉन या जगातल्या सर्वांत मोठ्या नदीचं नाव आपल्या वेबसाइटला दिलं होतं, हे इथे लक्षात ठेवण्यासारखं आहे.

हळूहळू लाय का-शिंग आपल्या प्लॅस्टिकच्या वस्तू इतर देशांमध्ये निर्यातही करायला लागले. वयाची तिशी गाठेपर्यंत, म्हणजेच १९५८ साल उजाडेतो त्यांनी

या व्यवसायातून १० लाख डॉलर्स कमावले होते.

एवढे मोठे पैसे जमा झाल्यावर त्यांनी दीर्घ पल्ल्याचा विचार करून जमिनींमध्ये बरीच गुंतवणूक केली. त्यांचा हा निर्णय अगदी योग्य ठरला, कारण जमीन खरेदी-विक्रीचा त्यांचा व्यवसाय झपाट्यानं वाढत गेला आणि एक दिवस ते आशिया खंडातले सर्वांत श्रीमंत व्यक्ती बनले. मोठी कर्जं घेणं लाय का-शिंग यांना नामंजूर असल्यामुळे जमीन खरेदी करताना ते जमीनमालकाला सगळे पैसे आधीच देत नसत. त्याऐवजी ते त्याला भविष्यामध्ये मिळू शकणाऱ्या नफ्याचा वाटा देऊ करत असत; त्याचप्रमाणे इमारत बांधल्यावर ते खरेदीदारांकडून हप्त्यांनी पैसे घेत असत आणि स्वत:ची गुंतवणूक कमीतकमी ठेवत असत. च्यॉंग कॉंग या आपल्या कंपनीचं त्यांनी रिअल इस्टेट कंपनीमध्ये रूपांतर केलं. १९७९ पर्यंत ही कंपनी जमिनींच्या व्यवहारांमध्ये गुंतवणूक करणारी हॉंगकॉंगमधली सर्वांत मोठी खाजगी कंपनी बनली.

पण लाय का-शिंग एवढ्यावरच समाधानी नव्हते; त्यांनी तोवर इतर देशांमध्येही हातपाय पसरायला सुरुवात केली होती. १९७९ सालीच त्यांनी हचिसन व्हॅम्पोआ नावाची ब्रिटिश कंपनी विकत घेतली : त्यानंतरही त्यांनी अनेक कंपन्यांमध्ये गुंतवणूक केली. नुकतंच त्यांनी हचिसन कंपनीतली आपली ६७ टक्के गुंतवणूक विकून ११.१ अब्ज डॉलर्स कमावले.

स्वत:च्या जीवनाबद्दल बोलताना लाय का-शिंग म्हणाले होते, 'माझा हा प्रवास मुळीच साधा-सोपा नव्हता. माझं आयुष्य आव्हानं आणि स्पर्धा यांनी भरलेलं होतं. अक्कलहुशारी, दूरदृष्टी आणि रचनात्मकतेनं जगणं हे खूप कष्टमय असतं. पण मी सुखी आहे असं मी आज म्हणू शकतो, याचा मला आनंद वाटतो, कारण एक माणूस म्हणून, एक नागरिक म्हणून आणि एक व्यावसायिक म्हणून मी समाजाची सेवा करण्याचे सर्वोत्तम ते प्रयत्न केले आहेत.'

ते पुढे म्हणतात, '१९५० साली जेव्हा मी व्यवसायाला सुरुवात केली, तेव्हा माझ्या बँकेच्या खात्यात ५०,००० हॉंगकॉंग डॉलर्स होते (५,००० अमेरिकन डॉलर्सपेक्षा कमी), त्यामुळे भांडवल गोळा करणं हे माझ्यापुढचं एक मोठंच आव्हान होतं आणि तो काळही मोठा कठीण होता. पण मी कष्टाळू आहे, नवं काम करण्यास नेहमी सज्ज असतो आणि यश मिळवण्यासाठी मी प्रयत्नशील असतो. त्यामुळेच आजतागायत माझ्या कंपन्या प्रगती करत आहेत.'

विलिस हॅविलँड कॅरिअर (१८७६ - १९५०)

विलिस हॅविलँड कॅरिअर यांनी आपल्या कारकिर्दीची सुरुवातच वातानुकूलन

यंत्रणेचा (एअरकंडिशनिंग) शोध लावून केली होती. त्यांचं उर्वरित जीवन त्यांनी ही यंत्रणा अधिकाधिक सुधारित करण्याकरता वेचलं.

त्यांचा जन्म न्यूयॉर्कच्या ग्रामीण विभागात झाला होता. २६ नोव्हेंबर, १८७६ रोजी जन्मलेल्या कॅरिअर यांनी मेकॅनिकल इंजिनिअरिंगची पदवी घेतली होती. चार वर्षांकरता शिष्यवृत्ती मिळालेली असूनही त्यांना खाणं-पिणं आणि घरभाड्याकरता छोटी-मोठी कामं करावी लागत असत. शिक्षण पूर्ण झाल्यानंतर ते बफॅलो फोर्जिंग कंपनीमध्ये हीट सिस्टीम डिझायनिंगचं काम करायला लागले.

बफॅलो फोर्जमध्ये असताना त्यांनी किती आकाराच्या इमारतीमध्ये उष्णता टिकवण्याकरता किती पातळीची उष्णता लागते, याचं सूत्र शोधून काढलं. त्यांच्या या शोधामुळे त्यांच्या कंपनीची ४०,००० डॉलर्सची बचत झाली. कंपनीनं मग त्यांच्यातली गुणवत्ता ओळखून त्यांना प्रयोगात्मक अभियांत्रिकी विभागाचे प्रमुख म्हणून बढती दिली. त्या वर्षीचा, म्हणजे १९०१ सालचा उन्हाळा अत्यंत तीव्र असा होता. तेव्हा एका कंपनीनं कॅरिअर यांच्यासमोर आपली अशी एक समस्या मांडली, की त्यावरून कॅरिअर यांच्या मनात एअरकंडिशनर बनवण्याची कल्पना आली.

ब्रुकलिनच्या एका प्रकाशन कंपनीला एक वेगळीच समस्या भेडसावत होती. प्रचंड उष्णतेमुळे त्यांच्याकडचे कागद ओलसर होत असत आणि त्या कागदांवर छपाईची शाई पसरत असे. कंपनीचे काही लोक यावर उपाय शोधण्यासाठी कॅरिअर यांचा सल्ला घेण्याकरता आले. कॅरिअर यांनी त्यांना 'विचार करून सांगतो' असं सांगितलं.

त्या काळी खोलीतलं वातावरण थंड राहण्याकरता एका बर्फाच्या लादीवर पंख्याचा वारा सोडला जात असे. त्यामुळे खोली जरी थंड होत असली, तरी आतली हवा मात्र आर्द्र होत असे. एके दिवशी पिट्सबर्गच्या रेल्वे स्थानकावर धुक्यामधून जात असताना कॅरिअर यांना अचानक या समस्येवरचं उत्तर सापडलं. खोलीमध्ये कृत्रिम धुकं निर्माण करता आलं, तर हवेतली आर्द्रता नियंत्रित करता येईल अशी एक कल्पना त्यांच्या मनात आली. मग त्यांनी एक यंत्र तयार केलं, ज्यात खोलीतली ओलसर हवा आत ओढून एका फिल्टरमध्ये आणली जात असे आणि तिथे थंडगार नळकांड्यांमधून ती फिरवून पुन्हा खोलीत सोडली जात असे. १९०६ साली त्यांनी या यंत्राच्या डिझाईनचं पेटंट मिळवलं.

अशा प्रकारे वातानुकूलन यंत्र तयार करून कॅरिअर यांनी एक मोठा शोध लावला, पण बफॅलो फोर्ज कंपनीला या शोधामध्ये व्यावहारिक रस वाटला नाही, त्यामुळे १९१४ साली पहिलं महायुद्ध सुरू होताच कंपनीनं आपली वातानुकूलन कंपनी बंद करून टाकली. हे दूरदृष्टीच्या अभावाचं एक मोठं उदाहरण म्हणावं

लागेल. पण कॅरिअर यांच्याकडे दूरदृष्टी होती. त्यांनी आपला शोध बरोबर घेऊन कंपनी सोडली. १९१५ साली आपल्या अनेक मित्रांच्या साथीनं त्यांनी ३२,६०० डॉलर्स भांडवल गोळा केलं आणि कॅरिअर इंजिनिअरिंग कॉर्पोरेशनची स्थापना केली. पहिल्या वर्षी कंपनीला ४० वातानुकूलन यंत्रणांची मागणी मिळाली. आपल्या यंत्राच्या मूळ रचनेत काही सुधारणा करून १९२२ साली कंपनीनं सेंट्रिफ्युगल रेफ्रिजरेशन यंत्रणा तयार केली. या सुधारणेमुळे आकारानं मोठ्या जागेतही आता वातानुकूलन यंत्रणा बसवता येणं शक्य झालं. एव्हाना दुकानांमध्ये वातानुकूलन यंत्रणा बसवण्याची पद्धत सुरू झाली होती. ही यंत्रणा बसवल्यामुळे जास्त गिऱ्हाइकं येतात आणि आपला व्यवसाय वाढतो असं दुकानदार आणि व्यावसायिकांच्या लक्षात आलं. त्याचबरोबर तिथे काम करणाऱ्या कर्मचाऱ्याची कार्यक्षमता वाढत असल्याचं निदर्शनाला आलं होतं. सॅन अँटोनिओ इथल्या मिलाम इमारतीत पहिली वातानुकूलन यंत्रणा बसली, तेव्हा उन्हाळ्यामध्ये कर्मचाऱ्यांची कार्यक्षमता ५१ टक्क्यांनी वाढल्याचं आढळून आलं.

कॅरिअर यांच्या वातानुकूलन यंत्रणा नाट्य आणि चित्रपटगृहांमध्येही लोकप्रिय झाल्या. उन्हाळ्याच्या दिवसात उष्णतेमुळे न्यूयॉर्कमधील नाट्य-चित्रपटगृहे एक तर रिकामी राहात असत, नाहीतर बंद ठेवली जात असत. १९२५ साली तिथल्या रिव्होली नाट्यगृहानं प्रायोगिक तत्त्वावर कॅरियर वातानुकूलन यंत्रणा बसवली. या यंत्राची मजा अनुभवण्यासाठी पहिल्याच दिवशी लोकांनी नाट्यगृहामध्ये झुंबड केली. हा प्रयोग इतका यशस्वी ठरला, की १९३० सालापर्यंत ३०० नाट्य-चित्रपटगृहांमध्ये कॅरिअर एअरकंडिशनर्स लागले. या यंत्रणेचे फायदे पाहून लोकांनी ही यंत्रणा आपल्या घरांमध्येही बसवून घ्यायला सुरुवात केली.

१९२०च्या दशकात कॅरियर घरगुती वापराचे खास एअरकंडिशनर तयार करायला लागले. या यंत्रांना त्यांनी वेदरमेकर असं नाव दिलं होतं. पण नंतर भयंकर मंदीमुळे त्यांचा व्यवसाय एकदम ठप्प झाला. मोठ्या प्रमाणावर घरगुती वातानुकूलन यंत्रणा कॅरिअर कधीच निर्माण करू शकले नाहीत. ते काम १९५०च्या दशकामध्ये वेस्टिंगहाऊससारख्या कंपन्यांनी केलं.

आपल्या दूरदृष्टीमुळे कॅरिअर यांनी नोकरी सोडली आणि एअरकंडिशनर ही वस्तू लोकप्रिय करून इतिहासामध्ये आपलं नाव अजरामर केलं.

जॉन जेकब एस्टर (१७६३ - १८४८)

जॉन जेकब एस्टर याचा जन्म जर्मनीमध्ये झाला. त्यांचे दोन मोठे भाऊ न्यूयॉर्क आणि इंग्लंडमध्ये राहून व्यवसाय करत असत. १७८०मध्ये जॉन जेकबदेखील

इंग्लंडला गेले आणि आपल्या भावाला त्याच्या व्यवसायामध्ये मदत करायला सुरुवात केली.

त्यावेळी त्यांना इंग्रजी बोलता येत नसे. आपल्याला जगात यश मिळवायचं असेल, तर आपल्याला इंग्रजी बोलता येणं खूप आवश्यक आहे, हे त्यांना माहीत होतं, त्यामुळे परिश्रमपूर्वक त्यांनी ती भाषा आत्मसात केली. दिवसा भावाच्या व्यवसायामध्ये मदत आणि रात्री इंग्रजीचं शिक्षण असा त्यांचा दिनक्रम होता. अनेक दिवस असे कष्ट केल्यानंतर त्यांना इंग्रजी भाषा अवगत तर झालीच, पण त्याचबरोबर त्यांच्याकडे अमेरिकेला जाण्याइतपत पैसेही जमा झाले.

१७८३मध्ये अमेरिकेतलं स्वातंत्र्ययुद्ध संपलं आणि विशीतले जॉन एस्टर अमेरिकेत जाऊन पोहोचले. त्यावेळी त्यांच्या खिशामध्ये चोवीस डॉलर्स आणि बॅगेत सात बासऱ्या होत्या. पण त्याचबरोबर त्यांच्याकडे आणखी एक खूप महत्त्वाची गोष्टही होती, ती म्हणजे यशाचं स्वप्न. इंग्लंड ते अमेरिका या आठ आठवड्यांच्या जहाज-प्रवासादरम्यान त्यांची एका जर्मन प्रवाशाशी दोस्ती झाली होती. त्या प्रवाशानं त्यांना फरच्या व्यवसायातल्या खाचाखोचा समजावून सांगितल्या होत्या. ते सगळं ऐकून या व्यवसायामध्ये यश मिळवणं शक्य आहे, हे जॉन एस्टर यांच्या लक्षात आलं.

अमेरिकेत आल्यानंतर ते न्यूयॉर्कमध्ये राहायला लागले आणि तिथेच त्यांनी लग्नही केलं. त्यांनी पियानो विकणे आणि फर खरेदी करणे, असे दोन व्यवसाय सुरू केले. पियानोचं दुकान त्यांची पत्नी सांभाळत असे, तर जॉन एस्टर उत्तरेकडील प्रदेशात जाऊन फरच्या व्यापाऱ्यांशी ओळखी जमवत फिरत असत. त्याच सुमारास अमेरिकेत एक नवा कायदा आला- त्यानुसार कॅनडाच्या फर व्यापाऱ्यांना अमेरिकेत व्यवसाय करण्यावर बंदी घालण्यात आली होती. या कायद्यामुळे जॉन एस्टर यांना व्यवसायामध्ये आपला जम बसवण्याची संधी मिळाली. आता कॅनडाच्या व्यापाऱ्यांची स्पर्धा कमी झाली असली, तरी अमेरिकेतल्या व्यापाऱ्यांकडून त्यांना जबरदस्त स्पर्धा होती आणि तेवढंच नाही, तर अमेरिकन सरकारदेखील फरच्या व्यवसायामध्ये जास्त रस घेत असल्यामुळे एका अर्थी त्यांना सरकारशीही झगडा द्यावा लागत असे. अमेरिकेतल्या मूळ आदिवासी जमातींना सरकार तेव्हा फरच्या बदल्यात शेतीसाठी नांगर वगैरे अवजारं देऊ करत असे, पण त्या लोकांना त्या अवजारांपेक्षा चहाच्या किटल्या, बंदुकी अशा वस्तूंमध्ये जास्त रस असे. मग जॉन एस्टर यांच्यासारखे खाजगी व्यापारी त्या लोकांना हव्या त्याच वस्तू देऊन त्यांच्याकडून फर खरेदी करत असत. आदिवासी लोक फरच्या बदल्यात मद्याचीही मागणी करत असत, पण मद्याच्या नशेत ते लोक जनावरांची शिकार नीटपणे करू शकणार नाहीत आणि जास्त फर मिळवू शकणार नाहीत, म्हणून जॉन एस्टर त्यांना मद्य

देत नसत. नावेतून नदी पार करून ते आदिवासी लोकांशी थेट संपर्क साधत असत.

खुद्द सरकारच स्थानिक बाजारपेठेत फर विकत असल्यामुळे जॉन एस्टर यांनी त्याऐवजी बाहेरच्या देशांमध्ये ती विकायला सुरुवात केली; त्यातही जिथे जास्त भाव मिळेल, तिथेच ते व्यवसाय करत असत. १८०८ साली त्यांनी अमेरिकन फर कंपनी स्थापन केली आणि मग फरच्या व्यवसायातल्या इतर कंपन्या विकत घेण्याचा सपाटा सुरू केला. पण १८३०च्या दशकात फरची फॅशन कमी होऊन त्याऐवजी रेशीम लोकप्रिय होण्याला सुरुवात झाली. फरच्या व्यापारामध्ये नफा कमी होऊ लागलेला दिसताच जॉन एस्टर यांनी त्या व्यवसायातला आपला हात आखडता घेतला. जून, १८३४मध्ये त्यांनी आपली फर कंपनी विकून टाकली आणि ते निवृत्त झाले.

व्यवसायातून निवृत्ती पत्करल्यानंतरही ते स्वस्थ बसले नाहीत, त्यांनी जमीन खरेदी-विक्रीचा व्यवसाय सुरू केला. न्यूयॉर्कच्या शहरी भागाच्या सीमेवरच्या अनेक जमिनी त्यांनी खरेदी करून ठेवल्या. लोकसंख्या वाढल्यावर या जागेला खूप किंमत येईल, हे त्यांच्या दूरदृष्टीला जाणवलं होतं आणि त्यांचा हा अंदाज तंतोतंत खरा ठरला. त्यामुळे काही वर्षांमध्येच ते न्यूयॉर्कमधल्या सर्वांत मोठ्या जमीनमालकांपैकी एक बनले.

१८४८ साली त्यांचा मृत्यू झाला, तेव्हा ते अमेरिकेतले सर्वांत श्रीमंत व्यक्ती होते आणि त्यांच्याकडे जवळजवळ दोन कोटी डॉलर्सची संपत्ती होती.

लक्ष्मी मित्तल (१९५० -)

आर्सेलर ही विख्यात स्टील कंपनी विकत घेऊन लक्ष्मी मित्तल जगातले पहिल्या क्रमांकांचे स्टील उत्पादक बनले आहेत. हा व्यवहार करून या अनिवासी भारतीयानं जगभर आपला दरारा निर्माण केला आहे आणि त्यांचं नाव आज जागतिक प्रसारमाध्यमांमध्ये चर्चेत आहे.

यापूर्वीही त्याचं नाव असंच चर्चेत आलं होतं, कारण तेव्हा त्यांनी लंडनमध्ये जगातलं सर्वांत महागडं घर विकत घेतलं होतं. लंडनच्या केन्सिंग्टन पॅलेस गार्डन्स भागातलं हे १२ बेडरूम्सचं घर त्यांनी ७ कोटी पौंड, म्हणजेच १३ कोटी डॉलर्स, एवढ्या किमतीला खरेदी केलं. हा एक जागतिक विक्रमच आहे आणि गिनीस बुक ऑफ वर्ल्ड रेकॉर्ड्र्समध्ये या व्यवहाराची नोंद करण्यात आलेली आहे.

फोर्ब्स मासिकाच्या जगातील सर्वाधिक श्रीमंत लोकांच्या यादीमध्ये लक्ष्मी मित्तल पाचव्या स्थानावर आहेत आणि त्यांच्याकडे एकूण ३२ अब्ज डॉलर्सची संपत्ती आहे.

राजस्थानच्या वाळवंटी भागात, एका खेड्यात जन्मलेले लक्ष्मी मित्तल आपल्या कष्टांच्या आणि दूरदृष्टीच्या बळावर जगप्रसिद्ध झाले आहेत. त्यांच्या लहानपणीच त्यांच्या कुटुंबानं आपलं बस्तान कलकत्त्याला हलवलं. तिथे सेंट झेवियर कॉलेजमध्ये शिकत असतानाच लक्ष्मी मित्तल कुटुंबाच्या मालकीच्या स्टील मिलमध्ये लक्ष घालत असत. त्यावेळी या मिलचं वार्षिक उत्पादन २०,००० टन होतं आणि ते आता जवळजवळ हजार पटींनी वाढलेलं आहे. एलएनएम (लक्ष्मी निवास मित्तल) समूह दर वर्षी १.९ कोटी टन स्टीलचं उत्पादन करतो आणि आर्सेलर कंपनी खरेदी केल्यानंतर तर हा आकडा आणखी वाढलेला आहे.

भारतातल्या परवाना राज, आयातीवरील निर्बंध इत्यादी गोष्टींमुळे म्हणावी तशी व्यावसायिक प्रगती होत नसल्याचं पाहून मित्तल कुटुंबानं १९७६ साली भारत सोडून इंडोनेशियामध्ये स्थायिक होण्याचा निर्णय घेतला. तिथेच त्यांच्या जागतिक पातळीवरील स्टील उद्योग मोहिमेला सुरुवात झाली.

लक्ष्मी मित्तल यांचं ध्येय त्यांच्या मनामध्ये स्पष्ट होतं. नवी स्टील मिल सुरू करण्याऐवजी आजारी मिल खरेदी करून तिचा कायापालट करायचा आणि त्यातून झटपट प्रगती साधायची, ही त्यांची नीती होती. नवी मिल सुरू करण्यामध्ये पैसा आणि वेळ दोन्हीही जास्त लागतात, हे त्यांना माहीत होतं, त्यामुळे त्यांनी आजारी मिल खरेदी करून त्यांना नफ्यामध्ये आणण्यावर आपलं लक्ष केंद्रित केलं.

त्यांना पहिलं मोठं यश १९८९ साली, त्रिनिदाद-टोबॅगो मधल्या, दहा लाख डॉलर्स तोट्यात चालणाऱ्या, एका आजारी मिलमध्ये मिळालं. आजारी स्टील मिल्सच्या या तज्ज्ञ डॉक्टरनं वर्षभरातच या कारखान्याचं उत्पादन दुपटीवर नेलं आणि तो नफ्यामध्ये नेला.

१९९२ साली त्यांनी मेक्सिकोमधली तिसऱ्या क्रमांकाची मोठी मिल सिकार्ट्सा २२ कोटी डॉलर्सना खरेदी केली. इथे सांगण्यासारखी गोष्ट म्हणजे मेक्सिकन सरकारनं ही मिल दहा वर्षांपूर्वी दोन अब्ज डॉलर्सना खरेदी केली होती आणि त्या दहा वर्षांमध्ये ती मिल शेवटचे आचके देण्याच्या स्थितीला येऊन पोहोचली होती. मित्तल यांनी या मिलचं पुनरुज्जीवन करण्याचा विडा उचलला आणि लवकरच तिचं उत्पादन अनेक पटींनी वाढवून दाखवलं. आज ही मिल अत्यंत चांगल्या स्थितीत आहे. हेच काम मित्तल यांनी कझाकस्तानमध्येही करून दाखवलं. १९९५ साली त्यांनी त्या देशातल्या काही आजारी मिल्स विकत घेतल्या आणि त्यांनाही नफा करण्याच्या स्थितीत आणलं.

लक्ष्मी मित्तल यांनी आजारी स्टील मिल्सचा कायापालट करण्यामध्ये एवढं यश संपादन करण्यामागे अनेक कारणं आहेत. एक म्हणजे ते या मिल्समधल्या उत्पादन खर्चामध्ये तातडीने कपात करतात, दुसरं म्हणजे ते अत्याधुनिक यंत्रसामग्रीचा

वापर करतात आणि तिसरं म्हणजे अनावश्यक कामगार कामावरून कमी करतात. त्यांच्या यशामागे असलेलं आणखी एक कारण म्हणजे पारंपरिक ब्लास्ट फर्नेस वापरण्याऐवजी मिनी मिल्स या नावाच्या प्रभावी तंत्रज्ञानाचा उपयोग करतात. थोडक्यात म्हणजे आधुनिक तंत्रज्ञान आणि प्रभावी व्यवस्थापन, हे त्यांच्या यशस्वितेचं रहस्य आहे. त्याचबरोबर नवीन मिल्स उभ्या करण्याऐवजी जुन्या मिल्सचा कायापालट करण्यावर त्यांनी जो भर दिला आहे, त्यामुळे त्यांच्या वेळ व पैशांची खूप बचत झाली.

स्टील किंग म्हणून प्रसिद्ध असलेल्या लक्ष्मी मित्तल यांचा उद्योग आज मेक्सिको, कॅनडा, बेल्जियम, जर्मनी, आयर्लंड अशा अनेक देशोदेशी पसरलेला आहे. 'मला जगातली सर्वांत मोठी नव्हे, तर जगातली सर्वांत जास्त नफा मिळवणारी स्टील कंपनी चालवायची आहे,' असं ते म्हणतात आणि त्यांची दूरदृष्टी पाहता, त्यांचं हे स्वप्नदेखील नक्की पूर्ण होईल.

कोनोसुके मात्सुशिता (१८९४ - १९८९)

कोनोसुके मात्सुशिता यांचा जन्म जपानमधल्या एका खेडेगावात झाला. ते शाळेत असताना एकदा त्यांच्या वडिलांनी तांदळाच्या सट्टेबाजारामध्ये एक चुकीची खेळी केली आणि त्यात ते आर्थिकदृष्ट्या उद्ध्वस्त झाले. परिणामत: कोनोसुके मात्सुशिता यांचं शिक्षण तिथेच थांबलं आणि ते एका दुकानामध्ये काम करायला लागले. त्यानंतर त्यांनी एका सायकलदुरुस्तीच्या दुकानामध्ये उमेदवारी केली. १९१० साली मात्सुशितांना ओसाका इलेक्ट्रिक या विजेच्या उपकरणांच्या कंपनीमध्ये वायरींग असिस्टंट म्हणून काम मिळालं. या कामातल्या त्यांच्या प्रावीण्यामुळे ते झपाट्यानं वरच्या पदांवर चढत गेले. १९१७ साली त्यांना फुफ्फुसांचा कसलासा आजार झाला आणि विश्रांतीसाठी त्यांना नोकरी सोडावी लागली. विश्रांती घेत असतानाच त्यांच्या डोक्यात कल्पना आली, की त्यांनी जर स्वत:चीच कंपनी सुरू केली, तर आराम आणि उत्पन्न दोन्ही चालतं राहू शकेल. शिवाय नोकरी करत असताना त्यांनी बनवलेल्या ज्या एका वेगळ्या प्रकारच्या सॉकेटबाबत ओसाका कंपनीनं फारसा रस दाखवलेला नव्हता, ते सॉकेटही त्यांना बाजारात आणायचं होतं.

१९१८ साली वयाच्या २३व्या वर्षी त्यांनी मात्सुशिता इलेक्ट्रिक अप्लायन्स कंपनी सुरू केली. त्यांच्याकडे त्यावेळी फक्त तीन कर्मचारी, खिशात ५० डॉलर्स आणि विजेच्या उपकरणांच्या सॉकेटचा शोध होता. त्यांनी व्यवसाय सुरू केला, पण त्यांच्यासमोर अनंत अडचणी उभ्या होत्या. त्यांनी बनवलेलं सॉकेट निरुपयोगी

ठरलं. मात्र त्यामुळे हार न मानता त्यांनी आपले प्रयोग सुरूच ठेवले. त्यांनी तयार केलेला एक प्लग बाजारात चांगला खपला. त्याची किंमत इतर कंपन्यांच्या प्लगपेक्षा तीस टक्के कमी होती, हेदेखील त्यामागचं एक कारण होतं. पण कंपनीचं पहिलं जोरदार यशस्वी उत्पादन होतं, बॅटरीवर चालणारा सायकलचा दिवा. हा दिवा ४० तास चालत असे. काही लोकांनी तर आपल्या घरातही हे दिवे लावले होते.

कोनोसुके मात्सुशिता यांच्या दूरदृष्टीला असं जाणवलं, की देशांतर्गत बाजारपेठेपेक्षा आंतरराष्ट्रीय व्यापारामध्ये जास्त नफा मिळतो. मग आपला सायकलचा दिवा परदेशात विकण्याकरता त्यांनी वितरकांचं एक मोठं जाळंच विणलं. आपल्या कंपनीच्या उत्पादनांकरता त्यांनी 'नॅशनल' हा ट्रेडमार्क तयार केला. त्याचबरोबर देशांतर्गत विक्री वाढवण्याकरता त्यांनी दिव्याची किंमतदेखील कमी केली आणि राष्ट्रीय पातळीवर वृत्तपत्रांमध्ये जाहिराती दिल्या. १९२०च्या दशकात ही गोष्ट नावीन्यपूर्ण अशीच होती.

हळूहळू त्यांनी वॉशिंग मशीन, फ्रीज आणि टेलिव्हिजनसंचांची निर्मिती आणि निर्यात सुरू केली. त्यांच्या या द्रष्टेपणाच्या निर्णयामुळे लवकरच त्यांची कंपनी इलेक्ट्रॉनिक वस्तूंच्या क्षेत्रातली जगातली एक अग्रगण्य कंपनी बनली. नंतर कंपनीकडे पॅनासॉनिक, टेक्निक्स आणि जेव्हीसी सारखे प्रसिद्ध ब्रँड्सदेखील निर्माण झाले.

फक्त ५० डॉलर्स भांडवलावर व्यवसाय सुरू करणारे कोनोसुके मात्सुशिता, आपल्या दूरदृष्टीमुळे फक्त यशस्वीच नव्हे, तर अफाट श्रीमंतही बनले.

डॉ. अंजी रेड्डी

१९७० साली भारत सरकारनं पेटंट कायदा जारी केला आणि त्यामुळे देशातल्या औषधनिर्मिती उद्योगामध्ये एक नवं युगच सुरू झालं.

या कायद्यांतर्गत भारतीय कंपन्यांना आपल्या पेटंट मिळालेल्या औषधांची निर्मिती परदेशामध्ये करण्याची मुभा मिळाली. या कायद्याचा मूळ उद्देश लोकांना स्वस्तात चांगली औषधं मिळावीत, हा होता. औषधनिर्मिती कंपन्यांकरता हा कायदा म्हणजे एक स्वप्नपूर्तीच होती. त्यांनी या कायद्याचा पुरेपूर फायदा घेण्याचं ठरवलं. या कायद्यामुळे भविष्यात खूप चांगलं काहीतरी होऊ शकेल, हे ताडून अंजी रेड्डी या तरुणानं औषधनिर्मिती क्षेत्रामध्ये उतरण्याचा निर्णय घेतला.

अंजी रेड्डी विजयवाडाजवळच्या एका छोट्याशा गावचे होते. केमिकल इंजिनिअरिंगमध्ये पीएच.डी. पूर्ण झाल्यानंतर डॉ. अंजी रेड्डींनी हैदराबादमधल्या

आय.डी.पी.एल. या सरकारी कंपनीमध्ये काही काळ नोकरी केली. पण १९७४ साली तिथल्या सुस्त आणि बिगारटाळू वातावरणाचा त्यांना उबग आला. त्यांच्या अंगात सळसळतं रक्त होतं, काहीतरी करून दाखवण्याकरता त्यांचे हात शिवशिवत होते. मग त्यांनी काही थोडं भांडवल आणि एक भागीदार साथीला घेऊन युनिलाईट्स नावाची कंपनी स्थापन केली आणि औषधनिर्मिती क्षेत्रामध्ये पाऊल ठेवलं.

ते एकदा म्हणाले, 'मी विचार केला, की नोकरीतल्या थोड्याशा पैशांकरता मी इतके कष्ट करत होतो, तर स्वतःच उद्योजक का बनू नये? शिवाय आयात होणाऱ्या औषधांवर भलंमोठं आयातशुल्क आकारलं जातं, त्याऐवजी मी जर परदेशी औषधांच्या तोडीची औषधं भारतातच तयार करू शकलो, तर मला पहिल्या दिवसापासून भरपूर पैसे मिळू शकतात. म्हणून मी उद्योजक होण्याचा निर्णय घेतला.'

त्यांची कल्पना तर चांगलीच होती, पण त्यांनी निवडलेला भागीदार मात्र चांगला निघाला नाही. मदत करण्याऐवजी तो रेड्डींच्या कामामध्ये अडथळे निर्माण करायला लागला. अखेर त्याच्या लुडबुडीला वैतागून त्यांनी ती भागीदारी संपवून टाकली आणि दुसऱ्या काही भागीदारांबरोबर मिळून १९८० साली स्टँडर्ड ऑर्गॅनिक्स नावानं एक नवी कंपनी स्थापन केली. लवकरच ही कंपनी सल्फा-मेथाक्साझोल हे औषध बनवणारी भारतातली सर्वांत मोठी कंपनी बनली. पण पुन्हा एकदा, डॉ. रेड्डींचे त्यांच्या भागीदारांबरोबर मतभेद झाले. मतभेदाचा मुद्दा असा होता, की इतर भागीदार कंपनीला इतर व्यवसायांमध्ये शिरून (डायव्हर्सिफिकेशन) आणखी मोठी करू पाहात होते, तर डॉ. रेड्डींना मात्र औषधनिर्मिती क्षेत्रातच आणखी मोठं व्हायचं होतं. मग त्यांनी हीदेखील कंपनी सोडून दिली आणि मुरली दिवी, या एका अनिवासी भारतीयाच्या भागीदारीत १९८१ साली केमिनोर ही कंपनी सुरू केली. या कंपनीत त्यांनी जेनेरिक औषधं, म्हणजेच पेटंट नसलेली औषधं देशातच आणि स्वस्तात बनवायला सुरुवात केली. पण एवढ्यावर त्यांचं समाधान होत नव्हतं. त्यांनी ठरवलं की आता आपण संशोधनावर भर देणारी, स्वतःची एकट्याचीच कंपनी सुरू करायला हवी. मग १९८४ साली २५ लाख रुपये गुंतवून त्यांनी डॉ. रेड्डीज लॅबोरेटरी (डीआरएल) ही कंपनी स्थापन केली.

आज औषधांमध्ये संशोधन करणारी देशातली ही एक अग्रगण्य कंपनी आहे. २००१ साली न्यूयॉर्क स्टॉक एक्स्चेंज आणि नॅसडॅक शेअर बाजारामध्ये जेव्हा त्यांनी आपल्या कंपनीची नोंद केली, तेव्हा असं करणारी ती आशिया खंडातली पहिली औषधनिर्मिती कंपनी ठरली. खरं यश संपादन करायचं असेल, तर इतरांनी शोधलेल्या फॉर्म्युल्यांवर आधारित औषधं बनवण्यापेक्षा स्वतः संशोधन करण्याला पर्याय नाही, हे त्यांच्या त्याचवेळी लक्षात आलं होतं.

औषधांच्या बाबतीत संशोधन करणं खूप खर्चीक असतं, त्यामुळे १९८६ साली त्यांच्या कंपनीपुढे आर्थिक संकट उभं राहिलं. अशावेळी बँकांकडून कर्ज काढण्याऐवजी डॉ. रेड्डींनी जनतेच्या दरबारात जाण्याचा निर्णय घेतला आणि मे, १९८६मध्ये २.४६ कोटी रुपयांच्या डिबेंचर्सचा आयपीओ बाजारात आणला. असं करण्याची कल्पना त्यांना धीरूभाई अंबांनींनी दिली. अंबानी त्यांना म्हणाले, '१५ टक्के व्याजानं आयडीबीआयकडून कर्ज काढण्यापेक्षा, तुम्ही शेअरबाजारातून बिनव्याजी पैसे गोळा करू शकता. मात्र तुम्ही तुमच्या गुंतवणूकदारांना नफा मिळवून देऊ शकायला हवं.'

डॉ. रेड्डींनी आयबुप्रोफेनसारख्या अनेक जेनेरिक औषधांचं उत्पादन केलं. पुढे त्यांनी युरोपात जीडीआर (ग्लोबल डिपॉझिटरी रिसिट) जारी करून तिकडून पाच कोटी डॉलर्स उभे केले. पेटंट नसलेली औषधं आपल्या नावानं बनवत राहण्यामध्ये फायदा असल्याचा सल्ला त्यांचे हितचिंतक त्यांना देत होते, पण आपल्या कंपनीनं संशोधन करावं, असं डॉ. रेड्डींचं स्वप्न असल्यामुळे नव्या सहस्रकात त्यांनी अमेरिकेकडे आपला मोहरा वळवला. त्यांनी न्यूयॉर्क शेअरबाजारामध्ये एडीआर (अमेरिकन डेपॉझिटरी रिसिट) जारी केले आणि १३.३ कोटी डॉलर्स उभे केले. मग त्यांनी कंपन्या विकत घेण्याचा मार्ग पत्करून बीटाफार्म ही जर्मन कंपनी २,२५० कोटी रुपयांना विकत घेतली.

भविष्यामध्ये एक दिवस पेटंटव्यवस्था जगभर लागू होणार आहे, हे डॉ. रेड्डींनी १९९२मध्येच ताडलं होतं. त्या काळात बहुतेक भारतीय कंपन्यांचा भर स्वत: संशोधन करण्यापेक्षा इतरांनी शोधलेल्या फॉर्म्युल्यांवर आधारित औषधं बनवण्यावर होता. पण जागतिकीकरणाच्या युगात संशोधन करण्याशिवाय गत्यंतर उरणार नाही, हे डॉ. रेड्डींच्या दूरदृष्टीला दिसलं होतं. त्यासाठी मग त्यांनी १०० कोटी रुपये संशोधनामध्ये गुंतवले. संशोधनाच्या बळावरच त्यांची 'डॉ. रेड्डीज रिसर्च लॅबोरेटरी' ही कंपनी आज एक जागतिक पातळीवरची औषध कंपनी बनली आहे.

पंचवीस लाख रुपयांच्या भांडवलातून सुरू झालेल्या डीआरएलची २००६-२००७ या आर्थिक वर्षातली एकूण उलाढाल ३,८२८ कोटी रुपये होती.

राजेश हुक्कू

भारतीयांचा सॉफ्टवेअर विकसित करण्यामधल्या कुशलतेचा फायदा घेण्याकरता सिटी बँकेनं 'सिटी बँक ओव्हरसीज सॉफ्टवेअर लिमिटेड,' या निर्यात-अभिमुख कंपनीची स्थापना केली. राजेश हुक्कू याच कंपनीमध्ये कामाला होते. त्यापूर्वी त्यांनी इन्फोसिस आणि टाटा कन्सल्टन्सी सर्व्हिसेससारख्या मोठ्या कंपन्यांमध्ये

काम केलं होतं आणि अनेक देशांमध्ये फिरून तिथल्या व्यवस्था जवळून पाहिलेल्या होत्या.

१९९२ साली सिटी बँकेनं ही कंपनी बंद करण्याचा निर्णय घेतला. पण त्यांनी या कंपनीचं नाव बदलून ती स्वत: चालवण्याचा पर्याय राजेश हुक्कू यांच्यापुढे ठेवला. कंपनीतल्या इतर कर्मचाऱ्यांनादेखील त्यांनी नव्या कंपनीमध्ये जाणं किंवा सिटी बँकेबरोबर राहणं असे दोन्ही पर्याय देऊ केले.

सिटी बँकेसारखी कंपनी सोडून नवी कंपनी चालवणं, हे एक जोखमीचं काम आहे हे राजेश हुक्कू यांना माहीत होतं, पण भविष्याचा विचार करून त्यांनी ही जोखीम उचलली. कंपनीमधल्या २० टक्के कर्मचाऱ्यांनीदेखील त्यांच्याबरोबर राहण्यातला धोका पत्करला आणि अशा प्रकारे आय-फ्लेक्स कंपनीची संघबांधणी झाली. जून, २००२मध्ये आय-पलेक्सचा आयपीओ ५८० रुपये प्रति समभाग, या किमतीवर बाजारात आला.

पंधरा कोटी रुपयांच्या कर्जासह सुरू झालेल्या आय-फ्लेक्सकडे आज १,३२५ कोटी रुपयांची गंगाजळी किंवा राखीव निधी आहे. सुरुवातीला सिटी बँकेनं दिलेले फक्त सहा-सात ग्राहक त्यांच्याकडे होते, तर आज ही कंपनी एक आंतरराष्ट्रीय कंपनी बनली आहे आणि जगभरातल्या ९५ देशांमधले ४०० ग्राहक त्यांच्या सेवा आणि उत्पादनांचा वापर करत आहेत. २,५०० स्क्वेअर फूट क्षेत्रफळाच्या जागेऐवजी आज कंपनीकडे २.५ लाख स्क्वेअर फुटांचा विशाल परिसर आहे, तर सुरुवातीच्या २५० कर्मचाऱ्यांच्या ठिकाणी आज २,५०० कर्मचारी कंपनीमध्ये काम करत आहेत.

आय-फ्लेक्सनं बँकिंग व्यवसायावरच आपलं लक्ष केंद्रित केलं आणि १९९७ साली फ्लेक्सक्यूब या नावानं स्वत:चं बँकिंग सॉफ्टवेअर तयार केलं. हे सॉफ्टवेअर खूप लोकप्रिय झालं. भारतातल्या सॉफ्टवेअर उद्योगामध्ये माहिती आणि तंत्रज्ञानाशी संबंधित सेवा नव्हे, तर फक्त सॉफ्टवेअर निर्मिती हा जिच्या उत्पन्नाचा मुख्य स्रोत आहे, अशी ही एकमेव मोठी कंपनी आहे. आय-फ्लेक्सच्या एकूण उलाढालीपैकी ६३ टक्के उत्पन्न हे कंपनीच्या स्वत:च्या उत्पादनांमधून येतं. सॉफ्टवेअरमध्ये नवी उत्पादनं बाजारामध्ये आणणं अजिबात सोपं नसतं. त्यासाठी खूप वेळ आणि पैसा लागतो आणि त्यात एक जोखीमही असते. पण आय-फ्लेक्सचं नाव बँकिंगच्या क्षेत्रात आज जगभर झालेलं आहे. दक्षिण आफ्रिकेतल्या अनेक बँकांनी कंपनीचं सॉफ्टवेअर अंगीकारलेलं आहे आणि आता युरोपातही ते लोकप्रिय होऊ पाहतं आहे.

आय-फ्लेक्स इतक्या मोठ्या प्रमाणावर यशस्वी ठरली ती केवळ राजेश हुक्कू यांच्या दूरदृष्टीमुळेच.

अरुण पुरी

अरुण पुरी यांना थॉमसन प्रिंटिंग प्रेस वारसाहक्कानं मिळाली खरी, पण १९७५ साली या व्यवसायाची सूत्रं हातात घेतानाच त्यांनी प्रकाशनक्षेत्रात आपलं नशीब अजमावण्याचा निर्णय घेतला होता. त्यांचा हा निर्णय दूरदृष्टीचा होता, पण इतर लोकांना मात्र हे त्यावेळी दिसत नव्हतं.

वयाच्या ३१व्या वर्षी अरुण पुरींनी इंडिया टुडे हे पाक्षिक सुरू केलं. आज कोटींच्या संख्येत विकलं जाणारं इंडिया टुडे, डिसेंबर, १९७५मध्ये फक्त इंग्रजी भाषेत आणि ५,००० प्रतींनी सुरू झालं होतं. त्यानंतर अरुण पुरींनी म्युझिक टुडे, बिझनेस टुडे, इंडिया टुडे प्लस, गोल्फ डायजेस्ट इत्यादी नियतकालिकंही सुरू केली. मात्र इंडिया टुडे जेवढं लोकप्रिय झालं, तेवढं इतर कुठलंही नियतकालिक झालं नाही.

भारतामध्ये खाजगी टीव्ही वाहिन्यांचं युग सुरू झालं, तेव्हा अरुण पुरी यांनी आजतक ही हिंदी बातम्यांची वाहिनी सुरू केली. २४ तास प्रसारित होणाऱ्या या वाहिनीनं त्यांची लोकप्रियता आणखी वाढवली. २००३ साली त्यांनी हेडलाईन्स टुडे या नावाची इंग्रजी बातम्यांची वाहिनी सुरू केली. याशिवाय त्यांनी रेडिओ टुडे ही एफएम रेडिओ वाहिनीदेखील सुरू केली, जी देशातल्या मोठ्या शहरांमध्ये आपले कार्यक्रम प्रसारित करते.

अरुण पुरी यांनी त्यांच्या टीव्ही टुडे नेटवर्क्स कंपनीचा आयपीओ ९५ रुपयांना बाजारात आणला होता. लोकांना त्यांच्या व्यवसायकुशलतेवर एवढा विश्वास होता, की पहिल्याच दिवशी कंपनीच्या समभागांची किंमत २२० रुपये झाली. २००७ साली टीव्ही टुडे नेटवर्क्सची विक्री होती १८९ कोटी रुपये.

अरुण पुरी आज प्रसारमाध्यमांमधले एक वजनदार असामी बनले आहेत.

एकता कपूर (१९७५ -)

बालाजी टेलिफिल्म्सच्या सर्वेसर्वा एकता कपूर, यांनी बनवलेल्या टीव्हीवरील मालिका भारतभर खूप लोकप्रिय आहेत आणि त्यामुळे त्या खूप प्रसिद्ध आणि श्रीमंत बनल्या आहेत.

पूर्वी टीव्हीवरच्या मालिका आठवड्यातून एकदाच प्रसारित होत असत. पण एकता कपूर यांनी टीव्ही वाहिन्यांना विनंती केली, की आठवड्यातून एकदाच प्रसारित होण्यामुळे प्रेक्षक मालिकेमध्ये पुरेसे गुंतत नाहीत आणि कथेतले बारकावे त्यांच्या स्मरणात राहात नाहीत, त्यामुळे त्यांनी त्यांच्या मालिका दररोज प्रसारित

करायला हव्या. वाहिन्यांच्या चालकांनादेखील ही कल्पना आवडली, कारण त्यावेळी बालाजी टेलिफिल्म्सच्या मालिका लोकांना आवडायला लागल्या होत्या आणि प्राईम टाईम या वेळेमध्ये या मालिकांना जास्त प्रमाणात जाहिरातीदेखील मिळायला लागल्या होत्या. प्राईम टाईम म्हणजे खरं तर रात्रीच्या जेवणाची वेळ, असं मानलं जात होतं, पण एकता कपूर यांच्या मालिकांनी ही व्याख्या बदलूनच टाकली. त्यांची क्योंकी सास भी कभी बहू थी ही मालिका रात्री साडे दहाला प्रसारित होत असे आणि तरीही ती लोकप्रियतेच्या बाबतीत पहिल्या क्रमांकावर होती. कित्येक लोकांनी ही मालिका पाहायला मिळावी म्हणून आपल्या झोपेची वेळ बदलली होती.

एकता कपूर यांच्या मालिका एका साच्यानुसार बनत असतात- त्यात सर्वसाधारणपणे उत्तर भारतातलं एक एकत्र कुटुंब असतं, त्या कुटुंबामध्ये सगळ्यांवर सत्ता गाजवू पाहणारी एक सासू असते, एक चाणाक्ष सूनबाई असते आणि एक उद्योगपती सासरा वा मुलगा असतात. सासू-सुनांमधली भांडणं, हा त्यांच्या मालिकांचा केंद्रबिंदू असतो. आणि या मालिकांना 'क' या अक्षरापासून सुरू होणारं एक नाव असतं. दिग्दर्शक, कथा-पटकथालेखक, आणि कलाकार बदलतात, पण साचा तोच असतो. आणि हे सूत्र एकता कपूर यांनी वारंवार यशस्वी करून दाखवलेलं आहे. 'क्योंकी सास भी कभी बहू थी आणि कहानी घर घर की' यांसारख्या मालिकांनी त्यांना अफाट यशस्वी आणि लोकप्रिय बनवलं. एकदा तर भारतामध्ये केबल टीव्हीवरच्या पन्नास सर्वाधिक लोकप्रिय कार्यक्रमांमध्ये एकता कपूर यांच्या सदतीस कार्यक्रमांचा समावेश होता. ऑक्टोबर, २०००मध्ये त्यांनी जेव्हा बालाजी टेलिफिल्म्सचा आयपीओ बाजारात आणला, तेव्हा गुंतवणूकदारांच्या त्यावर उड्या पडल्या आणि सगळे समभाग अक्षरश: हातोहात खपले.

एकता कपूर या प्रसिद्ध नट जितेंद्र यांच्या कन्या. १९९५ साली त्यांनी आपल्या घराच्या गॅरेजमध्ये पाच कर्मचाऱ्यांसह बालाजी टेलिफिल्म्सची सुरुवात केली. त्यांनी जेव्हा केबल वाहिन्यांकरता मालिका बनवायला सुरुवात केली, तेव्हा त्यासाठी सहा नमुने तयार केले आणि त्यासाठी तब्बल ५० लाख रुपये खर्च केले. पण वाहिन्यांनी त्यांचे सगळे नमुने नाकारले आणि एकता कपूर यांचे सगळे पैसे पाण्यात गेले. त्या कठीण प्रसंगी जितेंद्र यांनी त्यांना मानसिक आणि आर्थिक आधार दिला. त्यांनी हम पाँच या मालिकेच्या रूपात सातवा नमुना तयार केला आणि ही मालिका मात्र झी टीव्हीनं स्वीकारली.

विनोदी मालिका हम पाँच यशस्वी ठरली आणि त्यानंतर मात्र कन्यादान, कोशिश अशा 'क' च्या बाराखडीनं नावाची सुरुवात होणाऱ्या मालिकांची रीघच लागली. त्याच रांगेतली क्योंकी सास भी कभी बहू थी ही मालिका इतकी काही लोकप्रिय झाली, की त्यामुळे एकता कपूर यांचे हात जणू आभाळाला टेकले.

मालिकेतलं मिहिर हे पात्र मरण पावलं, तेव्हा देशभर महिलांनी गोंधळ केला आणि एकता यांना मिहिरला पुन्हा जिवंत करणं भाग पाडलं.

भारतीय स्त्रियांची नाडी एकता कपूर यांना पक्की सापडली आहे. त्यांच्या ढीगभर मालिका आज स्टार, झी, सोनी इत्यादी वाहिन्यांवर चालू आहेत. मालिकांच्या या अफाट यशामुळे त्यांना त्यातून मिळणारा नफादेखील अफाट असणार हे उघड आहे. आज बालाजी टेलिफिल्म्सला एका तासाच्या कार्यक्रमातून सरासरी बारा लाख रुपये मिळतात. २००७ साली कंपनीची विक्री होती ३१७ कोटी रुपये आणि त्यातला करपूर्व नफा होता ११८ कोटी रुपये.

एकता कपूर यांनी आपल्या दूरदृष्टीद्वारे टीव्ही मालिकांची येऊ घातलेली सद्दी ओळखली आणि त्याचबरोबर, प्रेक्षकांना काय आवडेल याचाही अचूक अंदाज बांधला. आपल्या प्रेक्षकवर्गाची अचूक जाण त्यांना होती. श्रीमंत लोक फारसा टीव्ही बघत नाहीत आणि अगदी गरीब लोकांना त्यांच्या पोटापाण्याच्या विवंचनेमुळे टीव्ही बघत बसण्याएवढा वेळच नसतो. फक्त मध्यम वर्गातले लोकच आवडीनं टीव्ही पाहतात. त्यामुळे एकता कपूर यांनी याच वर्गाला डोळ्यापुढे ठेवून मालिका बनवल्या. पुरुषांपेक्षा स्त्रियाच जास्त टीव्ही आणि त्यातही मालिका पाहतात, त्यामुळे मध्यमवर्गीय महिला, हा त्यांचा विशिष्ट प्रेक्षकवर्ग त्यांनी ठरवला. मग मध्यम वर्गातल्या महिलांना काय आवडतं, तर थोडी धार्मिकता, मुला-बाळांना सुखी करण्याची इच्छा आणि सासू-सुनांची भांडणं. स्वत: एकता कपूर ना कुणाच्या सासू आहेत, ना कुणाची सून. त्या मध्यमवर्गीयांमध्येदेखील मोडत नाहीत, कारण त्यांचे वडील जितेंद्र हे मागच्या पिढीतले एक लोकप्रिय चित्रपट-तारा होते. तशा त्या गृहधर्मीदेखील नाही, पण तरीही त्यांनी या सगळ्या गोष्टींची नस बरोबर पकडली आणि एवढं नाव आणि पैसा मिळवला.

अवनीश बजाज

सन २००० साली, वयाच्या २९व्या वर्षी अवनीश बजाज यांनी बाजी डॉट कॉम ही वेबसाइट सुरू केली. भारतातल्या भारतात ही कंपनी ऑनलाईन लिलावाद्वारे वस्तू खरेदी किंवा विक्री करण्याचं काम करते. ही गोष्ट तशी नवी म्हणता येणार नाही, कारण अमेरिकेत ई-बे नावाची कंपनी हेच काम करते. अमेरिका किंवा इतर विकसित देशांपेक्षा भारतातली परिस्थिती वेगळी आहे, त्यामुळे अशा प्रकारचा व्यवसाय भारतात करणं, हेच अवनीश बजाज यांचं वेगळेपण.

२००० साली भारतामध्ये लोकांना ई-कॉमर्स किंवा ई-बँकिंगसारख्या व्यवहारांबद्दल फारशी माहिती नव्हती. या गोष्टींची तेव्हा नुकतीच सुरुवात झाली होती. तेव्हा

आजसारखे घरा-घरात संगणकही नव्हते आणि इंटरनेटवर वस्तू खरेदी करणं ही त्यामुळे खूप दूरची गोष्ट होती. २००१ साली जेमतेम दोन टक्के भारतीय असे व्यवहार करत असत. आज ही टक्केवारी वीस झाली आहे आणि भारतात आज जवळजवळ दोन कोटी लोक इंटरनेट वापरतात. अमेरिकेतले ५५ टक्के लोक इंटरनेटवर खरेदी करतात, त्या तुलनेत हा आकडा खूपच कमी आहे.

अवनीश बजाज यांनी भविष्याचा अंदाज घेऊन हा प्रयोग भारतामध्येही लोकप्रिय होऊ शकतो, असं अनुमान काढलं होतं. लवकरच त्यांची वेबसाइट लोकप्रिय होऊ लागली आणि २००४ साली ई-बे या कंपनीनं बाजी डॉट कॉम विकत घेऊन टाकली. अवनीश बजाज यांना त्यासाठी पाच कोटी डॉलर्स, म्हणजेच २२५ कोटी रुपये मिळाले. चारच वर्षांच्या मेहनतीच्या मानानं हा सौदा नक्कीच खूप फायदेशीर होता.

अँड्र्यू कार्नेजी (१८३५ - १९१९)

अमेरिकेतले स्टील किंग अँड्र्यू कार्नेजी यांनी अमेरिकेला उद्योगक्षेत्रामध्ये अग्रणी केलं. खर्चात कपात करणं आणि प्रतिस्पर्ध्यांना लोळवण्यामध्ये कुशल असलेल्या कार्नेजींच्या स्टील कंपन्या सर्वांत जास्त उत्पादन करत असत आणि त्यामुळे त्यांनी तयार केलेलं स्टील स्वस्त मिळत असे. याचा परिणाम म्हणून पूल आणि मोठ्या इमारती बनवण्याची कामं खूप सहजसुलभ झाली होती. स्टील हे देशाच्या विकासाचं एक मूलभूत साधन होतं आणि त्यामुळे औद्योगिक क्रांतीलादेखील चालना मिळत गेली. आधुनिक संस्कृतीचा स्टील हा एक आधारस्तंभ होता आणि अशा या स्टीलचे कार्नेजी हे सर्वांत मोठे उत्पादक होते.

कार्नेजींनी सुरुवातीला पेन्सिल्व्हेनियातल्या तेलकंपन्या आणि कीस्टोन ब्रिज या कंपनीव्यतिरिक्त इतर अनेक क्षेत्रांमध्ये गुंतवणूक केली होती. त्याशिवाय ते दलाली घेऊन रेल्वेकंपन्यांचे समभागदेखील विकत होते- त्यात त्यांना लाखो डॉलर्सचा फायदा झाला. मात्र १८७३ साली त्यांनी आपला सगळा पैसा स्टील कारखान्यांमध्ये ओतला. ही खूप मोठी जोखीम असली, तरी स्टीलला उज्ज्वल भवितव्य आहे, हे त्यांना माहीत होतं. त्यांनी आपल्या सगळ्या शक्तिनिशी स्टील उद्योगात उतरायचा निर्णय घेतला, त्याचक्षणी अमेरिकेचं औद्योगिक महासत्ता बनणं निश्चित झालं. अर्थात त्यावेळी ही गोष्ट ना कार्नेजींना माहीत होती ना अमेरिकेला.

एक दिवस कार्नेजींना कळलं, की हेन्री बेसेमर नावाच्या एका इंग्रज माणसानं लोखंडापासून स्टील तयार करण्याचं तंत्र शोधून काढलं आहे. त्यांनी ताबडतोब ते तंत्र शिकून घेतलं आणि स्टील उत्पादनाच्या व्यवसायामध्ये आपले सगळे पैसे गुंतवले. खूप मोठं भांडवल उधारीवर घेऊन त्यांनी पिट्‌सबर्गजवळ एक स्टील

कारखाना सुरू केला. या बाबतीत जॉन इन्ग्राम नावाचे इतिहासकार लिहितात, 'मला वाटतं गोष्टी कसं वळण घेणार आहेत याचा योग्य अंदाज बांधणं, हे कार्नेजींच्या प्रतिभेचं सर्वांत मोठं लक्षण होतं. भविष्यात स्टील उद्योगामध्ये खूप फायदा आहे हे त्यांना दिसताच त्यांनी त्यात मोठ्या प्रमाणावर गुंतवणूक केली.'

कार्नेजी यांच्या दूरदृष्टीचं आणखी एक उदाहरण म्हणजे स्टीलच्या कारखान्याबरोबरच त्यांनी लेक सुपीरीअरजवळच्या लोहखनिजाच्या मोठ्या खाणीदेखील स्वस्तात विकत घेतल्या. त्यांचे बहुतेक प्रतिस्पर्धी गरजेनुसार यंत्रसामग्री आणि लोहखनिज विकत घेत असत. पण त्यामुळे त्यांना त्या दोन्ही गोष्टी महाग मिळत असत. याउलट, **बाजारात मंदी असेल, तेव्हाच कार्नेजी हवा तो माल खरेदी करत असत, कारण तेव्हा तो स्वस्तात मिळत असे. बाजारात नेहमी तेजी-मंदी चालत असते, हे त्यांना माहीत असल्यामुळे ते नेहमी मंदीची वाट पाहात असत.**

१८९३ ते १८९७ या कालावधीत जेव्हा मंदीची लाट आली होती, तेव्हा कार्नेजींनी अत्यंत कमी खर्चात आपल्या कारखान्यांचं नूतनीकरण करून घेतलं. पुन्हा जेव्हा तेजीचं वातावरण निर्माण झालं, तेव्हा त्यांचे कार्यक्षम कारखाने प्रचंड नफा कमावू लागले. त्यांना दर वर्षी आपल्या विविध कंपन्यांमधून चार कोटी डॉलर्सचा नफा मिळत असे. शेवटी जेव्हा त्यांनी आपला व्यवसाय विकून टाकला, तेव्हा त्यांना ४८ कोटी डॉलर्स मिळाले.

अर्थात, कार्नेजी जेवढे श्रीमंत होते, तेवढेच दानशूरही होते. आयुष्यभरात त्यांनी ३५ कोटी डॉलर्स दानधर्मामध्ये खर्च केले आणि २,५०० सार्वजनिक ग्रंथालयं सुरू करून दिली होती. वडिलांचं अपयशी जीवन आणि दारिद्र्य पाहून त्यांना यश मिळवण्याचा खूप हव्यास होता. आपल्या बुद्धीला त्यांनी सतत खत-पाणी घातलं, धडे घेतले आणि संधी दिसताच झडप घालून तिचा फायदा घेतला. दारिद्र्य आणि सामान्य जीवनातून बाहेर पडण्याचा हाच मार्ग असतो. तुम्ही तुमचे खर्च कमी केले आणि उत्पादन वाढवलं, तसंच कारखान्याची संपूर्ण उत्पादनक्षमता वापरत राहिलात, तर तुम्हाला नफा आपोआपच मिळेल, हे त्यांचं तत्त्व होतं.

लेवाय स्ट्रॉस (१८२९ - १९०२)

दीर्घ पल्ल्याचा विचार करण्याचं उदाहरण आपल्याला लेवाय जीन्सचे जनक लेवाय स्ट्रॉस यांच्या यशस्वितेमध्येही सापडतं.

जेकब डेव्हिस नावाच्या शिंप्यानं त्यांना, त्यानं शोध लावलेल्या, खिशांना रिव्हेट लावलेल्या जीन्सचं पेटंट घेण्याची विनंती केली, तेव्हा लेवाय स्ट्रॉस यांनी

या गोष्टीमध्ये दडलेली अफाट संभावना तात्काळ ओळखली आणि जेकबचा प्रस्ताव स्वीकारला. २० मे, १८७३ रोजी पेटंट त्यांच्या हातात पडलं. हा दिवस जीन्सचा जन्मदिवस म्हणून ओळखला जातो.

जेकब डेव्हिसच्या प्रस्तावाकडे त्यांनी गंभीरपणे पाहिलं नसतं, त्याच्यावर फार काळ विचार केला असता किंवा तो प्रस्ताव धुडकावूनच लावला असता, तर लेवाय स्ट्रॉस यांना एवढं मोठं यश कधीच मिळालं नसतं.

पेटंट मिळायला उशीर होत असल्यामुळे जेकब जेव्हा निराश झाला तेव्हा लेवाय स्ट्रॉस यांनी भविष्याचा विचार करून ताबडतोब या शोधाचे सगळेच हक्क स्वत:कडे घेतले आणि याच दूरदृष्टीमुळे आज ते जीन्सचे जनक म्हणून ओळखले जातात.

हान्स विल्सडॉर्फ (१८८१ - १९६०)

हान्स विल्सडॉर्फ यांनी मनगटी घड्याळं बनवायला सुरुवात केली तेव्हापर्यंत अशी घड्याळं वापरणं फक्त स्त्रियांसाठीच योग्य मानलं जात असे. पुरुषांकरता खिशात ठेवण्याची घड्याळं असत. पण हान्स विल्सडॉर्फ यांना जेव्हा पुरुषांची मनगटी घड्याळं लोकप्रिय ठरतील असं वाटलं, तेव्हा त्यांनी त्या विषयी उत्तम ज्ञान मिळवण्याचा निर्णय घेतला. त्यांचा हा निर्णय अत्यंत योग्य ठरला, कारण पहिल्या महायुद्धामध्ये लढणाऱ्या सैनिकांना असं जाणवलं की आणीबाणीच्या प्रसंगी खिशातून घड्याळ काढत बसण्यापेक्षा मनगटावरच्या घड्याळामध्ये वेळ पाहणं जास्त सोयीस्कर असतं. त्यामुळे व्यवहारदृष्ट्या अशीच घड्याळं वापरणं श्रेयस्कर आहे, असं लोकांच्या लक्षात आलं. हान्स विल्सडॉर्फ यांनी नेमका हाच अंदाज बांधल्यामुळे महायुद्धानंतरच्या काळात त्यांच्या रोलेक्स घड्याळांचं आणि त्याबरोबर त्यांचं स्वत:चंही बरंच नाव झालं.

हान्स विल्सडॉर्फ यांनी जगातलं पहिलं वॉटरप्रूफ घड्याळ तयार केलं, तेव्हाही त्यांची हीच दूरदृष्टी त्यांच्या कामाला आली. हे घड्याळ खरोखर वॉटरप्रूफ आहे, हे लोकांना पटवून देण्याकरता त्यांनी दुकानांमध्ये मासे ठेवण्याची काचेची भांडी ठेववली आणि त्यात आपली घड्याळं खरोखर पाण्यामध्ये बुडवून लोकांना दाखवली. ते पाहून लोकांनी त्यांच्या बोलण्यावर विश्वास ठेवायला सुरुवात केली, पण हान्स विल्सडॉर्फ यांनी त्या घड्याळांचा आणखी मोठ्या प्रमाणावर प्रचार करायचं ठरवलं.

मर्सिडिस ग्लेट्झ ही इंग्लिश खाडी पोहून जाणारी पहिली ब्रिटिश महिला होती. पण त्यांच्या या साहसमोहिमेबाबत काही शंका उपस्थित केल्या गेल्या होत्या. त्या शंका दूर करण्याकरता मर्सिडिस यांनी हे साहस पुन्हा एकदा करून दाखवण्याची

तयारी दर्शवली होती. हान्स विल्सडॉर्फ यांना जेव्हा ही गोष्ट कळली, तेव्हा आपल्या वॉटरप्रूफ घड्याळाची जाहिरात करण्याची एक सुवर्णसंधीच त्यांच्यासमोर आली. त्यांनी ईस्टर नावाचं आपलं हे घड्याळ मर्सिडिस यांना दिलं आणि त्यांनी खाडी पोहून जाताना हे घड्याळ घातलं, तर त्या बदल्यात एक रोलेक्स घड्याळ त्यांना भेट म्हणून देण्याचं आश्वासन दिलं. मर्सिडिस यांना यात काही अडचण असण्याचं कारणच नव्हतं. त्या या गोष्टीला आनंदानं तयार झाल्या. मग ही घटना चित्रित करण्यासाठी हान्स विल्सडॉर्फ यांनी एक फोटोग्राफर तैनात केला.

७ ऑक्टोबर, १९२७ रोजी पंधरा तास पोहून मर्सिडिस ग्लेट्झ जेव्हा खाडीच्या दुसऱ्या बाजूला पोहोचल्या, तेव्हाही- म्हणजे पंधरा तास पाण्याखाली राहूनही त्यांच्या मनगटावर बांधलेलं रोलेक्स ईस्टर घड्याळ योग्य वेळ दर्शवत होतं. ते घड्याळ संपूर्णपणे वॉटरप्रूफ असल्याचा हा एक उत्तम पुरावाच होता.

या घटनेनंतर, २४ नोव्हेंबर, १९२७ या दिवशी हान्स विल्सडॉर्फ यांनी लंडनच्या डेली मेल या वृत्तपत्राच्या पहिल्या पानावर जाहिरात दिली, की त्यांच्या रोलेक्स ईस्टर घड्याळावर आर्द्रता, पाणी, उष्णता, थंडी किंवा धुळीचा काहीही परिणाम होत नाही. हे घड्याळ रातोरात प्रसिद्ध झालं.

रोलेक्स कंपनी यशस्वी ठरली याचं कारण हान्स विल्सडॉर्फ कंपनीच्या तिमाही कामगिरीबद्दल नव्हे, तर पुढच्या पाच-दहा वर्षांतल्या कामगिरीबद्दल विचार करत असत. मात्र एकदा त्यांच्या हातून एक चूक झाली. असं म्हणतात की क्वार्ट्झ यंत्राचा शोध लावणाऱ्या संशोधकानं सगळ्यात पहिल्यांदा क्वार्ट्झ घड्याळं बनवण्याचा प्रस्ताव रोलेक्स कंपनीसमोर ठेवला होता. पण कंपनीनं तो प्रस्ताव नाकारला. त्यामुळे जगातलं पहिलं क्वार्ट्झ घड्याळ बनवण्याची आणि घड्याळाच्या बाजारपेठेवर कब्जा करण्याची आयतीच संधी सिको कंपनीला मिळाली. ही कदाचित रोलेक्सची एक ऐतिहासिक घोडचूक असावी, कारण त्यामुळे त्यांची बाजारपेठ खूपच कमी झाली.

आजवर रोलेक्सनं एकच क्वार्ट्झ घड्याळ आणि तेही १९७०च्या दशकात, बाजारात आणलं आहे. मात्र कंपनीचे प्रवक्ते याला चूक नव्हे तर तत्त्वनिष्ठा म्हणतात. ते म्हणाले होते, क्वार्ट्झ घड्याळं बनवायला सुरुवात केली तर रोलेक्सला आज जी प्रतिष्ठा आहे, तिची जी प्रतिमा आहे, ती तशी राहणार नाही.

रोलेक्स ही परंपराप्रिय कंपनी आहे आणि क्वार्ट्झ घड्याळांकरता त्यांनी ती सोडण्यास नकार दिला. अर्थात, रोलेक्स ही शेअरबाजारात नोंद नसलेली कंपनी असल्यामुळे तिच्या निर्णयावर समभागधारकांचा अंकुश नव्हता, हेही तितकंच सत्य आहे.

राकेश झुनझुनवाला

राकेश झुनझुनवाला हे भारतातल्या सर्वांत मोठ्या गुंतवणूकदारांपैकी एक आहेत. शेअरबाजारामध्ये ते खूप प्रसिद्ध आहेत आणि लोक गुंतवणुकीच्या बाबतीत त्यांचा आदर्श समोर ठेवत असतात.

झुनझुनवाला यांच्या दूरदृष्टीचं प्रमाण म्हणजे त्यांनी फक्त ५,००० रुपयांचं भांडवल घेऊन शेअरबाजारामध्ये पाऊल ठेवलं होतं आणि आज त्यांच्याकडे कित्येक हजारो कोटी रुपये आहेत. ते कंपन्यांमध्ये अक्षरश: कोट्यवधी आणि अब्जावधी रुपयांची गुंतवणूक करत असतात. उदाहरणार्थ, भारत अर्थमूव्हर्स कंपनीमध्ये त्यांनी ८५ कोटी रुपये गुंतवलेले आहेत, तर नागार्जुन कन्स्ट्रक्शन कंपनीत १०० कोटी रुपये गुंतवले आहेत.

राकेश झुनझुनवाला यांनी शेअर बाजारामध्ये पाऊल ठेवलं, ते १९८५मध्ये. तेव्हा त्यांच्याकडे स्वत:चं ऑफिसही नव्हतं. हातात एक बॅग घेऊन ते बॉम्बे स्टॉक एक्स्चेंजच्या बाहेर उभे राहात असत. आत रिंगणामध्ये जाण्याकरता तिकीट काढावं लागत असे आणि तेवढे पैसे नसल्यामुळे ते रिंगणाच्या बाहेर उभे राहूनच आतमध्ये चाललेली सौदेबाजी बघत असत. त्या काळी समभागांचे व्यवहार आजसारखे संगणकाच्या साहाय्यानं होत नसत. तेव्हा दलाल मंडळी ओरडून-ओरडून समभागांची खरेदी-विक्री करत असत. रिंगणाबाहेर उभे राहूनच झुनझुनवाला यांनी या व्यवहारांमधले बारकावे शिकून घेतले. बीएसई सेन्सेक्स हा निर्देशांक तेव्हा अवघा १५० होता आणि २००७ साली तो १९,००० पर्यंत जाऊन पोहोचला होता.

मुळात चार्टर्ड अकाउंटंट असलेले झुनझुनवाला तो व्यवसाय सहज सुरू शकले असते, पण त्यांना शेअरच्या व्यवहारांची आवड लागली होती. शेअरबाजारात जेवढा नफा मिळू शकतो तेवढा अन्य कुठेही मिळत नाही, हे त्यांनी ओळखलं होतं. या दूरदृष्टीच्या बळावरच त्यांनी भारतीय शेअरबाजारामध्ये यशस्वितेचा मानदंड उभा केला आहे.

चार्ल्स लाझारस (१९२३ -)

१९४८ साली फक्त २५ वर्षांचे असताना चार्ल्स लाझारस यांनी वॉशिंग्टन डी.सी. इथे आपलं पहिलं बेबी फर्निचरचं दुकान उघडलं. लहान मुलांशी संबंधित वस्तूंच्या व्यवसायामध्ये त्यांना यश मिळवण्याच्या सुवर्णसंधी जाणवल्या. इतर लोकांनी असा खास विचार तेव्हा केला नव्हता.

पुढे जेव्हा नूतन माता-पिता त्यांच्याकडे खेळण्यांची देखील मागणी करायला

लागले, तेव्हा चार्ल्स लाझारस यांनी तीही आपल्या दुकानात ठेवायला सुरुवात केली. दहा वर्षांनी अशी परिस्थिती निर्माण झाली, की ते फर्निचर कमी आणि खेळणीच जास्त विकत होते.

या टप्प्यावर चार्ल्स लाझारस यांनी खेळण्यांच्या उद्योगाचा गंभीरपणे अभ्यास केला. लहान मुलांची बहुतांश खेळणी ही डिपार्टमेंटल स्टोअर, सुपरमार्केट आणि जनरल स्टोअरमध्ये विकायला ठेवली जातात, असं त्यांच्या लक्षात आलं. एवढंच नव्हे, तर खेळण्यांची मुख्य विक्री ख्रिसमसच्या काळातच होते, हेही त्यांच्या लक्षात आलं. तेव्हा मग पूर्ण वर्षभर, फक्त खेळणीच विकणारं दुकान उघडण्याची कल्पना त्यांच्या मनात आली.

त्यांच्या दूरदर्शीपणाला जाणवलेली यशाची शक्यता खरी ठरली. त्या काळी डिस्काउंट देऊन विक्री करणं ही जशी एक नवी संकल्पना निघाली होती, तशीच मुलांची खेळणी तयार करणारी खास कंपनी सुरू करणं, हीदेखील नवी संकल्पना होती. त्यामुळे या दोन्ही संकल्पनांवर आधारित व्यवसाय करण्याची चार्ल्स लाझारस यांची कल्पना खूप यशस्वी ठरली. १९६७ साली त्यांनी आपली ही स्वप्नपूर्ती करणारी कंपनी ७५ लाख डॉलर्सना विकून टाकली आणि ते फक्त तिच्या संचालक मंडळावर राहिले. अनेक वर्षांनी, कंपनी विकत घेणाऱ्या नव्या मालकाला ही कंपनी नीट सांभाळता येत नाही, हे पाहून मग त्यांनी कंपनीचं पुनर्घटन केलं आणि १९७८ साली टॉईज आर अस, स्थापन केली.

या कंपनीनं सगळ्यात स्वस्त खेळणी विकण्याची एक मोहीमच उघडली. ही एक नीतीच होती आणि पूर्वी सॅम वॉल्टन यांनी वॉल-मार्टमध्ये ती वापरली होती. यात ग्राहकांच्या समाधानाकरता काही खेळणी काहीही नफा न घेता विकली जात असत आणि त्याद्वारे त्यांना इतर, जास्त नफा मिळवून देणारी खेळणीदेखील त्या दुकानातून घेण्याकरता प्रवृत्त केलं जात असे.

१९८३ सालापर्यंत अमेरिकेतल्या २२ राज्यांमध्ये १४४ दुकानं चार्ल्स लाझारस यांनी उघडली होती. १९८४मध्ये त्यांनी सिंगापूर आणि कॅनडातही दुकानं उघडली. अमेरिकेत वेअरहाऊस सारख्या कंपन्या त्यांच्या स्पर्धेत उभ्या राहिल्या होत्या, पण टॉईज आर अस ही देशव्यापी साखळी म्हणून एकमेवच राहिली. छोट्या दुकानदारांनी ग्राहकांना खेळणी खरेदी करण्यासाठी आपल्या दुकानांकडे आकर्षित करण्याचे अनेक प्रयत्न केले, पण त्यांच्याकडे खेळण्यांची इतकी विविधता नव्हती आणि खेळणी इतक्या स्वस्तात विकणंदेखील त्यांना शक्य नव्हतं.

आज टॉईज आर असची जगभर १,५०० दुकानं आहेत आणि त्यांपैकी ५८६ दुकानं एकट्या अमेरिकेत आहेत.

खेळण्यांनंतर चार्ल्स लाझारस यांनी लहान मुलांच्या कपड्यांच्या क्षेत्रामध्येसुद्धा प्रवेश केला आणि बेबीज आर अस या नावानं अमेरिकेत २५०हून अधिक दुकानं उघडली.

टॉईज आर असनं २००६-२००७ साली १३.०५ अब्ज डॉलर्सची विक्री केली होती. ही कंपनी फॉर्च्यून ५०० या कंपन्यांच्या यादीमध्ये २०२व्या स्थानावर आहे.

आयझॅक मेरिट सिंगर (१८११ - १८७५)

शिवणयंत्राचा शोध आयझॅक मेरिट सिंगर यांनी स्वत: लावला नव्हता. त्यांनी त्या यंत्रामध्ये फक्त सुधारणा केल्या होत्या. पण आपल्या दूरदर्शीपणामुळे ते वयाच्या ४४व्या वर्षीच लखपती बनले. त्यांनी हे यश किती झपाट्यानं मिळवलं, हे आपल्याला यावरून कळेल, की वयाच्या ४०व्या वर्षी ते कफल्लक होते आणि ४४व्या वर्षी लखपती. त्यांनी नंतर पैसा खूप उधळला, पण तरीही ६४व्या वर्षी त्यांचं निधन झालं, तेव्हा त्यांनी १.३ अब्ज डॉलर्सची संपत्ती मागे ठेवली होती.

एके काळी मध्यम वर्गातले लोक आपले कपडे सुई-दोऱ्याच्या साहाय्यानं, हातानं शिवत असत. १८५१ साली मात्र ही परिस्थिती बदलली. आयझॅक मेरिट सिंगर यांनी त्या वर्षी एका नव्या प्रकारच्या शिवणयंत्राचं पेटंट मिळवलं. या यंत्रामध्ये कापड स्थिर राहत असे, फिरणारं चाक सुई खाली-वर करत असे, आणि पायानं पेडल मारून चाक फिरवलं जात असे. खरं तर शिवणयंत्राचा शोध त्याआधीच लागलेला होता, पण त्यातल्या हातातल्या क्रँकऐवजी पायानं मारण्याचं पेडल, आडव्याऐवजी सुईची उभी हालचाल आणि दोऱ्याचं शटल गोल फिरण्याऐवजी सरळ रेषेमध्ये दोरा सोडेल, अशा काही महत्त्वाच्या सुधारणा आयझॅक मेरिट सिंगर यांनी केल्या.

सुधारित यंत्राचं पेटंट मिळाल्यावर ४० डॉलर्स उधार घेऊन आयझॅक मेरिट सिंगर यांनी आय.एम.सिंगर ही कंपनी स्थापन केली. मग घरगुती तसंच औद्योगिक वापराकरता शिवणयंत्र निर्मिती त्यांनी सुरू केली. या यंत्राची किंमत होती ७५ डॉलर्स. या किमतीकडे पाहून ग्राहकांनी नाकं मुरडली, तेव्हा आयझॅक मेरिट सिंगर यांनी ती हप्त्यांवर विकण्यास सुरुवात केली. अशा प्रकारे हप्त्यांवर वस्तू विकण्याचं जगातलं हे आद्य उदाहरण असावं.

शिवणयंत्रांची मागणी वाढली, तसे आयझॅक मेरिट सिंगर यांना आणखी तीन कारखाने सुरू करावे लागले. चालू सहस्त्रकाच्या सुरुवातीला सिंगर शिवणयंत्रं

१५० देशांमध्ये विकली जात होती. कंपनीनं हप्त्यांवर जशी आपली यंत्रं विकली, तशीच जुनं यंत्र घेऊन नवं देण्याची बदली योजनादेखील राबवली.

सिंगर ही अमेरिकेची पहिली बहुराष्ट्रीय कंपनी होती आणि तिनं ६७ देशांमध्ये १० कोटींपेक्षा जास्त शिवणयंत्रं विकून शिवणयंत्रांच्या बाजारपेठेचा ९० टक्के हिस्सा मिळवला.

अकिओ मोरिता (१९२१ - १९९९)

२६ जानेवारी, १९२१, या दिवशी जपानमधल्या एका समृद्ध मध्यमवर्गीय कुटुंबामध्ये अकिओ मोरिता यांचा जन्म झाला. तांदळापासून मद्य निर्मिती करण्याचा त्यांच्या कुटुंबाचा व्यवसाय होता.

मोठेपणी अकिओ मोरिता यांना मात्र आपल्या कौटुंबिक उद्योगापेक्षा इलेक्ट्रॉनिक्स विषयामध्ये जास्त गोडी वाटत होती. शिकत असतानादेखील अभ्यासापेक्षा रेडिओ, रेकॉर्डप्लेयर इत्यादी वस्तू ते बनवत असत. याच कारणामुळे महाविद्यालयात त्यांनी भौतिकशास्त्र हा विषय अभ्यासाकरता निवडला.

वडिलांनी त्यांना जेव्हा कुटुंबाचा व्यवसाय सांभाळायला सुरुवात करण्याविषयी सांगितलं, तेव्हा अकिओ मोरिता यांनी त्याला साफ नकार दिला. त्याऐवजी स्वत:ची वेगळी कंपनी स्थापन करायचं त्यांनी ठरवलं. १९४६ साली ते टोकिओला गेले. तिथे त्यांची त्यांचे भावी भागीदार मसारू इबुका यांच्याशी भेट झाली. ५३० डॉलर्सचं कर्ज काढून या दिघांनी टोकिओ त्सुशिन क्योगू (टीटीके) ही कंपनी सुरू केली. जागा घेण्याइतके पैसे जवळ नसल्यामुळे, नुकत्याच संपलेल्या महायुद्धात उद्ध्वस्त झालेली एका डिपार्टमेंटल स्टोअरची इमारत त्यांनी आपल्या कामाकरता निवडली.

इलेक्ट्रॉनिक्स उद्योगाला उज्ज्वल भविष्य असल्याचं त्यांच्या दूरदृष्टीला जाणवलं होतं, त्यामुळे त्यांनी कठोर परिश्रम करत त्यात विविध प्रयोग करायला सुरुवात केली. सुरुवातीला त्यांनी रेडिओला लागणारे सुटे भाग बनवले आणि १९५०च्या दशकामध्ये जपानचा पहिला टेपरेकॉर्डर तयार केला. मात्र त्यांना जास्त यश त्यांच्या ट्रान्झिस्टर रेडिओमुळे मिळालं होतं. मुख्यत: निर्यातीकरता त्यांनी जे छोटे रेडिओ बनवले, ते यशस्वी ठरण्याची दोन कारणं होती: एक म्हणजे हे रेडिओ दिसायला सुंदर होते आणि दुसरं म्हणजे त्यांच्याबरोबर मऊ कातड्याचं वेष्टण आणि इअरफोन्स मोफत मिळत असत.

टीटीके ऊर्फ सोनीनं इलेक्ट्रॉनिक्सच्या अनेक नवनव्या वस्तूंचे शोध लावले. १९५७ साली पॉकेट रेडिओ, १९६० साली जगातला पहिला टीव्ही आणि

१९६८ साली पहिला व्हिडिओटेप रेकॉर्डर अशा अनेक वस्तू सोनीनं जगाला दिल्या. व्हिडिओ तंत्रज्ञानामध्येही सोनीनं अनेक शोध लावले; त्यांनीच विकसित केलेल्या बीटामॅक्स तंत्रज्ञानामुळे घरच्या घरी व्हिडिओ रेकॉर्डिंग करणं शक्य आणि सोपं झालं.

१९६३ साली अकिओ मोरिता यांनी व्यवसायवृद्धीच्या हेतूनं जपान सोडून अमेरिकेत स्थायिक होण्याचा निर्णय घेतला. त्यांच्या या कृतीमागेदेखील त्यांची दूरदृष्टीच होती. अमेरिकेत राहून तिथल्या बाजारपेठेवर पकड मिळवण्याकरताच त्यांनी हा निर्णय घेतला होता आणि त्यानुसार ते आपल्या कुटुंबासहित अमेरिकेला गेले. तिथे त्यांनी सोनी कॉर्पोरेशन अशी अमेरिकन कंपनी स्थापन केली. त्यांच्या या दूरदृष्टीपूर्ण कृतीमुळे सोनी अब्जावधी डॉलर्सची कंपनी बनली आणि स्वत: अकिओ मोरिता अफाट श्रीमंत झाले.

डॅन कार्नी (१९३१ -) आणि फ्रँक कार्नी (१९३८ -)

पिझ्झा हट ही जगप्रसिद्ध कंपनी स्थापन होण्यामागची कहाणी मोठी मनोरंजक आहे. १९५८ साली अमेरिकेतल्या कॅन्सस राज्यातल्या विचिटा या शहरात, एका महाविद्यालयात शिकणाऱ्या डॅन आणि फ्रँक कार्नी या बंधुद्वयाला त्यांच्या शेजारी राहणाऱ्या एका महिलेनं असा सल्ला दिला की त्यांनी एक पिझ्झा पार्लर सुरू करावं. त्या स्त्रीनं त्यांना हा सल्ला दिला, याचं एकमेव कारण तिला आपल्या दुकानाकरता कुणीतरी भाडेकरू हवा होता, हे होतं. सॅटरडे ईव्हनिंग पोस्ट या वृत्तपत्राचा अंक दाखवत तिनं या दोघा भावांना सांगितलं, की यात सांगितल्याप्रमाणे तुम्ही पिझ्झा विकण्याचं काम करायला हवं. पण त्या स्त्रीचा उद्देश काहीही असला, तरी दोघा भावांना मात्र ही कल्पना खूपच आवडली. त्यांच्या दृष्टीनं हे काम अगदीच नवं होतं, पण त्याचबरोबर त्यात त्यांना आपलं उज्ज्वल भविष्यही दिसलं होतं. त्यांनी मग आपल्या आईकडून ६०० डॉलर्स उधार घेतले, भाड्यानं काही भांडी आणली आणि एका गजबजलेल्या चौकातली एक छोटी जागाही भाड्यावर मिळवली.

आता अडचण एकच होती. अमेरिकन लोकांकरता पिझ्झा हा पदार्थ अपरिचित होता. शिवाय डॅन आणि फ्रँक कार्नी यांना पिझ्झा बनवताच येत नव्हता. मग दोघं भाऊ पिझ्झा बनवू शकणाऱ्या व्यक्तीच्या शोधाला लागले. अखेर एक दिवस त्यांना जॉन बेंडर नावाचा एक माणूस भेटला. त्यानं पूर्वी इंडियाना राज्यामध्ये पिझ्झा बनवण्याचं काम केलेलं होतं. मग त्याला माहीत असलेल्या पद्धतीमध्ये काही बदल करून त्या तिघांनी काम सुरू केलं.

अशा प्रकारे कॅन्सस राज्यातल्या विचिटा इथे पहिली पिझ्झा हट उघडली. हे दुकान चालू लागल्यानंतर डॅन आणि फ्रँक कार्नी यांनी फ्रँचायझी तत्त्वावर अनेक दुकानं उघडली आणि पिझ्झा हट चालायला लागली. नंतर त्यांनी विविध प्रकारचे पिझ्झा बनवायला सुरुवात केली आणि ग्राहकांच्या आवडीनुसार त्यात बदल केले. लाल रंगाच्या उतरत्या छताच्या पिझ्झा हट्स यशस्वी ठरल्या आणि हा ब्रँड प्रसिद्ध झाला.

डॅन कार्नी आपल्या या यशाबद्दल बोलताना म्हणाले होते, 'नव्या कल्पना आपल्याला नेहमी सुचत असतात आणि त्या कल्पनांमध्ये सहसा खूप नफा मिळवण्याच्या शक्यता असतात. त्यामुळे तुम्ही जर एखादी नवी कल्पना शोधून काढू शकलात आणि त्यावर अंमलबजावणी करू शकलात, तर तुम्ही श्रीमंत बनू शकता.'

१९७१मध्ये पिझ्झा हट जगातली सर्वांत मोठी पिझ्झा साखळी बनली. १९७२ साली कंपनीनं शेअरबाजारात पदार्पण केलं. १९७७ साली डॅन आणि फ्रँक कार्नी यांनी ही साखळी पेप्सी कंपनीला विकली आणि ते श्रीमंत झाले.

आज पिझ्झा हट ही यम् ब्रँडचा एक भाग आहे. त्यांची १२,५०० रेस्तराँ जगातल्या ८८ देशांमध्ये कार्यरत आहेत आणि त्यात दररोज चाळीस लाख लोक, १.७ कोटी पिझ्झांचा आस्वाद घेत असतात.

केमॉन्स विल्सन (१९१३ - २००३)

केमॉन्स विल्सन हे मेम्फिस, टेनेसी इथले एक छोटे कंत्राटदार होते. हायवेजवळ असं एक हॉटेल त्यांना सुरू करायचं होतं, ज्यात फक्त गाडी पार्क करण्याची आणि राहण्याची सोय असेल- त्यात जेवण-खाण आणि उतारकरूंचा खर्च वाढवणाऱ्या इतर गोष्टी त्यांना नको होत्या. त्या वेळी बहुतेक हॉटेलांमध्ये उतरल्यावर त्यांना या गोष्टींचा त्रास होत असे. बराच वेळ डोक्यामध्ये ही गोष्ट घोळत राहिल्यानंतर त्यांना मोटेलची कल्पना सुचली. कारनं एका ठिकाणाहून दुसरीकडे जाणाऱ्या लोकांना रात्रीची विश्रांती घ्यायला एक स्वस्तातील आणि सोयीची जागा, एवढंच त्यात असणं त्यांना अपेक्षित होतं.

याच विचारानं प्रेरित होऊन केमॉन्स विल्सन यांनी हॉलिडे इन ही साखळी सुरू केली, जी काही वर्षांतच जगातली सर्वांत मोठी मोटेल साखळी बनली.

तेव्हा हॉटेल क्षेत्रामध्ये मातब्बर असलेल्या हिल्टन किंवा शेरेटन सारख्या समूहांना ही कल्पना सुचली नाही आणि त्यामुळे हायस्कूलमध्ये असतानाच शिक्षण सोडून देणाऱ्या एका अल्पशिक्षित कंत्राटदारानं एक नवं काम करून दाखवलं.

विल्यम रिगले- ज्युनिअर (१८६२ - १९३२)

विल्यम रिगले- ज्युनिअर १८९१ साली फिलाडेल्फिया सोडून शिकागोला आले, तेव्हा त्यांचं वय होतं २९ वर्षं आणि त्यांच्या खिशात होते फक्त ३२ डॉलर्स. पण त्यांच्या अंगामध्ये जबरदस्त ऊर्जा, उत्साह आणि विक्रीकला होती.

त्यांचे वडील साबणाचं उत्पादन करत असत. शिकागोला आपला वेगळा व्यवसाय सुरू करताना विल्यम रिगले- ज्युनिअर वडिलांनी बनवलेली रिगलेज स्कूरिंग सोप ही साबणंही विकत असत. ग्राहकांना आकर्षित करण्याकरता त्यांनी प्रत्येक साबणाबरोबर आणखी एक उत्पादन मोफत द्यायला सुरुवात केली. उदाहरणार्थ, त्यांनी साबणाबरोबर बेकिंग पावडर मोफत दिली. हळूहळू ही बेकिंग पावडरच साबणापेक्षा जास्त लोकप्रिय झाली; ते पाहून त्यांना बेकिंग पावडरचाच व्यवसाय सुरू करण्याची प्रेरणा मिळाली. त्यांनी ताबडतोब तो व्यवसाय सुरू केला. १८९२मध्ये त्यांनी बेकिंग पावडरच्या प्रत्येक डब्याबरोबर च्युईंग गमची दोन पाकिटं मोफत द्यायला सुरुवात केली. त्यांची ही क्लृप्तीदेखील यशस्वी ठरली पुन्हा एकदा मूळ उत्पादनापेक्षा मोफत दिलं जाणारं उत्पादन जास्त लोकप्रिय झालं. लोकांना बेकिंग पावडरपेक्षा त्यांनी बनवलेलं च्युईंग गम जास्त आवडायला लागलं.

त्यावेळी अमेरिकेत च्युईंग गम बनवणाऱ्या कमीतकमी डझनभर कंपन्या होत्या. पण तरीही रिगले ज्युनियरना या व्यवसायात संधी असल्याचं जाणवलं- त्यांनी च्युईंग गम बनवायला सुरुवात केली. या कामामध्ये त्यांना अनेक अडचणी आल्या. अनेकदा ते दिवाळखोरी जाहीर करण्याच्या बेताला आले. पण दूरचा विचार करून त्यांनी माघार न घेता उलट जाहिराती देऊन लोकांना आकर्षित करण्याचं साहसी पाऊल उचललं. लोक रिगले च्युईंग गम मागायला लागले, तर दुकानदारांना ती ठेवावीच लागतील, हे रिगले- ज्युनिअर यांना माहीत होतं. च्युईंग गमसारख्या किरकोळ गोष्टींमध्येसुद्धा दर्जा महत्त्वाचा आहे, हे त्यांना माहीत होतं.

आज रिगलेज कंपनी च्युईंग गम बनवणारी जगातली सर्वांत मोठी कंपनी आहे आणि अमेरिकेतली ५० टक्के बाजारपेठ या कंपनीच्या ताब्यात आहे.

मासायोशी सन (१९५७ -)

मूळ कोरिअन वंशाच्या मासायोशी सन यांचा जन्म ११ ऑगस्ट, १९५७ रोजी जपानमधल्या तोशू इथे झाला. त्यांच्या वडिलांचा एक छोटासा व्यवसाय होता. मासायोशी सनदेखील लहानपणापासूनच व्यवसायामध्ये रस घ्यायला लागले. बरोबरीच्या इतर मुलांसमोर रॉक स्टार्स किंवा खेळाडूंचा आदर्श असताना मासायोशी

सन मात्र डेन फुजिता यांना आपला आदर्श मानत होते. डेन फुजितांनी जपानमध्ये मॅक्डोनल्ड्स साखळी लोकप्रिय केली होती. मासायोशी त्यांच्यामुळे एवढे प्रभावित झाले होते, की एक दिवस त्यांनी डेन यांच्या कार्यालयात फोन करून त्यांची भेट घेतली. या भेटीनंतर त्यांच्या मनात अमेरिकेबद्दल आकर्षण उत्पन्न झालं आणि वयाच्या १६व्या वर्षी इंग्रजी शिकण्याकरता ते कॅलिफोर्नियाला गेले.

कॅलिफोर्नियाला आल्यावर त्यांनी इंग्रजी भाषा तर शिकून घेतलीच पण कॅलिफोर्निया विद्यापीठात अर्थशास्त्राची पदवीदेखील घेतली. त्यांच्या वर्गातल्या बहुतेक मुलांच्या खोलीमध्ये पॉप स्टार आणि खेळाडूंची छायाचित्रं लावलेली असत, पण मासायोशी त्यांच्यापेक्षा वेगळे होते. १९ वर्षांचे असताना एका मासिकात त्यांनी एक छायाचित्र पाहिलं होतं. त्या छायाचित्रामुळे आपलं जीवन बदलून जाणार आहे, हे त्यांना माहीत नव्हतं. त्यांनी ते कापून एका प्लॅस्टिकच्या पिशवीत ठेवलं आणि आपल्या बॅगेत ती पिशवी ठेवली. ते जिथे जात, तिथे ते छायाचित्र बरोबर घेऊन जात असत एवढंच नाही, तर झोपतानादेखील ते बरोबर ठेवत. मासायोशी ज्या छायाचित्रामुळे एवढे प्रभावित झाले होते, ते होतं एका मायक्रोचिपचं छायाचित्र.

विद्यापीठात शिकत असतानाच त्यांनी हे ठरवून टाकलं, की पैसा कमवायचा असेल, तर आपल्याला कसलातरी शोध लावायला हवा. पुढे त्यांना इलेक्ट्रॉनिक पर्सनल ऑर्गनायझर बनवण्याची कल्पना सुचली. त्यांची ही कल्पना शार्प इलेक्ट्रॉनिक्सनं दहा लाख डॉलर्समध्ये त्याचं पेटंट खरेदी करून विकत घेतली. मासायोशींचा हा शोध शार्प विझार्ड या नावानं बाजारात आला. या एकाच शोधानं श्रीमंत बनण्याची त्यांची इच्छा एवढ्या लवकर पूर्ण करून टाकली, की खुद्द त्यांनीही तशी अपेक्षा कधी केली नसावी.

मात्र त्यांची कारकीर्द एवढ्यावरच संपली नव्हती. त्यांनी स्वस्तातले जपानी व्हिडिओ गेम्स अमेरिकेत आयात करून विकायला सुरुवात केली; त्यावेळी अमेरिकेत असे गेम्स फारसे लोकप्रिय नव्हते. इथे पुन्हा एकदा त्यांची दूरदृष्टी कामाला आली. हे गेम्स लोकप्रिय होतीलच असा विश्वास त्यांना होता. त्या नंतरच्या सहा महिन्यांत त्यांनी जपानवरून ३०० गेमिंग यंत्रं आयात केली आणि ते अमेरिकेतले सर्वांत मोठे व्हिडिओ गेम विक्रेते बनले. नंतर आपल्या आईला दिलेलं वचन पूर्ण करण्याकरता आपला चांगला चाललेला व्यवसाय आपल्या सहकाऱ्यांच्या हातात सोपवून ते जपानला परत आले.

जपानला परत आल्यानंतरही ते स्वस्थ बसले नाहीत. १९८१ साली वयाच्या २३व्या वर्षी त्यांनी सॉफ्टबँक ही सॉफ्टवेअर वितरण कंपनी सुरू केली. आपल्या तर्कबुद्धी आणि वाक्चातुर्याच्या जोरावर त्यांनी या कंपनीला कर्ज देण्यासाठी बँकांना

तयार केलं. ही कंपनी लवकरच प्रगती करायला लागली आणि दहा वर्षांच्या आतच त्यांच्याकडे ५७० कर्मचारी आणि १५,००० वितरक गोळा झाले. कंपनीचं वार्षिक उत्पन्नदेखील ३५ कोटी डॉलर्सवर जाऊन पोहोचलं.

पण कंपनीचा सुरुवातीचा काळ मात्र कसोटीचा होता. कंपनी स्थापन केल्यावर काही दिवसांतच मासायोशींना हेपॅटायटिस झाला. पण त्यातून लवकर बाहेर पडून ते कामाला लागले.

१९९४ साली इंटरनेटचा उदय होऊ लागला होता. मायक्रोचिपमुळे उद्योगविश्व बदलून जाईल हे जसं त्यांनी ओळखलं होतं, तसंच इंटरनेटमुळे लोकांचं आयुष्य बदलून जाणार असल्याचंही त्यांनी ओळखलं. तेव्हा ई-कॉमर्समध्ये जगभरात मिळून फक्त ५० कोटी डॉलर्सची उलाढाल होत असे. पण मासायोशींनी दूरदृष्टीनं अनेक इंटरनेट कंपन्यांमध्ये गुंतवणूक केली. याहू, बाय डॉट कॉम, ई-बे, ई-लोन आणि वेब व्हॅनसारख्या कंपन्यांमध्ये त्यांनी ही गुंतवणूक केली होती. सुमारे १० कोटी डॉलर्स देऊन त्यांनी याहूमध्ये ३० टक्के मालकी प्रस्थापित केली. १९९६ साली याहूची शेअरबाजारात नोंद झाली आणि मासायोशी सन मालामाल झाले.

आज त्यांच्याकडे ५.८ अब्ज डॉलर्सची मालमत्ता आहे आणि जगातल्या श्रीमंतांच्या यादीत त्यांचं नाव १२९व्या स्थानावर आहे.

एडी डॅसलर (१९०० - १९७८)

एडी डॅसलर यांनी बुटांचा व्यवसाय सुरू करताना प्रथम खेळाडूंकरता खास प्रकारचे बूट बनवले. त्यांनी बनवलेले बूट खेळाडूंमध्ये लोकप्रिय झाले, तर सामान्य जनताही ते सहज स्वीकारेल, असा त्यांचा होरा होता.

१९५४ सालचा फुटबॉलचा विश्वचषक जर्मनीनं आश्चर्यकारकरित्या जिंकला आणि आदिदास कंपनी जगभर प्रसिद्धी पावली. या विश्वचषकादरम्यान जर्मनीच्या संघानं एडी डॅसलर यांच्या आदिदास कंपनीचे बूट वापरले होते, एवढंच कारण त्यामागे नव्हतं. एडी डॅसलर यांनी त्यांच्या बुटांना स्क्रूच्या साहाय्यानं स्टड्स बसवण्याची सोय करून दिली होती. त्यामुळे हवामान चांगलं असेल, मैदान वाळलेलं असेल तेव्हा छोटे स्टड्स, तर मैदान पावसामुळे ओलं झालं असल्यास छोटे स्टड्स काढून लांबट स्टड्स बसवणं खेळाडूंना शक्य झालं होतं. अंतिम सामन्यामध्ये सगळ्यांनाच हंगेरीचा संघ जिंकण्याची अपेक्षा होती. पण त्या दिवशी नेमका पाऊस सुरू झाला- ते पाहून जर्मनीच्या खेळाडूंनी आपल्या बुटांना लांबट स्टड्स बसवले, त्यामुळे प्रत्यक्ष सामन्यामध्ये मैदान निसरडं झालेलं असूनही जर्मन खेळाडूंना त्याचा फारसा त्रास झाला नाही. अशा प्रकारे एडी डॅसलर यांच्या

आदिदास बुटांमुळे जर्मनीच्या संघानं विश्वचषक जिंकला आणि आदिदासचं नाव जगभर झालं.

एडी डॅसलर यांनी आपल्या बुटांमुळे क्रीडा विश्वामध्ये मोठा बदल घडवून आणला. त्यांनी फक्त खेळाचेच बूट बनवण्यावर आपलं सगळं लक्ष केंद्रित केलं याची अनेक कारणं होती. पहिलं कारण म्हणजे खेळाडूंमध्ये बूट प्रिय झाले, तर सामान्य लोकांमध्ये ते प्रिय करणं सोपं जाईल, असं त्यांना वाटत होतं. दुसरं म्हणजे तोपर्यंत खेळाडूंकरता खास प्रकारचे बूट बनवण्याचा विचार कुणीही केला नव्हता. १९२५ साली एडी डॅसलर यांनी फुटबॉल खेळाडूंकरता पहिल्यांदा खास प्रकारचे बूट बनवले. त्यानंतर त्यांनी वेगवेगळ्या अंतरांच्या धावण्याच्या शर्यतींकरता वेगवेगळ्या प्रकारचे बूटही बनवले. १९२८ साली त्यांनी बनवलेले वेट्झर बूट ऑलिंपिकमध्ये वापरले जाणारे पहिले ट्रॅक शू होते. १९३१ साली त्यांनी पहिल्यांदा टेनिस शूज बाजारात आणले. अशा प्रकारे १९३७ पर्यंत एडी डॅसलर यांनी ११ विविध खेळांकरता ११ प्रकारचे बूट बनवले. त्यांच्या दूरदर्शीपणामुळेच त्यांना एवढं अफाट यश मिळू शकलं.

एस. डॅनियल अब्राहम

एस. डॅनियल अब्राहम यांना पैसा सहज आणि लवकर मिळाला नाही. दुसऱ्या महायुद्धात सैन्यामध्ये सेवा देऊन ते जेव्हा परतले, तेव्हा त्यांनी आपल्या काकांची छोटीशी औषध कंपनी सांभाळायला सुरुवात केली. त्या कंपनीत त्यांनी जे पहिलं उत्पादन बाहेर आणलं, ते होतं सॅन-क्युरा. हे एक खाजेवरचं मलम होतं. नंतर मग त्यांनी कंपनीचा विस्तार करत, थॉमसन मेडिकल असं तिचं नामकरण केलं.

आपल्या दूरदृष्टीनं त्यांनी १९५०च्या दशकातच हे ओळखलं होतं, की भविष्यात शारीरिक तंदुरुस्तीशी संबंधित औषधं खूप यशस्वी ठरतील. याचं कारण म्हणजे शारीरिकदृष्ट्या उत्तम स्थितीत राहण्यासाठी प्रयत्न करण्याची लोकांची मानसिकता तयार होत होती. त्यात मग त्यांनी आहारनियंत्रणावर आपलं लक्ष केंद्रित केलं आणि लोकांना सडसडीतपणाची कल्पना विकायचं ठरवलं.

त्याच अनुषंगानं मग त्यांनी स्लिम-मिंट गम बाजारात आणली. १९५०च्या दशकाच्या अखेरीला आलेल्या या मिंट गममध्ये बेंजोकेन नावाचं द्रव्य होतं आणि या द्रव्यामुळे भूक कमी लागते, असा अब्राहम यांचा दावा होता. त्यानंतर १९७६ साली त्यांनी डेक्साट्रिम ही गोळी बाहेर आणली. ही गोळी दिवसातून एकदाच घ्यावी लागत असे आणि तिच्यामुळे शरीराला आवश्यक ते पोषण मिळूनही भूक

मात्र लागत नसे. पण त्यांना खरं यश चाखायला मिळालं, ते स्लिम-फास्ट उत्पादनं बाजारात आणल्यानंतरच. या उत्पादनांमुळे लोकांची वजनं कमी होत होती, तर अब्राहम यांचा खिसा मात्र भरत चालला होता.

वॉल-मार्टनं जेव्हा ही उत्पादनं आपल्या दुकानांमध्ये ठेवायला सुरुवात केली, तेव्हा ती प्रचंड लोकप्रिय झाली.

चेस्टर कार्लसन (१९०६ - १९६८)

हॅलॉईड नावाच्या कंपनीनं चेस्टर कार्लसन यांचा फोटोकॉपिअरचा शोध खरेदी केला, तेव्हा त्यांनी ही एक मोठीच जोखीम पत्करली होती, पण त्याचबरोबर त्यांनी त्यातून आपली दूरदृष्टीही दाखवून दिली होती. हॅलॉईड कंपनीनं या यंत्रावर तेरा वर्षं संशोधन केलं आणि त्यापोटी त्यावर ७.५ कोटी डॉलर्स खर्च केले. खरं तर या कंपनीची आर्थिक स्थिती फारशी चांगली नव्हती, पण या यंत्रामध्ये सुधारणा करण्यासाठी ती कर्जं घेत राहिली. हे यंत्र बाजारात येईल तेव्हा एक प्रकारे क्रांतीच घडून येईल, याची कंपनीला खात्रीच होती.

१९५९ साली आर्थिक चणचण जरा जास्तच झाली, तेव्हा कंपनीनं फोटोकॉपिअर यंत्राचे विक्री अधिकार आयबीएमला देऊ केले. हॅलॉईडला आपलं हे क्रांतिकारी उत्पादन बाजारात आणण्याकरता आर्थिकदृष्ट्या भक्कम असलेल्या एखाद्या कंपनीच्या पाठबळाची गरज होती. आयबीएमनं अशा यंत्रांच्या व्यावसायिक यशाच्या शक्यतेबद्दल काही तज्ज्ञ मंडळींचा सल्ला घेतला. तीन महिने अभ्यास करून तज्ज्ञांनी असं भविष्य वर्तवलं, की जगभरामध्ये फार तर ५,००० फोटोकॉपिअर विकेल जाऊ शकतील. कार्बन पेपर इतका स्वस्त आहे, की लोक फोटोकॉपीऐवजी कार्बनकॉपीलाच प्राधान्य देतील, हा त्यांचा मूळ मुद्दा होता. आयबीएमनं तज्ज्ञांचा सल्ला ऐकून हॅलॉईडला आपला नकार कळवला.

१९६० साली अखेर हॅलॉईड-झेरॉक्स फोटोकॉपिअर बाजारामध्ये आला, तेव्हा या यंत्राची किंमत होती २९,५०० डॉलर्स. एवढ्या जास्त किमतीला ही यंत्रं फार मोठ्या संख्येनं विकली जाणार नाहीत, हे कंपनीला माहीत असल्यामुळे त्यांनी ती दीर्घकालीन करारावर (लीज) देण्याची युक्ती केली. मग त्यांनी तशा जाहिराती वर्तमानपत्रांमध्ये प्रसिद्ध केल्या. 'महिन्याला ९५ डॉलर्स भाड्यानं झेरॉक्स यंत्र बसवा आणि २,००० मोफत फोटोकॉपीज मिळवा,' अशा त्या जाहिराती होत्या. पहिल्या दोन हजार कॉपी नंतर कंपनी प्रत्येक कॉपीला चार सेंट्स दरानं पैसे आकारत असे आणि शिवाय यंत्राची देखभाल-हमीही देत असे. या क्लृप्तीमुळे फोटोकॉपिअर हा प्रकार खूप लोकप्रिय झाला आणि हॅलॉईड कंपनी आर्थिकदृष्ट्या मजबूत स्थितीत

जाऊन पोहोचली.

१९६९ साली एव्हाना झेरॉक्स कॉर्पोरेशन असं नाव धारण केलेली हॅलॉईड कंपनी फोटोकॉपिअरद्वारे वर्षाला एक अब्ज डॉलर्स कमवायला लागली होती. कंपनीचे मालक विल्सन यांनी नंतर ही यंत्रं विकण्याऐवजी दीर्घमुदतीच्या करारावर देण्याचा त्यांचा निर्णय त्यांनी घेतलेल्या सगळ्यात महत्त्वाच्या निर्णयांपैकी एक होता, हे कबूलच केलं.

झेरॉक्स यंत्र जगभर यशस्वी ठरल्यामुळे त्याचा मूळ शोध लावणारे चेस्टर कार्लसनच नव्हे, तर अनेक वर्षं या यंत्रावर कष्ट आणि पैसा खर्च करण्याचा जुगार खेळणारी कंपनीदेखील श्रीमंत झाली.

टॉम मोनाहन (१९३७ -)

१९८०च्या दशकात पिझ्झा हटच्या लोकांनी पाहिलं, की एक अर्धशिक्षित आणि फाटका मनुष्य त्याचे पिझ्झा लोकांना घरपोच देतो आहे. त्या फाटक्या माणसाचं नाव होतं टॉम मोनाहन. हे फॅड काही दिवसांतच ओसरेल असं पिझ्झा हटला वाटलं आणि त्यांनी त्याकडे दुर्लक्ष केलं. कदाचित लोक आपल्या रेस्तराँमध्ये स्वत:हून येत असताना उगाच पिझ्झा घरपोच देण्याचं झेंगट आणि खर्च कशाला मागे लावून घ्या, असंही त्यांना वाटलं असेल. त्यांनी मनावर घेतलं असतं, तर ८,००० रेस्तराँची साखळी असलेली पिझ्झाहट टॉम मोनाहनसारख्या छोट्या माणसाला या व्यवसायातून बाहेर फेकू शकली असती, पण त्यांच्या अदूरदर्शीपणामुळे टॉम मोनाहन यांना मात्र आपला जम बसवण्यात मदत झाली.

लोकांच्या जीवनशैलीमध्ये होत असलेला बदल टॉम मोनाहन यांच्या दूरदृष्टीनं अचूक टिपला होता आणि त्यामुळेच त्यांची डॉमिनोज पिझ्झा ही कंपनी अमेरिकेतली सर्वांत मोठी पिझ्झा कंपनी बनली. पती आणि पत्नी दोघंही नोकरी करत असलेल्या कुटुंबांना टॉम मोनाहन यांच्या घरपोच सेवेची गरजच होती. पण पिझ्झा हटला जे दिसलं नाही, ते टॉम मोनाहन यांना दिसलं आणि त्यांनी त्याचा पुरेपूर फायदा उचलला.

दीर्घ पल्ल्याचा विचार करणं, ही खरं तर अवघड गोष्ट नाही. पण त्याचबरोबर हेही सत्य आहे की फारच कमी लोक तो करतात. त्यात सगळ्या भावी शक्यतांचा विचार करावा लागतो, अडचणींचा विचार करावा लागतो, बराच काळ विचार करावा लागतो आणि त्यात बुद्धीचा कस लागतो, हे त्यामागचं कारण असू शकेल.